परमेश्वर

हे आईचंच एक रूप असणार...

शोभा डे

स्पीडपोस्ट

माझ्या मुलांना पत्रं...
नव्या जगात जगता- वागताना,
लढता- झुंजताना उन्हातान्हात वाट शोधताना,
हवी एक शिदोरी म्हणून...

अनुवाद
अपर्णा वेलणकर

मेहता पब्लिशिंग हाऊस

SPEEDPOST by SHOBHA DÉ

Originally Published by Penguin Books India (P) Ltd. New Delhi 110 017
Translated into Marathi Language by Aparna Velankar

स्पीडपोस्ट : शोभा डे / अनुवादित पत्रसंग्रह

अनुवाद : अपर्णा वेलणकर

Email : author@mehtapublishinghouse.com

मराठी अनुवादाचे व प्रकाशनाचे हक्क : मेहता पब्लिशिंग हाऊस प्रा. लि.

संस्थापक : सुनील अनिल मेहता

प्रकाशक : मेहता पब्लिशिंग हाऊस प्रा. लि.
१९४१, सदाशिव पेठ, माडीवाले कॉलनी, पुणे ४११०३०.

मुद्रक : ट्रिनिटी अ‍ॅकॅडमी फॉर कॉर्पोरेट ट्रेनिंग लिमिटेड

प्रकाशनकाल : जानेवारी, २००४ / जानेवारी, २००५ / जून, २००६ / जानेवारी, २००८ / नोव्हेंबर, २००८ / सप्टेंबर, २००९ / ऑक्टोबर, २०१० / नोव्हेंबर, २०११ / फेब्रुवारी, २०१३ / जून, २०१५ / पुनर्मुद्रण : जुलै, २०२२

सर्व छायाचित्रे : गौतम राजाध्यक्ष

मुखपृष्ठ : राजकुमार

मांडणी : शैलेश मांडरे

किंमत : ₹ ३८०

P Book ISBN 9788177664409
E Book ISBN 9788184987959
E Books available on : amazonkindle Apple Books Google Play Books

माझ्या मुलांना...
रणदीप, राधिका, आदित्य
अवंतिका, अरुंधती आणि आनंदिता...

आयुष्याची वाट खडतर असणारच...
तरीही प्रवासातला आनंद
तुम्हाला लुटता यावा,
म्हणून...

आभार

मला मुलं खूप आवडतात. माझ्या स्वतःच्या, इतरांच्याही मुलांवर मी जीव तोडून प्रेम करते. एकविसावं शतक अगदी उंबरठ्यावर असताना माझ्या मुलांसाठी 'भेट' म्हणून मी ही पत्रं लिहायला घेतली. मग वाटलं, आयुष्यभराच्या प्रवासातून जमवलेली ही शिदोरी जगभरातल्या सगळ्याच मुलांना का वाटू नये? — म्हणून हे पुस्तक.

आई - बाबांना कधी सुट्टी नसते.

'चार दिवस तरी सगळ्या जबाबदाऱ्या विसरुन' स्वतःसाठी स्वतःपुरतं जगायला वेळ नसतो.

आत्ता हे लिहित असतानाही आतल्या खोलीतून कुणीतरी मला हाका मारतंय... 'ममा ऽऽ ये ना लवकर ऽऽऽ' मला जायला हवं.

पण त्याआधी तिघांचे आभार मानते.

डेवीड दविदर... ('बाबारे, पालकत्वाच्या मांडवाखालून जाऊन बघच एकदा' म्हणून आता त्याच्या खनपटीलाच बसावं लागणार...)

कार्तिका ... (तिला माझी मुलं तर आवडतातच, पण आमच्या कुत्र्यालाही ती न घाबरता जवळ घेऊ शकते)

आणि अर्थातच माझा नवरा,

दिलीप

त्याच्यामुळेच माझ्यामधली 'पत्नी' इतकी रसरशीत राहिली आहे...

पत्र

दोनच अक्षरांचा छोटा शब्द. नुसता उच्चारला तरी मन मोहरुन उठतं. आठवणी येतात. स्नेहाचा सुगंध येतो. खूप दिवसांनी काहीतरी 'आपलं' आपल्याला भेटल्यासारखं वाटून जातं.

पण आजकाल लिहितं कोण पत्रं?

तुम्ही लिहिता?

तुम्हाला येतात कुणाची पत्रं?

प्रेमाने आसुसून लिहिलेल्या पत्रांचा जीवापाड जपलेला खजिना आहे तुमच्याजवळ?

चुरगळल्या सुगंधी कागदांच्या जुन्या घड्या... कपाटाच्या कोपऱ्यातल्या! मखमली पेट्यांच्या पोटात जपलेल्या!!... ही खानदानी श्रीमंती आजकाल तशी दुर्मिळच.

हल्ली मला पत्रं येतात; ती कुठल्या कुठल्या कंपन्यांनी, त्यांच्या विक्रेत्यांनी पाठवलेली. सिनेमाच्या ग्लॅमरच्या जगात तगण्याकरता धडपडणारे 'स्ट्रगलर्स' कधी पत्रांमधून विनवण्या करतात, गळ घालतात. आठ-पंधरा दिवसांतून कुणी अनोळखी वाचकांची पत्रं येतात. या पत्रांमध्ये ओलावा असतो. माझ्यापर्यंत पोचण्याची धडपड असते.

याखेरीज माझ्या नाव-पत्त्यानिशी माझ्या घरी येणारी बहुतेक पत्रं हा छापील कचराच असतो. वाईट कागद, त्याहून वाईट छपाई आणि मला अजिबात नको असलेली कुठलीतरी फलाणी वस्तू विकत घेण्याकरता लकडा लावणारा, ओंगळ, गळेपडू मजकूर.

तरी यातलं प्रत्येक पत्र मी वाचते.

निदान नजर तरी फिरवतेच.

माझं नाव - पत्ता लिहून कुणीतरी मला पाठवलेलं पत्र न वाचता कचऱ्यात फेकणं मला जमत नाही. पटतही नाही.

वाटतं, कुणातरी बिचाऱ्याने एवढे कष्ट घेऊन त्या पत्रातला मजकूर तयार केला असेल, कुणीतरी माझा पत्ता शोधून त्यावर लिहिला असेल, पोस्टाचे... कुरियरचे पैसे खर्च केले असतील.

अर्ध मिनिट खर्चून त्या पत्रावर नुसती नजर फिरवायला काय जातं आपलं?

शिवाय बिचारा पोस्टमन किंवा कुरियरवाला. आपल्या घरापर्यंत ताबडत

येण्याचे त्याचे कष्ट आणि वेळ का वाया घालवा?

घरी येणारं प्रत्येक पाकीट मी मुकाट्याने फोडते. वाचते. निदान नजर तरी फिरवते. शेवटी वैतागते आणि फेकून देते. कचऱ्याच्या टोपलीत रोज नवी भर.

पण खरं सांगू?

मला पत्र आवडतात.

लिहायला... आणि अर्थातच वाचायलाही.

'पत्रं लिहायला वेळच कुठे मिळतो?' असल्या सबबी मी कधी सांगत नाही. उलट 'जवळच्या कुणालातरी पत्र लिहायला मी एखादी सबब शोधतच असते. विषय कितीही किरकोळ असो, निमित्त कितीही निसटतं असो; एखाद्या जवळच्या माणसाला पत्र लिहावंसं वाटलं, की नकळत कागद पुढे ओढला जातोच.

आयुष्यभरात मला आलेली कित्येक महत्त्वाची पत्रं मी जीवापाड सांभाळली आहेत. माझ्या नवऱ्याची, आई-बाबांची, कुटुंबियांची, मित्रमैत्रिणींची आणि माझ्या मुलांची पत्रं हा तर माझा खजिनाच! ज्यांना मी कधीही भेटले नाही, ज्यांच्याशी साधं बोलणंही कधी झालं नाही; अशा काही अनोळखी सुऱ्हदांची पत्रंही त्यात आहेत. ही अनोखी नाती पत्रांमधूनच माझ्या आयुष्यात आली; माझी झाली. पत्रोत्तराची अपेक्षा नाही. 'पोच' देण्याची सक्ती नाही. फक्त उत्कट, उत्स्फूर्त संवाद !

या पुस्तकातली पत्रंही काहीशी तशीच.

माझ्या मुलांना लिहिलेली.

उत्कट आणि उत्स्फूर्त.

लिहिल्या पत्राला उत्तराची अपेक्षा धरणारा काटेकोर परकेपणा यात नाही.

कसा असेल?

माझ्या मुलांच्या आयुष्यात मी कुठे परकी आहे? कुठलाही धागा कुठूनही उकलायला घ्या; कुठे ना कुठेतरी माझ्या अस्तित्वाच्या रेघा उभ्या-आडव्या धावताना दिसतीलच.

'स्पीडपोस्ट' लिहायला घेतलं तेव्हा माझ्या मनाशी काही प्रश्न जरुर होते; पण आपल्याला उत्तरांची अपेक्षा असणार नाही हेही ठाऊक होतं.

या पत्रांचा घाट घालण्यापूर्वीच मी माझ्यातल्या 'सेन्टी' आईला पक्कं बजावलं,

'हे बघ, तू रात्रंदिवस एक करुन मुलांना पत्रं लिहिणार आहेस; पण हे सगळं 'वन वे कम्युनिकेशन' असणार; विसरु नकोस. तू लिहिलेली पत्रं वाचून पाणावल्या डोळ्यांनी तुझी मुलं लगोलग कागद पुढे ओढतील आणि पत्रोत्तरं लिहितील अशी अपेक्षा ठेवशील; तर मन:स्तापच वाट्याला येईल. दुखावली जाशील. संतापशील. आजकालच्या मुलांजवळ 'पत्र लिहिण्या' सारख्या जुनाट, कालबाह्य हमालीसाठी वेळ नसतो. त्याऐवजी कम्प्युटरच्या की-बोर्डावर बोटं नाचवून धडाधड ई मेल्स पाठवणं हा सध्याचा 'ट्रेन्ड' आहे. मुलं एकतर 'ई मेल' करतात किंवा मग सेकंदाला एक या गतीने 'एसेमेस' पाठवतात. कधीकधी... एखाद्या चुकार शुभमुहूर्तावर... वेळ मिळालाच आणि 'मूड' असलाच तर आईबाबांशी गप्पाही मारतात. पण असे क्षणही आजकाल दुर्मिळच !

— हू हॅज द फुरसत?

वेळ कुठेय?

– तर असो.

आहे हे असं आहे. ते तसंच असणार. पुढल्या काळात कदाचित आणखी बिघडणार.

आपण शांत राहावं. समजून घ्यावं. (दुसरा पर्यायच काय आहे?)

पत्रं नाही. गप्पा नाहीत. जेमतेम बोलणं. तेही कधीमधी 'संवाद' शून्यच!

अशावेळी 'आई'ने करावं काय?

योगायोगाने ती आई 'लेखिका' असेल; तर कागद पुढे ओढावे आणि मनापासून जे वाटतं; ते सरळ लिहून काढावं.

मी तेच केलं.

सुरुवातीला खात्री नव्हती. जे लिहायला घेतलंय ते कसं जगणार, त्याला कुठला 'फॉर्म' येणार, मी आणि माझ्या मुलांखेरीज त्रयस्थ वाचकांच्या दृष्टीने त्यात कितीसा 'अर्थ' असणार; कशाचाच काही अंदाज लागत नव्हता. मी तशीच धडपडत, चाचपडत पुढे जात राहिले. या लेखनाशी झगडत राहिले.

...आणि एका टप्प्यावर अचानक मला माझा 'फॉर्म' सापडला. लय गवसली. बघता बघता साचलेलं, कुचंबलेलं पाणी वाहतं झालं आणि माझ्या लेखनाला

आलेल्या झुळझुळत्या खळाळाने मीच मोहरुन गेले.

मग मात्र या लेखनाने वेग घेतला.

आयुष्यभरातल्या छोट्या-मोठ्या घटना-प्रसंगांची वीण गुंफत, सुख-दु:खांच्या लडी उलगडत ही पत्रं आकार घेऊ लागली.

या पत्रांमधून माझ्या मुलांशी बोलता बोलता कित्येक बांध फुटले, वर्षानुवर्षांपासून मनात टोचणारे काटे निघाले, सल संपले. काळ्याभोर ढगांमध्ये लदबदलेलं पाणी झडझडून बरसून गेल्यावर स्वच्छ होणाऱ्या आभाळासारखं माझं मन हलकं झालं,

...स्वच्छ, निरभ्र आणि मुक्त !

आतल्या आत दबून राहिलेल्या, श्वास घुसमटून टाकणाऱ्या कित्येक गोष्टी...

संतापाच्या, हताशेच्या भरात नकळत झालेल्या वारांच्या ओल्या जखमा...

हातून घडलेले अपराध... न केलेल्या चुकांबद्दल सोसाव्या लागलेल्या शिक्षा... अपेक्षाभंगाचे चटके... हरलेल्या लढायांचे सलणारे वण...

आणि अर्थात आनंदाने, अभिमानाने मोहरुन आलेले, कित्येक क्षण !

'स्पीडपोस्ट'चं लेखन माझ्याकरता हे सारं पुन्हा घेऊन आलं. जगून झालेले कित्येक प्रसंग मला पुन्हा नव्याने जगता आले. दिवस दिवस मानेचा काटा ढिला होईस्तो मी ही पत्रं लिहीत असे. कित्येकदा अवघ्या एका दिवसात आजवरचं अख्खं आयुष्य जगून झाल्याचा अनोखा अनुभव या लेखनाने मला दिला.

– तरी एक भीती होतीच.

आमच्या व्यक्तिगत आयुष्यातले नाजुक तपशील उघड सांगणारी ही पत्रं प्रसिद्ध होतील; तेव्हा मुलांना काय वाटेल? मुलं दुखावली गेली आणि चिडली तर?

व्यक्तिगत आयुष्यातल्या अपयशांची कबुली देणारी, आम्हा सर्वांच्या व्यक्तिमत्त्वातल्या उण्यादुण्यांचे तपशील जाहीर करणारी, वरवर लावलेले देखणे पडदे दूर सारुन ज्याला-त्याला आमच्या व्यक्तिगत आयुष्यात... अगदी बंद दाराआडच्या घरात डोकावू देणारी ही पत्रं लिहून वर ती प्रसिद्ध केल्याबद्दल माझ्या मुलांनी मला आरोपीच्या पिंजऱ्यात उभं केलं तर?

– वळण धोक्याचं होतं.

पाय जरा घसरला तरी कपाळमोक्ष अटळ होता.

– तरी कशी कोण जाणे, पण मी नेटाचे पुढे जात राहिले. माझ्या व्यक्तिगत, कौटुंबिक स्वास्थालाच अक्षरश: पणाला लावणारा एवढा मोठा धोका पत्करण्याची हिंमत माझ्यात आली कुठून, याचं उत्तर आजही माझ्याजवळ नाही.

'स्पीडपोस्ट'च्या लेखनाचे दिवस अवघड होते. एकेका शब्दाने, एकेका अक्षराने माझी परीक्षा पाहिली. मनाआड गेलेला भूतकाळ पुन्हा जगताना, एकदा तुडवलेल्या अवघड वाटेवरुन हट्टाने पुन्हा चालताना पावलापावलाला ठेचा लागल्या. मी स्वत:लाच छळत राहिले, अपरंपार सुखाचे आणि अनावर असह्य वेदनांचे क्षण माझ्याच भूतकाळातून पुन:पुन्हा उपसत राहिले,

... लिहीत राहिले.

कुणाचा विश्वास बसणं अवघड, पण एकदा लिहून हातावेगळं झाल्यावर या पुस्तकातलं एकही पत्र मी परत वाचू शकलेली नाही.

तसा प्रयत्न केला; तर नजरेसमोर अनावर अश्रूंचा झिरझिरीत पडदा उभा राहातो आणि काही दिसेनासंच होतं.

आता तर तशी गरजही वाटत नाही. या पुस्तकाच्या पानापानावर विखुरलेल्या माझ्या शब्दांनी आपलं काम चोख बजावलं आहे. माझ्यापासून निघालेली ही संवादाची रेघ माझ्या मुलांपर्यंत पोचून, त्यांच्याजवळचं प्रेम घेऊन पुन्हा माझ्यापाशी येऊन विसावली आहे. धोक्याच्या वळणांवरुन तोल सावरत, मला आणि माझ्या मुलांनाही सांभाळत, कवेत घेत वर्तुळ पूर्ण झालं आहे.

मी आजवर लिहिलेल्या पुस्तकांपैकी 'माझ्या मुलांचं सर्वात आवडतं पुस्तक' असा जबाब 'स्पीडपोस्ट' ने पटकावला, आणि उरल्यासुरल्या शंकाकुशंकाही फिटल्या.

माझ्या मुलांनी ही पत्रं वाचली.

पुन:पुन्हा वाचली. अजून वाचतात.

पण त्याहून महत्त्वाचं म्हणजे जगभरातल्या हजारो मुलांनी या पुस्तकाची पारायणं चालवल्याचं कळलं; आणि माझे श्रम सार्थकी लागले.

तरुण मुला-मुलींचा उत्स्फूर्त प्रतिसाद 'स्पीडपोस्ट'ला मिळाला. या मुलांच्या पन्नाशीतल्या आयांनी ही पत्रं उत्सुकतेने, भरल्या डोळ्यांनी वाचली. काही मोजक्या

बाबांनीही वाचली.

प्रत्येकाच्या हृदयाची तार छेडणारं काहीतरी 'स्पीडपोस्ट'मध्ये आहे. माझ्यासारख्या लेखकाला याहून आणखी काय हवं असणार? ही पत्रं वाचून तुम्हालाही कदाचित आरशासमोर उभं राहिल्यासारखं वाटेल, यातल्या सुखदु:खाचे ताणेबाणे कदाचित तुम्हाला 'तुमचेच' वाटतील; असा एखादा क्षण जरी तुम्हाला या पुस्तकात गवसला, तरी मला माझं 'बक्षीस' मिळालं !

या पुस्तकाने मला सर्वाधिक वेदना दिल्या हे खरं; पण 'स्पीडपोस्ट'इतका आनंद आणि कृतकृत्यता याआधीच्या कोणत्याच लेखनातून मला मिळालेली नाही.

'सिलेक्टिव्ह मेमरी'च्या अनुवादाच्या निमित्ताने मला अपर्णा भेटली. 'स्पीडपोस्ट'च्या अनुवादातही तिने 'सिलेक्टिव्ह मेमरी' इतकाच जीव ओतला आहे. केवळ एका भाषेतून दुसऱ्या भाषेत रूपांतरण म्हणजे 'अनुवाद' नव्हे. मी, माझं व्यक्तित्व, विचार, भावना माझ्या मुलांशी असलेलं माझं नातं या सगळ्याची एक गहिरी 'समजूत' अपर्णाने मिळवली आहे. आमच्यामधल्या निकट स्नेहाच्या बळावर तिने केलेल्या या उत्तम अनुवादात मला माझंच प्रतिबिंब दिसतं.

मी दिसते.

... आणि माझ्या आयुष्यातला सर्वात अमूल्य ठेवा.

– माझी प्रिय मुलं!

– शोभा डे

नोव्हेंबर २००३

शोभा डे

शोभा डे या 'इंटरनॅशनल सेलिब्रिटी' लेखिकेचं मुंबईच्या उच्चभ्रू वस्तीतलं देखणं, आलिशान निवासस्थान.

सकाळी अकरा साडेअकरापासून त्या घरातल्या डायनिंग टेबलाभोवती आम्ही दोघी काम करीत बसलो आहोत. नव्या प्रोजेक्टची चर्चा सुरू आहे आणि त्यात नेहमीची धांदल. दर मिनिटाला येणारा फोन 'मॅडम'साठी नवा निरोप घेऊन येतो. एका फोनवर युरोप-अमेरिकेतल्या 'दी ऑथर' कार्यक्रमांच्या तारखा नक्की करण्यासाठी न्यूयॉर्कचा कुणी को-ऑर्डीनेटर विनंती करतो आहे. दुसऱ्या लाईनवरुन मुंबईतल्या एका बड्या उद्योगसमुहाची पी. आर ओ. गोव्याच्या पार्टीला येण्याची गळ घालते आहे. दहाव्या मिनिटाला गोव्याच्या तिकीटांचं पाकीट घेऊन एअरलाईनचा प्रतिनिधी दाराशी उभा राहतो... पॅरिसमधल्या कुणा फॅशन मॅगझिनचा प्रतिनिधी मुंबईतल्या चटकमटक गॉसिपसाठी लाँग डिस्टन्स कॉलवर केव्हाचा ताटकळलेला... तेवढ्यात कुणी जानामाना फोटोग्राफर 'शूट'च्या तारखा ठरवायला येतो. ड्रेपरी आणि अॅक्सेसरीजचे तपशील मॅडमकडून क्लियर व्हायचे असतात...

या अशा धावपळीत अखंड उत्साहाने काम करणाऱ्या एका अद्भुत स्त्रीकडे बघताना, तिच्याबरोबर काम करताना मी दरवेळी नव्याने थक्क होत आले आहे आणि दरवेळी अनेक नव्या गोष्टी शिकलेही.

शोभा डे.

'पेज थ्री' कल्चर, श्रीमंती, उच्चभ्रू दुनियेत रोजचा वावर, देश-विदेशातल्या हाय प्रोफाईल सर्कल्समधलं स्थान, 'बेस्ट' सेलर लेखिका म्हणून प्रतिष्ठित वलय, एखाद्या कॉलममध्ये मॅडमनी आपल्याबद्दल किमान चार शब्द लिहावेत म्हणून अक्षरश: दाराशी झुलायला तयार असलेली 'बोल्ड अॅण्ड ब्युटीफुल' जनरेशन नेक्स्ट आणि वयाची पन्नाशी (जाहीरपणे) उलटून गेल्यानंतरही विशीतल्या मॉडेल्सची 'हॉट लिस्ट' झुगारुन फॅशन आयकॉन, ट्रेन्ड सेंटर, बेस्ट ड्रेस्ट वुमन अशा बिरुदांची खैरात होणारी 'ग्लॅमरस' पर्सनॅलिटी.

फिफ्टी प्लस अॅण्ड स्टिल फॅब्युलस !

एरवी अशा ग्लॅमरभोवती झगमगणारे स्पॉट लाईटस् विझले; की उरणारा अंधार नवा नाही.

शोभा डे यांच्या बाबतीत हे गणित नेमकं उलटं आहे. ग्लॅमरस दिवे मंदावले

की उजळून उठतं एका संवेदनशील, सच्च्या स्त्रीचं मनस्वी व्यक्तिमत्त्व.

म्हणूनच साध्या घरगुती पेहेरावात, एरवी 'लेटेस्ट फॅशन स्टेटमेंट' वगैरे असणाऱ्या भुऱ्या पिंगट केसांची उंच पोनी बांधून डायनिंग टेबलावर कामाचा पसारा मांडून बसणाऱ्या शोभा डे या बुद्धिमान, कर्तबगार स्त्रीवर माझं अधिक प्रेम आहे.

सामाजिक-राजकीय अध:पतनाने उद्‌विग्न होणारी, बदलत्या नैतिक जाणीवांनी अस्वस्थ असणारी, व्यक्तिस्वातंत्र्याची निकड मान्य असूनही कुटुंबांच्या खिळखिळ्या चौकटी न रुचणारी... आणि या सगळ्यासह 'पेज थ्री कल्चर'च्या पोकळ, दांभिक बडेजावाबद्दल तळमळीने बोलणारी, जगभराच्या भ्रमंतीतून मिळवलेलं संपन्न अनुभवांचं संचित मुक्तहस्ते वाटून टाकणारी जीवलग मैत्रीण.

– आणि आई.

बोट धरून चालायला शिकवणारी.

नव्या जगाचे नवे नियम समजावून जगायला शिकवणारी आई.

– अशा दोन नात्यांनी शोभा डे नावाचा संपन्न स्नेह माझ्या आयुष्यात आला, हे. 'सिलेक्टिव्ह मेमरी'च्या अनुवादाचं मला मिळालेलं सर्वोच्च पारितोषिक.

या ग्लॅमरस, सेलिब्रिटी स्त्रीच्या व्यक्तित्वात रुजलेलं मातृत्व मी स्वत: पाहिलं... अनुभवलं आहे.

– म्हणूनच 'स्पीडपोस्ट' मधल्या पत्रांची भाषा मला नवी नाही. या पत्रांमधली अस्वस्थ तळमळ अनोखी नाही. आकंठ ओसंडणारं प्रेम अपरिचित नाही आणि बेलगाम तारुण्याच्या आधुनिक उन्मादाला फटकारणारा संतापही.

आदित्य, अवंतिका, रणदीप, राधिका यांना मी ओळखते. अरुंधती आणि आनंदिता तर डायनिंग टेबलाभोवतीच्या छोट्या मैत्रिणी; त्यांच्या ममाबरोबरचं त्यांचं घट्टमुट्ट गुळपीठ लंचमधल्या 'कंपल्सरी' उसळींइतकंच माझ्या सवयीचं.

– तरीही 'स्पीडपोस्ट'मधली काही पत्रं मला माझ्यासाठीच लिहिल्यासारखी वाटतात. (गद्धे) पंचविशी पार करून स्वत:चं आयुष्य साकारण्यात मग्न असणाऱ्या प्रत्येकालाच कदाचित तसं वाटेल.

एका अर्थाने 'स्पीडपोस्ट' हे माझ्या पिढीचं, 'तरुण पुस्तक'. ते मराठीत येत असताना अनिलभाई, सुनील मेहता आणि अश्विनी खरेचे आभार.

दत्ता सराफ आणि शोभा डे.

– या दोघांबद्दलच्या माझ्या कृतज्ञ भावना त्यांच्यापर्यंत पोचवू शकणारं एखादं तरी पत्र लिहिता येईल, एवढी संपन्न पारदर्शी अभिव्यक्ती कधी ना कधीतरी माझ्या लेखनात यावी, अशी प्रार्थना करते.

– अपर्णा वेलणकर

८ डिसेंबर २००३

अनुक्रमणिका

प्रारंभ

७ जानेवारी १९९९.

सदैव स्मरणात राहील अशा वर्षातल्या पहिल्या आठवड्याचा शेवटचा दिवस. माझ्या बेडरूममधल्या जुन्या चायनीज ड्रॉवर्सच्या समोर गालिच्यावर गुढगे टेकून मी कधीची बसले होते. सगळे ड्रॉवर्स नव्या-जुन्या फोटोंच्या अल्बम्सनी भरलेले. हजारोंनी फोटो आणि डझनांनी अल्बम्स. बेडरूममधले हे खचाखच भरलेले ड्रॉवर्स म्हणजे आमची 'मेमरी बॅंकच' आहे... अजिबात शिस्त नसलेली रेफरन्स सिस्टीम! कधीही यावं, तास...दोन तास रेंगाळून उचकपाचक करावी आणि हवा असलेला फोटो शोधता शोधता तिसरंच काहीतरी सापडल्याच्या आनंदात खुष होऊन जावं.

कधी कधी मात्र मला 'तेव्हाचा'..'तो'... 'तोच' फोटो हवा असतो. मग मी नेट लावून अल्बममागून अल्बम पालथे घालत सुटते.

प्ले स्कुलमधला अरूंधतीचा पहिला दिवस, आदित्यचं समारंभपूर्वक मुंडण झालं त्यावेळचा त्याचा कावराबावरा चेहरा, आपल्या गुढग्यावर रूबाबात बसलेल्या जीवंत नाकतोड्याकडे आश्चर्याने पाहणारी राधिका, संपूर्ण चेहऱ्याला बर्थ-डे केक माखून आनंदाने खिदळणारी दोन वर्षांची आनंदिता, कॅमेऱ्याच्या दिशेने लांबलचक गुलबट जीभ काढून वेडावून दाखवणारा व्रात्य राणा, मान उंचावून लांबरूंद हसून फोटोसाठी खास 'पोझ' देणारी रूबाबदार अवंतिका... असे खूप फोटो. कधी एखाद्या सुट्टीमधल्या प्रवासाचे, कुठल्यातरी विशिष्ट सोहळ्याचे, आपण काहीतरी भव्यदिव्य केल्याच्या आठवणी पुन्हा जागवणारे फोटो मला बघावेसे वाटतात. अलिबागच्या फार्म हाऊसमधल्या मस्त आरामशीर 'वीकएन्ड'चे कॅमेऱ्याने टिपलेले क्षणही बघायला आवडतात. हातून निसटून गेलेल्या... भूतकाळात जमा झालेल्या मधुर आठवणींचा आनंद एरवी कसा लुटणार?

कुटुंबाच्या फोटोंनी भरलेले अल्बम हा अनुपम आनंद मला सदैव देत आले आहेत. मी-माझा नवरा-आमची मुलं... आम्हा सगळ्यांच्या आयुष्यातले छोटे मोठे प्रसंग स्वत:मध्ये साठवून एक सुंदर स्मरणसाखळी गुंफणारे हे अल्बम म्हणजे माझ्या आयुष्यातलं मोठं वैभव आहे. कधी कधी भूतकाळ उलगडून पाहताना विश्वास बसत नाही. एखाद्या फोटोवर अचानक नजर थबकते आणि वाटतं, माय गॉड! ही 'मी' आहे? आणि 'हा' दिलीप? केवढे तरूण होतो आम्ही... कसे रसरसलो होतो त्या 'तरूण' दिवसांमध्ये! आणि वयात येऊ घातलेला देखणा राणा... त्याच्या ओठावरची हिरवट लव... पौगंडावस्थेत रेंगाळून बाहेर पडणारी ताडमाड उंची!

आमच्या जुनाट, पन्नासदा खाली पडून तुटल्या-फुटल्या मिनोल्टा कॅमेऱ्याने हातून निसटलेलं आम्हा सगळ्यांचं आयुष्य अल्बम्सच्या पानापानांवर अमर करून ठेवलं आहे. वेगवेगळ्या प्रसंगातले वेगवेगळे मूडस... त्या त्या वेळचे आम्ही सगळे... काळाने हलके हलके पुसत नेलेल्या आमच्या चेहऱ्यावरच्या तरूणपणाच्या, अर्धवट उत्सुक पौंगडावस्थेच्या आणि निर्भर खळाळत्या बालपणाच्या खुणा...

अल्बम समोर घेऊन फोटोमागून फोटो उलटले की दिसतात माझ्या कुटुंबामधल्या उसळत्या आनंदाचे झरे... सगळ्यांनी मिळून केलेला जल्लोष... मौजमजा. आम्ही खरंच असे सुखात जगलो. मनसोक्त जल्लोष केला. पण तेवढंच होतं का आमच्या आयुष्यात? कसं असेल? एवढंच फक्त, की त्यापलीकडच्या गोष्टी या अल्बममधल्या सुखचित्रांमध्ये दिसत नाहीत. कॅमेऱ्याच्या मागे केवढं काय काय घडलं! आम्ही भांडलो, वाद घातले, एकमेकांना बोचकारलं, दुखावलं, पुन्हा जुळवून... जमवून घेतलं... पण ते सगळं अर्थातच कॅमेऱ्याची नजर चुकवून.

तरीही चलाख कॅमेऱ्याने अनेकदा आम्हाला रंगेहाथ पकडलं आहे. आक्रसलेल्या भुवया, कपाळावरची आठ्यांची जाळी, चेहऱ्यावरच्या खोट्या कृत्रिम हास्यापेक्षा वेगळंच काहीतरी सांगणारी त्रासिक शरीर भाषा, कधी आवरता आवरता फुटलेला रागाचा कडाका.. कधी सगळी तटबंदी फोडून बाहेर धावलेले अश्रू... हे सगळं कॅमेऱ्याने कैद केलं आहे. असा एखादा चुकार फोटो दिसला, की माझी नजर थबकते. वाटतं काय झालं असेल त्या क्षणी? का असा छुपा राग उसळला असेल? का असं रडू फुटलं असेल?

ड्रॉवरमध्ये साठवून ठेवलेल्या या हजारो क्षणांमध्ये वारंवार डोकावत राहाणं मला आवडतं. अलीकडे तर माझा खूपसा मोकळा वेळ या फोटोंच्याच सहवासात जातो. कबूल करताना काहीसं वाईट वाटतं, पण माझ्या कुटुंबातला हरेक सुंदर क्षण साठवून ठेवणारे हे फोटो मी कधीही शिस्तशीर लावले नाहीत. कुठल्याही ड्रॉवरमध्ये, कुठल्याही अल्बमच्या कुठल्याही पानावर... नुसत्या कागदी पाकिटातल्या चळतींमध्ये सगळे फोटो विखुरलेले आहेत. काही फोटोंच्या मागे त्या विशिष्ट प्रसंगाची, तारीख, वार आणि ठिकाणाची नोंद उत्साहाने केलेली दिसते. पण बहुतेक फोटोंच्या नशिबी हे भाग्य नाही. ते समोर आले की स्मरणाला ताण देऊन देऊन आठवावं लागतं-कधीचा बरं हा फोटो? कुठे काढला?

माझ्याजवळच्या पुष्कळ फोटोंमध्ये आम्ही सगळे लांबरूंद हसताना दिसतो. (एकदा का कॅमेरा चालू आहे हे कळलं, की असं बळजबरीने हसण्याचाच रिवाज आहे.) पण कुणीतरी फोटो काढतं आहे, याची अजिबात कल्पना नसताना कॅमेऱ्यात पकडले गेलेले बेसावध... खरेखुरे क्षण मला जास्त आवडतात.

इतरांच्या बाबतीतल्या अशा खऱ्याखुऱ्या फोटोंचं ठीक, पण आपण स्वतःच

पकडले गेलो असू तर?

माझे स्वत:चे असे 'वाईट' फोटो अधुनमधून दिसतात: ते शोधून शोधून फाडून टाकायचा सपाटा सध्या सुरू आहे. मुलांना याचा सुगावा लागल्यापासून रोज उठून सगळे मला चिडवतात. तरीही मी माझं काम थांबवलेलं नाही. घरातल्या सगळ्यांची नजर चुकवून बिनबोभाटपणे माझा उद्योग चालू आहे. काही दिवसापूर्वी एका धूर्त अभिनेत्रीने मला अत्यंत मोलाचा कानमंत्र दिला. ती म्हणाली, 'एकदा का तुम्ही मेलात; की तुमचे वाईटातले वाईट फोटोच नेमके लोकांना आठवतात.. म्हणून आत्ताच सगळे वेचून काढ; आणि कुणाला काही कळायच्या आत फाडून टाक.'

मी ताबडतोब, तातडीने कामाला लागले. अर्थात मला अजून फारसा वेळ मिळालेला नाही. अजूनही माझे कितीतरी चित्रविचित्र फोटो घरातल्या अल्बममध्ये असतील- पण कधी ना कधीतरी मी त्यातला एकेक फोटो वेचून काढीन आणि टर्र-टर्र-टर्र...

एकदा हाच उद्योग चालू होता आणि अचानक माझ्या मनात 'स्पीडपोस्ट'ची कल्पना चमकली.

शनिवारची संध्याकाळ होती.

माझ्या दोन लहानग्या मुली- अरूंधती आणि आनंदिता- बेडरूममधल्या माझ्या पलंगावर पसरून 'स्मॉल वन्डर' बघण्यात गढल्या होत्या. त्या दोघींकडे, टी.व्ही कडे माझं फारसं लक्ष नव्हतं. माझ्या एकावन्नाव्या वाढदिवसाला काढलेल्या ताज्या ताज्या फोटोंची नवीकोरी चळत घेऊन मी बसले होते. त्या फोटोंमधली माझी 'एक्सप्रेशन्स' बघता बघता मुलांकडे माझं लक्ष गेलं. ममाचा वाढदिवस साजरा करणाऱ्या मुलांच्या नजरेतला खोडकर, मिश्किल आनंद नुसता उतू जात होता.

मला माझ्या वाढदिवसांची ती सकाळ आठवली. मी माझ्या बेडरूममधून बाहेर आले, तर समोर डायनिंग टेबल सजलेलं. शाळेत जायच्या घाईगर्दीत माझ्या दोन लहानग्या मुलींनी माझ्यासाठी 'सरप्राईज सेलिब्रेशन' आखलं होतं. एका मोठ्ठ्या पिवळ्या पोस्टरवर दोघींनी मिळून माझं धमाल व्यंगचित्र काढलेलं. माझ्या टी शर्टवर ढोबळ्या ढोबळ्या अक्षरात लिहिलं होतं- 'बॉर्न वाईल्ड' आणि काहीशी सूट द्यावी; तशा थाटात पोस्टरच्या डोक्यावर ममाचं कौतुकही केलं होतं-

'फिफ्टी वन, अॅन्ड इव्हन मोअर फॅब्युलस'

-मला मनापासून हसू आलं. या वाक्याला एक मजेदार संदर्भ होता.

वाढदिवसाच्या आदल्या रात्री एका मैत्रिणीशी फोनवर बोलता बोलता मी सहज गंमतीने म्हटलं होतं,

''चला, आता संपत आले माझे दिवस. 'फिफ्टी अॅन्ड फॅब्युलस' म्हणून

मिरवत होते; आता आणखी काही तासांनी तेही जाईल संपून. 'फिफ्टीवन अॅन्ड फॅब्युलस' हे शब्द काही नीटसे जुळत नाहीत एकमेकांशी. इट डझन्ट हॅव द! सेम रिंग टू इट!''

-खरंतर ती नुसती गंमत होती. वाढत्या वयाची चिंता कुठे कुणाला पडलीय? त्यातून पन्नाशीनंतर कसं वाटतं वगैरे शोधत बसण्याचा उत्साहच कुठे असतो उरलेला? 'गिनती' थांबवायची; आणि आला दिवस मजेत जगायचा... पण ते पन्नाशी उलटलेल्या मोठ्यांसाठी! मुलांना कसं थांबवणार?

'फिफ्टी वन, अॅन्ड इव्हन मोअर फॅब्युलस.'

– असा विश्वास देणाऱ्या दोन्ही मुलींना मी प्रेमभराने मिठीत कवटाळलं. डोळे भरून आले होते. आत कुठेतरी खूप बरं वाटत होतं. आयुष्याच्या उत्तरार्धात केवढी गरज असते या आश्वासक भावनेची!

त्या क्षणाची आठवण देणाऱ्या फोटोकडे बघता बघता मी नकळत हसले. टीव्हीमध्ये गढलेल्या मुलींनी चमकून माझ्याकडे पाहिलं.

समोरचं पेन उचलून मी प्रत्येक नव्या फोटोच्या मागे माझ्या वाढदिवसाची तारीख नोंदवली. आमच्या घरात हे काम नेहमी मलाच करावं लागतं. सगळे फोटो एकत्र करणं, नीट जपून ठेवणं, प्रत्येकाचा तपशील लक्षात ठेवणं हा आता जणू माझ्या 'आईपणाच्या कर्तव्या'तलाच एक भाग होऊन गेला आहे. फोटोंमध्ये आम्ही सगळे असतो, पण सगळं रेकॉर्ड सांभाळण्याची जबाबदारी मात्र माझी. एकटीची. तारखा नोंदवता नोंदवता त्याचंही मला हसू आलं.

काम संपवून मी मुलींकडे वळले. दोघीही आपापल्यात गर्क होत्या. पलंगावर पसरलेले अरूंधतीचे लांबलचक उघडे पाय... पहिल्यांदाच पाहात असल्यासारखी माझी नजर वाढत्या वयातल्या तिच्या कुंवार पायांवर खिळून राहिली. अरूंधतीची डेनिम शॉर्ट आता खूपच तोकडी व्हायला लागली होती. मी सहज तसं म्हटलं, तर तिने पटकन पाय जवळ घेऊन गुढग्यावरची शॉर्ट खाली खेचली.

फोटोंची चळत नीट पाकीटात ठेऊन मी उठले आणि बेडरूममधल्या चायनीज ड्रॉवर्सपाशी गेले. फोटो ठेवता ठेवता ड्रॉवर्सच्या तळाशी लक्ष गेलं. तिथे खूप जुन्या जुन्या पत्रांचे गठ्ठे ठेवले होते. मी मुलांना लिहिलेली पत्रं... कधी वाढदिवसांच्या निमित्ताने, कधी त्यांच्या आयुष्यातल्या एखाद्या महत्त्वपूर्ण वळणावर पाऊल टाकताना 'सोबत' म्हणून लिहिलेली... त्या पत्रांच्या गर्दीत मुलांनी मला लिहिलेल्या छोट्या मोठ्या चिठ्ठ्या... कधी लांबलचक पत्रं. तोडकी मोडकी वाक्यं, ढोबळी ढोबळी अक्षरं... पण प्रत्येक चिठ्ठीला काहीतरी तातडीने सांगायचं होतं.

बघता बघता त्या पत्रांमध्ये मी गुंतत गेले. चिठ्ठ्या चपाट्यांवर चितारलेल्या मुलांच्या अक्षरांचा प्रवास स्पष्टपणाने जाणवत होता. लहानपणीची गोलमगोल

गिचमिड... नंतर कागदावरून कोंबडीचे पाय फिरावेत तशा अस्ताव्यस्त रेषांचं जंजाळ... मग तोडकी मोडकी अर्धवट, अशुद्ध वाक्यं... हलके हलके अक्षरांना आलेलं रूबाबदार सौष्ठव आणि अखेरीस संपूर्ण शुद्ध, सुवाच्च वाक्यं!

मुलांमध्ये झालेल्या प्रगतीच्या पाऊलखुणाच जणू!

मी हरखून गेले.

ड्रॉवर्सच्या पोटात साठवलेला तो खजिना खरंच खूप अनमोल आहे.

प्रत्येकासाठी एकेक स्वतंत्र पुस्तक लिहिण्याचं वचन मी पाचेक वर्षांपूर्वी माझ्या मुलांना दिलं होतं. ते मला कितपत पाळता येईल ठाऊक नाही, पण ही सुरुवात आहे. मी लिहितेय माझ्या सहा मुलांसाठी... मनापासून जीव ओतून. हातून निसटून गेलेले, जगता जगता जगायचेच राहून गेलेले अनेक क्षण.. नकळत झालेले वार.. मनावर उठलेले ओरखडे... या सगळ्याबद्दल खूप बोलावंसं वाटतंय. म्हणतात ना, इट्स नेव्हर टू लेट! ते खरंच आहे.

जुन्या नव्या शतकांच्या संधीकालातून जात असताना वाटतंय, की थोडं थांबावं. मागे वळून पाहावं... कुठून कुठे आलो आपण याचा हिशेब मांडावा. काय साधलं, काय राहिलं हेही जरा तपासून पाहावं... आज आपण सगळे एका चौरस्त्याशी येऊन पोचलो आहोत... भविष्यात काय वाढून ठेवलंय, ठाऊक नाही. जसजसा विचार करावा, तशी भीतीच वाटते भविष्याची. उद्याची, परवाची... नव्या शतकाच्या वेगवान आंधळ्या जगात पाऊल टाकलेली माझ्या वयातली आईबाबांची पिढी मनातून धास्तावलीच आहे. आपल्या मुलांच्या आयुष्याची गणितं आपल्यापेक्षा फारच वेगळी असणार हे कळतं आणि धास्ती वाटते. आपण जे जगलो, त्या आयुष्याचा, अनुभवांचा आपल्या मुलांना काय फायदा? मला तर कधीकधी वाटतं, नव्या संदर्भात आपण फारच कालबाह्य, निरूपयोगी झालो आहोत. आत्ता कुठे जगायला सुरुवात करणाऱ्या आपल्या तरूण मुलांना कसली मदत करणार आपण? झपाट्याने बदलणाऱ्या, भोवंडून टाकणाऱ्या त्यांच्या जगण्यासाठी कसला सल्ला देणार?

गेल्या शंभर वर्षांत झाले नसतील असे क्रांतिकारी बदल गेल्या दशकात भारताने पाहिले आणि जगण्याच्या, नीतिमूल्यांच्या सगळ्या संकल्पनाच मुळापासून बदलल्या. नुसती यादी केली तरी गरगरून जायला होतं. सॅटेलाईट टी.व्ही, इंटरनेट, परदेशी बनावटीच्या वस्तू, महागड्या चकाचक गाड्या, 'डिझायनर्स'ची लेबलं गळ्यात अडकवलेलं अक्षरशः वाट्टेल ते. एकदा का 'ग्लोबल लाईफस्टाईल' म्हटली, की त्याच्या अंतर्गत जे जे म्हणून येतं त्या त्या प्रत्येक गोष्टीचा सोस आज ज्याला त्याला लागला आहे. हे सगळं बघितलं की डोकं गरगरून जातं. तरीही मी त्याबद्दल बोलणार आहे. या चकचकीत, श्रीमंती झगमगाटाआड लपून राहाणाऱ्या

दडपून टाकल्या जाणाऱ्या काही घरगुती सत्यांवर बोट ठेवणार आहे. नव्या जमान्यात 'कालबाह्य' म्हणून उचलून अडगळीत फेकलेल्या अनेक गोष्टींचा आग्रह धरणार आहे. कुणाला काय वाटेल याची फार पर्वा न करता मनातलं बोलणार आहे.. ॲन्ड देन विल् कीप माय फिंगर्स क्रॉस्ड! नंतरचं नंतर बघू.

प्रिय मुलांनो,

खरंतर अनेक संदर्भात आपण एकमेकांच्या बरोबर जगलो. वाढलो. मी तुमच्याकडून खूप शिकले. कदाचित तुम्हीही माझ्याकडून काही शिकला असाल. मी माझ्या बाजूने खूप प्रयत्न केले. तुम्हीही केले असतील. आपण एकमेकांशी भांडलो. रुसवेफुगवे झाले. अबोले...हट्ट... फुरंगटून बसणं... मनात अढी धरणं... पुन्हा नव्या उमेदीने एकत्र येणं... एकमेकांशी टोकाची कट्टी घेणं आणि पुन्हा प्रेमाचे पाझर फुटणं... हे सगळं सतत होत राहिलं. आपण एकमेकांपासून दूर झालो, पुन्हा जवळ आलो, एकमेकांना ओरबाडून घायाळ केलं, कधी स्नेहाचं थंडगार मलम लावलं, शिक्षा केल्या, बक्षिसं दिली... कधी घेतली. आपल्या नात्याची वीण उलगडत जावी तेवढी ती अधिक गुंतागुंतीची, घट्टमुट्ट होत जाते. ही सगळी पालकत्वाची प्रक्रिया... माझ्या बरोबर तुम्हीही अनुभवलीत... म्हणून हे पुस्तक. यात मी तुमच्यापैकी प्रत्येकाला खुलेआम पत्रं लिहिली आहेत. खूप मनापासून आणि प्रेमाने लिहिली आहेत.

पण त्या पत्रांवर झेप घालण्याआधी जरा थांबा. एक सबुरीचा इशारा आहे. तो आधीच देऊन ठेवते.

या पत्रांमध्ये मी तुमची काही 'सिक्रेटस्' खुलेआम सांगून टाकली आहेत. तुमच्या मित्रमैत्रिणींसमोर तुमची फार पंचाईत होणार नाही, इतपत काळजी घेतली आहे आणि तुमची 'सिक्रेटस्' सांगता सांगता माझीही काही 'सिक्रेटस्' आपोआपच उघडी झाली आहेत. आता वाटतं, झालं ते बरंच झालं. काही 'आतल्या गोष्टी' एकमेकांना माहिती असलेल्याच बऱ्या.

मुलांनो, आपण एकमेकांचे हात हातात घेऊन पुष्कळ दूरवर चालत आलो आहोत. समोर नजर टाकली, तर भविष्याला कवेत घेऊन क्षितिजापार पसरलेली लांबलचक वाट दिसते. ती वाट तुमची आहे. माझ्यापासून सुटे होऊन तुम्ही चोहोदिशांनी निघाल. आपापल्या भविष्याच्या शोधात पुढे पुढे जात राहाल.

पण भूतकाळ आपला होता.

तुमचा आणि माझा.

हे पुस्तक म्हणजे त्या सहवासाची एक स्मरणयात्रा आहे. एकमेकांबरोबरचे आनंदाचे, सुखासमाधानाने भिजलेले जल्लोषाचे दिवस... रक्तबंबाळ करणारे वादग्रस्त दिवस... रागाने धगधगणारे, संतापाने उसळणारे... कधी अनावर अश्रूंमध्ये भिजून

एकमेकांच्या कुशीत शिरणारे दिवस...

या सगळ्या आठवणी... प्रेमाच्या, जिव्हाळ्याच्या भांबावून टाकणाऱ्या, समज-गैरसमजांच्या, काळजाचा ठोका चुकवणाऱ्या कसल्यातरी अनाम अनिश्चिततेच्या आठवणी म्हणजेच ही स्मरणयात्रा ... स्पीडपोस्ट!

मुलं म्हणून स्वतःची ओळख शोधताना, स्वतःचे मार्ग निवडताना, निर्णय घेताना तुम्ही धडपडलात...

'आई' म्हणून माझ्या भूमिकेचे कंगोरे शोधत, तपासत, स्वतःला समजावत, दुरुस्त करत मीही तुमच्याबरोबर वाढत मोठी होत राहिले.

आपल्या या प्रवासातल्या खूपशा खाचखळग्यांची, पावलापावलावर झालेल्या कोंडीची, नैतिक-वैचारिक पर्यायांची निवड करताना उडालेल्या गोंधळाची ही कहाणी आहे... स्पीडपोस्ट.

आपण सर्वांनी नव्या सहस्त्रकात पाऊल ठेवलं. पण त्याची आव्हानं पेलतील आपल्याला? सामाजिक आणि व्यक्तिगत संदर्भात अंतर्बाह्य बदलांचा स्वीकार करण्यासाठी खरंच आपण 'लायक' आहोत?

प्रश्न... अनेक प्रश्न पडतात.

ते सगळे मी खुलेपणाने विचारले आहेत.

मला उत्तरांची अपेक्षा नाही.

पण यातल्या प्रत्येक प्रश्नाचा तुम्ही शांतपणाने, गांभिर्याने विचार करावा असं मात्र जरूर वाटतं.

त्यातले निदान निम्मे प्रश्न तुम्हाला महत्त्वाचे वाटले, निदान एखाद दुसऱ्या प्रश्नाने तुम्ही विचारात पडलात, उत्तर शोधण्यासाठी धडपडलात, या धडपडीतून तुमच्या हाती काही लागलं आणि त्यातून कणभराने जरी तुमच्या आयुष्यात अंतर्ज्ञानाचा नवा किरण आला; तरी मी भरून पावले.

माझ्या आयुष्याच्या या टप्प्यावर मी तुम्हाला आणखी काय देऊ शकणार?

म्हणून हीच भेट.

एकमेव... आणि मौल्यवान.

ट्रस्ट मी. ॲज आय ट्रस्ट यु.

Please contact us at **Mehta Publishing House Pvt. Ltd.**
✆ +91 020-24476924 / 24460313 / Mob. No. 9545000513
Email : production@mehtapublishinghouse.com
Website : www.mehtapublishinghouse.com

- *या पुस्तकातील लेखकाची मते, घटना, वर्णने ही त्या लेखकाची असून त्याच्याशी प्रकाशक सहमत असतीलच असे नाही.*

माझी ममा म्हणजे ना...

आनंदिता

मुंबई
जुलै, ९९

प्रिय मुलींनो,

गेल्या काही दिवसांपासून तुम्हाला एक प्रश्न विचारीन म्हणतेय. खरंतर कधीपासून हा कीडा डोक्यात वळवळतोय, पण कधी तुमच्याशी बोलायची हिंमत केली नाही; कारण तुमचं उत्तर काय असेल आणि मुख्य म्हणजे ते मला झेपेल का याचा काहीच अंदाज नव्हता. पण शेवटी एकदा व्हायचं ते झालंच; आणि अनेक दिवस मनात दडपून, दडवून ठेवलेला तो प्रश्न खाडकन येऊन माझ्या तोंडावरच आपटला.

एका लेडीज क्लबमध्ये माझं भाषण होतं. समोर बायकांच्या गर्दीत गेल्या वीस-पंचवीस वर्षांपासूनची माझी जीवश्चकंठश्च मैत्रीण बसलेली. अत्यंत देखणी आणि बुद्धिमान. तिला स्वत:ला राधिकाच्या वयाची मुलगी आहे. म्हणून तर 'तो प्रश्न' एका विशिष्ट संदर्भाने 'तिच्याकडून' आला तेव्हा मी चमकलेच.

भाषणानंतर 'सिलेक्टिव्ह मेमरी' मधला एक उतारा मी वाचून दाखवला. आणि म्हटलं की माझ्याविषयी किंवा पुस्तकाविषयी कुणाच्या मनात काही प्रश्न असतील तर जरूर विचारा. त्याबद्दल बोलायला मला आवडेल.

माझ्या 'त्या' मैत्रिणीने अनपेक्षितपणे हात वर केला.

'टेल मी शोभा...'

तिच्या प्रस्तावनेनंतर कान देऊन मी प्रश्न ऐकला 'तुझ्या मुलांना तुझ्याबद्दल काय वाटतं? 'तुझी मुलं' असल्याचा त्रास नाही का होत त्यांना? आणि वयात आलेल्या तुझ्या तरूण मुली... त्यांचं काय? तू स्वत: इतकी 'हाय प्रोफाईल' आहेस, वाढत्या वयाबरोबर जास्त जास्तच 'सुंदर' दिसायला लागली आहेस. तुझ्या मुलींवर या गोष्टीचा ताण नसेल येत? लोक सारखी तुलना करणार, 'यशस्वी आणि सुंदर... हाय प्रोफाईल आई'च्या तुलनेत तिच्या मुलींना मोजणार... केवढा त्रास आहे! तुझ्या मुली मनातून वैतागत नसतील? चिडत नसतील?'

सो, हिअर्स माय क्वेश्चन.

डू यु?

खरंच तुम्ही वैतागता? 'माझ्या मुली' म्हणून जन्माला आल्याबद्दल चिडता स्वत:वर? माझ्यावर? सतत तुमची तुलना केली जाते? तुमच्या 'हाय प्रोफाईल आईशी? किंवा एकमेकींशी?

मला उत्तराची घाई नाही.

पण या प्रश्नाचा विचार मात्र जरूर करा. माझ्या मनात तर त्या क्षणापासून चक्रं चालू आहेत.

इतक्या अनपेक्षितपणे एकदम हा प्रश्न येऊन आदळल्यावर मी काय केलं, याची उत्सुकता तुम्हाला नक्की असणार.

मी टाळला का तो प्रश्न?

उडवाउडवी केली? गोलमाल करून सुचेल ते उत्तर दिलं?

मुत्सद्दीपणा? लपवाछपवी?

..येस,परहॅप्स अ लिट्ल ऑफ इच!

प्रश्नाचा शेवटचा धागा पटकन उचलून घाईघाईने मी म्हटलं, ''माझ्या मुलींना त्यांचं स्वत:चं स्वतंत्र व्यक्तिमत्त्व आहे. आपण कशा आहोत, कोण आहोत हे त्यांना नीट समजतं. कुठल्याही ताणतणावाखाली त्या जगत असतील असं मला अजिबात वाटत नाही. खरं म्हणजे आईवडीलच आपल्या मुलांना अनावश्यक स्पर्धांमध्ये ढकलतात आणि सतत कुणाशी ना कुणाशीतरी तुलना करून मुलांचा आत्मविश्वास स्वत:च खच्ची करतात. 'आई' म्हणून मला या गोष्टीचा फार राग आहे. माझ्या मुलांवर मी कधीही अतिरेकी अपेक्षांचं ओझं लादलं नाही, तुलना केल्या नाहीत. त्यामुळे माझ्या मुलींवर माझ्या व्यक्तिमत्त्वाचा ताणबिण येत असेल असं मला अजिबात वाटत नाही.''

'बहिणी-बहिणींमध्ये घट्ट मैत्री आहे. त्यांचं एकमेकींशी छान जमतं?

उत्तर देताना मी उत्स्फूर्तपणे जे बोलत होते, त्याबद्दल माझ्या मनाशी खात्री होती. अजूनही मला तसं वाटतं. विश्वास वाटतो तुमच्या एकमेकींमधल्या नात्याबद्दल.

पण खरं सांगू, थोडी शंका येतेच मनात.

स्वतंत्र व्यक्तिमत्त्वाच्या, पाच 'स्वातंत्र्यवादी' स्त्रिया परस्परांमधली तुलना आणि स्पर्धेच्या भावनेचा स्पर्शसुद्धा न होता एकत्र राहू शकतात? एकमेकींबरोबर जगू शकतात? वाढू शकतात?

कसं शक्य आहे?

तुमच्यापैकी प्रत्येकीमध्ये या भावनांचा अंश कधी ना कधीतरी मला दिसला आहे... एखादाच विजयाचा फुत्कार... एखादीच पराभवाची बोच!

आय थिंक, इट्स परफेक्टली हेल्दी टू फील दॅट वे.

एखाद्या क्षणी थोडंसं बोचलं मनात, तर काय बिघडलं? ही क्षणिक भावना जोवर तुमच्या मनाचा पूर्ण कब्जा घेत नाही आणि नात्याच्या मुळावरच घाव घालण्याइतकी प्रबळ होत नाही, तोवर तिचं अस्तित्वच नाकारण्याची केविलवाणी धडपड कशाकरता? तुम्ही सगळ्याजणी एकमेकींपेक्षा इतक्या वेगळ्या, स्वतंत्र आहात की कधीना कधीतरी तुलनेचा राक्षस मनात घुसणार, एकमेकींबरोबर स्पर्धा करण्याची खुमखुमी येणार... हे सगळं स्वाभाविक आहे, नैसर्गिक आहे. हा गुंता मी समजू शकते: कारण मी स्वत:च त्यातून गेलेय.

माझ्या बहिणी- तुमच्या मावश्या- मंदाकिनी आणि कुंदा- दोघीही माझ्यापेक्षा खूप वेगळ्या होत्या, एवढंच नव्हे तर त्या दोघींमध्येही पुन्हा जमीन-अस्मानाचा फरक होता... आणि आमची आई- स्वभावाने अत्यंत निग्रही, स्वत:च्या मतांशी पक्की, आलतूफालतू गोष्टी अजिबात खपवून न घेणारी खमकी स्त्री! 'कुटुंब' म्हणून आम्ही चौघी 'एकत्र' होतो, 'कुटुंब' म्हणून आमची नीतिमूल्यंही 'सारखी'च होती; पण बाकी साम्य शून्य. आमचं दिसणं, वावरणं, बोलणं-चालणं एकमेकींपेक्षा पूर्ण वेगळं आणि चौघींचे स्वभाव म्हणजे तर चार टोकंच. आम्ही तिघी 'बहिणी' आहोत हे तर सोडाच; पण आम्हा तिघींमध्ये काही नातं आहे हे सुद्धा कुणाला खरं वाटत नसे. त्यामुळे आमच्या वागण्या-बोलण्याची सदैव तुलना होई. त्यावर बऱ्यावाईट (खरंतर वाईटच) कॉमेन्टस् तर सदैव चालू असत. वागणंबोलणंच काय आमचे कपडेसुद्धा चार टोकांचे, चार दिशांचे... त्याही काळात मंदाकिनी हॅण्डलूम हाऊसमधल्या सिल्कच्या सुंदर साड्या नेसत असे; मला अजून आठवतं. एकाच घटनेवर, प्रसंगावर आमच्या प्रतिक्रिया वेगवेगळ्या असत आणि आवडीनिवडी तर विचारूच नका. पुस्तकं, म्युझिक, सिनेमे एवढंच नव्हे; कुठल्या हॉटेलमध्ये जाऊन काय खायचं यावरसुद्धा कधीही आमचं एकमत होत नसे.

..पण तरीही आमची 'भाषा' मात्र एक होती.

वी स्पोक द सेम लँग्वेज!

आम्ही आमच्याआमच्यात तयार केलेले काही खास 'सांकेतिक' शब्द होते. ते वापरून आम्ही धमाल करायचो. असले शाब्दिक खेळ, त्यातल्या विनोदावर पोट धरधरून हसणं... पण बास, तेवढंच!

पुढे?

जगताना, वाढताना, आपापलं स्वतंत्र आयुष्य उभारताना आमचे स्वभाव, आवडीनिवडी, हट्ट-आग्रह कदाचित कायम राहिले असतील; पण स्पर्धेचं तुलनेचं ओझं कधीच मनावर स्वार झालं नाही. त्रास झाला, वादही झाले, कधीकधी वैताग आला, चिडचिड झाली पण एकमेकींचं तोंडही पाहू नये असा उद्वेग कधीच मनाला शिवला नाही.

...ही समजूत, चार टोकाच्या चार स्वभावांच्या मुळाशी असलेलं हे जन्मजात प्रेम मला तुमच्यामध्येही दिसतं... निदान अजूनपर्यंत तरी दिसतं! ऑल ऑफ यु सीम कम्फर्टेबल अबाऊट युवरसेल्फ. कधीकधी तिखट तिरकस टोमणे ऐकू येतात, येताजाता टोचून मारलेले शाब्दिक बाण जाणवतात, बट दॅटस् फाईन! भावंडांमध्ये ही असली 'नोकझोक' चालायचीच. कधीकधी तुम्हाला असं वाटतही असेल, की आपण ममाच्या स्पर्धेत उभे आहोत. त्यातून नैराश्य येत नसेल आणि उगीचच स्वत:ची कीव वगैरे वाटत नसेल; तर तेही ठीक आहे.

'माझ्या मुली' असल्याबद्दल पश्चाताप, दु:ख वाटण्याचे क्षण कधीना कधीतरी तुम्हाला नक्की दुखावून गेले असतील, कधी तुमचा गोंधळ उडाला असेल, रागही आला असेल. शाळेमध्ये, पुढे कॉलेजात गेल्यावर किंवा कामाच्या ठिकाणी कसल्या ना कसल्या निमित्ताने तुम्ही वैतागला असाल. 'दुसऱ्या कुठल्यातरी आईच्या पोटी जन्माला आलो असतो तर बरं झालं असतं', असंही वाटलं असेल.. पण 'माझ्या मुली' असणं हा इतकाही काही दुर्दैवाचा दशावतार नसावा. नाही का? आहे? खरंच आहे? ... तसं असेल तर खरंच मोकळेपणाने सांगा. आय कॅन हॅन्डल इट!

तुमची,
ममा

....

मुंबई,
एप्रिल ९९

प्रिय आनंदिता,

काल रात्री तू जवळजवळ तासभर रडत होतीस... त्याहूनही जास्त कदाचित. गाडीची दारं ओढून आम्ही बाहेर पडलो आणि आमचे त्रासलेले चेहरे पुन्हा रूबाबदार करून झगमगत्या पार्टीसाठी निघून गेलो, तरीही तुझे हुंदके मला ऐकू येत होते.

माझं मन थाऱ्यावर नव्हतं. आपली कालची संध्याकाळ खरंच वाया गेली. मी अस्वस्थ होते आणि तू दुखावलेली...एकटी. मी घरीच थांबायला हवं होतं, तुला कुशीत घ्यायला हवं होतं. पण तुला काय हवंय याकडे मुळीच लक्ष न देता मी सरळ निघून गेले... आणि गाडीत बसल्यावर मग माझेही डोळे भरून आले.

संध्याकाळी तू इतका हट्ट केलास, रडून रडून धिंगाणा घातलास, याचा अर्थ निश्चित काहीतरी बिघडलं असणार. एरवी मी तयार होऊन बाहेर पडताना किती आनंदाने तू मला 'बाय' करतेस... पण काल तू मला अडवलंस. मी तुझ्याजवळ घरीच थांबावं, तुला कुशीत घ्यावं म्हणून खूप हट्ट केलास, मग रडलीस. मी खूप घाईत होते. तुझ्याशी नीट बोलायलाही मला वेळ नव्हता. तुला नक्की काय होतंय, ममाजवळ राहावंसं का वाटतंय याची साधी चौकशीसुद्धा न करता मी घराबाहेर पडले.

मध्यरात्र उलटून गेल्यावर आम्ही घरी परतलो तेव्हा तू गाढ झोपली होतीस.

-पण 'तुझ्या' खोलीत... एकटीच!

मनातला राग, निराशा व्यक्त करण्याचा एकमेव मार्ग तुझ्याजवळ होता. ममाच्या बेडरूममध्ये ममाजवळ न झोपणं.

अंथरूणावर गुरगुटून झोपलेलं तुला बघताना माझे डोळे भरून आले. स्वत:चाच खूप राग आला पण आता स्वत:वर रागावून काय करणार होते मी? पार्टी कॅन्सल करून थांबावं का तुझ्याजवळ? -असं वाटलंही होतं क्षणभर. पण तो विचार बाजूला टाकून मी पटकन घराबाहेर पडले तेव्हाच माझ्या मनाचं ऐकायला हवं होतं. तुझ्यासाठी थांबले असते मी.. तर? तू बोलत नव्हतीस काहीच, पण तुझ्या टपोऱ्या डोळ्यातून घळाघळा वाहणारं पाणीच सांगत होतं मला, की ममा तू हवीयस.

- आणि तरीही मी गेले.

कुठे?

-पार्टीला.

कुणासाठी?

-'मित्रमैत्रिणी' म्हणवणाऱ्या अशा लोकांसाठी, ज्यांना त्या पार्टीच्या झगमगाटात कदाचित माझी आठवणसुद्धा आली नसती.

'जाऊ नको' म्हणून मला आग्रह करताना तू म्हणतच होतीस,

'काय बिघडेल तू नाही गेलीस तर? हू केअर्स?'

-मी तुला समजावत राहिले, खूप जवळच्या मित्रांची वाढदिवसाची पार्टी आहे... मला आणि डॅडींना जायलाच हवं.

तरीही तू म्हणालीस, हू केअर्स?

- खरं होतं तुझं.

नेहमी भेटणाऱ्या त्याच नव्वद-शंभर माणसांची नेहमीसारखीच पार्टी... बाकी काहीही नव्हतं तिथे. मी नसते गेले, तर कदाचित काहीच नसतं बिघडलं. मी पार्टीला आले म्हणून कुणालाही विशेष आनंद झाल्याचं मला जाणवलं नाही... घरीच थांबले असते तुझ्याजवळ, तर किती खूष झाली असतीस तू!

व्हाय डीड आय लीव्ह यु इन टियर्स अॅन्ड गो?

- का गेले मी तुला एकटी सोडून?

बिकॉज वी अॅडल्टस् आर कॉवर्डस!

भेकड असतो आम्ही मोठी माणसं... भ्याड!

आपल्या आयुष्यात कोणत्या क्षणी नक्की काय महत्त्वाचं आहे हे ठरवताच येत नाही आम्हाला. स्वत:ची खोटी 'इमेज' सांभाळण्याच्या, नको त्या लोकांना खूष करण्याच्या नादात मूर्खासारखे वागतो कधीकधी. कालची रात्र 'तुझी' होती

खरं म्हणजे, 'तुझीच' होती. ममाने आपल्याजवळ राहावं एवढंच तुझं मागणं होतं. घरात दुसऱ्या कुणी असा वेडा हट्ट केला असता, तर मी बिलकूल ऐकून घेतलं नसतं. पण तू? तुझ्या डोळ्यात मला दिसत होतं काहीतरी. त्या डोळ्यांनी माझे पाय अडवले. तरीही मी खूपवेळ तुझी समजूत घालत राहिले. डॅडींची घाई चालली होती. अशावेळी मागे रेंगाळणाऱ्या बायकोला जगातले सगळे नवरे म्हणतात, 'आटप लवकर. वी आर ऑलरेडी लेट'- तुझ्या डॅडींनाही दुसरं काही सुचत नव्हतं. उशीर तर झालाच होता. पण तरीही रडणाऱ्या पिल्लाला एकटं सोडून कशी जाऊ शकते त्याची आई?

–पण मी गेले.

ॲन्ड आय ॲम सॉरी.

खरंच चुकलं माझं.

खोटंखोटं हसून एकमेकांशी त्याहून खोटं बोलणाऱ्या नाटकी लोकांच्या आणखी एका पार्टीला मी पोचले, तेव्हा तिथल्या बेगडी, मूर्ख आनंदाच्या घोळक्यात वावरताना माझ्या डोळ्यासमोर सारखी तूच दिसत होतीस. तू जेवली नसशील, न जेवताच रडत रडत बेडरूममध्ये जाशील.

घरातून निघताना मी तुला म्हटलं, 'जेवून घे राजा.'

तू म्हणालीस, 'मला मुळीच भूक नाहीये.'

–पण गेल्या सहा तासात तू काहीही खाल्लेलं नाहीस हे मला ठाऊक होतं.

'दमलीयस तू आनंदिता. फिनिश युवर फूड ॲन्ड गो टू बेड'- मी पुन्हा सांगितलं.

'पण मला मुळीच झोपायचं नाहीये'- तू कशालाच तयार नव्हतीस. रडून रडून सुजलेले तुझे डोळे थकव्याने मिटायला आले होते.

'पण ममा, तू नको ना जाऊस' - तू पुन्हा एकदा म्हणालीस. खूप आग्रहाने, आर्जवाने.

- तरीही मी गेले.

आणि नंतरचा प्रत्येक क्षण चरफडत राहिले. स्वत:लाच छळत, दु:ख देत राहिले.

तुझी अवस्थाही माझ्याहून वेगळी नसणार.

मध्यरात्रीनंतर आम्ही घरी परतलो. मी जवळजवळ धावतच आमच्या बेडरूममध्ये शिरले. तू नेहमीसारखी तिथे झोपली असशील. ममाला माफ केलं असशील असं वाटत होतं मनातून...

..पण तू दिसली नाहीस... तू नव्हतीसच तिथे.

पुन्हा एकदा माझे हातपाय गळले. स्वत:चाच खूप राग आला. मन तर

कधीचं अपराधी होऊन बसलं होतं.

'सी... शी इजन्ट हिअर' - मी डॅडींना म्हटलं.

पण डॅडींना खात्री होती. ते म्हणाले,

"इट्स ऑल राईट. उद्या विसरून जाईल ती सगळं. शी विल बी फाईन, शी विल कुल डाऊन."

- डॅडी म्हणाले ते खरं होतं आणि नव्हतंही.

त्या रात्री तुला सोडून पार्टीला जाण्याचा आमचा निर्णयही तसाच होता. म्हटलं तर बरोबर, म्हटलं तर चूक!

नऊ वर्षांच्या तुझ्या कोवळ्या मनात त्या रात्री कसलं वादळ उठलं असेल? कशाची भीती वाटली असेल?- कोण जाणे! तुलाही ते समजत नव्हतं, सांगता येत नव्हतं. पण तू एकटी राहायला अजिबात तयार नव्हतीस एवढं खरं. मला जाणवत होतं हे सगळं, आणि वाटतही होतं मनापासून की तुझ्याजवळ थांबावं... तुला घट्ट कुशीत घ्यावं... पण मी तसं वागले मात्र नाही.

तुझे हुंदके वाढले, हट्टाला... विरोधाला आणखी धार आली तरी कशाकडेही लक्ष न देता मी साडी नेसले, आरशासमोर क्षणभर उभी राहिले, आणि घाईत असलेल्या डॅडींबरोबर लगेच बाहेर पडले.

–मी जाताना तू डोळे बंद करून घेतले होतेस.

आणि मी?

तुला हे सगळं फार भयानक, क्रूर वाटेल. पण माझ्या पिल्ला, आईबाबा खरोखरच कधीकधी क्रूरपणाने वागतात. त्या रात्री काय झालं हे तू विसरून गेली असशील, कदाचित मला क्षमाही केली असशील; पण तुझा तो चेहरा अजून माझ्या नजरेसमोरून हलत नाही... दु:खाने कळवळलेला, न पेलवणाऱ्या रागाने धुमसणारा आणि नाराज.

–ॲन्ड आय वोन्ट बी एबल टू फरगिव्ह मायसेल्फ!

मी अजूनही तो क्षण विसरू शकले नाही. स्वत:ला माफही करू शकले नाही.

त्या रात्री पार्टीत माझं लक्ष नव्हतं. एकाही मित्र-मैत्रिणीशी मी धड बोलू शकले नाही. अन्नाचा कण माझ्या घशाखाली उतरला नाही. माझं मन मला खात होतं. क्षणोक्षणी बोचत, टोचत होतं. मग मी स्वत:शीच भांडत, चरफडत राहिले- का आलो आपण इथे? व्हॉट द हेल ॲम आय डुईंग हिअर? आत्ता या क्षणी माझं पिल्लू माझ्या जवळ असायला हवं होतं.

आम्ही परत आलो, तेव्हा तू झोपली होतीस. तुझ्या खोलीत. एकटीच, बाई म्हणाल्या, खूप आग्रह करूनही तू जेवली नाहीस. तशीच उपाशी झोपायला गेलीस. खूप उशीरापर्यंत तुझ्या खोलीतून हुंदके ऐकू येत होते.

माझ्या पोटात तुटलं. स्वत:ची चीड आली.

पण आता काय करू शकणार होते मी?

सकाळी उठून तू समोर आलीस, तरीही मला आतून खूप अपराधी वाटत होतं...

आणि तू?

काल रात्री काय झालं ते सगळं विसरली होतीस.

नेहमीसारखीच धावत येऊन माझ्या गळ्यात पडलीस.. मुके घेऊन 'गुडमॉर्निंग' म्हणालीस.

यु नो व्हॉट?

दॅट वॉज द वर्स्ट मोमेन्ट.

त्या अनपेक्षित आणि निर्भर सुखाने मी दचकले. कुणीतरी येऊन खाडकन मुस्कटात मारावी; त्याहीपेक्षा जास्त शिक्षा तुझ्या त्या गोड मिठीने मला दिली होती.

काल रात्रीचं तुला काहीच आठवत नाहीये, तुला कसली शंकासुद्धा येणार नाही हे जाणवल्यावर. मग मी आणखी थोडी कावेबाज लबाडी केली- तुझे आवडते पॅनकेक्स देऊन! दॅट्स हाऊ मदर्स ऑपरेट!

पण किती खुष होतीस तू! आणि पॅनकेक्स मिळाल्यावर तर फारच. माझ्या त्या छोट्या युक्तीने सगळं पुन्हा पहिल्यासारखं झालं.

अर्थात त्या युक्त्या दरवेळी कशा वापरता येणार?

पण प्रयत्न करायला काय हरकत आहे? नं?

तुझी,

ममा

....

कलकत्ता

मे ९९

प्रिय मुलांनो,

कधीकधी खूप अस्वस्थ, निराश वाटलं, राग आला, तोल सुटला तर सगळ्या आयांनी कसं वागायचं असतं? घरातलं वातावरण बिघडू नये म्हणून सदैव 'शांत' राहायचं? कुणाला काय वाटेल याचा विचार करून मनातला राग मनातच जिरवायचा? आपण अस्वस्थ आहोत, निराश झालो आहोत हे मुलांना कळू नये म्हणून आतून खूप वेदना होत असतानाही चेहऱ्यावर खोटे मुखवटे चढवायचे?

– आपल्या भारतीय संस्कृतीत तरी प्रत्येक आईने, असं आणि असंच वागायचं असतं. मनातला राग, मनातली निराशा मनातच ठेऊन, आतून उसळणाऱ्या सगळ्या कटू भावनांवर झाकण घालून कुटुंबातल्या गृहिणीने सदैव आनंदी, हसतमुख असावं अशी जनरीत आहे. या अपेक्षेचा कधीकधी मला फार त्रास होतो. हे सगळे देखावे खोटे, मूर्खपणाचे वाटतात.

'मी' 'पत्नी' आहे, 'आई' आहे म्हणून मी सदैव शांत, समंजस, हसतमुख असलंच पाहिजे या नुसत्या कल्पनेचाही मला वैताग येतो. घर सांभाळणाऱ्या कोणाही स्त्रीसाठी शारीरिकदृष्ट्या हे अत्यंत त्रासदायक आहे. अशक्यच जवळपास! तुम्हा प्रत्येकाला तुमचं स्वत:चं व्यक्तिमत्त्व आहे, प्रत्येकाचा स्वतंत्र स्वभाव, स्वतंत्र आवडीनिवडी, वेगवेगळे (पण पक्के) विचार आणि त्याहून वेगळ्या गरजा. मी लहान असताना आम्ही भावंडंही अशीच होतो- स्वतंत्र आणि हट्टी. कोणत्याही क्षणी पारा वर चढेल इतका 'काट्या'वरचा स्वभाव असणाऱ्या चार टोकांच्या चार मुलांशी मुकाबला करताना आमच्या आई-बाबांना काय सोसावं लागलं असेल, ते आता मला कळतं. सगळ्यात परीक्षा होती ती माझ्या आईची. सगळ्यांना सांभाळता सांभाळता स्वत:मधली 'दैवी सहनशीलता' पणाला लावून बिचारी पार जेरीला येत असे, आणि तरीही हसतमुखाने सगळं निभावण्यावाचून बिचारीला गत्यंतर नसे. तिलाही राग यायचा. तोल सुटायचा. मग ती गप्प, घुमी होऊन मुकाट्याने आपली कामं आवरत राहायची. आक्रसलेला चेहरा, कपाळावर आठ्यांचं जाळं, ओठ आत मुडपलेले, रागाने धुमसणारे तरीही थकलेले डोळे- अशी आई दिसली, की काय झालंय ते समजून आम्ही एकदम गप्प बसायचो. मग राग निवळेपर्यंत तिच्या वाऱ्यालाही फिरकायचो नाही.

माझ्या आईचा तिच्या आईशी उत्तम संवाद होता. धाकट्या बहिणीशीही तिचं छान जमायचं (पण दुर्दैवाने माझी ती मावशी खूप लवकर गेली.) या दोघी म्हणजे माझ्या आईचा 'सेफ्टी व्हॉल्व्ह' होता. आम्ही मुलांनी सोयिस्कररितीने तोंड फिरवलं, की त्रासलेली आई त्यांच्याकडे जायची. त्या तिघी एकमेकींशी किती भडभडून बोलत, ते मी पाहिलं आहे. जणू नाही झालं बोलणं, तर जगणंच मुश्कील होईल, अशा ओढीने या तीन बायका एकमेकींना भेटत. घराबरोबरच घरातली माणसं सांभाळण्याची कसरत करताना बायकांना खरंच अशा पाठिंब्याची, 'सपोर्ट सिस्टीम'ची गरज असते... खरंच असते.

तुमच्या दोन्ही मावशा परदेशात राहतात. रोज उठून महागडे 'लाँग डिस्टन्स कॉल्स' कसे परवडणार? माय-लेकीमधला संवाद अधुरा सोडून तुमची आजी गेली, त्यालाही आता खूप दिवस झाले. साचून राहिलेल्या गोष्टी बोलाव्याशा वाटल्या, मन मोकळं करावंसं वाटलं तर कुणाकडे जावं? मला कळत नाही.

मैत्रिणी? - खूप आहेत. अगदी जवळच्या... जीवाला जीव देणाऱ्या? - मोजक्या तर नक्कीच! पण मुंबईसारख्या शहरात राहाताना आमच्यापैकी प्रत्येकीची अवस्था जवळपास सारखीच. तेच प्रश्न, तशीच घुसमट. शिवाय मिनिटा-मिनिटाचा हिशेब मागणारी 'शेड्यूल्स' आणि आपणच अंगावर ओढवून घेतलेलं चोवीसपैकी पंचवीस तासांचं राक्षसी वेळापत्रक सांभाळताना उडणारी घाई! अशा परिस्थितीत मैत्रीण कितीही जवळची असली, तरी तिचा वेळ घेताना मला अपराधी वाटतं... एखाद्या चुकार क्षणी न राहवून स्वत:च्या वैतागाबद्दल कुणाशी गेलेच बोलायला, तर नंतर वाटतं बसलो असतो गप्प; तरी निवळलाच असता आपला मूड!

'संवाद' तुटल्याचं, तोडावा लागल्याचं दु:ख असलं तरी महानगरीय संस्कृतीमध्ये वावरताना या तुटलेपणाला पर्याय नाही. म्हणून मग होताहोईतो स्वत:च स्वत:ला सांभाळत राहायचं. दरवेळी ही कसरत जमवताना खूप दमछाक होते.

– अशा विचित्र अवस्थेत सापडलेल्या आधुनिक आया जेव्हा खरंच मनातून खचतात, त्रासतात, एकट्या पडतात तेव्हा त्यांनी काय करायचं?

माझ्या काही तरूण मैत्रिणींनी नव्या जमान्यातले नवे उपाय शोधलेले मला दिसतात. कुणीतरी येईल, आपल्याशी बोलेल, मग आपण आपलं मन मोकळं करू ही भावनिक भानगडच या मैत्रिणींनी संपवून टाकलेली आहे. त्या सरळ उठून एखाद्या फिटनेस सेंटरमध्ये जातात आणि तासन्तास 'वर्कआऊट' करत बसतात. किंवा मग 'रेकी' वगैरे प्रकारात स्वत:ला गुंतवून घेतात, लठ्ठ पर्सेस घेऊन शॉपिंगला जातात, ब्युटीपार्लरमध्ये जाऊन पेडिक्युअर, मॅनिक्युअरने स्वत:च्या शरीराचे लाड करतात, चेंज म्हणून काहीतरी वेगळाच हेअरकट करून घेतात, असली-नसलेली श्रीमंती अंगाखांद्यावर मिरवतात, उगीचच ढीगभर वस्तू खरेदी करण्याचा सपाटा लावून घराचं म्युझियम करून टाकतात, किंवा मग सरळ उठून प्रवासाला निघून जातात. यातल्या एकातरी गोष्टींचा खरोखरच उपयोग होतो का? कोण जाणे! पण माझ्या त्या तरूण मैत्रिणींना तेवढ्यापुरतं का असेना, तसं 'वाटतं' एवढं खरं.

–माझं हे सगळं आईपणाचं पुराण तुम्हाला त्रासदायक, कंटाळवाणं, भुणभुण लावल्यासारखं किंवा अगदीच रडारडीचं वगैरे वाटत असेल, कधीकधी मी स्वत:च तशी दिसत किंवा वागत असेन, तर तो 'त्या ऑफ दिवसां' मधला एखादा दिवस आहे एवढं समजून घ्या.

काल रात्री मी खूपवेळ जागी होते. माझ्या शेजारी अरूंधती आणि आनंदिता गाढ झोपलेल्या. त्यांच्याकडे बघताना एकदम माझा श्वासच अडकला. अचानक आठवलं, गेल्या कित्येक वर्षात मनसोक्त रडायलासुद्धा मला वेळ झालेला नाही. का? का नाही रडले मी? –'सेंटीमेन्टल सिनेमे' बघताना एरवी मी हमसून

हमसून रडतही असेन वेड्यासारखी, पण मुळात माझा स्वभाव रडका नाही.

... तरीही?

... का नाही कधी मला रडू फुटलं? डोळ्यांच्या गर्भातले अश्रूंचे कोश सुकून गेले असतील का? कोरडेठाक? टचकन् डोळ्यातून फुटणारा आणि सगळं अस्तित्वच ओलंचिंब करत गालावरून धावणारा टपोरा अश्रू... उरलाच नसेल का आत कुठे?

आनंदाच्या लाटा वाहून आणणारे, दु:खाचे डोंगर आणि वेदनांचे उमाळे धुवून नेणारे अनावर अश्रू... झड धरून आलेला पाऊस फुटून फुटून कोसळत राहावा तशा अश्रूंच्या सरीवर सरी ... थकल्याभागल्या डोळ्यांपुढे तरळणारं धुकं... त्या धुक्यात बुडून, हरवून गेलेली नजर... आणि त्यानंतर मनात उगवणारी प्रसन्नतेची स्वच्छ, सुंदर पहाट!

...यातलं काही मला आठवत नाही.

गेल्या कित्येक वर्षात असा धुंवाधार पाऊस माझ्या गावात कधी आलाच नाही. मी तशीच घुसमटत राहिले... मनावरचं मळभ झाडून पुन्हा धडपडत उभी राहात गेले. का?

–बिकॉज, आय डोन्ट वॉन्ट टू डिस्टर्ब एनी ऑफ यू.

माझ्या डोळ्यात अश्रू उभे राहिले, की अख्खं घर हादरून, बावरून जातं हे मला ठाऊक आहे. ममा रडते आहे, हे बघायची, सोसायची, समजून घ्यायची सवयच आपल्या घराला नाही. मी खचून गेले, नेहमीसारखी बोलेनाशी झाले की काय करावं हे कुणाला सुधरत नाही आणि अख्खं घरच अस्वस्थ होतं. सगळ्यांपासून तुटलेल्या, दुरावलेल्या अशा एकट्या विषण्ण अवस्थेत कधीकधी अरूंधती माझ्यापर्यंत 'पोचू' शकते, पण तिच्या चेहऱ्यावरचं बावरलेपण लपत नाही. ममाचं काहीतरी बिनसलंय हे राधिकाला पटकन जाणवतं, पण काय बोलावं हे कळत नाही. मग तीही माझ्या भोवती भोवती वावरत राहाते. आदित्य आणि रणदीपला बहुतेकदा यातल्या कशाचाच पत्ता नसतो. काय वाट्टेल त्या प्रसंगात माझ्यापाठीशी– अनेकदा माझ्या बरोबरीने – ठाम उभी असलेली अवंतिका अशा खचलेल्या, निराश क्षणी माझी सोबत करील, पण या सगळ्या भावनिक गुंत्यातून मी पटकन माझा पाय सोडवून घ्यावा म्हणून चाललेली घाई तिच्या अस्वस्थ नजरेतून लपता लपत नाही.

..आणि आनंदिता?

ममाच्या चेहऱ्यावरची रेष जरी बदलली, तरी हे छोटं पिल्लू भेदरून जातं.. घाबरलेली नजर विस्फारते... वाटतं, कोणत्याही क्षणी हिला रडू फुटेल. मग आनंदिताला मिठीत घेऊन मीच माझे अश्रू लपवून टाकते. मनातले उमाळे

मनातच रिचवलेल्या माझ्या अस्वस्थ चेहऱ्यावर कधी हसू फुटतं, माझं मलाही कळत नाही.

...अशावेळी काय करायचं मी?

व्हॉट डू आय डू व्हेन आय ॲम फिलिंग ऑफुल?

आतून सगळं बिघडलं असलं, निरस...विरस झालं असलं तरी वरवर सगळं उत्तम चालल्याचं नाटक करायचं का? मुलांचा मूड जाऊ नये, घर डिस्टर्ब होऊ नये म्हणून दरवेळी मनामधली अस्वस्थता मनामध्येच लपवत राहायची का?

...की मलाही रागवण्याची, आकांडतांडव करण्याची, रूळावरून गाडी घसरली तरी मन मोकळं करण्यासाठी भडाभडा बोलत राहाण्याची संधी असेल? मुलांना त्रास होऊ नये म्हणून दरवेळी मी माझ्या बऱ्यावाईट भावनांचा कोंडमारा करत राहाणं खरंच इतकं अपरिहार्य आहे का? आणि असं कोंडत कोंडत राहून पुढे काय होईल माझं?

माय गॉड!

हे सगळं इतक्या मोकळेपणाने बोलतेय तुमच्याशी. खरंच वाटत नाहीये मला!

मे बी इट्स अ मिस्टेक

सो व्हॉट?

आईला चुका करण्याचा (सुद्धा) हक्क नाही का?

बाहेर आकाश भरून आलंय...

माझ्या मनासारखंच!

उन्हाळाच्या काहिलीत जळणाऱ्या शहरावर मायेची बरसात करण्यासाठी वळवाच्या पावसाचे काळेकाळे ढग मोठ्या झुंडीने क्षितिजापासून धावत सुटले आहेत. चोहोबाजूंनी बिलगणारा गार वारा.. कडकडीत ऊन कधीचं निवळून गुरगुटी मारलेल्या बाळासारखा निवांत मऊसर लोभस प्रकाश... पहिल्या पावसाच्या झडीने भिजलेले ओले पंख मिटून निष्पर्ण फांद्यांवर निमूट बसलेली कावळ्यांची रांग... आणि शांत, निवांत घर! गेल्या तब्बल वीस मिनिटात फोन सुद्धा वाजलेला नाही. केसांना भरपूर तेल लावून मी निवांत बसलेय. रंग उडालेला जुना कफ्तान बदलून नवे कपडे घालायची सुद्धा इच्छा नाहीये. दुपार होत आली, तरी रोजच्यासारखा बाबांना फोन झालेला नाही. कंटाळा आलाय खूप. काहीच न करता निवांत, एकटं बसून राहावंसं वाटतंय. कोण जाणे काय तुटलंय मनात, पण ....

कदाचित तुम्हालाही जाणवलं असेल काहीतरी विचित्र, विषण्ण.. म्हणून तर माझ्याजवळ कुणी फिरकला नाहीत कधीपासून!

खरं सांगू? असं एकटं एकटं कुढत बसणं मलाही आवडत नाही. वाटतं, पटकन उठावं... तयार व्हावं... आणि मनात साठलेलं सगळं सगळं बोलून टाकावं.

–पण कुणाशी?

नक्की काय वाटतंय मला, कसला राग खदखदतोय आतल्या आत ते शोधून पाहावंसं वाटतं.. कुणाला काय वाटेल याची पर्वा न करता आपली घुसमट बोलून मोकळं होण्याचा स्वार्थीपणा कधीतरी साधावा, असं खरंच खूप वाटतं.

पण हे जमेल मला?

–'बहुदा नाहीच!

त्याऐवजी मी माझा नेहमीचा मार्ग पत्करून माझ्याच मनाची समजूत घालीन.

'नंतर बघू. नंतर कधीतरी बोलू मनातलं..'

हा सगळा गुंता मी 'नंतर' सोडवीन. ('नंतर' म्हणजे?... 'कधीच नाही')

–मी पुन्हा मनातलं सगळं मनातच कोंडून ठेवीन, चेहऱ्यावर पुन्हा नेहमीचं.. इतरांच्या ओळखीचं हसू चिकटवीन आणि जीव एकवटून कामाला भिडेन. अखेरीस यातून काहीही हाती लागणार नाही, हे ठाऊक असूनही वेड्यासारखी कामाचे ढीग उपसत बसेन. काहीच साधलं नाही की स्वत:वरच सूड उगवावा तशा जिद्दीने नवीन कामं उकरून काढीन. साधी दखलसुद्धा घेण्याची गरज नसणाऱ्या फालतू पत्रांना लांबलचक उत्तरं लिहीन. कुठलेतरी शिळेपाके निरोप लिहून पाच-पन्नास फॅक्स पाठवीन... रोजचाच व्यायाम करताना शरीराला जास्तीत जास्त त्रास देईन... कदाचित थोडं बरं वाटेल, पण रागाचा पारा तिथेच गोठून राहील.

संध्याकाळपर्यंत मला माझं उत्तर मिळालेलं असेल. मग वाटेल, का आपण अशा वेड्यासारख्या वागलो?

थोड्यावेळाने माझ्याही नकळत माझा राग आपोआप निवळेल...कारण? असं उघड रागावणं 'माझ्याकडून' अपेक्षित नाही. त्यातून तो राग उगीचच, विनाकारण असेल किंवा किरकोळ कारणावरून प्रचंड भडकाबिडका उडाला असेल तर मुकाट्याने सगळं गिळून टाकण्याशिवाय काय गत्यंतर?

...आता 'माझा' राग उगाचच विनाकारण आहे का गरजेपेक्षा जास्त..., प्रमाणाबाहेर आहे का हे कुणी ठरवायचं?

...पण नाही!

मी मुकाट्याने सगळं गिळून टाकीन, मनातल्या मनात कोंडून ठेवीन (आणि नंतर कदाचित 'वसूल' ही करीन?)

...मग सुंदर नक्षीदार बाटलीतल्या परफ्यूमसारखा किंवा चमकत्या सोनेरी व्हिस्कीसारखा माझा राग हळूहळू उडून जाईल, वाफेच्या ढगांमधून अदृश्य होईल.

...मग मी मनापासून हसेन.

तुम्ही शाळेतून घरी परतल्यावर तुमच्या गंमतीजंमती ऐकेन, तुमच्या ऑफिसमधल्या दिवसभराच्या गोष्टी 'शेअर' करीन... घर गजबजून टाकणाऱ्या अशा उसळत्या गप्पाटप्पांमध्ये मग मीही एखादा लेटेस्ट पी.जे. तुम्हाला ऐकवीन. आपण सगळे गळ्यात गळे घालून खळखळून हसू.

तरीही माझा आतला कोंडमारा संपलेला नसेल. घास अडेल.. श्वास अडकेल. आणि तोच वर्षानुवर्षांचा जुनापुराणा प्रश्न पुन्हा एकदा नव्याने माझ्यासमोर उभा राहील-

जगातल्या प्रत्येक माणसाला रागावण्याचा अधिकार आहे.. मग आयांनाच का नाही?

व्हाय मदर्स आर नॉट अलाऊड टू बी अँन्ग्री, व्हेन द रेस्ट ऑफ द वर्ल्ड इज?

गुर्रऽऽऽऽऽऽऽ

ममा

....

मुंबई
जून ९९

प्रिय आदित्य,

गेले पंधरा दिवस आपण वर्ल्ड कप क्रिकेटच्या मॅचेस बघतो आहोत. सध्या तू गोल्फच्या विशेष प्रेमात असलास तरी तुझं क्रिकेटचं वेड फार जुनं. पण तुला या दोन्हीपैकी एकही खेळ खेळताना मी कधी पाहिलेलं नाही. विचार करता करता एकदम कधीतरी लक्षात येतं, क्रिकेट किंवा गोल्फच काय, तुझ्या आयुष्यातल्या अनेक छोट्या छोट्या गोष्टी मी पाहिलेल्या नाहीत. तुझ्या वाढीच्या वयात मी तुझ्याजवळ नव्हते. इथेच, याच शहरात असले तरी *तुझ्याजवळ* नव्हते. मला माझं स्वतंत्र आयुष्य होतं. स्वतंत्र घरातला स्वतंत्र संसार होता. कुणी म्हणेल, त्याने काय बिघडतं? लहान लहान मुलं बोर्डींग स्कूलमध्ये शिकत नाहीत का? त्यांना त्यांचे आईवडील वर्षातून जेमतेम दोनदाच तर भेटतात!

दुर्दैवाने हेही खरं आहे. मुलं बोर्डींग स्कूलमध्ये राहातात. आईवडिलांना क्वचित कधीतरी भेटतात. पण वाढत्या वयातल्या मुलांच्या सहवासाला मुकलेल्या आईवडिलांचं हे नुकसान अखेरीस कशानेही भरून येत नाही.

इट इज अ लॉस.

म्युच्युअल लॉस.

आईवडिलांइतकंच मुलंही हरवून बसतात आपलं आयुष्य. शिकण्यासाठी म्हणून का असेना, पण लहान मुलांना असं लांब कुठेतरी पाठवणं मला नेहमीच फार क्रूर, त्रासदायक वाटत आलेलं आहे. दुसऱ्या कुठल्याशा गावातली ती शाळा कितीही चांगली असो, तिथे गेल्यामुळे मुलाचं भविष्य कितीही झळझळून उजळणार असो, या कशाहीपेक्षा मुलांना आपल्या आईबाबांचा सहवास मिळणं, त्यांना एकत्र एकमेकांबरोबर राहाता येणं मला जास्त महत्त्वाचं वाटतं.

कधी एखादी आई अभिमानाने सांगते,

'आमच्या राजूला बोर्डिंगमध्ये अजिबात कसला प्रॉब्लेम नाही. तो इतका रूळलाय ना तिथे, मागच्यावेळी आम्ही त्याला सोडायला गेलो तेव्हा मुळ्ळीच रडला बिडला नाही. राजूला छान गोडी लागलीय शिक्षणाची.''

राजू मुळ्ळीच रडला नाही?

कदाचित त्याला रडण्याचीच भीती वाटली असेल! आपल्या आईबाबांपासून तुटताना, दुरावताना सात वर्षं वयाच्या मुलाला रडू येत नाही, भीती वाटत नाही यावर कसा विश्वास ठेवणार?

काही मुलं खूप लहान वयात परिस्थिती समजून घ्यायला, स्वत:ला सावरायला शिकतात हे खरं, पण त्याचे व्रण पुढे आयुष्यभर भरून येत नाहीत.

आपल्या बाबतीत थोडं वेगळं झालं.

आपण एकाच शहरात राहात होतो, तरी आपली दोघांची दुनियाच विभागली, अलग झाली होती.

तू एका मोठ्या कुटुंबातला लाडका नातू म्हणून वाढत होतास... आणि मी माझं मोडलेलं आयुष्य पुन्हा सावरण्याच्या धडपडीत होते. नव्या जगण्याशी, नव्या कुटुंबाशी जुळवून घेताघेता स्वत:ला शोधायचा प्रयत्न करत होते.

अर्थात, आपण अधेमधे एकमेकांना भेटत राहिलो, फोनवर बोललो, तुझ्या शाळेतले सगळे समारंभ एकत्र साजरे केले, प्रवासाला गेलो.. होता होईतो आपली दोन स्वतंत्र आयुष्यं एकमेकांशी जुळवून, जमवून घेण्याचा प्रयत्न केला. त्यावेळी मला या वरवरच्या जुळवाजुळवीचं काही वाटलं नाही. पण आता विचार करते तेव्हा सगळंच खूप विचित्र वाटायला लागतं. आपण एकत्र एकमेकांबरोबर राहाणं हीच एकमेव खरी आणि नैसर्गिक गोष्ट होती. अर्ध्या वयातल्या आपल्या

मुलाला सोडून आया अशा दुसऱ्याच घरात जाऊन राहातात का? दुर्दैवाने तसं झालं. चारचौघांसारखं सहज, स्वाभाविक जगणं आपल्या नशिबातच नव्हतं.

..आता खूप उशिर झाला आहे.

कितीही पश्चात्ताप केला, तरी गेलेले दिवस पुन्हा फिरून येणार नाहीत.

त्यावेळी घेतलेले निर्णय बदलावे म्हटले, तरी बदलणार नाहीत.

तरीही, आज आत्ता आपण एकमेकांच्या निकट आहोत. तुटलेले दुवे सांधून घेत आपण आपलं नातं पुन्हा उभारलं आहे. आपण एकमेकांचं मन जाणून घेऊ शकतो, एकमेकांना आधार देऊ शकतो... तरीही क्रिकेटचा हा सगळा हंगामा तुझ्याशी 'फोनवरून' शेअर करताना मला काहीतरी विचित्र वाटतं. आपण रोज उठून वेगवेगळ्या टीमच्या स्कोअर्सबद्दल बोलतो, आवडत्या खेळाडूंच्या 'परफॉर्मन्स'ची चर्चा करतो, प्रत्येक टीमचे पॉईंट्स मोजतो, हार-जीतीचे फैसले तपासून पाहातो... पण फोनवर! प्रत्यक्ष नाही. समोरासमोर नाही.

हे सगळं कृत्रिम वाटतं.

पण मग आपणच आपल्या मनाची समजूत घालतो.

इट इज द नेक्स्ट बेस्ट ऑप्शन टू एन्जॉयींग समथिंग टुगेदर.

फोनवरून का असेना, 'एकत्र असण्या'चा आनंद तर लुटतो ना आपण?

तसं म्हटलं, तर प्रत्यक्ष एकत्र असणंही कुठे फारसं अशक्य आहे?

मनात आलं तर गाडी काढून तू या घरी येऊ शकतोस. टी.व्ही. समोर बसून आपण सगळ्याच्या सगळ्या ओव्हर्स 'एकत्र' बघू शकतो. क्रिकेटच्या 'थ्रिल'ची धमाल लुटू शकतो.

पण ते इतकंसं सोपंही नाहीच.

दोन-चार तासांची मॅच माझ्याबरोबर बघायला तुला माझ्या घरी यायचं झालं तर वेळा ॲडजस्ट करा.. इतर गोष्टी घाईने उरकून गाडी काढा. मग पुढे आठ किलोमिटर्सचं ड्रायव्हिंग... वाटेतली गर्दी, कलकलाट–

हाऊ सॅड!

क्षणभराच्या उत्स्फूर्त आनंदासाठी काही करायचं म्हटलं, तर त्याकरता आपल्या आयुष्यात 'तयार' जागा नाही. एकमेकांच्या आनंदाचे क्षण, वेदनांचे ठणके हे सगळं आपल्याला 'नंतर' कधीतरी, सोयीनुसार कळणार... 'त्याक्षणी' नाही. तुझ्या वाढीचे दिवसही मला असेच नंतर कधीतरी कळत गेले. तुझी प्रगती, क्रीडांगणावर तू मिळवलेली बक्षीसं, तुला मिळालेली शाबासकी, तुझं कौतुक.. हे सगळं मी अनुभवलं!

पण नंतर!

तू मला भेटलास आणि सांगितलंस तेव्हा!

तू कसा आहेस? तुझं काय चाललंय?- हे सगळं मला सतत कुणीतरी 'सांगत' राहिलं आणि मी जीवाचे कान करून कौतुकाने, अभिमानाने ऐकत राहिले... असं का झालं? 'त्या' प्रत्येक क्षणी मी का नव्हते तुझ्याबरोबर?

गेली कित्येक वर्षं आपण दोघे एकमेकांना समांतर आयुष्य जगतो आहोत. संपर्काचं साधन फक्त एकच-टेलिफोन!

अर्थात हे फक्त आपल्याच बाबतीत घडलं का?

अशा कित्येक आया कित्येक कारणांनी आपल्या मुलांपासून दुरावतात.. स्वत:चं स्वतंत्र आयुष्य उभारतात. शरीराने तर दूर जातातच पण हळूहळू सगळे धागे तोडून मनानेही दुरावतात. आयुष्य कुणासाठीही थांबत नाही. जगरहाटी चालूच राहाते. मुलं मोठी होतात, त्यांच्यापासून दुरावलेल्या त्यांच्या आया म्हाताऱ्या होतात. पुढे नव्या दिवसांमध्ये नवं आयुष्य जगण्याच्या धावपळीत जुनं सगळं विसरून जातं. कित्येक वर्षांच्या दुराव्याचे व्रण आपोआप भरून येतात.

मी देखील विसरले होतं पुष्कळसं.

– पण गेल्या दीड दोन वर्षांत हरक्षणी 'तो काळ' माझ्यासमोर येऊन उभा राहायला लागला आहे. जुनं सगळं आठवलं म्हणजे प्रश्न पडतात... खूप छळतात, डोळ्यात पाणी आणतात. तुझ्या-माझ्यातल्या 'रिकाम्या जागा' जाणवल्या की वाटतं, हे तपशील आपल्याला कधीच भरून काढता येणार नाहीत का?

खूप गोष्टी... छोट्या छोट्या, पण महत्त्वाच्या.

आठ-बारा किंवा चौदा वर्षांचा असताना नेमका कसा झोपायचास तू? पाय पोटाशी घेऊन? की सरळ उताण्या पाठीवर? झोपताना तुझ्या कुशीत उशी लागायची का तुला? आणि चेहरा कसा दिसायचा तुझा? शांत निद्रिस्त? मिश्किल? यातलं काहीच मला का आठवत नाही? पाणावलेल्या डोळ्यांसमोर सारखं फक्त धुकंच का दिसतं?

तुझ्या तोंडून पहिली शिवी उच्चारली गेली, तेव्हा मी तुझ्याजवळ नव्हते. तुझ्या कोवळ्या ओठांवर पहिल्यांदा काळी रेघ उमटली, कानशिलावर कल्ले फुटले तेव्हा मी नव्हते.. आय.सी.एस.ई.च्या परीक्षेसाठी तू दिवसरात्र एक करून अभ्यास केलास तेव्हाही मी नव्हते. मी तुझ्या एकाही 'रिपोर्ट कार्ड' वर सही केली नाही, तुझे मळके मोजे उचलून धुवायला टाकले नाहीत. 'आता मी मोठा झालो' हे जाहीर करून तू हाफ पॅन्ट घालायला नकार दिलास, केस कापायला घरी येणाऱ्या 'जुनाट' न्हाव्यासमोर बसणार नाही म्हणून आकांडतांडव केलंस तो दिवस नक्की कोणता? मला ठाऊक नाही. तुझा हात धरून रस्ता क्रॉस केल्याच्या आठवणी माझ्याजवळ आहेत, पण तू पहिल्यांदा ड्रायव्हिंग शिकायला गेलास तेव्हा धडधडत्या काळजाने तुझ्याजवळ बसल्याचं मला आठवत नाही.

वह्यापुस्तकांच्या ढिगात बसलेला आदित्य मी कधीच बघितला नाही. परीक्षेचा अभ्यास चालू असताना मध्यरात्री तुला गरमागरम कॉफी देण्याचा क्षण माझ्या आयुष्यात कधी आलाच नाही.

मला आठवतो जेमतेम पाच वर्षांचा माझा छोटुसा मुलगा. संक्रातीच्या दिवसात टेरेसवर जाऊन पतंग उडवणारा, थोडासा गंभीर, आपल्याआपल्यातच राहायला आवडणारा, सतत उत्सुक डोळ्यांनी भिरभिर पाहात राहाणारा.

–त्यानंतर शून्य.

काहीच आठवत नाही.

मग एके दिवशी तू एकदम माझ्या आयुष्यात आलास. इतका अचानक, की डोळे विस्फारून मी पाहातच राहिले.

माझ्यासमोर एक रूबाबदार पुरूष उभा होता.

संपूर्ण पुरूष.

घट्ट, पुष्ट पायांवर काळी भरदार लव, रूबाबदार दाढी, घनगंभीर खोल आवाज आणि बाकदार मानेवरची गळघाटी... ॲन ॲडॅम्स ॲपल!

मधली सगळी वर्षं कुठे गेली? बघता बघता हातून कशी सुटत, निसटत गेली?

एका बाजूला थोडंसं कललेलं मस्तक आणि दूर कुठल्यातरी शून्यात हरवलेली भावुक, स्वप्नाळू नजर.

फक्त एकच गोष्ट बदलली नव्हती.

–तुझे डोळे.

माझा आनंद चोहोबाजूंनी ओसंडत होता. स्वत:ला आवरणं खरंच खूप मुश्कील झालं होतं.

–त्यानंतर आपल्या आयुष्याने पुन्हा एकदा रूळ बदलले. आपण एकमेकांशी दोस्ती केली. एकमेकांचे मित्र झालो. आज आपण वाट्टेल त्या विषयांवर बोलू शकतो... बोलतोच. आपल्याला एकमेकांच्या मतांचं महत्त्व वाटतं, किंमत वाटते.

...तरीही जुन्या काळाची आठवण देणाऱ्या फोटोंकडे लक्ष गेलं की पुन्हा सगळं समोर उभं राहातं, खूप अपराधी वाटतं आणि खोल कुठेतरी कळही उठते. एका फोटोत छोटुकला तू माझ्या कडेवर बसला आहेस. दुसरा एक फोटो असाच माझ्या नजरेसमोरून हलता हलत नाही. तू चारेक वर्षांचा असशील. तुझ्या वाढदिवसाच्या पार्टीसाठी मी छताला फुगे टांगतेय आणि मान उंच करून विस्फारल्या डोळ्यांनी तू माझ्याकडे बघतोयस.. कोण जाणे का, तुझ्या त्या नजरेत मला नकळत्या दु:खाची वेदना दिसते. मोडलेल्या मनाने, खिन्न होऊन तू

जणू मला तुझ्या डोळ्यात साठवून घेतोयस. यापुढे फार दिवस आपली ममा आपल्याबरोबर राहाणार नाही, ती आपल्याला सोडून निघून जाईल हे आधीच कळलं असेल का तुला? आपल्या आयुष्यात भयंकर काहीतरी होऊ घातलंय याची चरचरीत जाणीव घेऊन तुझं कोवळं मन आतल्याआत तयारी करायला लागलं असावं असा तू दिसतोस त्या फोटोत. आतून पार हादरलेला, तरीही काहीसा सावध!

-कदाचित हे माझ्याच मनाचे, कल्पनेचे खेळ असतील, पण तुझ्या 'त्या' नजरेतलं दुःख मला स्पष्ट दिसतं. ते आजही तिथे आहे. इतकी वर्षं उलटली, तरी तुझ्या नजरेतली 'ती वेदना' अजून मला जाणवते... म्हणून मग 'तो दिवस'ही मला विसरता येत नाही.

'त्या' दिवशी मी विमानात बसले, आणि निघून गेले.

दुसऱ्या गावालाच नाही, तर दुसऱ्या आयुष्यात! नव्या दुनियेत! तुझ्याशिवायच्या जगात.

तू मात्र एकटाच मागे राहिलास.

मलमलचा कुर्ता-पायजमा घालून गुरगुटून झोपलेला... नेहमीच्याच पलंगावर नेहमीच्याच विश्वासाने झोपलेला... विस्कटलेलं भुरभुरीत जावळ, ओठाच्या एका बाजुने ओघळलेला छोटासा ओलसर थेंब, टाल्कम पावडर- टूथपेस्टचा वास आणि अंगावरून ओढून घेतलेली हलकीशी रजई.

पांघरूणात गुरगुटून शांत झोपलेलं मूल याइतकं मन हेलावणारं हृदयस्पर्शी दृश्य जगात दुसरं नसेल.

तू तसाच होतास माझ्या नजरेसमोर. तुझी झोप चाळवू नये म्हणून हलकेच, पाऊल सुद्धा न वाजवता तुझ्या खोलीतून मी निघून गेले.

तुझ्या खोलीतून...घरातून...तुझ्या आयुष्यातूनच निघून गेले... कायमची! पुन्हा कधीही न परतण्यासाठी.

–ते दृश्य माझ्या मनावर कायमचं कोरलेलं आहे. पुढचा जन्म असलाच तर त्याही जन्मात या दृश्याचा व्रण घेऊनच मला जगावं लागणार.

शांत झोपलेला आदित्य.

काहीही दोष नसताना फसवला गेलेला, क्षणात एकटा पडलेला आदित्य.

या अपराधासाठी तू मला माफ केलंयस? करशील? हा प्रश्न विचारण्याची हिंमत आजही माझ्यात नाही.

–तुझं उत्तर मला ठाऊक आहे.

तुझी,

ममा

....

मुंबई
ऑगस्ट ९९

प्रिय अरूंधती,

तुला आठवतं? एकदा तू मला विचारलं होतंस, ''ममा, तू मरशील तेव्हा माझ्यासाठी काय काय ठेवून जाशील गं?''

– मी आणलेला एक छोटासा दागिना तुला खूप आवडला होता. त्याबद्दल भरभरून बोलता बोलता अचानक तुला काय वाटलं कोण जाणे! अगदी सहज, निरागस मनाने तू पटकन विचारलंस,

'व्हॉट विल यू लीव्ह फॉर मी व्हेन यू डाय!''

– मी चकित होऊन तुझ्याकडे बघत राहिले. मला राग आला नाही, दुःख तर मुळीच झालं नाही. उलट मनात आलेला विचार तू इतक्या प्रामाणिक धीटपणाने विचारू शकलीस म्हणून तुझं कौतुकच वाटलं. मग आपण त्याबद्दल बोलत राहिलो. गंमतीगंमतीत वस्तूंची लिस्ट सुद्धा करायला घेतली. माझ्या वॉर्डरोबमधल्या तुझ्या आवडत्या साड्या तू निवडून निवडून सांगितल्यास. मला म्हणालीस, 'या सगळ्या साड्या नक्की माझ्या नावावर लिहून ठेव.'' तू जेमतेम बारा वर्षांची असशील, पण माझ्या कपाटातल्या प्रत्येक गोष्टीवर तेव्हापासून तुझी 'बारीक नजर' होती. (पुढे हा 'इंटरेस्ट' बराच आणि बऱ्याच वेगाने वाढला.)

एकदा कधीतरी सहज बोलता बोलता गंमत म्हणून मी माझ्या 'मृत्युपत्रा'चा उल्लेख केला होता. तू लगेच एकदम गंभीर झालीस. मला विचारलंस,

'मृत्युपत्र म्हणजे काय?'

'मृत्युपत्र म्हणजे मी मेल्यानंतर तुम्हा सगळ्यांना मी काय काय देणार त्याची यादी.' - तुला समजेल अशा भाषेत मी उत्तर दिलं खरं पण त्या क्षणापासून तुझ्या डोक्यात एक नवाच विषय सुरू झाला असणार- माणूस एकदा मेला की त्याच्या वस्तूंचं पुढे काय करतात? - तर कुणाच्या ना कुणाच्या नावे लिहून ठेवतात. मग तू तुझी तुझी 'लिस्ट' करायला सुरुवात केली असणार. 'त्या' संध्याकाळी तू मला स्वच्छच सांगून टाकलंस,

'ते छोटुले लाल लाल माणकाचे कानातले आहेत नं, ते मला हवेत. आणि गोल्ड बॉर्डर लावलेली तुझी ग्रीन साडी ती पण मला हवी. आत्ताच लिहून ठेव. विसरशील नाहीतर.''

मी हसून विचारलं,

''आणखी काय काय हवं?''

– मग तू तुझ्या यादीतल्या सगळ्या गोष्टी पटापट मला सांगून टाकल्यास.

मला खूप कौतुक वाटलं तुझं. दुसरी एखादी कावेबाज, चतुर मुलगी असती तर मनातली इच्छा मनातच लपवून तिने गोडगोड बोलून ममाला खूष करण्याचा प्रयत्न केला असता –

"ममा, असं काय गं म्हणतेस? काहीतरी भलतं बोलू नकोस गं प्लीज! मला फक्त तू हवीस. बाकी काही काही नको. आय वॉन्ट यु टू लीव्ह फॉर-एव्हर."

– असलं काहीतरी खोटं आणि मूर्खपणाचं...

कुणीही फार काळ जगावं आणि अमर वगैरे व्हावं असं कधीच कुणाला वाटत नसतं.

मला विचारशील, तर तुम्हा मुलांवर ओझं होऊन जगण्यापेक्षा, तुम्हाला 'उपयोगा'ऐवजी 'त्रास' देण्यापेक्षा हातीपायी धड असतानाच पटकन मरून जाणं मला फार आवडेल. शरीर आणि मन सुदृढ नसेल तर उगीचच जगत राहाण्यात काय मतलब आहे? अशा जुनाट, मोडक्या तोडक्या, निरर्थक आयुष्यात मला स्वत:ला मुळीच रस नाही. जोवर मी आहे तशी आहे, तुम्हा सगळ्यांना मनापासून हवी आहे तोवर जगणं मला खूप आवडेल. कधीकधी आईवडील मुलांना खूप प्रिय असतात पण बदलत्या काळाबरोबर ते बदलू शकले नाहीत तर जुनाट होतात आणि मुलांनाच त्यांचं ओझं वाटायला लागतं. माझ्या बाबतीत असं होऊ नये, एवढं मला नक्की वाटतं.

लहान मुलांनी स्वत:च्या स्वार्थाचा विचार करणं यात काहीही गैर नाही. काहीतरी खूप आवडतं, अगदी मनापासून हवंसं वाटतं ते 'काहीतरी' फार किंमती, मौल्यवान असतं असंही नव्हे, पण तरीही त्याचं आकर्षण वाटतं. आपल्या त्या गप्पा आठवल्या म्हणजे आता मला हसू येतं. माझ्या वस्तूंमधून तू केलेली 'लिस्ट' फार म्हणजे फार वेगळी होती. काय काय हवं होतं तुला? - मी खूप वापरलेल्या जुन्या हाय-हिल सॅण्डल्स, माझी हॅण्डबॅग, एक लाकडी ब्रेसलेट.. एवढंच नव्हे तर मी फेकून दिलेली तुझ्या आवडत्या रंगाची लिपस्टिक्ससुद्धा त्यात होती. या यादीची मला खूप गंमत वाटली. तू कशी आहेस नक्की, ते जरा जास्त जवळून कळलं. 'ॲन्टिक ज्वेलरी' तुला इतकी मनापासून आवडते हे एरवी कदाचित माझ्या लक्षातही आलं नसतं. तुला जरा मॉडर्न डिझाईनचे, झगमगीत, चमकदार दागिने आवडतात, असं मी गृहितच धरून चालले असते. तुझी साड्यांची निवड बघूनसुद्धा मला आश्चर्य वाटलं 'ट्रॅडिशनल डिझाईन'ची एकेक साडी तू माझ्या वॉर्डरोबमधून बरोब्बर वेचून काढली होतीस. तू निवडलेले रंगही मंद आणि फिके होते. तुझ्या आवडीच्या या एकेक वस्तुबद्दल भरभरून

बोलणारा तुझा चेहरा... इट वॉज अ जॉय टू वॉच.

आपल्यामधल्या या गप्पा एखाद्याला फारच विचित्र, कदाचित क्रूर, अपशकुनी वगैरे वाटतील. मोठी झाल्यावर तू हे वाचशील, तेव्हा ममाशी आपण असं बोललो होतो या कल्पनेने खुद्द तुलासुद्धा नक्की वाईट वाटेल.

'असलं काहीतरी भलतंच, मूर्खासारखंच मी बोलूच कशी शकले?' म्हणून तू स्वत:वरच चिडशील.

प्लीज, डोन्ट! डोन्ट रिग्रेट धिस मोमेन्ट! अजिबात वाईट वाटून घेऊ नकोस. आपल्या दोघींमधल्या एका सुंदर क्षणाचा पश्चाताप तर मुळीच बाळगू नकोस.

-मी तुझ्या सगळ्या मागण्यांची नोंद माझ्या मनाशी अत्यंत काळजीपूर्वक करून ठेवली आहे.

काही गोष्टींबाबत तू विशेष करून आग्रही होतीस, कारण त्या गोष्टींवर तुझ्या इतर बहिणींची 'नजर' आहे हे तू ओळखलं होतंस. तू मला पुन्हा पुन्हा आठवण करून दिलीस. म्हणालीस, 'बघ हं, मी पहिल्यांदा नंबर लावलाय... हे सगळं तू मलाच द्यायचंयस.'

तुझ्या वस्तू नक्की तुला मिळतील.

आय होप, यु विल चेरीश देम ॲज मच ॲज आय डीड ड्यूरींग माय लाईफटाईम.

माझ्या इतक्याच तूही त्या वस्तू काळजीपूर्वक सांभाळशील, वापरताना खूष होशील... माझी खूप आवडती असणारी एखादी रिंग तुझ्या बोटात घालशील, तेव्हा कदाचित तुला माझी आठवण येईल. असाच एक खजिना माझ्याजवळही आहे... तुझ्या आजीचं मंगळसूत्र! माझ्या कपाटातल्या एका मखमली नक्षीदार डबीत जपून ठेवलेला तो दागिना पाहाताना मला माझी आईच समोर दिसते. ते मंगळसूत्र मी फारसं वापरत नाही पण आईने आयुष्यभर वापरलेली, जीवापाड जपलेली एक वस्तू अजून माझ्याजवळ आहे, ही भावनाच मनाला खूप सुखावून जाते, दिलासा देते, मग वाटतं आपण एकटे नाही. आई अजूनही आपल्याबरोबर आहे.

भविष्यात कधीतरी तू सुद्धा हाच अनुभव घेशील. ममाच्या आठवणीने डोळ्यात पाणी आलं तर 'त्या' संध्याकाळी आपण केलेल्या गप्पा आठव.. मग तुझे डोळेही हसतील!

तुझीच,

ममा

....

मुंबई,
फेब्रुवारी ९९

प्रिय मुलांनो,

कधीकधी अनपेक्षित असे मानसिक धक्के माझ्यावर येऊन आदळतात. मग माझ्या स्वभावाप्रमाणे मी त्यांच्याशी लढत, झुंजत राहाते. माझ्या आयुष्यात तुम्ही किती अपरिहार्य आहात, मला किती हवे आहात हे परत परत जाणवत राहातं. त्या भावनेची तीव्रता वाढतेय हेही कळतं. त्यातून कशीबशी बाहेर पडल्यावर पुन्हा तोच त्रासदायक प्रश्न माझ्यासमोर येऊन उभा राहातो-

'तुम्ही मला हवे आहात, पण मी तुम्हाला हवी आहे का? तुमच्या आयुष्यात खरंच माझं काही स्थान आहे का?'

- हे प्रश्नच तुम्हाला मूर्खपणाचे वाटतील, मला ठाऊकेय. पण जगभरातल्या सगळ्या आयांना त्यांच्या आयुष्यात कधी ना कधी या प्रश्नांचा, स्वत:च्याच मुलांबद्दल वाटणाऱ्या संशयाचा, असुरक्षिततेचा सामना करावा लागतोच. मुलं सहा-सात वर्षांची होईतो आया निर्धास्त असतात. आपल्याखेरीज मुलांचं पान हलणार नाही याची त्यांना पक्की खात्री वाटते. अर्थात ते तितकंसं खरं नसलं तरी, सहा-सात वर्षांची मुलं वाद घालून आपलं स्वातंत्र्य सिद्ध करू शकत नाहीत म्हणून आयांचा गोड गैरसमज कायम राहातो. तुम्ही सगळे या वयात होतात, तेव्हा मी सुद्धा अशीच खूष होते. आपल्या मुलांना आपल्याखेरीज पर्याय नाही, त्यांचं कोवळ्या वाढत्या वयातलं आयुष्य पूर्णपणे आपल्याशी बांधलेलं आहे, ही भावना फार सुंदर असते, स्वत:विषयी काहीतरी 'थोर' वगैरे वाटायला लावणारी असते. ते सुख मी लुटत असतानाच एकामागून एक तुम्ही मोठे झालात आणि स्वत:चे पंख पसरून बघता बघता माझ्या कुशीतून उडून गेलात. तरीही मी स्वत:ची समजूत घालत राहिले.आपली मुलं मोठी झाली, त्यांच्या रोजच्या दिनक्रमात आता आपली गरज नाही; पण वाढत्या वयातले भावनिक, वैचारिक ताणतणाव पेलताना त्यांना आपला आधार लागणारच. मुलांच्या आयुष्यातलं आपलं स्थान आता अधिक बळकट होईल.

– मी तुमची वाट बघत होते आणि तुम्ही समवयस्क मित्रमैत्रिणींचा ग्रुप जमवून आपापले प्रश्न सोडवायला घेतले होते. तुमच्या उत्तरांचा शोध तुमच्या तुमच्या ग्रुपमध्ये स्वतंत्रपणे चालू झाला होता. आणि ममा? तिची मतं? तिने शोधलेली उत्तरं? - ऐकून घ्यायची, सहन करायची.. एवढंच! त्याकडे लक्ष दिलंच पाहिजे, ती म्हणते तसं वागलंच पाहिजे असं कुठेय?

दोनेक वर्षांपूर्वीची गोष्ट असेल. आदित्यशी फोनवर बोलताना मला रडू

कोसळायचंच तेवढं बाकी होतं. मी त्याला सांगत होते,

'अवंतिकाला आता माझी गरजच उरलेली नाही. मी सांगितलेलं काहीही ती ऐकत नाही. पूर्वी प्रत्येक गोष्टीत मला विचारायला यायची. आता तर ती माझ्याकडे फिरकेनाशीच झालीय.'

–आदित्यने शांतपणे माझं गाऱ्हाणं ऐकून घेतलं. मग मनापासून हसला म्हणाला,

'रिलॅक्स ममा, इट्स जस्ट अ फेझ.'

– मी गप्पच बसले. आदित्यचं म्हणणं खरं होतं. ते पुन्हा पुन्हा स्वतःला पटवत राहिले इट्स जस्ट अ फेझ!

अवंतिकाच काय, तुमच्यापैकी मोठी चारही मुलं एकाएकी 'मोठी' झाली होती. माझा हात सोडून आपलं आपलं जगायला लागली होती. इतकी वर्षं छोटे छोटे प्रश्न घेऊन माझ्याकडे धावत येणारी अवंतिका; तिला आता तिच्या मैत्रिणी मिळाल्या होत्या. तिच्या 'तरूण' जगात मला जागा उरली नव्हती. हळूहळू आमचं 'बोलणं' कमी होत गेलं आणि 'हाय..हॅलो' पुरता गोडगोड संवाद तेवढा शिल्लक राहिला. राणा तर घरात दिसायचाच नाही. राधिकाचा जॉब नव्याने सुरू झाला होता. तिथे आपला जम बसवण्यात, स्वतःचं कर्तृत्व सिद्ध करण्यात ती गुंतून गेली होती. राणा आणि राधिका दोघंही रात्री उशीरापर्यंत कामासाठी बाहेरच असत आणि सकाळीही लवकर घराबाहेर पडत.

'आरन्ट यु रिलीव्हड?' - एका इंग्लिश मैत्रिणीने सुस्कारा टाकून मला विचारलं होतं; 'तुझ्या सहा मुलांपैकी चौघं मार्गी लागली. सुटल्यासारखं वाटत असेल नं तुला?'

-तिच्याबरोबर मी हसले खरी, पण मनातून काहीतरी तुटत गेलं होतं, एवढं आठवतं.

अवंतिकाबद्दल बोलताना आदित्य जे म्हणाला ते शेवटी खरं ठरलं- इट वॉज जस्ट अ फेझ! तिच्या स्वयंघोषित 'स्वातंत्र्या'चा उत्साह जेमतेम चार महिने टिकला. पण ते चार महिने माझ्यासाठी खूप वाईट गेले. मला सारखं वाटे, 'आमचं नातं आता कधीच पहिल्यासारखं होणार नाही का? ती खरंच खूप लांब गेली असेल का? दुरावली असेल?'

तुटलेपणाचं हे दुःख सोसताना आदित्यने मला सावरलं. तो सतत मला सांगत, समजावत राहिला,

'ममा, लीव्ह हर अलोन. तिला एकटीला जगू दे तिचं आयुष्य. तू शांत राहा, शी विल बी ओके. तिने काय करावं, कसं जगावं हे तिचं तिला ठरवू दे. डोन्ट ट्राय अ‍ॅन्ड लीड हर लाईफ. ती आता बावीस वर्षांची आहे ममा, तुझ्या कुशीतलं दोन वर्षांचं कुक्कुलं बाळ नव्हे.'

-आदित्यचं म्हणणं खरं होतं, मला समजतही होतं, तरीही मी ते स्वीकारू

शकले नाही.

त्या काळात उठता बसता मी अवंतिकाला लेक्चर देत असे. तिच्या प्रत्येक गोष्टीत उणीदुणी काढणं, टाकून बोलणं हे तर रोजचंच झालं होतं. तिचे मित्र मला आवडत नसत. तिचे कपडे, बोलणं-चालणं, कॉलेजातल्या ग्रेडस्, तिचा अभ्यास, सवयी, एवढंच काय; तिच्या नजरेतल्या एका 'विशिष्ट' अर्थाचा सुद्धा मला त्रास होत असे. त्यावरून मग रोज वादविवाद... झगडे!

शेवटी सगळं असह्य होऊन माझ्या एका मैत्रिणीजवळ मी खूप रडले. तिला म्हटलं, 'माझी छोटी वन्ती अशी कशी एकाएकी हरवली? कधी कधी तर तिला 'ओळखणं' मुश्कील होतं, इतकी विचित्र वागते. ती खरंच बदलली असेल का की तशीच होती पहिल्यापासून? मीच मूर्खासारख्या काहीतरी कल्पना करून घेतल्या होत्या तिच्याबद्दल?'

माझ्या मैत्रिणीने - भावनाने– सगळं ऐकून घेतलं, अधेमधे माझ्या पाठीवर हात ठेवला, मला सावरत राहिली. पण मग मात्र तिला राहवेना. ती एकदम अचानक हसत सुटली. मला म्हणाली,

'शोभा, आय थिंक यु आर क्रेझी! तू म्हणतेस तसलं काहीही अवंतिकामध्ये झालेलं नाही. तुझी मुलगी अशी कशी एका रात्रीत बदलेल? द पुअर गर्ल इज ओन्ली ट्राईंग टू ग्रो अप... तिला मोठं व्हायचंय. त्यासाठी वाट्टेल ते करून तुझ्या कचाट्यातून सुटायचंय तिला; म्हणून धडपडतेय बिचारी. तू कशाला तिच्या पायात पाय बांधून धावायला जातेस?''

-घोट कडू होता, पण मी निग्रहाने गिळला.

भावनाचं म्हणणं मला तितकंसं पटलं नाही, तरी वाढत्या मुलांच्या पायात अडकवलेले पाय सोडवून घ्यायचे असं त्याक्षणी ठरवून टाकलं. स्वत:च स्वत:ला दिलेल्या क्लेशातून, त्रासातून सुटण्याचा तेवढा एकमेव मार्ग मला दिसत होता.

–नाईलाजाने घेतलेला तो निर्णय शहाणपणाचा होता, हे पुढे आपोआप सिद्ध झालं.

माझी लुडबुड कमी झाल्यावर मोठ्या मुलांच्या 'नजरा' बदलल्या. तिथे फिरून एकदा पूर्वीचा 'विश्वास' दिसायला लागला. ममाची चिडचिड कमी झालीय, हातात छडी घेऊन मास्तरकी गाजवणं संपलंय हे जाणवल्यावर अरूंधती आणि अवंतिकाचं टेन्शन गेलं. घरातला त्यांचा चिवचिवाट पुन्हा सुरू झाला. आपल्यामध्ये पडलेल्या दऱ्यांवर नव्याने पूल बांधले गेले, तुटलेला संवाद सुरू झाला. आणि घराला पुन्हा एकदा हसतंखेळतं रूप आलं.

त्यावर्षीच्या उन्हाळ्यात तुमच्या मावश्या-मंदा आणि कुंदा महिनाभराच्या सुटीसाठी मुंबईत आल्या होत्या. त्यांना भेटायला म्हणून मी आजोबांच्या घरी

गेले रे गेले, की दहा मिनिटांच्या आत माझ्यासाठी फोनची रिंग वाजे- वर वर किरकोळ वाटणाऱ्या एखाद्या छोट्याशा गोष्टीबद्दल काहीतरी विचारायला तुमच्यापैकी कुणाचा तरी फोन! हे फार वेळा झालं, तेव्हा मंदा आणि कुंदा वैतागल्या.

'हे काय चाललंय शोभा? तुझी मुलं पाच मिनिटासाठी सुद्धा तुझा पिच्छा सोडू शकत नाहीत का? दरवेळी घरात पाऊल टाकलंस की लगेच कुणाचा तरी फोन! यु मस्ट नॉट एन्करेज धीस. सांगून टाक मुलांना, यापुढे नसते हट्ट चालणार नाहीत म्हणून.'

– मी फक्त हसले. काही बोलले मात्र नाही.

आपल्यामध्ये कसलंतरी विचित्र टेन्शन आलं होतं, अबोला झाला होता; तेव्हा मिन्टामिन्टाला खणखणणारे तुमचे फोन मी किती 'मिस' केले... कुणीतरी माझ्याशी बोलावं, माझी आठवण येताच तात्काळ मला फोन करावा म्हणून मी किती वाट पाहिली ते माझं मलाच ठाऊक! घराबाहेर पाऊल टाकल्या-टाकल्या चालू होणाऱ्या तुमच्या फोन्समुळे मी कधीकधी चिडते... कुणाशी तरी महत्त्वाचं काही बोलत असताना, कामात असताना माझ्या सेलफोनची रिंग वाजली की वैतागते... कामासाठी घराबाहेर पडल्यावरसुद्धा मोकळा श्वास घेण्याचं स्वातंत्र्य तुम्ही मुलं मला देत नाही, म्हणून तक्रारी करते... तरीही 'ते फोन' मला हवे असतात. कामात, धावपळीत असताना ऐनवेळी गाठून 'डिस्टर्ब' करणाऱ्या त्या फोन्सचं सुख काय आणि किती असतं, ते शब्दात सांगणं अवघड आहे.

दरवेळी मी प्रवासाला निघाले, की सगळ्यात पहिल्यांदा माझा सेलफोन पर्समध्ये टाकते... घराबाहेर पाऊल टाकल्या क्षणापासून माझे कान टवकारलेले असतात. पर्समधल्या फोनची रिंग वाजेल, पलीकडून कुणीतरी विचारेल, 'हाय ममा, कशीयेस तू?' - माझ्या 'त्या' सेलफोनचा नंबर फक्त तुम्हा मुलांनाच ठाऊक असतो, ॲण्ड ओन्ली यु आर अलाऊड टू कॉल... कधीही, कोणत्याही क्षणी!

– या चमत्कारिकपणाबद्दल मी चिक्कार बोलणी खाल्लेली आहेत. मुलांच्या सतत संपर्कात राहाण्याची माझी ही महागडी सवय किती अनावश्यक आणि मूर्खपणाची आहे, यावर असंख्य लेक्चर्स ऐकलेली आहेत–

'तू काय जन्मभरासाठी चाललीयस का गावाला? आठवडाभरात परत येशीलच ना? तशीच काही इमर्जन्सी असेल तर मुलं तुला हॉटेलमध्ये सुद्धा फोन करू शकतातच ना?– हे व्यावहारिक शहाणपण तुमच्या डॅडींनी, मित्रमैत्रिणींनी मला किमान हज्जारवेळा सांगितलं असेल. मुलांचे फोन हे फक्त 'असेच' हवे असतात का? आणीबाणीत अडकलेले, संकटात सापडलेले? सहज आठवण झाली म्हणून, नवीन काहीतरी इंटरेस्टींग सुचलं म्हणून किंवा काहीही महत्त्वाचं कारण नसताना ममाशी बोलावंसं वाटलं म्हणून आलेले फोन... केवढ्या सुखाचा

सुगंध घेऊन येतात! दुसऱ्या गावात, परक्या देशात मनाभोवती किती हवीहवीशी रूंजी घालतात!... हे फोन प्रकरण थोडं महागडं असतं खरं, पण 'सुखा'चा हिशेब कसा लावणार? एखाद्या अनोळखी शहरात, आसपास प्रचंड वेगळं असं काहीतरी घडत असताना, खूप घाईत असताना किंवा अगदी एखाद्या एकाकी क्षणी माझ्या हॅण्डबॅगमधल्या सेलफोनची 'ओळखीची रिंग' वाजते, तेव्हा शरीर मनातून धावणाऱ्या चैतन्यलहरी कशा मोजणार? सेलफोनच्या बिलावरच्या लठ्ठ रकमेशी त्या 'चैतन्या'चा हिशेब कसा घालणार?... घरापासून दूर असले, की 'त्या' एका क्षणासाठी माझं मन सदैव आतुर असतं.. हॅण्डबॅगमधल्या सेलफोनची रिंग! ती वाजते, त्या क्षणी प्रतिक्षिप्त क्रियेसारखा झडप घालून उचललेला फोन माझ्या कानाशी लागतो... पलीकडून तुमच्यापैकी कुणीतरी माझ्या आठवणीने कळवळून विचारत असतं,

"मम्मा, हाऊ आर यु? कुठे आहेस तू? कशी आहेस?'

... जगाच्या पाठीवर कुठेही असले तरी माझ्या पिलांना माझ्याजवळ घेऊन येणाऱ्या 'त्या एका क्षणा'साठी मी वाट्टेल ती किंमत मोजायला तयार आहे... महत्त्वाचे सेमिनार्स, बिझिनेस मिटींग्ज चालू असताना, गंभीर चर्चा ऐन भरात आलेली असताना 'एक्सक्यूज मी' म्हणत कानाशी सेलफोन लावून मी कित्येकदा मधूनच उठून जाते. कितीही हळू, हलक्या आवाजात बोलायचं म्हटलं तरी माझा आवाज आजुबाजुच्यांना थोडाथोडा ऐकू जातो. आपल्या-आपल्यातलं गुळपिठाचं गुपित तर अनेकदा फुटतं. आधी चक्रावलेले, मग थोडे वैतागलेले लोक मी काय बोलतेय ते कान टवकारून ऐकत राहातात आणि शेवटी हळूच हसायला लागतात. त्यांचं तरी काय चुकलं? दहा हजार मैलांवरून मी आणि आनंदिता एकमेकींशी बोलत असतो. मी तिला सांगत असते, 'नो नो नो. पिंक ड्रेसवर ब्लॅक शूज मुळीच घालू नकोस. व्हाईट विल मॅच बेटर. ते शोध आणि घाल!' किंवा अनेकदा अरूंधतीचा फोन आला की तिला समजवावं लागतं,

'इट्स ओके, फरगेट इट! सगळ्या गोष्टी इतक्या मनाला नसतात लावून घ्यायच्या! होमवर्क झालं का? सोशल स्टडीज्च्या जर्नलमधलं ते पोल्यूशनवरचं क्रॉसवर्ड सुटलं का तुला?'

..मी बोलत राहाते मन लावून,

आणि माझ्या बिझिनेस मिटिंग्जमधले, सेमिनार्समधले लोक आपलं हसू लपवतात. ते बघताना मजा वाटते.

– पण सगळ्यांनाच गप्प रहाणं जमतं असं नव्हे. कुणीकुणी तर वैतागून विचारतातच चक्क!

'तुम्हाला काय वेड लागलंय? कुठल्या ड्रेसवर कुठले शूज घालू हे विचारायला,

आज ऑफिसात काय गंमत झाली ते सांगायला तुझी मुलं तुला परदेशात फोन करतात आणि तू त्यांच्याशी 'होमवर्क' डिस्कस करतेस?... लाँग डिस्टन्स कॉलवर अशा फालतू गप्पा मारतात का कुणी? एअर टाईम कॉस्टस् मनी, व्हॉट अ वेस्ट!'

आपले हे फोन म्हणजे पैशांची उधळपट्टी आहे का?

– असेलही कदाचित!

जगातल्या शहाण्यासुरत्या, व्यवहारी माणसांच्या दृष्टीने उधळपट्टीच का, हा गुर्खपणाच अरोल!

–बट नॉट टू मी,

नॉट ॲट ऑल!

हजारो मैलांचं अंतर एका क्षणात पार करून माझ्यापर्यंत पोचणारा माझ्या मुलांचा आवाज ही माझ्यासाठी एक स्वर्गीय अनुभूती असते.

इटस अ साऊण्ड ऑफ लव्ह!

जीव एकवटून ज्याची वाट पाहावी असा आवाज!

... कधी एखादा टुकार पी.जे. सांगून खळखळून हसणारा, दिवसभराची खबरबात सांगताना उत्साहाने ओसंडणारा, चटकमटक 'गॉसिप'ची गंमत रंगवून खिदळणारा, तर कधी दुखावलं मन ममाजवळ मोकळं करणारा, सल्ला मागणारा, कुशीत शिरून रडणारा!...

महागड्या हॉटेलमधल्या लांबरूंद अलिशान खोलीतला परका, त्रयस्थ, थंडगार अंधार एका क्षणात उजळून टाकण्याची अद्‌भूत जादू असते त्या आवाजात! देशांच्या सीमा पार करून, हजारो मैलांचं अंतर ओलांडून एकमेकांना एकमेकांशी जोडणाऱ्या, 'कशी आहेस तू ममा?' एवढ्या एका प्रश्नाने कुशीत शिरणाऱ्या या सुंदर संवादाइतकं मौल्यवान काय असणार माझ्या आयुष्यात?

...फोनचं बिल?

नॉन्सेन्स!

महागडा आहे का एकूण प्रकार?

असेल!

बट नेसेसरी? अत्यावश्यक?

-येस, ॲटलीस्ट फॉर मी!

-तुम्हाला काय वाटतं?

तुमची,

ममा

....

मुंबई,
फेब्रुवारी ९९

प्रिय अवंतिका,

आत्ताच आनंदिताचे केस विंचरून मी टेबलाशी येऊन बसले आहे. रात्र खूप झालीय. आम्ही अलिबागला आहोत. तिकडे मुंबईत घामट उन्हाळ्याने तुम्ही सगळे हैराण झाला असाल, पण इथे अलिबागला छान गारवा पडलाय. वळीवाच्या सरींनी बाहेर बागेचं रंगरूप बदलून टाकलंय. सुकल्या-कोमेजल्या पानाफुलांना थोडी तरतरी आलीय.

आनंदिताला घेऊन मी बाथरूममध्ये गेले; तर शॉवरमधल्या गार पाण्याने ती एकदम शहारलीच. तरी तिला ममाच्या हातून आंघोळ करायचीच होती. त्या छोट्या पिल्लाला न्हाऊ घालताना मी स्वत:च किती खूष असते, हे तुला माहितीये... अंगाला साबण लावण्याची वाट बघत ती स्वस्थ बसून राहिली की मला तिच्या चेहऱ्यावर एक निराळीच गम्मत दिसते. मग ती साबणाच्या फेसात भरपूर खेळेल... बादलीतलं पाणी चुबकत बसेल... मी थोडी रागावले की मुकाट्याने मला आंघोळ घालू देईल... मऊ मऊ टॉवेलने तिचं अंग पुसताना मला घट्ट बिलगेल. प्रेमाने घातलेली आंघोळ हा लहान मुलांच्या आयुष्यातला सगळ्यात सुखाचा क्षण असावा. मनाला इतका घट्ट, ओला स्पर्श दुसऱ्या कशाने होणार?

माझ्या लहानपणी तुझी आजी मला आंघोळ घालायची, त्या सुंदर आठवणी मी अजून विसरले नाही. ती आंघोळ आठवते... पण तपशील मात्र हरवले आता. माझ्या अंगाला घासून घासून साबण लावणारे 'ते हात' कसे होते? लोण्यासारखे मऊ की आयुष्यभराच्या कष्टाने भेगाळलेले? तांब्याचं घंघाळ असे की प्लॅस्टीकची बादली? –आजच्यासारखे शॉवर्स तर नव्हतेच तेव्हा. मुंबईत येईपर्यंत 'शॉवर' हा प्रकार मी कधी अनुभवलाच नव्हता. तुझी आजी साबण कुठला वापरायची?... नाही आठवत! तो महागडा नसणार' एवढं मात्र नक्की. १९५०-६०-७० अगदी ८०च्या दशकापर्यंत साबणाच्या वड्यांना शॉवर जेलचा पर्याय नव्हताच आपल्याकडे. सुगंधी कागदात गुंडाळलेली चौकोनी वडी; हाच साबण! पण कुठला? लहानपणच्या माझ्या आंघोळीला कुठल्या साबणाचा गंध होता ते आता आठवत नाही... आईच्या हातचं पाणी कढत असे की कोमट? आणि बाथरूम? कोणत्या रंगाच्या टाईल्स होत्या भिंतीवर? तुझ्या आजीकडे टर्कीश टॉवेल होता की साध्या घरगुती पंचानेच ती पुसायची माझं अंग?... यातलं काहीही आता आठवत नाही. खूप प्रयत्न केला आणि वर्तमानातल्या मनाला खेचून लहानपणात ओढून नेलं तर एक धुसर चित्र डोळ्यासमोर उभं राहातं...

दिल्लीमधला कडाक्याचा हिवाळा... मी आंघोळ करून येऊन हीटरसमोर उभी आहे... आई माझ्या उघड्या अंगावर भराभर पावडर शिंपडतेय... हिटरच्या वाफांनी भाजलेल्या टोस्टसारखं झालेलं माझं शरीर पटापट कपड्यात लपेटलं जातंय... एवढं आठवतं! कधी कधी 'त्या टाल्कम पावडर'चा वाससुद्धा येतो...

... मोठेपणी आपलंच मन दरवळून टाकणाऱ्या अशा सुंदर आठवणींवर जगातल्या प्रत्येक मुलाचा हक्क आहे.

... पण तू?

तुझ्या मनात काय असेल?

नुसता विचार केला तरी मला रडू फुटतं...

मी तुला शेवटची आंघोळ घातली, तेव्हा तू जेमतेम पाच वर्षांची असशील. नंतर आपल्या वाटा वेगळ्या झाल्या. आपली घरं; एवढंच काय आपली आयुष्यंसुद्धा वेगवेगळी... अलग झाली.

तुला एकटीला सोडून मी निघून गेले; आणि तुझ्या आयुष्यात 'आई'च्या जागी 'गंगाबाई' आली. तुझे सुंदर, लांबसडक केस तिनेच विंचरले... लाल रिबिनींची फुलं बांधून तिनेच तुझ्या वेण्या घातल्या... ड्रेसिंग टेबलाच्या ड्रॉवरमधून तुझ्या ड्रेसेसना मॅचिंग क्लिपा शोधल्या... तुझे मोजे आणि बूट शोधून दिले. शाळेत जाताना, मैत्रिणींच्या वाढदिवसांना जाताना तुला तयार केलं! तुला न्हाऊमाखू घालणारे हात गंगाबाईचे होते, साबण डोळ्यात गेल्यावर तू रडलीस तेव्हा जवळ घेऊन तुझी समजूत काढणारा आवाज तिचा होता... रोज रात्री झोपताना तू तिच्याकडून गोष्टी ऐकल्यास... तुझ्या बालपणाला आपल्या कवेत घेणारा गंधही तिच्याच शरीराचा! तुझ्या लांबसडक केसातला गुंता हळुवार हातांनी गंगाबाईने सोडवला... सायकल शिकताना तुझी ढोपरं फुटली तेव्हा तिनेच तुला जवळ घेतलं... तिच्याच पदराने तू डोळे पुसलेस... तापाने फणफणून तू अंथरूणाला खिळलीस तेव्हा तुझ्या कपाळावरून काळजीने फिरणारा हात गंगाबाईचा होता...

...तरीही तू तक्रार केली नाहीस.

एकदा... एकदाही नाही.

'ममा कुठेय माझी? ती का येत नाहीये?' म्हणून रडून धिंगाणा घातला नाहीस.

एखाद्या विकएण्डला तू माझ्याबरोबर राहायला यायचीस; तेव्हाही कधी तक्रार केली नाहीस. ममाचा हात सोडून आपल्याला पुन्हा 'आपल्या' घरी... गंगाबाईकडे जायचंय हे माहीत असून कधी डोळ्यात पाणी आणलं नाहीस... आलीस, माझ्या एकलकोंड्या आयुष्यात आनंदाचे क्षण विखरून शांतपणे पुन्हा

निघून गेलीस...

तू लहान असताना आपण असे कधीमधी भेटलो. तेवढाच सहवास ... आणि तेवढेच लाड! यापलीकडे तुझ्या लहानपणात ममा नव्हतीच... पण तू कधीही मला आरोपीच्या पिंजऱ्यात उभं केलं नाहीस. अपराधी वाटू दिलं नाहीस.

एकच गोष्ट सच्ची होती... तुझं निरपेक्ष प्रेम! माझा हात सोडून गंगाबाईबरोबर निघून जाताना तुझ्या पाणावल्या नजरेत मला एकच गोष्ट सदैव दिसली...

– प्रेम!

कसले आरोप नाहीत, प्रश्न नाहीत, हट्ट नाहीत! तुझा कसलाही अपराध नसताना मी तुला दिलेली क्रूर शिक्षा तू हसऱ्या चेहेऱ्याने स्वीकारली होतीस. एकटेपण सोसायला शिकली होतीस.

तुझ्या-माझ्या आयुष्यातल्या त्या हरवल्या क्षणांच्या आठवणी आजही मला कासावीस करतात.

... मग मी तो सारा हरवला आनंद शोधत राहाते.

ड्रेसिंग टेबलच्या आरशासमोर तू हट्टाने माझ्या पुढ्यात येऊन बसतेस. जाड दातांचा कंगवा तुझ्या पिंगट सोनेरी केसातून फिरवला की खूष होतेस... खूप बडबड करतेस..

जणू काही मिनिटांपूर्वी अलिबागच्या या घरात माझ्यासमोर बसलेली आनंदिताच!

तिच्या केसांचा स्पर्श तुझ्याहून निराळा आहे, तिचं हसू तुझ्यापेक्षा वेगळं आहे; आणि तरीही ती तूच असतेस... माझ्या काळजाचा तुकडा! माझी लाडकी लेक!

ममावर पूर्ण विश्वास टाकून नि:शंक बसलेली, लाड करून घेणारी, गुरगुटून मिठीत येणारी, झोपाळू डोळ्यांनी कुशीत शिरणारी...

मिटल्या डोळ्याआड आनंदिताच्या जागी तूच दिसतेस मला... पण मग सोसवत नाहीत त्या वेदना. म्हणून मी टक्क उघडे ठेवते डोळे. आनंदिताच्या जागी तुला पाहिलं; तरी तुझे-माझे हरवले क्षण पुन्हा परतून येणार नाहीत, हे कसं विसरू मी? ... मग जळतच राहातं मन आणि माफही करत येत नाही स्वत:ला.

तरीही आठवतात तुझ्या-माझ्यातले आनंदाचे क्षण. भूतकाळातल्या दु:खापेक्षा वर्तमानातला आनंद अधिक फुलतो-बहरतो आहे, तो अधिक मौल्यवान आहे, हे जाणवतं आणि दिलासाही वाटतो थोडासा.

पण 'ते' दिवस?

हरवले... हरवलेच!

त्यांचा शोक अखंड ठिबकत राहातो मनाच्या पडद्याआड आणि तुझी

दुखावली ममा तुझ्याकडे अपेक्षेन पाहात राहाते..

तिला वाटतं, आपली लाडकी लेक क्षमा करील का आपल्याला?

तुझी,
ममा

....

कलकत्ता
जानेवारी ९९

प्रिय मुलांनो,

तुमच्या-माझ्यामधली ही गंमतशीर अदलाबदल नक्की कधी होते विचारलंत, तर कदाचित नाही सांगता येणार; पण आपल्यामध्ये ही 'गंमत' घडते, हे अगदी नक्की! कळतंय...? कशाबद्दल बोलतेय मी?... रोल रिव्हर्सल! कधी कधी मला अशी हुक्की येते की लहानाहून लहान व्हावंसं वाटतं. कधी 'मोठेपणा'चं वलय इतकं बोचतं, काचतं; की वाटतं कुणाच्यातरी मांडीवर डोकं ठेवून छोटुल्या बाळासारखं निवांत झोपून जावं...

तुमच्याही येतं लक्षात. ममा कंटाळलीय, वैतागलीय, त्रासलीय; मग काही न बोलता हळूच तुमच्यापैकी कुणीतरी हात पसरून मला कुशीत घेतं. मी अगदी बाळ होते... तुमच्या मिठीत शिरते... तुम्हाला 'ममा' म्हणून हाकसुद्धा मारते... माझ्या नेहमीच्या रूबाबदार, अधिकारयुक्त आवाजातला हळवा कंप माझा मलाच जाणवतो. खांदे पडले आहेत, मानेचा कोन खचला आहे, शरीरातला नेहमीचा ताठपणा जरा आक्रसला... सुरकुतला आहे हेही कळतं.

माझं मन थाऱ्यावर नसलं, की बहुतेकदा असं होतं. कधी कामाचा ताण, इतर वैताग, त्रास, कटकटी, कधी मनाला वेटाळून राहाणारं एखादं चुकार फ्रस्ट्रेशन... हे सगळं तुम्हाला माझ्या चेहेऱ्यावर दिसतं. सुजलेले डोळे, पडलेला मलूल चेहरा.. मावळलेलं हसू! – अशी ममा तुमच्यापैकी कुणालाच बघवत नाही... मग तुम्ही पुढे येता, माझी आई होता, मायेची पाखर घालून मला कुशीत घेता ...मलाही त्याक्षणी तेच हवं असतं.

...मग आपली पावलं नकळत माझ्या बेडरूमकडे वळतात. तुमच्यापैकी कुणीतरी माझा हात धरून मला बिछान्याकडे घेऊन जातं. हलक्या हाताने तुम्ही पडदे ओढता, गारेगार अंधारात माझ्यासाठी मऊ गुबगुबीत उशांची चळत रचता, मला झोपायला लावता आणि शेजारी लवंडून मला कुशीत घेता. मग

थोडावेळ आपण टी.व्ही पाहतो... कधी डोळा लागला हे मला कळतसुद्धा नाही.

...जाग आल्यावर जरा फ्रेश होऊन बाहेर यावं तर तुमच्या नजरेतली काळजी मला स्पष्ट दिसत असते.

'झाली झोप? कशीयेस तू ममा? ताप आलाय? तुला काही हवंय? पाणी? चहा घेतेस थोडा? किंवा ज्युस? डॉक्टरांना फोन करू का?'

...पुढे प्रश्नही सुचत नाहीत, मग आपल्या मांडीवर हात थोपटत तुम्ही मला म्हणता,

'झोप अजून थोडीशी. तुला बरं वाटेल ममा.'

तुमच्या मांडीवर डोकं ठेवून निजण्याचं सुख माझ्या डोळ्यांवर सायीसारखं दाटून येतं... माझ्या केसातून तुमची बोटं फिरत असतात ... माझी अपार काळजी करणाऱ्या, जीव लावणाऱ्या अबोल प्रेमाचे ते सुंदर क्षण आठवणींच्या झुल्यावरून मला माझ्या बालपणात घेऊन जातात... अशाच एखाद्या दुपारी पडदे ओढून अंधार केलेल्या बेडरूममध्ये माझ्या केसातून हात फिरवत मला कुशीत घेऊन झोपलेली आई आठवते. तिच्या म्हातारपणात तिलाही असं प्रेम हवं असणार... तिलाही आपल्या लेकीच्या मांडीवर डोकं ठेवून झोपावंसं वाटत असणार; पण खरं सांगते, मी खूप कमी पडले. उलट आपली आई अशी गरीब बिच्चारी का दिसते, रात्रंदिवस चिडचिड्या चेहऱ्याने का वावरते, लहान बाळासारखी काय वागते म्हणून त्या काळात मी आदळआपटच जास्त केली. आई ही नेहमी 'आईच' असावी.. खंबीर, खमकी असावी, तिने आपल्या सगळ्या जबाबदाऱ्या इतक्या वर्षांच्या सरावाने नीट निभावून न्याव्यात असा माझा हट्टच असे. पुढे आईचं आजारपण वाढलं, तेव्हा आपली आई आता 'रॉक ऑफ जिब्राल्टर' सारखी खमकेपणाने आपल्यामागे उभी राहू शकणार नाही, हे शहाणपण मी शिकले. आयुष्यभर आम्हा मुलांची काळजी वाहून, आमच्यासाठी कष्ट उपसून थकलेल्या आईला आता आपणच पोटच्या मुलीसारखं सांभाळायला हवं हे मला जाणवलं; पण तोवर खूप उशीर झाला होता.

... जेव्हा मी आपल्याआपल्यात नात्यांची अदलाबदल करते; तेव्हा मला एकच गोष्ट हवी असते– माझी आई! साऱ्या काळज्या विसरायला लावणारा तिचा आश्वासक स्पर्श! अशा स्पर्शाचा हात तुम्ही माझ्या कपाळावर ठेवता; तेव्हा सगळं मिळतं मला... अपार, अनंत सुख! माझे खूप लाड होतात मग, ॲन्ड आय फील सो वण्डरफुल!

कधीकधी मी पेचात सापडते. न सुटणाऱ्या विचित्र गुंत्यात अडकते... आणि हतबल होऊन तुमच्याकडे वळते... माझ्या चेहऱ्यावरचं 'आता काय करू?' हे प्रश्नचिन्ह तुम्ही कोण जाणे कसं ओळखता, पण पुढच्याच क्षणी

माझ्या प्रश्नाला किमान एक उत्तर नक्की मिळतं. एखादा व्यावसायिक निर्णय असो, की व्यक्तिगत गुंता, अत्यंत मनापासून, प्रामाणिकपणाने, तळमळीने माझे प्रश्न सोडवण्याकरता तुम्ही पुढे येता. कधीकधी तर गुंता फारच किचकट असतो. पैशांचे क्लिष्ट व्यवहार, पाळता न येणाऱ्या आणि म्हणून जीव खाणाऱ्या डेडलाईन्स, चक्रावून टाकणारी प्रवासाची वेळापत्रकं... असल्या प्रकरणात मी अडकले की तुमच्याकडे वळते - सल्ल्यासाठी! माझ्या हिताचा जास्तीत जास्त विचार करूनच तुम्ही तुमचं उत्तर द्याल, याची मला खात्री असते. गंमत म्हणजे, अनेक गोष्टीत तुम्हाला शून्य अनुभव आहे हे ठाऊक असून आणि तुमचा सल्ला व्यवहारात वापरणं शक्य होणार नाही याची कल्पना असूनही मी माझे प्रश्न तुम्हाला विचारते, तुमच्याशी चर्चा करण्याकरता हटकून वेळ काढते. तुमचं म्हणणं ऐकून घेणं मला आवडतं, महत्त्वाचं वाटतं हे जितकं खरं; तितकंच हेही खरं की शेवटी मला जे योग्य वाटेल तेच मी करते.... तरीही तुमचा फीडबॅक मला हवा असतो.

डु यु नो व्हाय?

– आय ॲम शुअर यु डू !

तुम्ही जे सांगता ते थेट 'आतून' आलेलं असतं... तुमच्या मनातून! त्यात सल्ला देऊन माझ्यावर उपकार करत असल्याचा आव नसतो... मला काय आवडेल याचा धूर्त अंदाज घेऊन माझी खुषमस्करी करण्याची तुम्हाला गरज नसते... आणि दोन पर्यायांची चर्चा चाललेली असताना तिसरंच काहीतरी उकरून काढून मला चौथ्याच दिशेने भरकटवण्यात तुमचा काय स्वार्थ असणार?

– जोरदार थप्पड लगावून भानावर आणणारा तुमचा स्पष्टवक्तेपणा तर मी कित्येकदा सोसलाय. त्या त्या वेळी मला मुळीच न पटलेल्या तुमच्या म्हणण्यावर आपल्या घरात कडाडून वाद झाले. अजूनही मी तुमच्याशी तावातावाने भांडते 'तुमचं म्हणणं मला मुळीच पटत नाही' म्हणून आकाशपाताळ एक करते. पण बहुतेकवेळी तुम्ही शांत असता. आपला हेका सोडत नाही, आपल्या मताला थोडीसुद्धा मुरड घालत नाही. उलट खांदे उडवून म्हणता,

'हे बघ, तुला काय करायचं ते तू ठरव. इट्स अप टू यु ममा, पण तू विचारत होतीस, म्हणून सांगितलं.'

परस्परांमधल्या अजोड विश्वासाचे हे धागे कसे आकार घेत असतील, कोण जाणे!

तुम्ही कळवळून जे जे काही सांगत असता, त्यातल्या अस्सलपणाची झळाळी मला नेहमीच मोह घालते. तुमचं म्हणणं मी ऐकलं किंवा सरळ धुडकावून लावलं तरी त्यातल्या खरेपणाचा झळाळ लपत नाही. आपल्यात वाद

होतात, भांडणं पेटतात तेव्हाच खरं म्हणजे खरी मजा येते.

काही काही गोष्टीत मी प्रचंड हट्टी, हेकट आहे हे तुम्ही बरोबर ओळखून आहात... त्यातल्या एखाद्या पट्ट्यात मी शिरतेय, आता वाट्टेल ते झालं तरी मी माझ्याच म्हणण्याला चिकटून राहाणार, हे आपलं भांडण सुरू होण्याच्या कितीतरी आधी तुम्हाला समजतं... मी मात्र तळमळून दिलेल्या तुमच्या सल्ल्याला काडीची भीक न घालता मला करायचं तेच करते; आणि नंतर अर्थातच पस्तावत राहाते. समोरच्या माणसाला 'ओळखण्यात' मी तशी पटाईत आहे... प्रिटी गुड अॅट सायझिंग अप पिपल!... पण तरीही मी अनेकदा घोडचुका केल्या आहेत, आपटी तर अनेकदा खाल्लेली आहे.

एखाद्याविषयी अतिशय उत्साहाने, कौतुकाने बोलत मी घरी आले, की तुम्ही सगळे गालातल्या गालात हसत असता... खोदून खोदून विचारलं तर हळूच म्हणता,

'ममा... थांब जरा. टेल अस अबाऊट इट अ फ्यू मंथस् फ्रॉम नाऊ... तेव्हा बघू.'

...तरीही माझं कौतुकपुराण संपत नाही, उत्साह ओसरत नाही.

...अखेर दिवस भरतात आणि अपेक्षाभंगाचा एखादा जोरदार दणका खाऊन माझं मत पार बदलून जातं.

'बघ... आम्ही तेव्हाच तुला सांगत होतो.'

– नेमक्या क्षणी हा आणखी एक धपाटा खाणं मग मला भागच असतं.

कधी कधी असे धक्के खाण्यातही मजा असते. पुढे नक्की काय होणार आहे, कोण कसं वागणार आहे, हे ज्याला त्याला आधीच अगदी बिनचूक ओळखता यायला लागलं तर जगण्यातला चार्मच संपून जाईल. विश्वासघाताचा चटका बसतो, कुणाकडून तरी आपण फसवले गेलो याच्या वेदना होतात; पण त्यातूनच आपण शहाणपण शिकत असतो हे कसं विसरता येईल? माझ्याही आयुष्यात अर्थातच असे क्षण आले... तुमचं म्हणणं धुडकावलं. त्याच्याही काही ठेचा खाल्ल्या.. पण आत्ता या क्षणी कशाहीबद्दल माझ्या मनात पश्चातापाची भावना नाही.

माणसं ओळखण्यात, परिस्थिती जोखण्यात मी कमी पडले असेन, तुमच्या 'वॉर्निंग्ज' न मानल्यामुळे धडपडले असेन...

सो व्हॉट?

मी आहेच तशी. हेकट आणि कधीकधी थोडीशी पोरकटसुद्धा!

– आत्ताही मी उगीच पीळ मारतेय असं वाटत असेल तुम्हाला; तर तसं स्वच्छ सांगून टाका.

– अर्थात, ते तर तुम्ही सांगालच! त्याकरता माझ्या परवानगीचा प्रश्न कुठे येतो... ? नं?

मी अशी काहीतरी पोरकट बडबड करण्याच्या मूडमध्ये असले; की अरूंधती वैतागते हे मला ठाऊकेय. बट इट्स ओके अरूंधती. इव्हन ममाज् कॅन बी बेबीज् समटाईम्स...

तुमची,

ममा

....

मुंबई

मार्च ९९

प्रिय मुलींनो,

एके दिवशी आपण बोलत बसलो होतो. गप्पांच्या ओघात अगदी सहज माझ्या 'टीनएज'चा विषय निघाला. त्या वयातल्या माझ्या पहिल्यावहिल्या प्रेमाबद्दल बोलता बोलता कुणीतरी आश्चर्याने म्हणालं,

'टीनएज क्रश? माय गॉड ममा, तू बारा-तेरा वर्षांची असताना.. इतक्या जुन्या काळात मुली खरंच प्रेमाबिमात पडायच्या?'

– क्षणभर माझा श्वासच थांबला.

इतक्या 'जुन्या' काळात?

हरवून गेलेल्या दिवसांची वेदना काळजात उठली खरी, पण क्षणार्धात तारूण्याच्या उंबरठ्यावरचे माझे ते फुलपंखी दिवस नजरेसमोर उभे राहिले. सगळं अगदी काल घडलं असावं, इतक्या ताजेपणाने मनात उसळून, उमलून आलं.

आमच्या घरासमोर, रस्त्यापलीकडे राहाणाऱ्या एका देखण्या फुटबॉलपटूवर इम्प्रेशन मारण्यासाठी मी माझ्या आयुष्यातले पहिले हाय हिल सॅण्डल्स हट्टाने खरेदी केले... तेव्हा मी फक्त पंधरा वर्षांची होते... खरं वाटतं?

तो.

माय फर्स्ट लव्ह!

येस गर्ल्स, पिपल डीड हॅव क्रश इन माय टाईम... इतक्या जुन्या काळात तरूण मुली खरंच प्रेमात पडायच्या.

आहा ऽऽऽ ... माझे ते हाय हिल सँडल्स! पहिलं प्रेम संपून गेलं; तरी नंतर खूप दिवस टिकले... स्वच्छ पांढऱ्या रंगाचं मऊ लेदर ... पावलाकडे निमुळता

होत गेलेला स्टायलीश रूबाब ... आणि तब्बल अडीच इंच उंचीची टाच!

– ते सँडल्स अजून आठवतात, कारण त्या काळात आईबाबांच्या मागे लागून असल्या भलत्या वस्तू विकत घ्यायच्या म्हणजे मुसीबतच होती. केवढे वादविवाद, केवढं प्लॅनिंग ... किती हट्ट!

'उगीच वाट्टेल ते नखरे करू नकोस. नखाएवढी नाही झाली पोरटी, न् म्हणे हाय हिल्स हवेत!'

– इथूनच आईने... म्हणजे तुमच्या आजीने ठाम विरोधाची सुरूवात केली होती. ती बिचारी साधीसुधी, मध्यमवर्गीय, संसारी बाई. गिरगावच्या 'नवयुग' या प्रसिद्ध दुकानात मिळणाऱ्या सपाट टाचांच्या, भल्याभक्कम चपलांखेरीज तिने जन्मात दुसऱ्या कशात पाऊल सरकवलं नव्हतं.. तिला माझी 'हाय हिल्स'ची क्रेझ कशी समजावून घेता येणार? वर्षानुवर्ष वापरूनही जशाच्या तशा राहाणाऱ्या आईच्या चपला हे एक आश्चर्यच होतं. शेवटी शेवटी तर ती घराबाहेर पडेनाशीच झाली. त्यामुळे 'नवयुग' मधून आणलेल्या तिच्या त्या टिपीकल चपलांचा बॉक्स तिच्या बेडरूममधल्या एका लाकडी शेल्फच्या खालच्या कप्प्यात पडून असे. आईजवळ असे दोन-तीन जोड होते... फारशा आकर्षक नसलेल्या, स्वस्तातल्या, पण उत्तम काम करणाऱ्या चपला!

ज्याचा काही उपयोग नाही अशा एकाही वस्तुला तुमच्या तुमच्या आजी-आजोबांच्या आयुष्यात जागा नव्हती. जे अत्यावश्यक आहे ते हवं, बाकी निव्वळ चैनचंगळीसाठी असलेल्या वस्तुंवर फुली! युसलेस! या मुद्द्यावरून तेव्हा माझे सारखे खटके उडत. ज्यासाठी मी हट्टाला पेटले होते, त्यातल्या अनेक गोष्टी निरूपयोगी होत्या हे खरं... पण विशिष्ट वयात अशा 'निरूपयोगी वस्तुं'मधल्या आनंदाची खुमारी काय सांगावी?

ते 'हाय हिल' प्रकरण म्हणजे माझ्यासाठी केवळ सॅण्डल्स नव्हते. तो होता प्रारंभ... आई-बाबांची, घरातल्या रितीरिवाजांची उघड अवज्ञा करून स्वत:ला हवं तेच करण्याचा!

माय वे ऑफ सेईंग, आय हॅव ग्रोन अप! आय कॅन मेक माय ओन डिसीजन्स!

वाढत्या वयाबरोबर आपल्या लेकीला स्वतंत्र मतांची हट्टी, आग्रही शिंगं फुटू लागली आहेत; याची जाणीव माझ्या आईला नक्की झाली असणार. खरं तर त्या जाणीवेनेच ती बिचारी हादरली होती.

तोवर मी कोणते कपडे घालायचे, कोणत्या चपला वापरायच्या हे ठरवण्याचा अधिकार एकट्या आई-बाबांकडे होता. मला काय आवडतं, हे कधीही कुणी विचारीत नसे. त्यांनी माझ्यासाठी विकत आणलेले कपडे मी वापरायचे. ही रीत

होती. तुमच्या मावशा आणि मामा काही बोलत नसत, पण मी मात्र लहानपणापासूनच माझं मत नोंदवायला सुरूवात केली होती. ते कुणी ऐकत नसे ही गोष्ट वेगळी; पण मला अजिबात न आवडलेला फ्रॉक घालताना मी पुरेसा निषेध नोंदवून, रडून, रूसून माझी आवडनिवड पुढे रेटण्यासाठी धडपडत असे.

माझ्या लहानपणी 'नॉयलॉन' ही सगळ्यात लेटेस्ट फॅशन होती. आता नायलॉनच्या नावाने तुम्हाला ओकारी येईल; पण तेव्हाची जादू काय सांगू? १९५० आणि १९६० च्या दशकात जगभरात नॉयलॉनचं जबरदस्त वेड होतं... त्यापाठोपाठ पॉलीएस्टरची चलती सुरू झाली.

माझ्या अकराव्या वाढदिवसासाठी मला नायलॉनचा फ्रॉक हवा होता... हवाच होता. त्यासाठी खाणंपिणं बंद करून उपोषण... अगदी सत्याग्रहसुद्धा करण्याची माझी तयारी होती. माझ्या वर्गातल्या श्रीमंत पारशी मुली नायलॉनचे सुंदर सुंदर फ्रॉक घालत. ते कुठे मिळतात, किती महाग असतात वगैरे विचार करण्याची अक्कल नव्हती... पण एवढं आठवतं, की त्या सुंदर गुलाबी फ्रॉकसाठी मी वाट्टेल ते करायला तयार होते. पातळ, पारदर्शन नायलॉनच्या भरपूर चुण्या... समुद्राच्या लाटालाटांसारख्या कमरेभोवती गोलाकार लहरणाऱ्या फ्रिल्स... खाली लावलेली सुंदर जाळीची लेस... डिझाईनची स्पेशल बटणं आणि छातीवर समोर लटकावलेला दिमाखदार बो! असे फ्रॉक घालून मिरवणाऱ्या माझ्या पारशी मैत्रिणी स्वत:वर भलत्याच खूष असत. त्यांचा फ्रॉक कधीही मरगळून, चुरगाळून त्यांच्या गुढग्यांना चिकटत नसे. कमरेभोवतीच्या फ्रिल्स कायम वाऱ्यावर उडत. चहाच्या किटलीवर ठेवायच्या टिकोझीसारखा फ्रॉक कायम फुललेला असे. त्या मुली इंग्लंडहून आणलेल्या बाहुलीसारख्या नाजुक, सुंदर दिसत.

'तस्साच फ्रॉक' मला हवा होता. वाढदिवसाच्या दिवशी त्या फ्रॉकच्या चुण्या वाऱ्यावर फलकारत मी अख्ख्या शाळेत मिरवणार होते.

वाढदिवसाच्या खूप दिवस आधीच मी माझी मागणी नोंदवून टाकली. आश्चर्य म्हणजे बाबा रागावले नाहीत. खरं तर माझा हा हट्ट पुरवणं त्यांच्यासाठी तसं अवघडच होतं. आठ वर्षं दिल्लीत राहून अख्ख्या कुटुंबकबिल्यासह बाबा नुकतेच मुंबईत आले होते. लांब कुठेतरी घाटकोपरच्या एका तात्पुरत्या जागेत आम्ही राहात होतो. नवीन नोकरी, तुटपुंजा पगार आणि मोठ्या कुटुंबाची जबाबदारी! तरीही त्यांनी त्यातून वेळ काढला. इकडून तिकडून पैसे जमवले आणि माझ्या स्वप्नातला तो फ्रॉक, शोधण्यासाठी दुकानामागून दुकानं पालथी घालायला सुरुवात केली. अखेर दादरच्या एका दुकानात बाबांना 'तसा' फ्रॉक सापडला आणि गंमत म्हणजे खरेदी करण्यापूर्वी एकदा 'माझी पसंती' विचारावी, म्हणून बाबा मला घेऊन त्या दुकानात गेले. मी उत्सुकतेने तो फ्रॉक बघितला

आणि काहीशा नाराजीनेच 'हो' म्हटलं. फ्रॉक मला हवा तसा नायलॉनचा होता. गुलाबीच होता. फ्रॉकच्या कडांना मला आवडणारी पांढरी लेससुद्धा होती. पण हातात धरल्यावर काही केल्या फ्रॉकचा गुब्बारा फुलेना. नाराज, निराश असल्यासारख्या सगळ्या चुण्या आणि फ्रिल्स माना टाकून लोंबत होत्या. शाळेतल्या पारशी मैत्रिणींचे फ्रॉक कसे फुलतात, आणि हा फ्रॉक असा मरगळलेला का; हे कोडं काही केल्या मला उलगडेना. शेवटी माझं अज्ञान नीट झाकून दोन मैत्रिणींना मी सहज फुलणाऱ्या फ्रॉकचं रहस्य विचारलं. त्या म्हणाल्या, 'अगं सोप्पंय! फ्रॉकच्या आत बकरम घालायचा, की झालं!

आता आली का पंचाईत! 'बकरम म्हणजे काय, हे कुठे कुणाला ठाऊक होतं?

– पण मी जिद्दीलाच पेटले होते. शेवटी काढलं शोधून. 'बकरम' म्हणजे भरपूर स्टार्च घालून एकदम कडक, कुरकुरीत केलेला भरपूर चुण्या-चुण्या असलेला पेटीकोट! अंगात घातला की बॅलेरिनाच्या घोळदार टुटुसारखा सरळच्या सरळ राहिला पाहिजे. पण सुळसुळीत, झुळझुळीत नायलॉनच्या आत जाड पुठ्ठ्यापेक्षाही कडक असलेलं हे 'बकरम' प्रकरण घालून बसायचं कसं?

हाऊ वुड एनीबडी सीट?

– सिंपल! यु डीडन्ट!

त्या काळातल्या फॅशनेबल मुली अख्खा दिवस दिवस असले कपडे घालून मिरवत; पण क्षणभर खुर्चीला बुड टेकेल तर शपथ! त्यांच्या त्या रूबाबदार स्टाईलचं मला भारी आकर्षण होतं. उभंच्या उभं राहून पायांचे तुकडे पडले तरी चालेल; पण आपल्याला त्या मुलींसारखं मिरवता आलं पाहिजे, असं मला वाटे.

... शेवटी एकदाचा नायलॉनचा फ्रॉक घरी आला.

पण एवढ्यावर प्रकरण संपलं नव्हतं.

अजून 'बकरम' आणायचा राहिलाच होता. मग त्याला स्टार्च करायचं. मग तो फुलून कडक होणार आणि मग मी फ्रॉक घालून शाळाभर झोकात मिरवणार!

- पण कुठलं काय?

शेवटी सगळा बेत फसला.

बकरम नाही. टीकोझी स्कर्ट नाही.. मनातून खट्टू होत मी मुकाट्याने साध्याच पेटीकोटवर तो मरगळलेला, मान टाकलेला फ्रॉक घातला. आता नखरे केले आणि एवढ्या कष्टाने आणलेला एवढा महागडा फ्रॉक घातला नाही तर बाबा रागावतील याची पक्की खात्री होती म्हणून; एरवी मी त्या तसल्या फ्रॉककडे ढुंकूनसुद्धा पाहिलं नसतं.

पुढे पुष्कळ दिवसांनी मला माझा पहिलावहिला बकरम मिळाला. तोवर

तांदुळाचं पीठ शिजवून घरच्या घरी कपडे स्टार्च करण्याचं कसब मी शिकून घेतलं होतं. नंतर मात्र पारशी मुलींच्या नाकाला मिरच्या झोंबतील इतक्यांदा कडक, कुरकुरीत फ्रॉक घालून मी शाळेत मनसोक्त मिरवून घेतलं.

थोड्याच दिवसात अचानक बकरम जुनाट ठरले, आणि नव्या पेटीकोट्सची फॅशन आली. मग पोचे आलेल्या अॅल्युमिनियमच्या भांड्यात शिजवलेल्या चिकट स्टार्चची छुट्टी करून स्वयंपाकघराच्या बेसीनमध्ये भिजत घातलेल्या कपड्यांच्या ढिगाला रामराम ठोकला. पण तोवर 'स्टार्च'च्या वेडामुळे मी खूप मिरवूनही घेतलं होतं. आणि परात चिक्कार बोलणीही खाल्ली होती.

पंधराव्या वर्षी हट्टाने खरेदी केलेले माझे पांढरे हाय हिल सॅण्डल्स म्हणजे आज तुम्ही ज्याकरता आकाशपाताळ एक करता ते डिझायनर्स शूज! दोन्हीच्या किंमतीत शंभराहून जास्त पटीचा फरक पडला असला; तरी त्यामागच्या तारूण्याच्या, स्वातंत्र्याच्या, कल्पना बदललेल्या नाहीत. हाय हिल्सचा हट्ट धरून बसलेल्या लेकीच्या आकांडतांडवापुढे वैतागून माझ्या आईने हात टेकले होते, आज तुम्ही 'एअर रिबॉक शूज'साठी माझा पिच्छा पुरवता तेव्हा माझ्याही कपाळावर वैतागाची तीच... तशीच आठी उमटते. मी माझ्या आईशी जसा वाद घातला होता, तसाच तुम्ही माझ्याशी घालता. तेच शब्द ... तोच युक्तीवाद... तीच 'स्वातंत्र्या'ची अनावर उर्मी... तोच उद्धट आक्रस्ताळेपणा!

आता वाटतं, माझे ते पांढरे सॅण्डल्स जपून ठेवले असते तर बरं झालं असतं.

जुने झाले, तुटले, फाटले; तरी ते नुसते 'सॅण्डल्स' कुठे होते?

माझ्या पहिल्या वहिल्या स्वातंत्र्याचं ते प्रतिक... मी कुठे टाकलं कोण जाणे!

हे सगळं तुम्हाला सांगितलंय खरं, बट लिसन...

बेटर यु फरगेट!

नाहीतर पुढच्या वेळी 'नायके'च्या शूज्ची महागडी मागणी माझ्यासमोर येईल. मग मी नेहमीसारखी चवताळून तुमच्यावर उखडेन... आणि तुम्ही माझीच वाक्यं मला ऐकवून वर मलाच स्वातंत्र्याच्या गोष्टी शिकवाल...

तुमची,

ममा

....

मुंबई
मे ९९

प्रिय अरूंधती,

तू हायस्कूलला गेलीस... 'सिनियर' म्हणून तुझी नवी टर्म सुरू होण्याआधीच्या रात्री आपण तुझ्या लंच बॉक्सबद्दल बोलत होतो. आठवतं? रात्रीची जेवणं झाल्यावर थोडं रोस्टेड चिकन उरलं होतं.. मी म्हटलं, सकाळी चिकन सॅण्डवीच घेऊन जा डब्यातून; तर एकदम मान हलवून तू म्हणालीस,

'नो ममा! नो नॉनव्हेज इन माय लंचबॉक्स. मी नाही नेणार!'

मला धक्काच बसला

तू? आणि चिकनला 'नाही' म्हणतेस?

सकाळी-दुपारी-संध्याकाळी-रात्री येताजाता कधीही, कुठेही चिकनवर तुटून पडणारी मुलगी; 'चिकन सॅण्डवीच' नको का म्हणते?

'पण झालं काय? तुला तर चिकन इतकं आवडतं? – मी आश्चर्याने विचारलं, तर गंभीर चेहरा करून म्हणालीस,

'अगं ममा, माझ्या क्लासमधल्या खूप मुली नॉनव्हेज खात नाहीत. त्यांना माझ्या डब्यातल्या चिकनच्या वासाने मळमळत नसेल का?'

– क्षणभर काय बोलावं तेच मला सुचेना. माझी इतकी छोटी लेक दुसऱ्यांच्या भावनांचा इतका खोल विचार करते आणि त्याकरता आपली अत्यंत आवडती वस्तू सोडायला तयार होते; हे ऐकून माझ्या डोळ्यात पाणीच आलं. मोठ्या शहाण्यासुरत्या माणसांनाही जे जमत नाही, ते तू किती सहज आत्मसात केलं होतंस! ...आणि मी? शाकाहारी लोकांच्या भावनांची पर्वा न करता, त्यांच्या शेजारी बसून खरपूस वासाच्या फिश करीवर अनेकदा ताव मारला असेन. मटणाच्या डीशमधली चविष्ट बोन्स डोळे मिटून सुखाने चोखली असतील. ज्यावर तू इतका सुंदर विचार करू शकलीस, ते माझ्या कधी लक्षातही आलं नाही. तुझ्या एका मैत्रिणीने घरून आणलेल्या 'लॅम्ब करी'चा मोह तू कसा टाळलास, तेही तू मला बोलता बोलता सांगितलंस. म्हणालीस, 'बाकीच्या व्हेजिटेरियन मुली इतके विचित्र चेहरे करून उभ्या होत्या ना, की लॅम्ब करी चाखून बघावी असं मला वाटलंच नाही. आय कुड नॉट पॉसीबली एन्जॉईड् द करी. सो आय वेन्ट अवे टु प्ले बास्केटबॉल!'

– कधी कधी लहान मुलं मोठ्यांना शहाणपण शिकवतात, वागण्याची रीत समजावतात ती अशी! 'शाळेत बाकीच्या मुली लंच बॉक्समध्ये जे आणतात, त्यापेक्षा खूपच वेगळं काहीही माझ्या लंचबॉक्समध्ये देऊ नकोस, असंही त्या रात्री तू मला बजावलंस. तुझ्या वयातल्या मुलांना स्वत:चा तोरा मिरवण्याची

किती हौस असते, ते मला माहिती आहे. ही मुलं इम्पोर्टेड चॉकलेटशिवाय दुसऱ्या कश्शाला हात लावत नाहीत. 'वी हेट इंडियन चीज' अशी फुशारकी मारून आपल्याकडचं दही-दूध-लोणी-चीज सगळं कसं परदेशातूनच येतं हे मोठ्या अभिमानाने सांगतात.

– थँक गॉड, असल्या खोट्या बढाया मारण्यात तुला काडीचाही रस नाही. 'वर्गातली सगळी मुलं जे खातात, तेच मला दे,' असं तू सारखं मला सांगत असतेस. एकदा मी सहज तुला विचारलं,

'पण चेंज म्हणून आठवड्यातून एकदा वेगळा डबा न्यावासा तुला वाटत नाही का?'

तू म्हणालीस,

'नो. बिकॉज वी शेअर अवर फूड. आम्ही सगळे एकत्र डबा खातो. माझ्या डब्यात तू एकदमच वेगळं काहीतरी दिलंस आणि काही मुलींना ते कधीच खायला मिळत नसेल, तर त्यांना वाईट नाही का वाटणार? इट वुड मेक देम फील सो बॅड!'

– सतत दुसऱ्याच्या मनाचा विचार करणं आणि त्यासाठी स्वत:चे छोटे छोटे आनंद गमवायला तयार असणं हे तू कुठे शिकलीस बाळा?

आई म्हणून याचं श्रेय मला आहे का?

नक्कीच नाही.

हा गुण तू स्वत:चा स्वत: मिळवलास, जपलास, वाढवलास, शिकत शहाणी होत गेलीस याबद्दल खरंच तुझा फार अभिमान वाटतो.

आपल्या खाण्यापिण्याच्या सवयींचा अनेकदा अनेकांना त्रास होतो, हे खरंय.

त्या रात्री आपल्या गप्पा चालू असताना मला माझ्या लंचबॉक्सची आठवण येत होती. वर्षानुवर्षं मी त्यातून एकच पदार्थ नेला – एग सॅण्डवीच. सकाळी आठ वाजता मी शाळेत जायला बाहेर पडत असे. धावतपळत निघायचं आणि चर्चगेट स्टेशनबाहेर उसळलेल्या माणसांच्या समुद्रात घुसत घुसत कशीबशी बस पकडायची. आईने मला कधीही स्टीलचा लंचबॉक्स दिला नाही... मी तो हरवला तर? अशी तिला भीती वाटे. कडांनी झिजलेल्या अॅल्युमिनियमच्या जुन्या गोल डब्यातून ती रोज मला दोन एग सॅण्डवीचेस देई. संध्याकाळी सहा वाजता घरी येईतो त्या डब्याचा आधार माझ्या पोटाला पुरत असे. आज चवीढवींचे नखरे करणारी माझी जीभ वर्षानुवर्षं त्या एकाच पदार्थाला कंटाळली कशी नाही, याचं आता मलाच आश्चर्य वाटतं. शाळा संपेस्तो माझं दुपारचं जेवण ठरलेलं होतं - एग सॅण्डवीच! अर्थात मधल्या सुट्टीत मी मैत्रिणींच्या

घरून येणाऱ्या गरमागरम पोळी-भाजीवर, वरण-भातावर, मसालेदार रस्सा आणि मटण बिर्याणीवर डल्ला मारत असे, ती गोष्ट वेगळी!

शाळेच्या डायनिंग हॉलचे दोन भाग केलेले होते – शाकाहारी आणि मांसाहारी. मी दोन्हीकडे असे. जिकडचं जे आवडेल ते खायचं. माझ्या वर्गातल्या श्रीमंत मैत्रिणींच्या घरचे नोकर दुपारच्या सुटीत गरमागरम डबा घेऊन येत. त्यांनी 'बच्चालोग' साठी केलेली जेवणाची मांडामांड बघत राहावी अशी असे. टेबलावर भांडी ठेवायला रंगीबेरंगी मॅट्स, फ्रीजमधून काढलेल्या गारेगार कोल्ड्रींकच्या बाटल्या, उत्तम प्रतीच्या महागड्या प्लेट्स, चांदीचे काटेचमचे ... आणि कुणाच्याही तोंडाला पाणी सुटेल असे गरमागरम पदार्थ. हा थाटमाट रोज माझ्या नजरेसमोर होई, पण मला कधीही त्या श्रीमंत मैत्रिणींचा हेवा वाटला नाही आणि माझ्या जुनाट, पोचे आलेल्या ॲल्युमिनियमच्या डब्याची लाजही कधी वाटली नाही. आजुबाजूच्या श्रीमंती थाटामाटापेक्षा त्यांच्या डब्यातल्या पदार्थांवर मात्र माझी नजर असे. जे आवडेल; त्यातला घासघास उचलून खायचा आणि हातावर पाणी पडतं न् पडतं तोच नेटबॉलच्या प्रॅक्टीसला पळायचं.

अनेकदा डबा घरीच विसरून मी शाळेत जायची. मी डबा विसरले की घरी समरप्रसंग उभा राहिलाच! एकतर आई जाम वैतागायची आणि दुसरी तुझी मंदामावशी. कामावर जाता जाता वाकडी वाट करून माझा विसरलेला डबा शाळेत पोचवण्याचं काम शेवटी तिच्याच गळ्यात पडायचं. तिचा तो वैताग आज मला समजू शकतो.

तरूण, देखणी मुलगी ... सुंदर हेअरस्टाईल, हलकासा मेकअप, पेडिक्युअर - मेनिक्युअरपासून तऱ्हातऱ्हांनी सजवलेलं शरीर ... कडक स्टार्च केलेल्या हॅण्डलूमच्या साडीत लपेटलेली तुझी देखणी मंदामावशी छोट्या पांढऱ्या गाडीतून स्वत: ड्रायव्हिंग करत बँकेत जायला निघायची, आणि हातात काय, तर ॲल्युमिनियमचा जुना डब्बा. तो घ्यायचा आणि शाळेच्या गेटवर वाट पाहात थांबलेल्या धाकट्या, वेंधळ्या बहिणीला नेऊन द्यायचा... हे असलं काम कुणाला आवडेल? तिच्याजागी मी असते, तर डबा पोचवण्याचं हे काम मी केलं नसतंच, उलट आईला म्हटलं असतं, 'कशाला देतेस डबा? राहू दे तिला उपाशी. त्याशिवाय अक्कल नाही शिकणार ती!' – पण मंदामावशीने कधी असा आरडाओरडा केला नाही. वैतागून, चडफडत का असेना; बिचारी माझा विसरलेला डबा पोचवायला शाळेपर्यंत यायची.

सकाळी आठ वाजता घराबाहेर पडल्यानंतर दुपारी जेवायच्या वेळेपर्यंत शिळ्या, पुठ्ठ्यासारख्या कडक-वातड होणाऱ्या त्या सॅण्डवीचेस्चा मला कंटाळा कसा आला नाही, याचं आता खरंच नवल वाटतं. कदाचित म्हणूनच मोठेपणी

माझं अंड्यावरचं मन उडालं असावं.

तुम्हा मुलांसाठी 'लंच बॉक्स' हे प्रकरण सुदैवाने इतकं कठीण नाही. एकतर तुमची शाळा घरापासून तशी जवळच. सुरूवातीच्या काही वर्षांमध्ये 'मुलांचा डबा' हा विषय मी खूपच सिरियसली घेत असे. एका रिटायर्ड सेनाप्रमुख महाशयांची पत्नी तिच्या मुलांचा डबा किती सुंदर भरते, तिचे पदार्थ कसे रोज नवे असतात, किती निगुतीने कल्पकतेने रांधलेले असतात याच्या रोज नव्या कहाण्या इतर बायकांकडून मला ऐकायला मिळत. तिने केलेलं साधं सॅण्डवीच ही सुद्धा कशी एक देखणी कलाकृती असते वगैरे कौतुक नेहमी चालू असे. हळुहळू माझ्या पोटात भीतीचा गोळा उठायला लागला. आई म्हणून आपण फारच नालायक आहोत असं वाटायला लागलं. आपण मुलांच्या डब्याची इतकी फिकीर करत नाही... मुलं उपाशी तर राहात नसतील?... त्यांना वाईट तर वाटत नसेल?... आपण बाकीची कामं कमी करून स्वयंपाकघरात थोडं लक्ष घालावं का?... बाकी सगळं बाजूला ठेवून स्वत:च्या हाताने मुलांचे डबे भरावेत का?... कितीतरी दिवस डोक्यात नुसता कल्लोळ उसळला होता. शेवटी हे अपराधी वाटणं इतकं वाढलं, की रात्ररात्र मला झोप येत नसे... आणि एके दिवशी अचानक माझ्या मनात एक विचार चमकला —

एखादा दागिना घडवावा इतक्या नाजुक कलाकुसरीने सॅण्डवीच बनवणाऱ्या त्या 'सुपर मॉम'च्या हातचे पदार्थ तिच्या मुलांना खरंच खूप आवडत असतील का? का ती मुलंही बाकीच्या मुलांसारखीच मित्रमैत्रीणींच्या डब्यावर ताव मारत त्यांच्या आयांनी दिलेलं साधं घरगुती अन्न जास्त चवीने जेवत असतील? तासन्तास स्वयंपाकघरात घालवणाऱ्या त्या 'सुपरमॉम'चा वेळ खरंच सार्थकी लागतो?... की तिच्या हौशीखातर वाया जातो? आणि त्याहून वाईट म्हणजे ती 'सुपरमॉम' मुलांच्या प्रेमाखातर हे सगळं करते की आपल्या अफाट कर्तृत्वाच्या अचाट गोष्टी सांगून इतर बायकांना जळवण्यासाठी?

– मला जरा बरं वाटलं.

डोक्यातला गुंता पुष्कळसा सुटला होता.

आपण करतो तेच बरोबर आहे, उगीच बाकीच्यांशी मूर्ख स्पर्धा करण्यात अर्थ नाही, एवढं शहाणपण माझं मीच शिकले.

तर मग मुलांनो,

जेवणाच्या टेबलावर बसल्यावर तोंडं वेडीवाकडी करण्यापूर्वी, आवडी-नावडीचे नखरे चालवण्यापूर्वी जरा तुमच्या ममाचा विचार करा... बी काइन्ड टु युवर मदर.

मेरी ॲन्टोनियो म्हणायची तेच मी म्हणतेय, पण बरोब्बर उलटं करून!

रोजच्या रोज केक मिळत नसेल, तर समोर वाढला जाईल तो ब्रेड मुकाट्याने खा आणि तोंड वाकडं करू नका... तक्रारी करू नका.

अनेक वर्षं तेच ते खाऊन मी कधीतरी तक्रार केलीय का?

तुमची,

ममा

....

मुंबई

जून' ९९

प्रिय राणा आणि राधिका,

काल रात्री मी आणि डॅडी 'स्टेपमॉम' पाहायला गेलो होतो. सिनेमाला जातानाच दोन टोकांची दोन मतं ऐकली होती. आधीच 'स्टेपमदर' पाहून आलेला आदित्य 'तू तो सिनेमा बघच' म्हणून आग्रह धरून बसला होता. म्हणाला, दोन गोष्टी नीट बघ, एक म्हणजे कारमध्ये बसलेली ज्युलिया रॉबर्टस् मुलांबरोबर 'नो माऊन्टन हाय इनफ' हे गाणं म्हणते तो सीन आणि दुसऱ्या प्रसंगात ज्युलिया रॉबर्टस्ने घातलेलं ड्रेन्डी रिस्टवॉच! (आदित्यचं घड्याळांचं वेड ... माय गॉड!) अवंतिका तिच्या मैत्रिणींबरोबर सिनेमाला येणार होती. रडून रडून किमान पाच रूमाल भिजतील इतका मेलोड्रामा सिनेमात आहे, हेही मला ठाऊक होतं... आणि मी तर सिनेमा बघताना रडण्यात एक्सपर्ट! कंबरा हलवत गलिच्छ नाच करणाऱ्या मसालेदार टाईमपास हिंदी सिनेमातला एखादा फालतू सीन सुद्धा मला पटकन् रडवू शकतो... इथे तर खुद्द ज्युलिया रॉबर्टस् !

'स्टेपमॉम.'

पहिल्या क्षणापासून या सिनेमाने मला अक्षरश: खिळवून ठेवलं. मी थोड्या वेगळ्या परिस्थितीतून गेले असले; तरी 'स्टेपमॉम' मधल्या ज्युलिया रॉबर्टस्ची उलघाल मला अनोळखी नव्हती. तिच्या प्रियकराची दोन गोंधळलेली मुलं... आयुष्यात होणारी उलथापालथ सहन न होऊन चिडलेली, धुसफुसणारी, त्यांच्या खऱ्याखुऱ्या आईपासून दुरावलेली आणि वडिलांच्या आयुष्यात आलेल्या नव्या, अनोळखी स्त्रीचा 'आई' म्हणून स्वीकार करायला स्पष्ट नकार देणारी...एका बाजूला जीव टाकणारा प्रियकर आणि दुसरीकडे डोळ्यात अविश्वास घेऊन वावरणारी दोन मुलं... त्यांच्या कात्रीत सापडलेल्या सावत्र आईचा संघर्ष ज्युलिया रॉबर्टस्ने जीव ओतून रंगवला होता. तिच्या तोडीस तोड अभिनेत्री सुझन सॅरॅन्डन!

सावत्र आईचा द्वेष करणाऱ्या मुलांची आणि त्यांचं प्रेम मिळवण्यासाठी

धडपडणाऱ्या आईची गोष्ट पडद्यावर उलगडत असताना माझ्या डोळ्यासमोरची फिल्मी पात्रं अदृश्य झाली आणि पाणावलेल्या नजरेसमोर तुम्हा दोघांचे चेहरे तरळत राहिले. खरंतर अरूंधतीलाही आमच्याबरोबर सिनेमाला यायचं होतं. पण शेवटच्या क्षणी काहीतरी गडबड झाली. शेजारच्याच रांगेत बसलेली, तिच्या मैत्रिणींशी बोलणारी अवंतिका मला दिसत होती. 'स्टेपमॉम' बघताना तिला काय वाटत असेल? हे प्रसंग तिच्याही आयुष्यात घडले असतील का? त्यातल्या भावभावनांचा डंख तिनेही अनुभवला असेल का? – माझ्या मनात विचारांचं थैमान उठलं होतं.

इंटरव्हलच्या वेळी आम्ही दोघी एकमेकींना भेटलो. अवंतिकाचे डोळे माझ्यासारखेच रडून सुजले होते. तिने पटकन् माझा हात धरला... काय बोलावं ते सुचत नव्हतं... बोलावंसं वाटतही नव्हतं. ग्रुपमधले सगळे पुरूष कोकच्या बाटल्या, कॉफी आणि पॉपकॉर्नची पाकीटं आणायला गेले. इंटरव्हलनंतर अवंतिका माझ्या शेजारी बसली. एकमेकींचा हात घट्ट धरून आम्ही दोघी पुन्हा ज्युलिया रॉबर्टस्च्या कथेत गुंतून, हरवून गेलो.

सिनेमातली लहान मुलगी अगदी थेट अरूंधतीसारखीच दिसत होती. शेवटी शेवटी आम्हा दोघींनाही त्या मुलीच्या जागी अरूंधतीचाच चेहरा दिसायला लागला. ती सिनेमाला आली नाही, ते बरंच झालं असंही मला क्षणभर वाटून गेलं. कहाणीचे धागे अधिकाधिक खोल जाऊ लागले. गहिरे होऊ लागले तसं सिनेमा बघणं अधिकच अवघड होऊ लागलं. आजुबाजुच्या खुर्च्यांमधून उसासे ऐकू येत होते... हुंदके फुटत होते... जवळपास प्रत्येकाच्या डोळ्याला रूमाल लागला होता. माझ्यातर गालांवरून अखंड अश्रूंच्या नद्या वाहात होत्या. समोर चाललाय तो 'सिनेमा' आहे हे समजावूनही मनाला पटत नव्हतं. स्वतःवरचा ताबा सुटला होता. काळजाचा ठाव घेणाऱ्या सिनेमाच्या कथालेखकाने अखेर मला हरवलं आणि मी वेड्यासारखी रडत राहिले... तीन तासांच्या त्या कथानकातल्या दुःखाचा, वेदनेचा डंख आतपर्यंत कधी पोचला, ते कळलंच नाही.

अरूंधती आणि आनंदिताचा जन्म होण्यापूर्वी तुमच्या डॅडींबरोबरचं सहजीवन मला आठवत राहिलं.

तुमच्या मनात नक्की काय चाललंय याचा पत्ता तुम्ही कधीही मला लागू दिला नाहीत; पण बाळांनो, तुमच्या डॅडींशी लग्न करून या घरात आल्या क्षणापासून मी काळजीत होते. घरात आलेल्या नवख्या स्त्रीला 'ममा' म्हणताना तुमच्या मनात काय घुसमट उसळत असेल, हे मला जाणवत होतं.

सुरूवातीचे ते दिवस अत्यंत अवघडलेले... काहीसे कुचंबलेले होते. मलाच इतकं अवघड जातंय, तर पहिल्या आईच्या अकाली मृत्युचं दुःख झेलणाऱ्या

तुम्हा दोघांची अवस्था काय असेल, याची नुसती कल्पना केली तरी न पेलवणाऱ्या जबाबदारीच्या जाणीवेनेच माझे हातपाय गळून जात.

सुरूवातीच्या त्या काही महिन्यांमध्ये मी तुमच्याशी कशी वागले असेन, कोण जाणे! मुळात मलाच माझ्या भरकटलेल्या, विखुरलेल्या आयुष्याचे तुकडे सांधून नव्या घरात, नव्या जोडीदाराबरोबर नवं जीवन सुरू करायचं होतं.

ज्याच्या हातात हात दिला तो नवा जोडीदार पुष्कळसा अनोळखीच... प्रेमात पडून, त्याच्या आग्रहाने विरघळून जाऊन फारसा विचार न करता पटकन् लग्न करून बसले होते. हे लग्न नाही टिकलं, काहीच जुने संदर्भ नसलेलं नातं नाहीच जुळलं तर पुढे काय?— काही ठाऊक नव्हतं. आपला निर्णय योग्यच आहे याची खात्री वाटावी अशी परिस्थिती नव्हती. मनावरचं ओझं आणखीन वाढवणारी प्रचंड तडजोडीची अपेक्षा... नवख्या नात्यामधलं सुरुवातीचं चाचपडणं... सगळंच अस्थिर... अनिश्चित... आणि जीव सदैव टांगणीला लागलेला.

आयुष्याला कुठलंही, कसलंही वळण देऊ शकणारा एक निर्णय (लग्नाचा) घाईघाईने, भावनेच्या भरात घेतलेला आणि दुसरा निर्णय (करियरचा) तसाच भिजत, कुचंबत पडलेला! आणि या सगळ्यात पिसून निघणारे, कसलाही गुन्हा नसताना भरडले जाणारे दोन-दोन मुलांचे दोन गट. 'त्या' घरात माझ्यावाचून तळमळणारा आदित्य आणि अवंतिका, तर 'या' घरात माझ्या अचानक येण्याने बावरून, बावचळून गेलेले तुम्ही दोघं! तुम्हा चौघांच्याही पदरी तुमच्यातुमच्या वेदना होत्याच शिवाय स्वत:च्या आयुष्याचा निर्णय करण्याचं स्वातंत्र्यही नव्हतं.

'स्टेप मॉम' सिनेमातली ती लहान मुलगी नेमका हाच मुद्दा घेऊन आईवडिलांना जाब विचारत होती. त्या दोघांचा घटस्फोट आणि वडिलांचा पुनर्विवाह या दोन्ही घटनांनी आपल्या आयुष्यात इतकी प्रचंड उलथापालथ होणार होती, तर हे दोन्ही निर्णय घेताना आपल्याला कुणीच का विचारलं नाही; असा तिचा सवाल होता.

... आम्ही तरी वेगळं काय केलं?

– तेच!

तुम्हा चौघांना फक्त सांगितलं, की आम्ही पुन्हा लग्न करणार आहोत. दुसऱ्या जोडीदाराबरोबर दुसरा संसार उभा करणार आहोत. तुम्हाला काय वाटलं त्याक्षणी? काय उसळलं तुमच्या मनात? तोच त्रागा... तोच अविश्वास? तुम्ही दोघंही त्या काळात अत्यंत शांतपणाने... समजूतदारपणाने वागलात हे मला ठाऊक आहे. तक्रार करायला कणभर सुद्धा जागा उरू नये इतका समंजस स्वीकार? इतक्या सहज? काय होतं त्यामागे? कसली धुम्मस होती का मनात? निदान थोडी तक्रार... क्वचित नकार? — कितीही उकरून पाहिलं तरी

यातलं काहीच कधीच मला कळणार नाही, हे मला ठाऊक आहे. हा प्रयत्न मी तेव्हाच केला असता तर? त्या अवघड काळातच थोडा जास्त वेळ काढला असता तुमच्यासाठी, आणि बोलले असते मोकळेपणाने तर? तुमचं मन थोडं चाचपून पाहाता आलं असतं, तुम्हाला धीर देता आला असता... पण आता या जर-तर चा काय उपयोग? त्या अवघड काळात मी तरी कुठे होते सावरलेली? पूर्वायुष्यातल्या अनुभवांनी पोळलेल्या मनाला कशाचाच विश्वास नव्हता वाटत. त्याच भीतीने कदाचित मला रोखून धरलं असेल तुमच्यापासून! मोकळेपणाने बोलायला गेलो आणि नकाराच्या, अस्वीकारच्या काट्यांनी मन रक्तबंबाळ झालं तर? - ही साधी शक्यतासुद्धा माझा जीव घाबरा करायला पुरेशी होती. अशा अवघड मन:स्थितीत स्वत:खेरीज दुसरं कुणीही मदतीला नसतं. सल्ला तरी कुणाकडे मागणार? आणि मनातली धास्ती शेअर तरी कुणाशी करणार?

अशावेळी तुमच्या मनातली प्रार्थना, भविष्याची स्वप्नं आणि तुम्ही जे करता आहात त्यामागचा शुद्ध, निर्मळ हेतू एवढाच फक्त आधार असतो. माझ्याजवळही त्याहून वेगळं काही नव्हतं.

दिलीप आणि मी ... त्या अवघड काळात आमच्यामध्ये गुंफल्या जाणाऱ्या नव्या भावबंधांमुळे अर्थातच खूष होतो.. एक्साईटमेन्ट तर होतीच. नवीन लग्न... त्यानंतरचे समारंभ .. आम्हा दोघांचं मिळून असणारं नवं आयुष्य!

- आणि तुम्ही?

तुम्हा चौघा मुलांच्या मनात देव जाणे काय होतं?

आम्ही कधी विचारलं नाही, तुम्हीही कधी काही सांगितलं नाहीत.

आम्ही स्वत:चीच समजूत घालत होतो. थोडा वेळ लागेल ... पण मुलं सगळं स्वीकारतील. हळूहळू आपलं नवं घर नीट 'सेटल' होईल. अशा गोष्टींना वेळ लागतोच.

– वेळ तर लागतोच. पण आणखी एक महत्त्वाची गोष्ट लागते

– संवाद!

– नेमकी तिथेच मी कमी पडले.

त्या काळात मी स्वत:च काहीशी घुमी, अबोल झाले होते तरी मी मनापासून प्रयत्न केले, प्रत्यक्ष कृतीतून माझं प्रेम, 'संवादाची इच्छा' तुमच्यापर्यंत पोचवत राहिले हे खरं; पण ते सगळेच प्रयत्न थिटे होते, असं आज निश्चितपणे वाटतं.

तुम्हाला जवळ घेऊन तुमच्याशी बोलण्याची गरज होती. मनातल्या ताणतणावाबद्दल बोलण्याची संधी मिळाली असती, तर त्या प्रसंगातून निभावून जाणं तुम्हाला जरा सोपं झालं असतं.

– पण जगातली सगळी मोठी माणसं मुलांशी जशी वागतात, तशीच मी

वागले.

– तुमचे सगळे हक्क गुंडाळून ठेवले आणि कोण जाणे कुठल्या अधिकाराने तुम्हाला गृहित धरलं.

नेमकं काय चाललंय ते समजून घेण्याचा तुम्हाला हक्क आहे, त्यावर स्वत:चं मत मांडणं, वाद घालणं, स्पष्टीकरण मागणं, जाब विचारणं, विरोध करणं! — यातला एकही पर्याय वापरण्याची संधीच तुम्हाला कुणी दिली नाही.

तुमचं गप्प राहाणं, शांतपणाने सगळं पाहणं मी माझ्या सोयीने वापरलं. मी स्वत:लाच समजावत, धीर देत राहिले. मुलं खूप लहान आहेत. नव्या परिस्थितीत पटकन रूळतील. त्यांना सगळं नीट समजेल. मुलं आपल्याला नक्की सांभाळून घेतील. नक्की स्वीकारतील.

– हे सगळं तुम्ही केलंत खरंच. फार समजुतीने वागलात. पण त्याचं श्रेय मला कसं?

काळाचं घड्याळ मागे फिरवता आलं, १९८४ मधला तो उन्हाळा पुन्हा फिरून जगता आला तर त्यासाठी वाट्टेल ती किंमत मोजायला मी तयार आहे. विचार करायला क्षणभराचासुद्धा वेळ न देणारे, माझ्या आयुष्यात एक नवीन तुफान घेऊन आलेले ते दिवस शांतपणाने पुन्हा जगायला मिळाले; तर माझ्या अनेक चुका मी दुरूस्त करीन. नव्या अनिश्चित, अपरिचित भविष्याच्या काळजीने धास्तावलेलं माझं मन सावरून मी तुमची धास्ती शेअर करीन, स्वत:च्या काळज्या विसरून तुम्हाला जवळ घेईन.

... असं खरंच झालं असतं तर काय सांगितलं असतं तुम्ही मला? किती सांगितलं असतं ? तुम्ही तुमच्या मनातले उद्रेक दाबून का ठेवले? माझं मन दुखावू नये म्हणून की स्वत:लाच सांभाळण्यासाठी? नक्की काय चाललंय, त्याचे आपल्या आयुष्यावर काय परिणाम होतील हे तुम्हाला नीट कळलं तरी होतं का?... तरी तुम्ही गप्प बसला असाल... जे होईल ते निमूट पाहात राहिला असाल... रात्रीच्या एकांतात कदाचित तुमची उशी चिंब भिजली असेल... यातलं काहीच मला कधीच कळणार नाही. तरीही कशी घडतात नाती? कसे जगतो आपण? एकमेकांना इतके अनोळखी असतो, तरी जगता जगता कसे एकमेकांचे होत जातो...?

– आता पुलाखालून खूप पाणी वाहून गेलं आहे. आपण सगळेच सगळ्याच अर्थांनी मोठे झालो आहोत. आता जुनं सगळं आठवता येईल, कोण कुठे चुकलं ते जोखता येईल, एकमेकांवर आरोप करता येतील, भांडता येईल आणि ज्याने आपल्याला दुखावलं त्याला क्षमा करून मनातून सगळं काढूनही टाकता येईल. पण खरं म्हणजे या कशाचीच आता गरज उरलेली नाही. भूतकाळ इतका मागे

गेला, जुनाट झाला की त्याचा आपल्या आजच्या आयुष्याशी खरंच काही धागा आहे का, याची शंकाच वाटते. आता आपण एकमेकांना पुरतं ओळखलं आहे. एकमेकांबरोबर आनंदाने राहायला शिकलो आहोत.

हॉलीवुडच्या 'ड्रिम फॅक्टरी'तून बाहेर पडलेल्या एक टिपीकल इमोशनल सिनेमाने मला इतकं अखंड कसं रडवलं?

– आज कळतं, ते अश्रू 'स्टेपमॉम' साठी नव्हतेच.

ते होते माझ्यासाठी.

आपण हरलो, याच्या दुःखात भिजलेले...

मनातच कोंडून ठेवलेली एकेकाळची घुसमट पुन्हा फिरून जिवंत करणारे...

आईच्या मृत्यूचा धक्का सोसणाऱ्या दोन लहानग्या मुलांच्या मनातली वादळं नीट समजून न घेताच त्यांच्याशी सोयीस्कर कोरडेपणाने वागलो आपण, याची अपराधी जाणीव करून देणारे...

अश्रू!

त्या कठीण काळात तुमच्या अबोल नजरेने मला खूप काही सांगायचा प्रयत्न केला असेलही,पण त्यातला एकही संकेत मी ओळखू शकले नाही. तुमच्या समजुतदार, समंजस वागण्याचा सोयीस्कर अर्थ काढून तुमच्या मनात काही मोडतोड नसणार असं गृहितच धरून चालले मी... कदाचित स्वतःशीच लढाई मांडलेली असताना हे गृहित धरणं जास्त सोपं गेलं असेल माझ्यासाठी!

पण एवढं नक्की आठवतं की नव्या घरात, नव्या संसारात रूळताना तुम्ही दोघांनी रडून... भांडून... हट्ट करून... रूसवे धरून... अबोला पत्करून कधीही माझ्यासमोर नवे प्रश्न उभे केले नाहीत. त्याचा मुकाबला करावा लागला असता, तर माझं काय झालं असतं कोण जाणे! वरवर पाहाता तरी आपल्या घरात त्यावेळी समंजस शांतता होती. घरात आलेल्या नव्या 'ममा'कडे संशयाच्या नजरा वळल्या असत्या, मोठमोठ्याने वादविवाद-आदळआपट झाली असती, हट्ट केले गेले असते आणि येता जाता तुमच्या ममाशी माझी तुलना झाली असती; तर मी काय केलं असतं? कशी सांभाळली असती आपल्या चौघांची आयुष्यं? - पण यातलं काहीच झालं नाही. अगदी 'डॅडींच्या वाटणी' वरूनही तुमच्या-माझ्यात कधी तणाव निर्माण झाले नाहीत. तुम्ही दोघं लहान होतात,

पण शहाण्या मुलांसारखं वागलात. 'स्टेपमॉम' म्हणून मला कधीही, कोणत्याही परीक्षेला बसावं लागलं नाही.

– आता तर सगळी समीकरणंच बदलून गेली आहेत. आता आपण 'स्टेपमॉम' सारखा सिनेमा एकत्र बघू शकतो. एकमेकांच्या नजरा न चुकवता त्यातल्या नाजुक विषयावर मोकळेपणाने चर्चा करू शकतो. सिनेमा संपल्यावर

अचानक ठरवून आपण सगळे जेवायला गेलो होतो... आठवतं?

डॅडींनी बॉम्बे जिमखान्यात जाऊन भलीमोठी ऑर्डर दिली... अरूंधती, आनंदिता, आदित्य आणि तुम्हा दोघांना फोन करून बोलावून घेतलं. आपण सगळे टेबलाभोवती बसलो. माझे हुंदके अजून थांबले नव्हते. रडून रडून चेहरा ओढला होता. सिनेमाने माझ्याभोवती केलेल्या गारूडातून मन अजून बाहेर पडत नव्हतं. कुणाशी काही बोलावंसंही वाटत नव्हतं. रूमाली रोटी आणि चिकन टिक्क्यात माझं लक्ष लागेना. माझ्या आयुष्यात घडलेली स्थित्यंतरं, तुमचं-माझं नातं घडवणारे प्रसंग आणि सिनेमातल्या दृश्यांचा कल्लोळ माझ्या मनात उसळला होता.

इरादे नेक असतील, कृत्रिमपणाने चिकटलेल्या अनैसर्गिक नात्यात खऱ्याखुऱ्या प्रेमाचे धागे गुंफण्याची मनोमन इच्छा असेल तर सावत्र नातंही सख्ख्या नात्याइतकंच जीवाभावाचं होऊ शकतं.. काळजाशी पोचू शकतं हा माझा विश्वास पडद्यावरच्या कथेतही सार्थ ठरला होता. मुलांना छळणारी दुष्ट सावत्रआई आणि तिचा जीव नकोसा करून उच्छाद मांडणारी कार्टी हे वर्षानुवर्ष रंगवलं गेलेलं चित्र आता फेकून द्यायला हवं. या नात्याकडे स्वच्छ, नितळ नजरेने पाहायला हवं. त्या नात्याला अगदी मनापासून निदान एक संधी द्यायला हवी.

त्या रात्री तुम्हा सर्वांच्या प्रसन्न, उत्फुल्ल चेहऱ्यांकडे पाहिलं आणि क्षणात माझ्या मनातले कल्लोळ विझले. तुम्ही सगळे गप्पांमध्ये रंगला होतात. हास्यविनोद, चेष्टामस्करी आणि वादावादीला नेहमीसारखाच उत आला होता.

मी समोरची 'तडका दाल' पुढे ओढली, त्यात रूमाल रोटीचा तुकडा बुडवला... आणि तेवढ्यात कुणीतरी मोठ्ठ्यांदा हसलं.

वॉज इट यु, राणा?

माझ्या नव्याकोऱ्या जॅकेटवर (नेहमीप्रमाणेच) तेल-हळदीचा पिवळाधम्म-मसालेदार टपोरा थेंब सांडला होता. मी वैतागून त्या डागाकडे पाहात राहिले... शी!

– तेवढ्यात राणा, तू नॅपकीन घेऊन धावलास. जॅकेटवर सांडलेला पिवळा थेंब वरच्यावर पुसून घ्यायला मदत केलीस... आणि पुन्हा टेबलाभोवतीच्या गप्पाटप्पांना नवा रंग भरला.

जेवण झाल्यावर आपण आपापल्या वाटेने निघालो. तुम्हा मुलांना मित्रमैत्रिणींबरोबर कुठेकुठे जायचं होतं... आम्हा दोघांच्या पेंगुळलेल्या डोळ्यांना थोडी झोप हवी होती.

मनातल्या शंका फिटल्या होत्या, सगळे किंतू विरून गेले होते... सगळं

विसरून मी खुल्या मनाने मस्त, मोकळा श्वास घेतला.

गाडीत बसता बसता स्वत:शीच ठरवलं,

पुन्हा 'स्टेपमॉम' बघायचा... आणि मनसोक्त रडायचं.

तुमचीच,

ममा

....

मुंबई

मे ९९

प्रिय मुलींनो,

डोळे मोठे करून, नाकाचे शेण्डे लाल करून माझ्याकडे रागाने बघू नका... तुम्ही कितीही उसासे, सुस्कारे टाकलेत तरी तुम्हाला मुळीच न आवडणाऱ्या (जगातल्या कुठल्याच तरूण मुलांना कधीच न आवडणाऱ्या) विषयाबद्दल मी आज बोलणारच आहे.

- ड्यूटीज!
- कर्तव्य !
- कामांची यादी!

पण त्याआधी माझ्या तरूणपणाबद्दल थोडं सांगतेच. आज तुमच्याकडून अपेक्षा करताना माझ्या आईच्या माझ्याकडून काय काय अपेक्षा होत्या हे जरा आठवून बघणं; वुड बी इंटरेस्टींग इव्हन फॉर यु!

खरं सांगायचं तर माझ्या आईने माझ्यापुढे हात टेकले होते. कारण घरातली कामं करायला मी घरात फारशी नसायचेच. शाळा-कॉलेज व्यतिरिक्त घराबाहेर उंडरायला माझ्याकडे अक्षरश: हजारो कारणं होती. तरीही धीर न सोडता आईने 'माझ्या वाटची कामं' ठरवून टाकली होती आणि ती करण्यावाचून मला गत्यंतर नव्हतं. शनिवार-रविवारी सकाळी न चुकता कणकेचा गोळा भिजवून पोळ्या लाटणं, फीश फ्राय करणं, घरात सणावाराचा स्वयंपाक असेल त्या दिवशी पुऱ्या तळायला बसणं, रविवार सकाळच्या नाश्त्याकरता घरात प्रत्येकी एक इतकी ऑम्लेटस् करणं, आठवड्यातून एकदा बाजारात जाऊन भाजी आणणं, किराणा मालाच्या जड जड पिशव्या आणून डाळ-तांदूळ डब्यात भरणं, शाळेच्या युनिफॉर्मला इस्त्री, बुटांना पॉलीश आणि कपड्यांच्या ढिगाने खचाखच भरलेलं माझं कपाट जास्तीत जास्त स्वच्छ, नीटनेटकं ठेवायचा प्रयत्न करणं!

मला कामाला लावण्यासाठी माझ्या आईजवळ एक झकास युक्ती होती- कौतुक! प्रचंड, अफाट स्तुती!

ती दर रविवारी न चुकता आणि अगदी मनापासून मला सांगायची,

'पोळ्या इतक्या सुंदर लाटतेस, कुण्णाला जमणार नाही.'

माझ्या पोळ्या मऊसूत, पातळ असतात... कडांना जाड पीठ राहात नाही... चांदोबासारख्या गोल होतात असं तिला वाटे. पापलेटचे पातळ काप करून मी ते तेलावर चांगले खमंग फ्राय केले, की 'शोभासारखं फीश फ्राय कुणाला करताच येणार नाही,' असं ती ज्याला-त्याला सांगे.

मी केलेली ऑम्लेटस् कशी गुबगुबीत, चविष्ट होतात, बाहेरच्या बाजूने गोल्डन ब्राऊन खरपूस आणि आतूनही कशी नीट भाजलेली असतात, त्यांची घडी किती सुंदर असते याचं रसभरीत वर्णन करताना आई इतकं बोलायची, की बस्स! या कौतुकाने शेफारून गेलेली मी मग दुप्पट उत्साहाने कामाला लागत असे. शाळेच्या युनिफॉर्मला गोलाकार असणाऱ्या जाडजुड कापडाच्या भरपूर चुण्यांना माझ्याइतकी सुंदर इस्त्री कुणीच करू शकत नाही, हेही आईने माझ्या डोक्यात भरवलं होतं. ते तसं खरं असलं तरी बॉक्स प्लेटवाल्या युनिफॉर्मला इस्त्री म्हणजे एक वैतागवाडीच असे. पावसाळ्यात तर धुवून घातलेला युनिफॉर्म दिवस दिवस वाळायचा नाही. मग तशाच दमट, ओल्या कापडावर जीव खाऊन इस्त्री फिरवावी लागे. त्यातून परीक्षेचे दिवस असतील, तर मग आनंदच!

मंडईत जाऊन भाजी आणण्याचं काम मात्र मला मनापासून आवडे. धोबी तलावच्या जुन्या भाजीबाजारातले सगळे भाजीवाले मला नावाने ओळखत. अजूनही भाजीवाल्यांशी हुज्जत घालून, दोन-पाच रुपयांसाठी घासाघीस करून हिरवीगार, ताजी ताजी भाजी खरेदी करायला मला खूप मजा येते. लहानपणीही मी बारीक नजरेने पारखून पारखून भाजी घेत असे. वांगी फार मऊ तर नाहीत ना, त्यांच्यावर जरा जास्तच डाग नाहीत ना, भेंडी कडक खुटखुटीत आहे का, पालकच्या पानांची टवटवी किती दिवस राहील हे सगळं पाहून, जोखून भाजी घेण्याची माझी शिस्त अगदी लहानपणापासूनची. पण त्या काळात बाकीच्या किराणा सामानाची खरेदी ही एक डोकेदुखी असे. सरकारने चालवलेल्या सहकारी भांडारावर आई-बाबांचा फार विश्वास. अर्धा किलो मीठ हवं असेल, तरी ते त्याच दुकानातून घ्यायचं अशी जवळजवळ सक्तीच होती. आधीच सरकारी दुकान... तिथे काम करणारा प्रत्येक जण सरकारचा जावई; त्यामुळे कधीही जा; दुकानासमोर ही भलीमोठी रांग! एका साबणाच्या वडीसाठी इतका वेळ रांगेत उभं राहावं लागे, की तेवढ्या वेळात मी अर्धं दुकान खरेदी करून घरी निघून जाऊ शकले असते.

– शेवटी सहकारी भांडारातल्या सरकारी कारभाराला वैतागून मी घराजवळच्या दुकानातूनच छोट्या मोठ्या वस्तू घेणं (गुपचुप) सुरू केलं. पण दरवेळी माझा

हा गोलमाल पकडला जाई आणि दरवेळी घरात तोच वाद नव्याने पेटे.

'तीच साबणाची वडी... तीच टूथपेस्ट.. तीच टाल्कम पावडर असते ना शेवटी? कुठल्या दुकानातून घेतली याने काय फरक पडतो?'

– मी वैतागून विचारलं की आई शांतपणे तिचं ठरलेलं उत्तर मला पुन्हा एकदा ऐकवी –

'अगं, महाग पडतात वस्तू बाहेरच्या दुकानात. पै-पैसा वाचवला पाहिजे. कळत नाही तुम्हा पोरांना. पाच-सात रुपये वाचत असतील तर राहावं थोडावेळ रांगेत उभं.'

'अगं पण वेळ किती फुकट जातो. त्याला काही किंमत नाही का?'

– असं रागाने विचारलं की मग गप्प बसण्यावाचून आईला पर्याय नसे. माझ्या या रोजच्या कटकटीला वैतागून शेवटी बिचारीने माझा नाद सोडला आणि सामान आणण्याची जबाबदारी मंदा-कुंदाच्या गळ्यात पडली. त्या दोघींनाही सहकारी भांडाराचा माझ्याइतकाच वैताग येई. पण करणार काय? कुणीतरी ते काम करणं भागच होतं. शेवटी आम्ही एक युक्ती काढली. दोघींनी सहकारी भांडारात जायचं आणि प्रत्येकीने एकेका स्वतंत्र रांगेत उभं राहायचं. त्याच्यामुळे किती वेळ वाचणार हा प्रश्न अलाहिदा; पण मसाला काऊन्टरवरून घेतलेल्या जिऱ्याच्या एका पुडीचे नऊ रुपये पस्तीस पैसे देण्यासाठी भल्यामोठ्या रांगेत पंचावन्नाव्या नंबरावर एकटीनेच ताटकळत, तंगड्या तोडत उभं राहाण्यापेक्षा हे पुष्कळ बरं होतं.

हे सगळं तुमच्यात यावं, म्हणून केलेले माझे एकूण एक प्रयत्न आजवर फसले आहेत. तुम्हाला ग्रोसरी स्टोअरमध्ये नेलं; तर तिथल्या कशात इंटरेस्ट नाही. एखाद्या खास दिवशी मी स्वयंपाकघरात काम करताना मदतीला बोलावलं; तर वेडेवाकडे चेहरे करून तुम्ही क्षणात पसार होणार!

वाणसामानाची खरेदी, स्वयंपाक ही तुमची 'प्रायॉरिटी' नाही हे मला समजतं. मीही त्या अर्थाने कधीच 'आदर्श गृहिणी' वगैरे नव्हते. पण तुमचे आत्ता जसे लाड होतात, तशी शक्यतासुद्धा माझ्या तरूणपणी नव्हती... ॲण्ड थँक गॉड फॉर दॅट! मागच्या महिन्यात कधीतरी गप्पांच्या ओघात मी म्हटलं होतं, 'या घरात अशी एकही गोष्ट नसेल, जी मला येत नाही...किंवा मी करू शकत नाही'... आठवतं? तुम्हाला वाटेल, ममा बढाया मारतेय फुकटच्या. पण ही बढाई नव्हे; वस्तुस्थिती आहे. मी स्वयंपाक करू शकते, भांडी घासू शकते, कपडे धुवू शकते, बाथरूम-टॉयलेटस् साफ करू शकते, ढीगभर कपड्यांना इस्त्रीसकट वाट्टेल ते करू शकते. उद्या अशी वेळ आलीच; तर ही सगळी कामं मी नीट निभावून नेईन, कुठेही काहीही अडणार नाही याची मला खात्री वाटते,

कारण हे सगळे संस्कार माझ्या आईने माझ्यावर जाणीवपूर्वक केले. नुसते संस्कार करून ती थांबली नाही, तर तिचं समाधान होईल इतपत दर्जाने प्रत्येक काम तिने मला सक्तीने करायला लावलं... ॲण्ड आय थँक हर फॉर दॅट!

हे सगळं सांगितलं तेव्हा काहीशा वैतागाने, काहीशा गंमतीने खुदुखुदु हसत तुम्ही म्हणालात, 'जाऊ दे गं ममा, वेळ आली की आम्ही पण शिकू. आणि भारतात काय गरज पडलीय घरकाम करण्याची? इथे पुष्कळ नोकर मिळतात.'

– किती खात्री वाटते तुम्हाला! किती गृहित धरता तुम्ही या गोष्टी!

अजून दहा वर्षांनी आपल्याकडची परिस्थिती किती आणि कशी बदलेल, याचा नीट गांभिर्याने विचार करा. घरगुती कामाला पूर्णवेळ माणसं मिळणं आणि ती विश्वासू असणं आजच इतकं दुर्मीळ झालंय. आणखी पाच-दहा वर्षांत तर वरकामाला साधी तासा-दोन तासांची मोलकरीण मिळणंसुद्धा दुरापास्त होईल.

मग?

'डोन्ट वरी ममा. वेळ पडली तर प्रत्येक जण झक्कत करीलच आपापली कामं.'

– तुम्ही मोठ्या ऐटीत माझी समजूत घालता.

लेट्स होप सो!

छोट्या-छोट्या कामांसाठी मागे-पुढे नोकरांची फौज पोसणाऱ्या भारतीय घरांमधली तरूण मुलं परदेशात जातात तेव्हा त्यांची कशी दाणादाण उडते, हे मी अनेकदा पाहिलं आहे. स्वयंपाक तुम्हीच करा... भांडी तुम्हीच घासा... टॉयलेट्स तुम्हीच साफ करा आणि फरशा पण तुम्हीच पुसा... अशी अवस्था समोर उभी राहिली की काय करावं ते त्या पोरांना कळत नाही. काहीजण भराभर शिकून घेतात, अंग मोडून घरातली कामं करायला लागतात... बरेच जण घाणीत लोळणाऱ्या डुकरासारखे अस्वच्छ, गलिच्छ राहायला लागतात.

तुमच्यावर अशी परिस्थिती आली, तर तुम्ही काय कराल?

'चीलऽऽऽ ॲण्ड वॉच!'

– येता जाता तुम्ही म्हणत असता, तसंच फक्त करायचं का मी? चील..ॲण्ड वॉच?

तोवर आपली ताकाच्या बरणीत रवी घालून ठेवलेली बरी.

तुमची नम्र..विनम्र

ममा

रेशीमगाठी

राधिका

पुणे
ऑगस्ट ९९

प्रिय मुलांनो,

लहानपणीच्या अनेक सुंदर आठवणींपैकी सगळ्यात चविष्ट गोष्ट कोणती असं तुम्ही विचाराल, तर क्षणाचाही विलंब न लावता मी एकच उत्तर देईन- माझ्या आईच्या हातची आमटी. प्रत्येक महाराष्ट्रीयन घरात भात-भाजी आणि पोळ्यांबरोबर एक पदार्थ जवळपास रोज शिजतो, ती आमटी. आता इतकी वर्षं उलटून गेली, तरी आमटीचं नाव काढताच ताटात उजव्या बाजुला ठेवलेली गरमागरम उकळती वाटी आठवते आणि ती आंबटगोड तिखट चव माझ्या जीभेवर जशीच्या तशी उभी राहाते.

तुम्ही विचाराल, आजीच्या आमटीत एवढं काय स्पेशल होतं?

– सांगते.

माझ्या आईच्या स्वयंपाकात आमटी हा केवळ एक पदार्थ नव्हता. अख्ख्या कुटुंबावर असलेली तिची अपरंपार माया जिऱ्या-मोहरीच्या फोडणीबरोबर त्या आमटीत उतरत असे. तिने स्वीकारलेल्या आणि आयुष्यभर कसोशीने पार पाडलेल्या कौटुंबिक जबाबदारीचं एक सुंदर प्रतिक म्हणजे रोजच्या रोज आमच्या घरात उकळणारी आमटी. तुमची आजी फार काही सुगरण होती असं नव्हे; पण मोजक्या पदार्थांमध्ये तिचा हातखंडा होता. त्यातलीच एक म्हणजे तिची आमटी.

माझी शाळा घरापासून जवळपास पाच-सहा किलोमिटर लांब. त्यातून शाळा सुटल्यावर बास्केटबॉल, ॲथलेटीक्स कशाकशाची प्रॅक्टीस असेच. सगळं संपवून घरी येईपर्यंत संध्याकाळचे सहा वाजून जात. शरीर पार गळून गेलेलं आणि पोटात भुकेचा आगडोंब. मी हातपाय धुवून स्वयंपाकघरात जाईतो सनमायका लावलेल्या आमच्या छोट्या डायनिंग टेबलावर आईने माझ्या खाण्याची तयारी केलेली असे. भरपूर बटर चोपडलेले दोन गरमागरम टोस्ट आणि दुपारपासून मस्त मुरलेली चांगली वाडगाभर आमटी. रोज संध्याकाळची माझी भूक तृप्त करणाऱ्या त्या स्वादिष्ट चवीचा मला कधीही कंटाळा आला नाही. आमटी आणि टोस्टची ही मेजवानी सोडून मी कधीही आईजवळ पोहे-उपम्याचा आग्रह धरला नाही. मी शाळेत होते. मग कॉलेजात गेले... ते संपल्यावर नोकरी केली... नंतर अगदी माझं लग्न झालं त्या दिवसापर्यंत रोज संध्याकाळी माझ्या नाश्त्याचा ठरलेला मेनू असे -टोस्ट आणि आमटी.

वाईट याचं वाटतं की तुमच्या आयुष्यात ही आगटीची गंमत नाही.

इतकी मोठी झाले; तरी अजून मला माझ्या आईच्या हातच्या आमटीची आठवण येते.

तुम्हाला काय आठवेल?

आमटी तर नाहीच नाही, पण तुमच्या आईच्या प्रेमाशी, मायेशी बांधलेला; तिची आठवण करून देणारा कोणताच पदार्थ दुर्दैवाने तुमच्या आयुष्यात नाही.

एकतर मी स्वयंपाकघरात कधीमधीच डोकावते. अधुनमधून हौसेने काही रांधून तुम्हाला वाढते. पण त्या पदार्थांवर माझं 'नाव' नाही... त्या चवीशी माझ्या मनातल्या प्रेमाचं नातं जोडलेलं नाही. हजार चवीढवींचे पदार्थ आहेत. पण त्यात 'आई' नाही..

माझ्या आईचा जमाना संपला त्याला खूप वर्षं उलटली. आता तुम्ही जे खाता, त्यातलं बरंचसं हॉटेलात शिजतं, किंवा दुकानातून पॅक होऊन घरी येतं. घरातल्या स्वयंपाकघराचा ताबा कामवाल्या बायकांकडे आहे. त्याच तुमच्या भुकेच्या वेळा सांभाळतात. आपल्या घरच्या स्वयंपाकाला वरण-भात-भाजी-पोळी-चटणी-कोशिंबीरीची शिस्त नाही. कधी चायनीज, कधी कॉन्टीनेन्टल, कधी थाई असं देशोदेशीचं अन्न शिजतं... उरलेल्या दिवशी अर्थातच बंगाली. यातलं काय काय तुमच्या लक्षात राहील? घरात शिजणाऱ्या या अन्नाला घरच्या प्रेमाचा स्वाद असेल का? घरात मिळणाऱ्या आधाराची, उबदार प्रेमाची चव असेल का? त्यातलं काय तुम्हाला आठवेल?

– कोण जाणे!

भूक भागवणं, पोट भरणं आणि चटकमटक खायला सोकावलेल्या जीभेचे लाड पुरवणं यापलीकडे घरी शिजवलेल्या आईच्या हातच्या अन्नाला एक वेगळा, खोल अर्थ असतो; हे तुम्हाला कधीही कळणार नाही... कारण तुम्ही वेगळ्या जमानातल्या (दुर्दैवी) आईची वेगळ्या जमान्यातली (आणि तिच्याहून दुर्दैवी) मुलं आहात.

असं काही मनात आलं की जीव कळवळतो.

– आणि आमटीच्या आठवणीने तर डोळ्यात पाणीच येतं. माझी आई गेली आणि तिच्याबरोबर तिची आमटी. आता कुणालाही तशी आमटी करता येत नाही... त्या आमटीची रेसिपी आईला विचारून घेणं मी कशी विसरले? मंदा मावशी, कुंदा मावशी आणि अशोक मामा तिघेही माझ्याइतके 'आमटी वेडे' नसतील कदाचित पण शिजवलेल्या डाळीला ते चविष्ट, स्वादिष्ट रूप देण्याची आमच्या आईची युक्ती आता आमच्यापैकी कुणालाही आठवत नाही.

... आता माझ्या आयुष्यात ती आमटी पुन्हा येणार नाही.

बस स्टॉपवरून भुकेल्या अवस्थेत चालत चालत घरी जाताना तोंडात रेंगाळणारी ओळखीची, सवयीची चवही मी कदाचित विसरून जाईन.

अलीकडेच माझी मुलाखत घेताना कुणीतरी मला माझ्या खाण्यापिण्याच्या

आवडीनिवडींबद्दल तेच ते टिपीकल प्रश्न पुन्हा विचारले...

व्हेन अ‍ॅन्ड व्हेअर यु वेअर इंन्ट्रोड्यूस्ड टू द ग्रेट फुड ऑफ वर्ल्ड?

– वगैरे

असे वेगवेगळे पदार्थ तुमच्या लहानपणी होते का? ते तुमच्या घरी शिजवले जात का?

– तो 'मुलाखतकार' असलं काय काय विचारत असताना मला आठवत होतं मुंबईच्या आमच्या घरातलं जुनं, काहीसं अंधारं पण मोठ्ठं स्वयंपाकघर... आणि आमटी फोडणीला टाकणारी आई.

तिचा स्वयंपाक म्हणजे एक शिस्तशीर, साग्रसंगीत समारंभ असे. सगळ्यात पहिल्यांदा एक मोठ्ठा आवाज येई - ठ्ठ्वाक!

– म्हणजे नारळ फुटला.

आई किंवा कधीकधी आमची दांडगट मोलकरीण तुळशी- दोघींपैकी कुणीतरी नारळ फोडत. आई त्यातलं पाणी एका भांड्यात ओतून फ्रीजमध्ये ठेवी. मग अर्धं भकल नीट पुसून रात्रीच्या स्वयंपाकाकरता ठेवायचं आणि उरलेली अर्धी वाटी खोवायला घ्यायची. नारळ खोवून झाला की मग त्यात आणखी कसले कसले मसाले घालून पाट्या-वरवंट्यावर खूप वेळ ओलं वाटण. वाटलेल्या मसाल्याची घमघमती गोळी शिजवलेल्या, उकळत्या तुरीच्या डाळीत नीट कालवायची. वरून गरमागरम तेलात, चांगली चरचरीत फोडणी दिली, चिंच-गुळ-मीठ घातलं की आमटी तयार!

– आता एवढंच आठवतं.

वाटलेल्या नारळात काय काय मसाला असे, तेवढं मात्र लक्षात नाही.

आईच्या आमटीची चव कधीही बदलली नाही. ती कधीही फार पातळ झाली नाही. फार दाट झाली नाही. तीच... तशीच... त्याच चवीची... त्याच 'थिकनेस'ची आईची आमटी!

– आज वाटतं, कदाचित, 'तेच' माझ्या सुंदर स्मरणाचं रहस्य असावं.

शाळा संपवून घरी येताना पुढची प्रत्येक गोष्ट रोजच्याप्रमाणे, ठरल्यासारखीच घडणार याची मला खात्री असे.

मी घरी पोचेपर्यंत आईने टोस्ट भाजायला घेतले असतील.. त्यांना भरपूर लोणी लावलं असेल... आमटीचा वाडगा तयार करून ठेवला असेल.. दार उघडताना ती हसून माझं स्वागत करील... हातपाय धुवून झाले की समोर बसून मला खायला घालील... 'गग? आज किती मॅच जिंकल्यास?' - हा ठरलेला प्रश्न कौतुकाने विचारील - हे सगळं मला ठाऊक असे.

आईची साधी, सुती लुगडी... तिच्या शरीराला येणारा हॅझेलीन स्नो आणि

टाल्कम पावडरचा गंध... तिचं हसणं... तिचा स्पर्श हे सगळं मला ठाऊक असे. तिच्या आमटीसारखंच यातलं काहीच कधी बदललं नाही.

असा विश्वास, अशी खात्री तुम्हाला देईल असं काय आहे आपल्या घरात?... आणि आयुष्यात?

– तुम्ही घरी येता; तेव्हा बहुतेकवेळा मी घरी असते. निदान तसा प्रयत्न करते... पण पुढे?

– तुमच्याकरता टेबलावर काय अन्न मांडलंय हे मला ठाऊक नसतं. अनेकदा माझ्याकडे 'व्हिजीटर्स' आलेले असतात. ते जाईपर्यंत तुमच्याशी बोलायलासुद्धा मला वेळ नसतो. दिवसभरात काय काय झालं ते आल्या आल्या ममाला सांगण्याचा तुमचा उत्साह पुष्कळदा असा कोमेजून, मावळून जातो. कधीकधी मी घरात असले तरी कामात बुडून गेलेली असते. कधी लिहिणं ऐन भरात असतं, तर कधी एकामागून एक महत्त्वाचे टेलिफोन कॉल्स. तुम्ही घरात येऊन माझ्यासमोर उभे राहिलात तरी माझं लक्ष नसतं... किंवा फोनवर तिसऱ्याशीच बोलताना तुमच्याकडे बघून नजरेनेच फक्त हाय...हॅलो...

मी पाहात असते तुमच्याकडे, पण नजरेसमोर तुम्ही नसता.

माझा कान असतो तुमच्या गप्पांकडे, पण त्यातलं काहीही मला ऐकू येत नसतं.

मी घरात, तुमच्यासमोर असते,

... पण नसते.

धीस इज नॉट फेअर. सर्टनली नॉट

एकतर तुमच्या आयुष्यात आईने केलेल्या आमटीची चव नाही, ॲण्ड यु डोन्ट नो व्हॉट यु आर मिसिंग..

तुमची

ममा

....

मुंबई

ऑगस्ट ९९

प्रिय अरूंधती

तुला 'ती' ट्रीप आठवते का गं?

खूप इच्छा असूनही तू गेली नाहीस आणि शेवटी ती ट्रीपही अर्धवटच राहिली...?

मला चांगली आठवते.

लक्षद्वीप.

तू सातवीत होतीस. तुझ्या वर्गातल्या सगळ्या मैत्रिणींनी, आपल्या बिल्डिंगमधल्या तुझ्यापेक्षाही छोट्या मुलींनी ट्रीपसाठी नावं नोंदवली होती. तुला तर जायचंच होतं. फॉर्म भरून द्यायच्या कितीतरी आधी तू त्या ट्रीपबद्दल मला सांगितलंस... तू उत्साहाने सांगत होतीस, पण इतक्या चुकीच्या वेळी की माझं तुझ्याकडे बिलकूल लक्ष नव्हतं. काय झालं होतं कोण जाणे; पण सकाळपासूनच माझा भडका उडाला होता. लेखाची डेडलाईन उलटून चाललेली... काही सुचत नाहीये... आणि डोक्यात जबरदस्त ठणका. त्यातच माझ्याजवळ येऊन तू काहीतरी म्हणालीस आणि मी खवळले. समोरच्या रायटींग पॅडवरची नजरसुद्धा न उचलता रागाच्या भरात तुला फैसला सुनावला,

'ट्रीपबिप विसरा आता आणि अभ्यासाला लागा. इतक्या लांबच्या ट्रीपला एकटीने जायला तू अजून मोठी नाहीस झालेली. फरगेट इट.'

'अगं पण ममा, ऑल माय फ्रेण्डस आर गोईंग. त्यांना मिळालीय ना परवानगी घरून? तूच का अशी वागतेस गं?'

– नेहमीचा सूर लावून तू माझ्याशी वाद घालायला सुरूवात केलीस. इतक्या भयंकर अपेक्षाभंगाने तू जवळपास रडकुंडीलाच आली होतीस.

'माझ्या सगळ्या मैत्रिणी जातायत; मग मीच का नाही?'

– गेल्या काही दिवसात अनेकदा तुझ्याकडून हा युक्तिवाद ऐकला होता. तेवढ्या वाक्याने 'ब्लॅकमेल' करून अनेकदा तुझ्या मनासारखं वागायला तू मला भाग पाडलं होतंस. पुन्हा तेच पालुपद ऐकून माझा पारा आणखी चढला.

'आय डोन्ट केअर. तुझ्या सगळ्या मैत्रिणी जाणार असतील; तर त्यांना खुशाल जाऊ दे. पण तू लक्षद्वीपाला जाणार नाहीस... ॲण्ड दॅटस् फायनल!'

– मी जोरात तुझ्या अंगावर ओरडले.

तू एवढंसं तोंड करून तुझ्या खोलीत निघून गेलीस... माझं चढलेलं ब्लडप्रेशर थोडं खाली आल्यावर मी घाईने रायटींग पॅड पुढे ओढलं आणि माझा लेख पुरा करायला घेतला.

– नंतर मी सगळं विसरून गेले.

काही दिवसांनी तुमच्या परीक्षा संपल्या. शाळेला दिवाळीची सुट्टी सुरू झाली.

एका सकाळी अचानक तू लवकर उठलीस आणि माझ्या गळ्यात पडून प्रसन्न चेहऱ्याने म्हणालीस,

'मी माझ्या मैत्रिणींना 'बाय' करून येते.'

'का गं? कुठे चालल्यात तुझ्या मैत्रिणी?' – मी सहज विचारलं.

'अगं ममा, शाळेची ट्रीप नाही का आज? लक्षद्वीपला चालल्यायत सगळ्याजणी.'

'लक्षद्वीप? तू का नाही जाणारेस मग?'

– तुला एकदम धक्काच बसला.

'म्हणजे काय ममा, मला जायचंच होतं सगळ्यांबरोबर. आय वॉज डाईंग टु गो. पण तूच म्हणालीस ना, नाही जायचं म्हणून?' – तुला आता रडू यायचंच तेवढं बाकी होतं.

'मी कुठे म्हणाले अगं? तू कधी विचारलंस मला?'

– मला काही आठवेना.

– मग तू त्या दिवशीचा सगळा प्रसंग सांगितलास. मी किती जोरात तुझ्या अंगावर खेकसले त्याचीही आठवण करून दिलीस.

स्वत:चीच इतकी लाज वाटली; की काय बोलावं तेच कळेना.

तुला जवळ घेऊन मी 'सॉरी' म्हटलं. 'त्या' दिवशी माझं काय बिनसलं होतं, ते आठवायचा प्रयत्न करत राहिले.

'त्या दिवशी माझा मूड इतका वाईट होता; तर तू पुन्हा का नाही विचारलंस राजा?' – तुझ्या डोळ्यातला अपेक्षाभंग बघून मलाच शेवटी रडू फुटलं.

'मला भीती वाटली ममा. पुन्हा विचारलं असतं, तर तू आणखी रागावली असतीस. म्हणाली असतीस, 'एकदा सांगितलेलं समजत नाही का?... नो इज नो!'

– माय गॉड!

मी खरंच इतकी हट्टी आहे? इतकी रागीट...? इतकी दुराग्रही? पोटच्या लेकीचं मन ओळखता येऊ नये, तिचं म्हणणं नीट ऐकूनही घेता येऊ नये एवढी तिरसट?

– माझीच मला लाज वाटली.

पण स्वत:वर चरफडण्याखेरीज आता काय माझ्या हातात उरलं होतं?

उत्साहाने ओथंबलेल्या , लक्षद्वीपला जायच्या नुसत्या कल्पनेनेच एक्साईट झालेल्या तुझ्या मैत्रिणी किलबिलाट करत बसमध्ये बसल्या. त्या वाटेवरची एक वाईल्ड लाईफ सँच्युरी बघणार होत्या... तिथे जंगलातल्या रेस्ट हाऊसमध्ये राहाणार होत्या... आणि तिथून एका बोटीत बसून समुद्रसफर करत लक्षद्वीपला जाणार होत्या. तू उत्साहाने हात हलवून सगळ्यांना निरोप दिलास. तुझ्या मैत्रिणी लक्षद्वीपहून तुझ्यासाठी खूप खूप भेटी आणणार होत्या. त्यांना निरोप देताना तुझ्या प्रसन्न, हसऱ्या चेहऱ्यावर निराशेची, विषादाची एक रेघसुद्धा उमटली नाही. मी बघतच राहिले. तू नेहमीसारखीच हसत होतीस. तुझ्या समजूतदारपणाचा

अभिमान मानावा की एका सुंदर अनुभवापासून तुला वंचित केल्याबद्दल स्वत:लाच दोष द्यावा ते मला कळेना.

तुझ्याजागी दुसरी एखादी मुलगी असती तर मैत्रिणींना निरोप देऊन घरी आल्यावर रूसून, फुरंगटून बसली असती. पण मनातल्या मनात सोसाव्या लागलेल्या दु:खाचा, निराशेचा तू साधा उल्लेखसुद्धा केला नाहीस.

कोचीला पोचल्यावर तुझ्या मैत्रिणींनी तिथवरच्या प्रवासातल्या गंमतीजंमती सांगण्याकरता तुला फोन केला. बसमधली धमाल, नंतर ट्रेनच्या प्रवासातली चेष्टामस्करी... त्यांना किती मजा येतेय, आणि सगळ्यांना तुझी किती आठवण येतेय... हे ऐकताना फोनवर तू चक्क खिदळत होतीस. नंतर मैत्रिणींच्या ट्रीपमधली फोनवर ऐकलेली सगळी धुमधमाल दुप्पट उत्साहाने तू मला ऐकवलीस.

माझ्या डोळ्यात पुन्हा तुझ्या कौतुकाचं पाणी आलं.

नंतर दोन दिवसांनी पुन्हा तुझ्या मैत्रिणींचा फोन आला. काहीतरी टेक्निकल प्रॉब्लेम झाला होता आणि समुद्रसफर रद्द करून सगळ्यांना अर्ध्यावरूनच परत यावं लागणार होतं.

'बघ...' मी उगीचच खूष होऊन तुला म्हटलं, 'बरं झालं तू गेली नाहीस ते...'

'ममा, प्लीज डोन्ट से दॅट, ओके?' – मला अर्ध्यावर तोडत उदास होऊन तू म्हणालीस, 'बरं काय झालं? त्या सगळ्यांना किती वाईट वाटलं असेल?'

– मी गप्प बसले.

नकळत तू मला एक महत्त्वाचा धडा शिकवला होतास.

रोजच्या धावपळीत, कामाची टेन्शन्स घेऊन जगणाऱ्या आम्हा मोठ्या माणसांचं तुम्ही मुलं काय बोलताय याकडे अनेकदा लक्षच नसतं. काम महत्त्वाचं; मुलांचे लाड नंतर असं स्वत:च ठरवून आम्ही तुमच्याकडे दुर्लक्ष करतो. मुलांनाही त्यांच्या छोट्या आयुष्यातल्या छोट्यांशाच पण अत्यंत महत्त्वाच्या विषयाबद्दल तातडीने आपल्याशी काही बोलायचं असेल, हे आम्ही मोठी माणसं लक्षातच घ्यायला तयार नसतो.

'त्या दिवशी' असंच झालं असणार, अरूंधती! तू 'ट्रीपला जाऊ का?' विचारलंस त्या सकाळी मी न पेलवणाऱ्या कामाच्या ओझ्याने थकले होते. हातून सुटलेली 'डेडलाईन' पकडण्यासाठी जीवाच्या कराराने कामाला बसले होते...

ही 'सबब' फालतू असेल, पण खरी आहे.

फारसा विचार न करताच मी पटकन् तुला उडवून लावलं.

'नो' दॅटस् फायनल. वाट्टेल ते झालं तरी तू सहलीला जा-णा-र - ना-ही-स!'

– असं स्वच्छ सांगून विषय संपवून टाकला.

त्यानंतर सगळं तू इतक्या समजूतदारपणे हाताळलंस, की तुझं कौतुक करायलासुद्धा माझ्या तोंडून शब्द फुटला नाही.

आदळआपट नाही, रूसवेफुगवे नाहीत.. जे बदलता येणार नाही त्याचा शांत, समंजस स्वीकार! आणि तोही मोठ्या माणसांना लाजवेल अशा प्रौढ प्रगल्भ रूबाबात!

– माझं मन चरफडत राहिलं. मी स्वत:वर नाराज तर होतेच; पण तुझ्या मोकळ्या, निर्मळ मनाचा खूप अभिमान वाटला.

तेव्हा मी माझ्या मनातली गोष्ट मनातच ठेवली; पण लगेचच्या उन्हाळ्यात आपण सगळेच लक्षद्वीपला गेलो. माझ्यावर चुकांचं प्रायश्चित्त करण्याची वेळ आली नसती; तर कदाचित सगळी कामं बाजूला ठेवून लक्षद्वीपची 'ती ट्रीप' त्या उन्हाळ्यात घडलीच नसती.

... लक्षद्वीपमध्ये आपण सगळ्यांनी खूप धम्माल केली. इतकी, की शेवटी आनंदाने मला रडू फुटलं.

मोठी माणसं हुशार असतात अरूंधती, हातून चूक घडली, तर गुपचूप त्यावर पांघरूण घालतात.

मी तेच केलं.

तुझीच

ममा

....

मुंबई

जुलै ९९

प्रिय मुलांनो,

मुलं आणि आईवडिलांमधली नितळ, स्वच्छ इमानदारी... परिपूर्ण प्रामाणिकपणा... 'टोटल ऑनेस्टी'... वगैरे गप्पा ऐकल्या की आजकाल मला जरा काळजीच वाटते. खरोखरच असं काही असतं? असो अगर नसो, पण खरंच त्याची गरज असते? दोघांमध्ये काहीच गुपितं नसतात? नो सिक्रेटस? खरंतर या विषयावर आपण खूप बोललोय, अनेकदा वादही केले आहेत एकमेकांशी, पण अजून माझ्यापुढचं कोडं काही सुटत नाही. मैत्रिणींशी बोलावं, तर त्या माझ्याहून जास्त गोंधळलेल्या! मुलांनी पालकांवर संपूर्ण विश्वास टाकणं हे स्वाभाविक, नैसर्गिक आणि अर्थातच समजून घेण्यासारखं! पण याच वाक्यातल्या शब्दांच्या जागा बदलल्या तर? परिस्थिती बदलली तर?

आजकाल वयात येणारी मुलं हेच आईवडिलांचे जवळचे, विश्वासातले

आणि मुख्य म्हणजे कधीही उपलब्ध असणारे 'मित्र' ठरू लागले आहेत. आईवडिलांच्या पिढीवरचा ताण इतका जबरदस्त वाढलाय, की क्षणाक्षणाला मनातली घालमेल 'शेअर' करण्यासाठी त्यांना सतत कुणीतरी हाताशी हवं असतं. घराच्या चार भिंतीत राहाणाऱ्या किंवा घराबाहेर पडूनही अगदी मर्यादित वर्तुळात जगणाऱ्या स्त्रियांना या अशा मानसिक आधाराची फार गरज वाटते... त्यांना सहज सापडतात ती वयात येऊ घातलेली, निदान थोडीफार समज आलेली मुलं!

इज धीस फेअर?

ऑन आयदर साईडस?

– या प्रश्नाने मी सध्या अस्वस्थ आहे.

माझ्या काही जवळच्या मैत्रिणींकडे बघितलं, की या प्रश्नाची तीव्रता आणखीच वाढते. या मैत्रिणींनी त्यांच्या घटस्फोटानंतर 'सिंगल पेरेन्ट' म्हणून अत्यंत हिंमतीने आणि जीवापाड कष्ट करून आपली मुलं वाढवली. त्यांचा व्यक्तिगत आयुष्यातल्या घडामोडी, मोडतोड आणि अर्ध्या वयातल्या मुलांच्या पौगंडावस्थेचा नाजुक काळ हे सगळं एकदमच आलं. दोघंही एकाचवेळी इतक्या गुंतागुंतीच्या शारीरिक मानसिक कल्लोळातून जात होते की, एकमेकांचा आधार घेत तरून जाण्यावाचून काही गत्यंतरच नव्हतं.. पुढे पुढे या कटकटींचा इतका वीट आला की दोघांना एकमेकांच्या प्रश्नांबद्दल, काळज्यांबद्दल काही वाटेनासंच झालं... उरली ती फक्त धुसफुस, आदळआपट आणि चिडचिड!

मुलगा अवघा दोन वर्षांचा असताना घटस्फोट घेऊन नवऱ्यापासून वेगळ्या झालेल्या माझ्या एका मैत्रिणीची कहाणी तर भयंकरच आहे. बाईसाहेब चांगल्याच गुलहौशी. शिवाय परदेशात सेट्ल झालेल्या. तिला एकटीच्या बळावर दोघांचं आयुष्य सावरायचं होतं. साहजिकच एकामागोमाग एक 'अंकल' घरात येत राहिले... एकाशी वाजलं, तुटलं की दुसरा. घरात वाढत्या वयाचा मुलगा आहे याची तिला जाण होती. त्यामुळे एक जाऊन दुसरा 'प्रियकर' तिच्या आयुष्यात (आणि अर्थातच घरात) आला की ती मुलाला समोर घेऊन बसे. त्याला सगळी कहाणी सांगे. नक्की काय झालं, याआधीचे 'अंकल' आता का येत नाहीत, त्यांनी मला कसं छळलं, माझा गैरफायदा कसा घेतला वगैरे...

आठ-दहा वर्षांच्या मुलासमोर त्याच्या आईने आपल्या स्वैर लैंगिक जीवनाची सखोल चर्चा करणं, याच्याइतकं गलिच्छ काही नाही.

– पण 'ती' म्हणे, मी माझ्या मुलाला खरं काय ते सांगते. त्याला अंधारात कसं ठेवणार? त्याच्याशी खोटं कसं बोलणार?

– पण या स्पष्टवक्त्या प्रामाणिकपणाचा परिणाम शेवटी भलताच झाला.

आज वयात आलेल्या 'त्या' तरूण मुलाच्या चेहऱ्यावरची रेघ न् रेघ, व्रण न् व्रण वाचता येईल इतकं बोचकारलेलं, दुखावलेलं त्याचं व्यक्तिमत्त्व अत्यंत दयनीय दिसतं. एका विचित्र परिस्थितीत आणि त्याहून विचित्र वयात आईच्या 'बेडरूम स्टोरीज' ऐकत वाढलेला तो मुलगा आता आईपासून पूर्ण दुरावला आहे. जीवघेण्या वेगाने धावणाऱ्या 'रोलर कोस्टर' वर स्वार झालेल्या व्यक्तिगत आयुष्यात त्या मैत्रिणीने आपल्या मुलाला अकारण ओढलं नसतं; तर तो कदाचित हाताशी लागला असता.

आपल्या आयुष्यातला क्षण न् क्षण मुलांबरोबर 'शेअर' करण्याच्या विचित्र हव्यासाने झपाटलेले अनेक पालक मला आजुबाजूला दिसतात. कसलाही आडपडदा न ठेवता सगळे तपशील, प्रत्येक प्रॉब्लेम, ताणतणाव मुलांशी 'डिस्कस' करणं म्हणजे उत्तम, सुजाण पालकत्त्व अशी काहीतरी भलती कल्पना आजकाल फार लोकप्रिय आहे. ही फॅशन माझ्या पिढीतल्या नवख्या 'मॉडर्न' आईबाबांनी पहिल्यांदा सुरू केली. त्याआधी हा 'शेअरिंग'चा अतिरेकी सोस नव्हता. मुलं आणि मुलांचे आईबाबा आपापली आयुष्यं स्वतंत्रपणे, आपापल्या रितीने जगत. मोठ्यांचे प्रश्न मोठ्यांपुरतेच मर्यादित होते. त्याबद्दल घरात चालणाऱ्या चर्चा मुलांच्या कानावर पडू नयेत, याची दक्षता घेतली जाई. भांडणं, वादविवाद... सगळं बंद दाराआड. अशाच घरात मी वाढले. त्या काळातल्या वातावरणाला आजकाल नावं ठेवली जातात. पूर्वीचे पालक मूर्ख होते, लबाड आणि खोटारडे होते; ते आपल्या जित्याजागत्या मुलांना मातीचे गोळे समजत, वगैरे आक्षेपही घेतले जातात.

'व्हाय नॉट? घरात चाललेली प्रत्येक गोष्ट आम्हाला समजलीच पाहिजे. वी हॅव द राईट टु नो' – असे हक्काचे झेंडे फडकावणारी तरूण मुलं भेटली की त्यांना विचारावंसं वाटतं,

बाबांनो, हक्काबिक्काची भाषा तुम्ही जरूर करा. पण आधुनिक कुटुंबातले सगळे ताणतणाव पेलण्याची ताकद आहे का तुमच्यात? कधी पाहिलंत का तपासून स्वतःला? मोठ्या माणसांच्या भांडणात पडून तुम्ही 'मॅच रेफ्री' होणार का? कोण बरोबर, कोण चूक हे ठरवण्याची जबाबदारी घेणार का? मध्यस्थी करणार का? ... मग तुमच्या स्वतःच्या आयुष्याचं काय? अभ्यासाचे डोंगर... डिग्रीची काळजी... पुढे नोकरी-व्यवसायाबद्दलचे गुंतागुंतीचे निर्णय... त्याचं काय? केवळ हक्काची उद्धट भाषा करून भूतकाळाच्या बोलण्याने भविष्याचा वाहता, खळाळता प्रवाह अडवून धरण्यात कसलं आलंय शहाणपण?

– या प्रश्नाच्या दोन्ही बाजूंचा विचार करत जावा, तितकी गुंतागुंत वाढत जाते. नवे चकवे अधिकच भरकटत नेतात.

– पण हे मात्र खरं, की मीही कधीकधी चुकीची पावलं टाकली. माझ्या व्यक्तिगत प्रॉब्लेम्समध्ये नकळत का असेना, पण तुम्हाला ओढलं. त्या त्या वेळी तुम्हीही मला मदत केलीत, आधार दिलात. काहीवेळा तर घनदाट अंधारात अचानक एखादा दिवा चमकावा असे अनपेक्षित सल्ले देऊन मला काट्याकुट्यातून बाहेर काढलंत.

पण नंतर माझं मलाच वाईट वाटलं... तुम्हाला दिलेल्या त्रासाबद्दल, कोवळ्या वयात तुमच्या पाठीवर लादलेल्या ओझ्याबद्दल! खरंतर तुम्हालाही तुमचे प्रॉब्लेम्स होतेच. तुमच्याही आयुष्यात रोज उठून नवी गुंतागुंत, नवे प्रश्न उभे राहात होतेच. त्यातून मान वर काढताना मुश्कील व्हावी अशी परिस्थिती असताना माझ्या रडकथांकडे तुम्ही लक्ष द्यावं अशी अपेक्षा मी का म्हणून धरावी?

– पण तरीही ज्या ज्या वेळी गरज होती, त्या प्रत्येक क्षणी तुम्ही मला सांभाळलंत... आधार दिलात.

माझ्या मैत्रिणी म्हणतात, 'उगीच वाईट कशाला वाटून घेतेस? मुलं त्यासाठीच तर असतात.'

– बट आय ॲम नॉट कन्व्हीन्स्ड!

या 'शेअरिंग'च्या भलत्या भानगडीमुळे गोंधळलेली, गांगरलेली अनेक मुलं मी बघितली आहेत.

अजून धड अठरावं न लागलेल्या मुलांच्या गळ्यात पडून त्यांच्याशी 'दोस्ती'चे ड्रामे करणाऱ्या, आपल्या तरूण मुलांबरोबर क्लब्ज... डिस्कोथेकमध्ये बागडणाऱ्या आया मला ठाऊक आहेत.

... आणि मित्रमैत्रिणींच्या देखत अक्षरश: लाज आणणाऱ्या अशा गळेपडू आयांचा मुलांना किती तिरस्कार वाटतो, तेही मी पाहिलं आहे.

'आय हॅव नो सिक्रेट्स फ्रॉम माय बॉईज'– असं अभिमानाने सांगणाऱ्या आईला खरं म्हणजे विचारलं पाहिजे की, बाई गं, त्याच्यामुळे नक्की कुणाचा आणि कसा फायदा होतो? हे 'नो सिक्रेटस' प्रकरण तुमच्यापैकी एकाच्या तरी सोयीचं आहे का?

'वी बिलीव्ह इन टोटल ट्रान्सपरन्सी इन अवर फॅमिली' अशी सार्थ शेखी मिरवणारे पुरूषही भेटतात.

'लपवाछपवी कशाला करा? मुलं हुशार असतात. शेवटी त्यांना जे कळायचं ते कळतंच.'

– असाही एक युक्तिवाद आहे, आणि तो खरा आहे.

आपल्या कुटुंबावर, घरातल्या माणसांवर कसलेतरी ढग झाकोळून आले

आहेत, हे मुलांना कळल्याशिवाय राहात नाही. अशावेळी मुलांना आवश्यक तेवढं सांगावं, असं मला वाटतं. विचित्र त्रांगड्यात सापडलेल्या, कसल्यातरी सापळ्यात अडकलेल्या आईबाबांनी मुलांनाही त्या कर्दमात कशाला ओढावं?

मात्र, मुलांशी कधीही खोटं बोलू नये. आपल्या डोळ्यादेखत सगळं उद्‌ध्वस्त होताना दिसत असेल तर 'एव्हरीथिंग इज परफेक्ट'चा झूठा दिलासा त्यांना कधीही देऊ नये. उलट अशावेळी आईबाबांच्या संवादकौशल्याचा कस लागेल, ते आव्हान त्यांनी पेललं पाहिजे. मुलांच्या मनावर अनावश्यक ताण येऊ न देता त्यांना प्राप्त परिस्थितीची योग्य कल्पना देणं सोपं नाही. अनेकदा अर्ध्या वयातल्या कोवळ्या मनांना गुंतागुंतीच्या परिस्थितीचे ताणेबाणे समजून घेता येत नाहीत. अशावेळी मुलांच्या मनातला गोंधळ अधिक वाढवण्यात काय अर्थ? मुलांना प्यादी बनवून 'आपल्या चाली' खेळणाऱ्या पालकांना तर आजन्म क्षमा करता कामा नये.

मुलांच्या बाजूने पूर्ण इमान... कम्प्लीट ऑनेस्टी?

– अशी भलती अपेक्षा निदान मी तरी धरू इच्छित नाही. नकळत्या वयाचा, बालपणाचा टप्पा ओलांडून पुढे गेलेली मुलं 'स्वतंत्र व्यक्ती' होण्याचा प्रवास सुरू करीत असतात. त्यांना स्वतंत्र.. सुटं होऊ द्यावं असं मला वाटतं.

तुमच्याबद्दल मला पुरेशी माहिती असते... निदान जी असते, तेवढीच पुरेशी असते याचा मला विश्वास आहे आणि उरलेल्या गोष्टीत मी अकारण नाक खुपसू नये, हे मला पटतं. तुम्ही स्वतंत्र बुद्धी असलेली, बऱ्या-वाईटाची उत्तम जाण असलेली स्वतःच्या जबाबदाऱ्या नीट समजणारी जाणती, शहाणी मुलं आहात. एका विशिष्ट मर्यादेनंतर तुमच्या आयुष्यात लुडबुड करणं; हा तुमच्या व्यक्तित्त्वाचा अवमान आहे, असं मला वाटतं.

जे आवश्यक असेल, ते तुम्ही मला सांगालच; उरलेल्या गोष्टी हा तुमचा प्रश्न! तो तुम्ही तुमच्या पद्धतीने सोडवावा!

खरंतर तुमच्या आयुष्यातल्या प्रत्येक बारीकसारीक गोष्टी मला माहीत असाव्यात, सगळं माझ्या डोळ्यादेखत घडावं असं आई म्हणून मला वाटतंच; पण अशी अपेक्षा धरणं मूर्खपणाचं आहे... अशी 'टोटल ट्रान्सपरन्सी' अशक्य आहे हेही मी समजू शकते. 'नो एन्ट्री,' 'बेकायदा प्रवेशास मनाई' असे बोर्ड लटकावलेल्या अनेक अनोळखी, अपरिचित, व्यक्तिगत वाटा तुमच्याही आयुष्यात असणार हे उघड आहे. तुमचं खाणंपिणं, आरोग्य उत्तम असावं आणि तुम्ही सदैव सुरक्षित राहावेत; एवढे फक्त 'आई' म्हणून माझ्या काळजीचे मुद्दे; बाकी तुमच्या जाणत्या आयुष्याची सूत्रं आता माझ्या हाती कशी राहतील?

तुम्ही करता त्या अनेक गोष्टी मला कदाचित पटणार नाहीत, आवडणार

नाहीत... तुमचे मित्र, रिकाम्या वेळात चालणाऱ्या तुमच्या टिवल्याबावल्या... असं पुष्कळ काही!

...पण म्हणजे सगळेच कासरे ढिले सोडून तुम्हाला अगदी मोकळं मैदान दिलंय असं नका समजू.

थेट, स्पष्ट, रोखठोक, क्वचित मर्मावर बोट ठेवणारा एखादा प्रश्न कधी विचारला; तर तुमच्याकडून मी तशाच स्वच्छ, खऱ्याखुऱ्या आणि प्रामाणिक उत्तराची अपेक्षा धरीन.

त्यावेळी मला फसवण्याचा प्रयत्न करू नका. मी तात्काळ तुमचा कान पकडलाच समजा !

उत्तर देणं कठीण असेल, अवघड... अडचणीचं वाटत असेल तर तसं सांगा.

'ममा, आय हॅड प्रिफर नॉट टु रिप्लाय. जेव्हा वेळ येईल, तेव्हा खरं काय ते मी तुला सांगीन.'

– आय थिंग दॅटस फेअर !

एकवेळ उत्तर देऊ नका, पण सारवासारवीच्या... खोटेपणाच्या सापळ्यात अडकू नका.

मला वाट्टेल तेवढा त्रास द्या, वैताग द्या. पण कृपा करून मला फसवण्याचा प्रयत्न करू नका.

– डोन्ट मिसलीड मी, ॲज आय वुडन्ट मिसलीड यू!

कितीही अडचणीचा, गुंतागुंतीचा, चकवणारा प्रश्न असला; तरी मी किती स्पष्ट रोखठोक उत्तरं देते हे तुम्हाला चांगलं ठाऊक आहे. त्यामुळे शेवटी सगळ्यांचाच वेळ वाचतो. अर्थात मी काही संपूर्ण सद्‌गुणांची पुतळी नव्हे. छोट्या छोट्या प्रसंगात मीही कधीमधी सोयीस्कर भूमिका घेतली असेन, खोटंही बोलले असेन; पण आयुष्यातल्या मूलभूत तत्त्वांशी मी कधीही तडजोड केलेली नाही.. सबबी सांगून स्वत:ची कातडी बचावली नाही... झाल्या चुकांवर पांघरूण घालण्याची केविलवाणी धडपडही कधी केली नाही.

– एवढं मात्र मी निश्चित सांगू शकते.

येस! विथ कम्प्लिट ऑनेस्टी!

तुमची विश्वासू

ममा

....

मुंबई
मे ९९

प्रिय मुलींनो,

काल संध्याकाळी निमा मावशीच्या आयुष्यातला सुखाचा सोहळा आम्ही सगळ्यांनी उत्साहाने साजरा केला. निमा मावशी आठवते? – आजीची धाकटी बहीण ... माझी मावशी? (अवघडच आहे खरंतर - रस्त्यावर गर्दीत भेटली, तर तुम्ही कदाचित तिला ओळखणार सुद्धा नाही.)

निमामावशीच्या लग्नाचा पन्नासावा वाढदिवस साजरा करण्यासाठी तिच्या मुलांनी एक देखणा समारंभ आयोजित केला होता. माझी मावसबहीण- रेखाने घरी येऊन मला आग्रहाचं निमंत्रण दिलं. म्हणाली, नक्की ये हं! मुलांना पण घेऊन ये!

तुम्ही सगळी जणं तोंडं वाकडी कराल हे ठाऊक असूनही मी रेखाला 'हो' म्हटलं. आता तुम्ही विचाराल, रेखा कोण? तिची-तुमची ओळख असणं तसं अवघडच आहे. एखाद-दुसऱ्या घरगुती समारंभात इतर नातेवाईकांच्या गर्दीत रेखा कदाचित तुम्हाला भेटलीही असेल; पण लक्षात कशी राहाणार?

– खरंतर तुम्हाला तरी कसा दोष देऊ?

शहरातल्या धावपळीच्या जीवनाच्या (खोट्या, सोयिस्कर) सबबी सांगण्यात काही अर्थ नाही.

खरं तर चूक माझी आहे.

माझे जवळपास सगळे नातेवाईक मुंबईतच राहातात; पण आम्ही एकमेकांना जेमतेम ओळखतो... दोन-तीन वर्षांतून कधीतरी 'हाय..हॅलो' पुरते भेटतो एवढंच!

- तुमची आजी असताना परिस्थिती वेगळी होती.

शी वॉज द लिंक, द ग्लू!

माझ्या आजोळच्या प्रत्येक नातेवाईकाची तिला खडान्खडा माहिती असे. कुणाची बायको गरोदर आहे, कुणाला बाळ झालं, कुणी नोकरी बदलली, कोण नवीन घरात राहायला गेलं... सगळा तपशील जमवून ती आम्हा सर्वांना सांगे; शिवाय सोबत तिखटमीठ लावलेल्या 'आतल्या गोटा'तल्या चमचमीत, मसालेदार बातम्याही असत. आजीला एक फोन केला, की असं काय काय ऐकायला मिळे. माझी मामेभावंडं, मावसभावंडं त्यांच्या मुलाबाळांना घेऊन सणावारी आजीला भेटायला येत.. लग्नाचा लाडू-चिवडा, बारशाचे पेढे-बर्फी, परीक्षेत पास झाल्याचा नमस्कार... अशा कारणाकारणांनी तिच्याकडे सगळ्यांची ये-जा असे. कुणीही घरी येऊन गेलं की मग आजी उत्साहाने आम्हा सर्वांना फोन करून कोण आलं होतं, काय काय गप्पा झाल्या त्या सगळ्याचं 'रिपोर्टींग' करी.

ही 'सिस्टीम' अखेरपर्यंत उत्तम चालली, पण आजी गेल्यावर सगळं संपलं... कुटुंबातले सगळे दुवेच तुटले. आम्ही आमच्या आईला 'सेन्ट्रल न्यूज डिस्ट्रीब्युशन एजन्सी' म्हणायचो. तिच्यानंतर कोण हे काम करणार? हळुहळू बाकीच्या कुटुंबियांशी संपर्क आटत गेला.. नातीही दुरावली.. कोमेजली.. एकमेकांना ओळखेनाशी झाली.

- म्हणून काही झालं तरी वेळात वेळ काढून निमामावशीच्या कार्यक्रमाला जायचंच असं मी ठरवलं. आम्ही सगळ्या भावंडांनी १९८५ साली आई-बाबांच्या लग्नाचा पन्नासावा वाढदिवस झोकात साजरा केला होता... त्या सुंदर सोहळ्याची आठवण झाली. तुम्ही खूप लहान होतात, आनंदिता तर जन्मलीसुद्धा नव्हती. पण आम्हा सगळ्यांच्या डोळ्यात अतीव आनंदाने पाणी उभं राहिलं होतं. केवढ्या प्रयत्नाने आम्ही किती गोष्टी जमवल्या. पन्नास वर्षांपूर्वी जिथे आमच्या आईबाबांचं लग्न झालं, तोच सेंट्रल मुंबईतला 'लक्ष्मी बाग हॉल' मिळवला.. त्या लग्नात हजर असणाऱ्या आईबाबांच्या नातेवाईकांची, मित्रमंडळींची नावं शोधून, त्यांचे पत्ते शोधून त्यांना बोलावलं.. सगळे आले! आई-बाबांच्या आनंदाला तर शब्दच फुटत नव्हते.

तब्बल पन्नास वर्षं उलटलेली... सगळे संदर्भ बदललेले. तरी तोच आनंद, तोच उत्साह! 'लक्ष्मी बाग' हा तसा छोटासा हॉल.. हळूहळू नातेवाईक जमले, मित्रमंडळींची गर्दी वाढली.. मी घाईत होते, तेवढ्यात हातातली मोठ्ठी पिशवी सावरत सावकाश येणारी निमामावशी दिसली. मी पुढे झाले. तिला घेऊन गर्दीतून वाट काढत आईला शोधलं. दोघी छान हसल्या आणि बाकी सगळ्यांना विसरून दोघी बहिणींनी एकमेकींना मिठीत घेतलं. माझी आई तेव्हा अडुसष्ट वर्षांची होती आणि निमामावशी बासष्ट वर्षांची. आयुष्यभराची सुखदुःखं सोसलेल्या त्या दोन स्त्रिया एका अतीव आनंदाच्या क्षणी एकमेकींच्या कुशीत शिरून मनसोक्त रडत होत्या... पाणावलेल्या नजरेने मी कितीतरी वेळ त्यांच्याकडे बघतच राहिले.

... समारंभ सुरू झाला.

निमामावशी आईपेक्षा सहा वर्षांनी लहान. आयुष्यभर तिने माझ्या आईला 'मोठ्या बहिणी'च्या मानाने वागवलं. त्याही रात्री ती कशात कमी पडली नाही.

निमामावशीने आपली पिशवी उघडली. त्यातून चांदीचं तबक बाहेर काढलं. तुपात भिजवलेल्या फुलवातींची निरांजन काढून तबकात मांडली. हिरव्यागार पानांवर टपोरी सुपारी ठेवून विडा मांडला... आणि कमरेशी खोचलेला चंदेरी साडीचा पदर खांद्यावरून घेत तिने माझ्या आईची ओटी भरली. चांदीच्या कुयरीतून हळदी-कुंकवाची बोटं तिच्या कपाळावर टेकवली, तांदळाचे चार दाणे

डोक्यावरून खांद्यावर टाकले... आणि आईने पुढे केलेल्या पदरात ओटी भरली- नारळ... ब्लाऊजपीस... साडी... लाल कागदात गुंडाळलेली एक भेट... आणि मोगरीच्या कळ्यांचा घमघमता गजरा!

– सौभाग्यवती स्त्रीचं शुभचिंतन करण्याचा वर्षानुवर्षं चालत आलेला हा शुभंकर विधी कुणाच्याही मनाला स्पर्शून जाईल असाच!

निमामावशीनंतर तिथे आलेल्या अनेक सुवासिनींनी लगबगीने पुढे होत आईची ओटी भरली. साडीचा जरीकाठ कमरेशी रुतणाऱ्या आणि मंगळसुत्राचे दुवे मानेशी काचणाऱ्या काही आधुनिक तरुणींनी ओटीचा साग्रसंगीत सरंजाम टाळून सुटसुटीत पद्धतीने आईचं अभिनंदन केलं. कुणी फुलं दिली.. कुणी पैसे... वरचा लाल कागदसुद्धा न उघडता 'इकडून' आलेले आणि परस्पर 'तिकडे' गेलेले भेटवस्तूंचे खोके!

संपूर्ण समारंभ पार पडेतो निमामावशी माझ्या आईशेजारी बसून होती. त्या दोघींचा एकमेकींना होणारा स्पर्श... साध्या नजरानजरीतून खूप काही सांगणारी – ऐकणारी पोक्त, अनुभवाने सुरकुतलेली भाषा... मध्ये एखादा मोकळा क्षण मिळाला की जरीकाठी लुगड्यांचे पदर सावरत एकमेकींच्या खांद्यावर झुकून हलकेच चालणारं त्यांचं गुफ्तगु... त्या दोघींवरून माझी नजर हटता हटत नव्हती. दोघी मजेत होत्या... मधूनच तोंडावर पदर ठेवून चक्क खिदळतही होत्या.

...माझ्या डोळ्यात आनंदाने पाणी आलं.

आईच्या आयुष्यातला आनंदाचा क्षण वाटून घ्यायला तिची निदान एकतरी बहीण हयात होती.

...आणि बाबा?

एकटेच.

त्या रात्री बाबांना अण्णांची – त्यांच्या मोठ्या भावाची – आठवण नक्की आली असणार.

बाबांचे दोन्ही भाऊ हयात नव्हते; पण दोघांची मुलं-सुना-लेकी-जावई आणि नातवंडांनी न चुकता समारंभाला हजेरी लावली होती.

काही दिवसांनी फोटोंचे अल्बम तयार झाले. घरच्या कॅमेऱ्यावर केलेल्या घरगुती शूटिंगची व्हिडिओ कॅसेट बघताना आम्ही सगळे खूप हसलो. काका, काकू मामा-मावशा आणि चुलत-आत्ते-मामे- भावंडांच्या गर्दीतले कित्येक धमाल क्षण कॅमेऱ्याने टिपले होते. झुकलेले खांदे, पिकलेले केस... काही म्हणता काही त्याच्या नजरेतून सुटलं नव्हतं.

माझ्या आईबाबांच्या लग्नाचा पन्नासावा वाढदिवस!

आनंदाने फुललेला... कसलीशी अनाम हुरहूर लावून पापणीचे काठ ओलावणारा... कृतार्थ-अविस्मरणीय!

– पण कालची संध्याकाळ तशी नव्हती.

निदान माझ्यासाठी तरी!

निमामावशीच्या 'फंक्शन'साठी दूरच्या उपनगरात जाताना मी इतकी गळ्यापर्यंत कामात बुडाले होते: की गाडीत माझ्याशेजारी बसलेल्या बाबांकडे लक्ष देण्याइतकीही मनाला फुरसद नव्हती. निमामावशीला जेमतेम भेटून तासाभरात परत यायचं होतं... एका महत्त्वाच्या पार्टीसाठी लोक माझी वाट पाहाणार होते. त्यांच्या 'डिनर'ला येण्याचं आधीपासून कबूल केलेलं असल्यामुळे वेळेत पोचायला हवं होतं... एकतर ही कसरत कशी पार पडेल याचं टेन्शन, शिवाय संध्याकाळच्या वेळी रस्त्यावर उसळलेला पूर... त्या गर्दीतून कशीबशी वाट काढत मुंगीच्या पावलांनी पुढे सरकणारी गाडी! दर क्षणाला टेन्शन वाढतच होतं.

– आम्ही हॉलमध्ये पोचेतो बराच उशीर झाला होता. कुणी बोलून दाखवलं नाही, पण वेळेत पोचलेले नातेवाईक आमच्यासाठी ताटकळत बसले होते.

निमामावशीने पटकन उठून मला मिठीत घेतलं. सुरकुत्यांनी ओघळणाऱ्या पातळ त्वचेच्या आतली हाडं टोचावीत; इतकी निमामावशी बारीक दिसत होती... खारकेसारखी चहुकडून आक्रसली होती.

...मला एकदम माझ्या आईची आठवण आली. ती गेली त्याआधी काही दिवस अशीच, निमामावशीसारखी दिसायला लागली होती... मलमलच्या पातळ कापडात बांधलेल्या खारकेच्या पुरचुंडीसारखी!

निमामावशी आणि आई.

दोघी बहिणींमधला एक महत्त्वाचा दुवा अचानक गवसला, आणि मन थरारून उठलं.

– दोघींची नजर!

सावध... कोण जाणे, पण कसल्याशा अनाम जाणिवेने काहीशी भेदरलेली... रात्रीच्या काळोखात, अनोळखी रस्त्यांवर, अचानक धगधगून पेटलेल्या हेडलाईट्सच्या प्रकाशाने दचकून भांबावलेल्या हरणासारखी!

मी पुढे होऊन निमामावशीला मिठीत घेतलं. आईच्या आठवणीने दोघींनाही रडू फुटलं होतं. तिच्यासाठी खास आणवलेल्या भल्यामोठ्या खुर्चीच्या कोपऱ्यात बसलेली निमामावशी धडपडत उभी राहिली... जवळपास ओणव्याने तिला जवळ घेताना माझं अंग शहारलं... पुन्हा कधीच न भेटणाऱ्या आईच्या रक्तामांसाशी, तिच्या सजीव अस्तित्वाशी असलेला आपला हा शेवटचा दुवा... निमामावशी! काहीतरी कायमचं हरवून गेलेल्या मुलीसारखं मन कळवळून उठलं... त्याक्षणी

काही बोलवेना.

आपले सुरकुतलेले हात माझ्या कमरेभोवती लपेटून निमामावशी गप्प उभी होती... तो स्पर्श खूप निराळा होता. तिची आसुसलेली, पाणावली नजर माझ्यामध्ये माझ्या आईला शोधत असावी!

(त्या 'दुसऱ्या' पार्टीसाठी) हाय हिल्स घातल्याबद्दल मी स्वत:लाच लाख शिव्या दिल्या.

दोन्हीकडून दोन व्हिडिओ कॅमेरे माझ्यावर रोखले होते. नोटांनी भरलेलं एक देखणं, सुगंधी पाकीट मी निमामावशीला 'भेट' म्हणून दिलं आणि नमस्कारासाठी तिच्या पायाशी वाकले, त्याक्षणी मनातून मला अक्षरश: लाज वाटत होती. आई हयात असती आणि तिच्यादेखत मी एक 'पाकीट' देऊन त्रयस्थासारखी निमामावशीची बोळवण केली असती, तर आईच्या संतापाला पारावार उरला नसता. आजच्या दिवशी निमामावशीची ओटी भरायला हवी, आईने तिच्यासाठी जे जे केलं असतं ते आपण करायला हवं, हे मला सुचलं कसं नाही?

... मन खूप चडफडलं, पण आता वेळ निघून गेली होती.

निमामावशीसाठी आलेल्या कोण कुठल्या बायांनी आपापल्या पिशवीतून हळदी-कुंकवाच्या कुयऱ्या, गजरे, नारळ-तांदूळ बाहेर काढायला सुरूवात केल्यावर तर मला आणखीनच शरमल्यासारखं झालं. त्या सगळ्या सुंदर, देखण्या सरंजामापुढे माझं 'पाकीट' देऊन बाजूला होणं किती परकं, त्रयस्थासारखं दिसलं असेल?

– माझ्यासाठी ताटकळलेल्या पार्टीला वेळेत पोचायला हवं म्हणून घाईघाईने निमामावशीचा निरोप घेऊन मी निघाले. बरोबर बाबा होते. पण परतीच्या प्रवासात त्यांच्याशी बोलायची हिंमतच झाली नाही. त्यांची मुलगी म्हणून मी माझ्या कर्तव्यात चुकले होते. आणि आता दुरुस्तीची संधीही कधी मिळणार नव्हती. मनातून कदाचित दुखावली असेल; पण निमामावशी काही म्हणाली नाही हा तिचा मोठेपणा! उलट तिने घरातल्या सगळ्यांची प्रेमाने चौकशी केली. तुमची आठवण काढली. 'मुलांना का नाही आणलंस?' - विचारलं.

– वेळ साजरी करायची म्हणून मी काहीतरी थातुरमातुर उत्तरं दिली; पण खरं काय आहे ते आम्हा दोघींनाही मनातून ठाऊक होतं. निमामावशीच्या लग्नाच्या पन्नासाव्या वाढदिवसाला येणं सोडाच; मी तुमच्याजवळ नुसता विषय काढला असता तरी

– 'ही कोण निमामावशी? इथून सुरुवात झाली असती.

– अर्थात, तुमचा तरी काय दोष?

मागच्या-पुढच्या पिढ्यांचे दुवे जोडण्यात मीच कमी पडले. आग्रह केला असता, हट्ट धरला असता; तर तुम्ही आलाही असतात कदाचित!

रेखा - माझी मावसबहीण! समारंभात वावरताना अभिमानाने फुललेल्या तिच्या चेहऱ्यावरचा आनंद नुसता ओसंडून वाहत होता. प्रत्येकाच्या घरी जाऊन तिने आग्रहाचं आमंत्रण केलेले सगळे नातेवाईक आल्या आल्या रेखाला भेटत होते. सगळ्यांचं स्वागत करत, प्रत्येकाला जेवायचा आग्रह करत रेशमी साडीचा पदर कमरेशी खोचलेली रेखा लगबगीने वावरत होती.

निमामावशीने मनाशी जपलेल्या दोन इच्छा त्या रात्री पुऱ्या झाल्या. अचानक रिंग वाजली की फोन उचलायला जाताना उगीच धडपडायला नको म्हणून थकलेल्या निमा मावशीला तिच्या मुलांनी कॉर्डलेस फोन घेऊन दिला होता; आणि गर्द निळ्या मखमलीच्या कुपीत लपलेली एक लखलखती, तेजस्वी भेट..

– हिऱ्याची अंगठी!

निमामावशीच्या आयुष्यातला पहिला हिऱ्याचा दागिना.

'जन्मभर वाटायचं हो मला, कधीतरी आपण पण बोटात एखादा हिरा घालावा... म्हातारपणी का असेना, पोरांनी जाणलं माझं मन..'

– माझ्या बाबांजवळ मनातली गोष्ट सांगताना निमामावशीला आनंदाने रडू कोसळायचं तेवढं बाकी होतं.

तिच्या बोटावर लखलखणाऱ्या त्या किंमती हिऱ्याचं तेज जगाच्या पाठीवरच्या कुठल्याही रत्नपारख्याला मोजता आलं नसतं इतकं अनमोल होतं. मध्यमवर्गीय गरीबीतून वर आलेल्या निमामावशीच्या मुलांनी स्वतःच्या कर्तृत्वाने मिळवलेली समृद्धी, त्या श्रीमंतीबरोबर समृद्ध झालेलं आईबद्दलचं प्रेम आणि जन्मभर कष्ट काढलेल्या आईच्या सुरकुतल्या बोटांचा असा हिरेजडीत सन्मान करण्याची इच्छा पूर्ण करण्याकरता निमामावशीच्या मुलांनी कमावलेली क्षमता... पैशाची चळत देऊन बाजारात विकत मिळणाऱ्या त्या किंमती खड्यापेक्षा त्याभोवती गुंफलेल्या या भावभावनांचं तेजच निमामावशीच्या डोळ्यात लखलखताना दिसत होतं.

– पौर्णिमेच्या चंद्रासारख्या त्या तृप्त चेहेऱ्याकडे पाहाताना मला सारखी आईची आठवण येत होती. निमामावशीच्या सुखाचा हा सोहळा पाहायला ती असती तर?

– एक नक्की!

तिने मला आल्या पावली घरी पिटाळलं असतं, निमामावशीकरता साग्रसंगीत ओटीचं सामान आणायला लावलं असतं... आणि 'रात्री दुसरीकडे पार्टीला जायचंय' म्हटल्यावर तर ती उखडलीच असती.

– बाबांना घेऊन मी परत निघाले; तर रस्त्यावर ट्रॅफीकचा पूर उसळला होता. त्या गर्दीत आमची गाडी फसली आणि इंचाइंचाने पुढे सरकत सरपटत राहिली... मी स्वतःवरच वैतागले होते. आईच्या माघारी आपण आपल्या कर्तव्यात

कमी पडलो, याची टोचणी मनाला असह्य झाली होती... स्वत:ला दोष देत सारं सोसण्यावाचून दुसरा काही पर्यायही नव्हता.

– ज्यासाठी मी एवढ्या घाईने निघाले, ती रात्रीची पार्टी म्हणजे एक भयाण प्रकार होता.

आपण आलो नसतो तर इथल्या कुणाचं काहीही बिघडलं, बिनसलं नसतं याची जाणीव देणाऱ्या त्या त्रयस्थ, परक्या समारंभात, खोट्या माणसांच्या उबग आणणाऱ्या गर्दीत सापडून मी क्षणाक्षणाला शिक्षा भोगत राहिले.

हे झालं माझं, पण तुमचं काय?

– या प्रश्नाने आता मी अस्वस्थ आहे.

आई म्हणून मी माझ्या मुलांपर्यंत कोणत्या परंपरा, कोणते रीतीरिवाज पोचवले?

मागच्या पिढीकडून घेतलेले कोणते संस्कार पुढच्या पिढीच्या हवाली केले?

प्रत्येक सणावार, रीतीरिवाज, व्रतवैकल्यं कसोशीने सांभाळणाऱ्या आईच्या आठवणी माझ्या मनात अजून ताज्या आहेत.

कुणा सवाष्णीची ओटी भरताना, कुणाच्या कपाळी हळदीकुंकवाचं बोट टेकताना, दारापुढे रांगोळी रेखताना तुम्ही तुमच्या आईला कधी पाहिलंच नाही.

– आठवणीचे धागे तुटले की पिढ्यान्‌पिढ्यांच्या सुंदर स्मरणांची माळ ओघळून जाणार... सारा जुना आनंद संपणार... रस-रंग-गंधाची एक अनोखी दुनिया तुमच्यापासून कायमची दुरावणार!

प्रत्येक विवाहित स्त्रीच्या अंगावर संपूर्ण सुखाचे रोमांच फुलवणाऱ्या 'सवाष्ण' या सुंदर खानदानी शब्दाशी कदाचित तुमची तोंडओळखदेखील होणार नाही!

लांबलचक उखाण्याच्या अखेरीस लाजेने चूर होत पतीचं नाव घेणाऱ्या, हातात हात गुंफून गाणी म्हणणाऱ्या, चांदीच्या निरांजनांनी ओवाळणाऱ्या पाच सवाष्णींकडून कौतुक करून घेणाऱ्या नवविवाहितेचा आनंद किती 'श्रीमंत' असतो, हे तुम्हाला कधी कळणारही नाही.

– खरंतर रोख व्यवहाराची भाषा करणाऱ्या तुमच्या कोरड्या रखरखीत पिढीसाठी केवढी गरज आहे अशा सुंदर श्रावणसरींची! पण कायद्याने जोडलेल्या नात्यात भावभावनांचे धागे विणणारे, पाण्याने ओथंबलेले ते ढग कदाचित कधीच दाटून येणार नाहीत तुमच्या आभाळात!

विवाहितेच्या सुखसौख्याची, समृद्धीची कामना करणाऱ्या फळाफुलांनी तिचा पदर भरून टाकणारा 'ओटी भरण्याचा' विधी तर तुम्ही कधी बघितलेलासुद्धा नाही.

– यातल्या कशाहीबद्दल तुम्हाला साधं कुतुहलसुद्धा वाटत नाही, कारण त्यातल्या कशालाच तुमच्या दृष्टीने काही अर्थ नाही.

निरर्थक गोष्टींचं कुणाला कौतुक असणार?

दर बदलत्या पिढीगणिक आपण अनेक गोष्टी हरवून बसलो आहोत. हे हरवणं आता इतक्या वेगाने वाढत जाईल; की अखेरीस आपल्या हातात कदाचित काहीच उरणार नाही.

'तुमच्या' जगाबरोबर राहायचं, 'तुमचं जग' समजून घ्यायचं म्हणून मी केवढा आटापिटा करत असते. तुमचा एम.टीव्ही, तुमचे सिनेमे, तुमचं म्युझिक... लाख फॅडं!

...पण तेवढाच वेळ, तेवढीच एनर्जी खर्च करून तुम्हाला 'आमच्या जगात' खेचून आणण्याची थोडीतरी धडपड मी करायलाच हवी होती.

आमचं जग... तुमच्या आईचं आणि आजीचं, तुमच्याहून कितीतरी समृद्ध असलेलं जग!

...अजूनही वेळ गेलेली नाही?

सो, हिअर इज द गुड न्यूज गर्ल्स!

माझ्या हातून हरवलेल्या, माझ्या स्मरणातून निसटलेल्या गोष्टी शोधून काढून मी सगळ्या प्रथा-परंपरांची संगती जुळवणार आहे. छोट्या छोट्या गोष्टींचे माझ्या मनातले अर्थ तपासून पाहाणार आहे. घरादाराचा आनंद जोपासण्यासाठी, वाढवण्यासाठी शेकडो वर्षांपासून चालत आलेल्या रितीरिवाजांचा नीट अभ्यास करून तुटलेले दुवे सांधण्याकरता मी धडपडते आहे.

...माझ्या हातून हरवलेली पुंजी संपूर्ण सापडली, की तुम्हा मुलींना समोर बसवून मी सगळं तुमच्या हवाली करीन. तुम्ही माझ्या बडबडीला वैतागाल, त्रासून जाल... माझ्या तरूणपणी माझ्या आईकडून हे सगळं ऐकताना मी झाले होते, तशा तुम्ही 'बोअर' व्हाल, पण मला खात्री आहे; मी जे देईन ते तुमच्या मनात रूजेल... योग्यवेळी त्याला धुमारे फुटतील.

तुमची लग्नं होतील... अंगणात मुलं खेळतील... तेव्हाच कधीतरी आमच्या लग्नाचा पन्नासावा वाढदिवस असेल...

त्या समारंभाला जरीकाठाच्या गर्भरेशमी साड्या नेसून, अंगभर दागिने घालून तूप-वातीच्या निरांजनांनी सजलेली चांदीची तबकं घेऊन तुम्ही याल...

कपाळावर हळदी-कुंकवाचं बोट टेकवून, दोन्ही खांद्यावरून अक्षता उतरवत तुम्ही माझी साग्रसंगीत ओटी भराल.. माझ्या केसात मोगरीचे गजरे माळाल...

येस, यु विल...

तुमची

ममा

....

मुंबई
जून ९९

मुलांनो,

कधीकधी वाटतं, किंग टुट्सलाच एक छान पत्र लिहावं. कुत्रा असला म्हणून काय झालं? – घरातल्या प्रत्येक माणसाइतकाच तो 'माझा' आहे... जीवलग आहे.

या महिन्यात टुट्सचा सहावा वाढदिवस येईल. एका काश्मिरी बास्केटमधून घालून त्याचं इवलंसं मुटकुळं आपण थेट बंगलोरहून उचलून आणलं होतं; आठवतं?

टुट्स भेटला तेव्हा आपण सगळेच मनातून फार हळवे झालेलो होतो. आपल्या घरात वाढलेला, आपल्या सगळ्यांचा जीव की प्राण असलेला बॉक्सर कुत्रा मार्शियानो नुकताच गेला होता. त्या धक्क्यातून सावरणं अख्ख्या घरदारालाच खूप कठीण जात होतं. तुम्हा सगळ्यांची अवस्था तर मला बघवत नव्हती. मार्शियानोचं मरण सहन होत नव्हतं, म्हणून सगळं घर इतकं हळवं झालेलं की, यापुढे एकही प्राणी घरात पाळायचा नाही असं मी ठरवूनच टाकलं. त्याच्यात गुंतलेला जीव सोडवून घेताना किती त्रास होतो, याचा अनुभव खूपच दुखरा होता.

शिवाय एक मनापासूनचं प्रेम सोडलं; तर कुत्रा पाळण्यासाठी लागणाऱ्या इतर गोष्टींचा आपल्या घरात तसा आनंदच होता. एकतर माझ्या किंवा तुमच्या डॅडींच्या लहानपणी आमच्यापैकी कुणीच कुत्रा-मांजर पाळलं नव्हतं. शिवाय मुंबईसारख्या शहरातला फ्लॅट म्हणजे प्राण्यांच्या दृष्टीने आधुनिक, स्टायलीश कोंडवाडाच!

– तरीही तुम्ही टुट्ससाठी हट्ट केलात, तेव्हा मी तुम्हाला बजावलं होतं. कुत्रा पाळणं म्हणजे एखादं आवडलेलं खेळणं दुकानातून विकत आणणं नव्हे. एका जीवंत पण मुक्या प्राण्याची चोवीस तासांची जबाबदारी कोण घेणार? त्याला दिवसातून चारदा बाहेर फिरायला न्यावं लागेल, आठवड्यातून निदान एकदा-उन्हाळ्यात किमान दोनदा आंघोळ घालावी लागेल. कोणाला इतका वेळ आहे? शिवाय तो कुत्रा आपल्या घरात राहाणार; म्हणजे उसकापासक न करता घरात शिस्तीने वावरण्याचं ट्रेनिंग त्याला कोण देणार? ठराविक दिवसांनी इंजेक्शन्स देण्यासाठी कोण त्याला घेऊन डॉक्टरांकडे जाणार?

– त्यावेळी तुम्ही सगळे जण टुट्सचं सगळं करण्यासाठी अगदी एका पायावर तयार होतात.

'आय विल डू इट... आय विल डू इट' म्हणून तुम्ही माझ्याभोवती एकच गिल्ला केलात; आठवतं? नवा कुत्रा घरी आलाच, तर या उतू जाणाऱ्या उत्साहाचं पुढे काय होणार हे त्याक्षणीच मला दिसत होतं; आणि शेवटी झालंही तसंच!

किंग टुट्स मात्र पहिल्या दिवसापासून शहाण्या मुलासारखा वागला. स्वभावाने अत्यंत शांत आणि प्रेमळ. घरातल्या प्रत्येकाला त्याने जीव लावला. पहिल्यापासून त्याची फक्त एकच अपेक्षा असे- सोबत! घरात एकटा पडला की त्याच्या लुकलुकत्या डोळ्यात कसलीतरी विचित्र भीती दिसे. पण एरवी त्याचं आपल्या घराशी मस्त जमलं.

– आता तर घरात सर्वात शांत, घरावर सर्वात जास्त प्रेम करणारा आणि सगळ्यात 'ॲडजस्टेबल' कोण असा प्रश्न विचारला; तर मी टुट्सचं नाव घेईन. नखरे नाहीत, आदळआपट नाही, येताजाता दुखावणारा 'इगो' नाही. लेट नाईट पार्ट्यांवरून वादावादी नाही, खाण्यापिण्याचा धिंगाणा नाही; आणि थँक गॉड, डिझायनर्स कपड्यांची महागडी बिलं नाहीत!

त्याला त्याचं दोन वेळचं जेवण दिलं, येता-जाता त्याची मान खाजवून प्रेमाने त्याच्याशी गप्पा मारल्या: की स्वारी खुष! शेपटी हलवत मागे मागे फिरून लाडीगोडी लावायला तयार! एरवी कुत्र्यांचा दु:स्वास करणारी कितीतरी माणसं टुट्सच्या मात्र पटकन प्रेमात पडतात. घरी आलेल्या प्रत्येक पाहुण्याला टुट्सच्या 'भरदार स्वागता'चा सामना करावा लागतो. तो आधी जोराने भुंकेल, मग खात्री पटली की येणाऱ्याच्या मागे मागे करेल, अंगावर चढेल; फारच प्रेम वाटलं तर हातपाय चाटेल; पण उगीचच कुणाच्या वाटेला जाणार नाही. स्वभावाने जरा 'ॲग्रेसिव्ह' असला, तरी टुट्स आजवर कधीही कुणाला चावला नाही.

आय टेक टुट्स फॉर ग्रॅन्टेड!

मी लिहायला बसले; की तासन्तास माझ्या पावलांवर मुटकुळं करून झोपणारा टुट्स माझा सगळ्यात जीवलग मित्र आहे. त्याची ती नि:शब्द सोबत मला आवडते. तुम्ही मुलं लिफ्टमध्ये असता; तेव्हाच दाराकडे झेपावणारा टुट्स तुम्ही घरी परतल्याची वर्दी देतो. अत्यानंदाने निथळणाऱ्या डोळ्यांनी तो माझ्याकडे पाहातो आणि काही सेकंदातच दारावरची बेल वाजते.

माझ्या सगळ्या मित्रमैत्रिणी टुट्सला आवडतात. त्यांचंही टुट्सवर माझ्याइतकंच प्रेम आहे.

कधी कधी वाटतं, या मुक्या प्राण्याच्या डोक्यात काय काय चालू असेल? काय असतील त्याची सुखदु:खं? एखाद्या क्षणी त्याला वाचा फुटली, तर तो काय बोलेल? मला काय सांगेल?

टुट्सचा चेहरा खूप बोलका आहे. चोहीकडे भिरभिरणारे त्याचे टपोरे, सावध डोळे तर अनेकदा मठ्ठ, बथ्थड माणसांपेक्षा जास्त जीवंत, मानवी वाटतात. चेहेऱ्यावर बुरखे चढवून समोरच्याला 'बनवण्याची' कला त्याला अवगत नाही. त्यामुळे टुट्सची 'बॉडी लँग्वेज' नेहमीच अतिशय पारदर्शी असते. त्याची सुखदुःखं, राग-लोभ सगळं त्याच्या चेहऱ्यावर स्पष्ट दिसतं. टुट्सचं अख्खं शरीरच विलक्षण 'एक्स्प्रेसिव्ह' आहे; पण माझ्या काळजाचा ठोका चुकवतात ते त्याचे डोळे! टुट्सच्या गूढ, अनोळखी विश्वात खेचून नेणारी काहीतरी अगम्य जादू त्याच्या नजरेत आहे. माझ्या समजुतीपलीकडच्या त्या जगात काय असेल? एखाद्या अद्भूत क्षणी टुट्सला काही सांगता येईल? माझ्याशी बोलता येईल?

– काय असेल त्याच्या मनात?

काय बोलेल तो?

काय सांगेल?

मी माझ्या माझ्या कामात असते; त्याला फार वेळ देत नाही म्हणून रूसवा धरील? (नॉट फेअर. घरातल्या कुणाहीपेक्षा मी आणि टुट्सच जास्त वेळ एकमेकांच्या बरोबर असतो.)

मी त्याला फारच गृहित धरते; म्हणून तक्रार करील? (शक्य आहे.)

की 'या घरातलं जेवण मला अजिबात आवडत नाही' अशी चिडकी आरोळी ठोकून रागाने थयथयाट करील?

तुम्हा मुलांचा टुट्सवर जीव आहे.

मला कळतं.

पण प्रेमापोटी येणाऱ्या जबाबदाऱ्या घ्यायला तुम्ही कुणी तयार नसता; याचं वाईटही वाटतं.

खरं सांगू? - टुट्स हे माझं सातवं मूलच आहे; आणि त्याला वाढवणं, 'माणसाचं मूल' वाढवण्याइतकं सोपं नाही.

आपलं दुखलंखुपलं टुट्सला सांगता येत नाही. भूक लागली म्हणून रडता येत नाही. ममाच्या मागे धावून हट्ट करता येत नाही. भीती वाटली म्हणून तिच्या कुशीत शिरता येत नाही.

... हे सगळं मला त्याच्या नजरेवरून ओळखावं लागतं. त्याच्या स्पर्शातून समजून घ्यावं लागतं.

पण मी कामात अडकलेली असेन, मुंबईबाहेर असेन तेव्हा घरातले नोकरच टुट्सचं 'आईपण' निभावतात. त्यांच्यावर टुट्सची जबाबदारी सोडून जाताना दरवेळी माझा जीव कळवळतो. कुशीतलं तान्हं मूल कुणातरी तिऱ्हाईताच्या

हाती सोपवताना आईला होणाऱ्या यातनांचा अनुभव टुट्सच्या संदर्भात मी अनेकदा घेतलेला आहे.

– पण 'टुट्स' हे माझं सगळ्यात समजूतदार मूल. त्याने कधीही हट्ट करून, त्रागा करून अख्खं घर डोक्यावर घेतल्याचं मला आठवत नाही. त्याला सांभाळणं खरंतर पुष्कळच सोपं आहे.

प्रश्न त्याचा नाही,

उलट तुमचा आहे.

उद्या समजा, काहीतरी चमत्कार झाला आणि टुट्सला त्याची डायरी लिहिता आली; तर पानंच्या पानं भरून तो नक्की तुमच्या तक्रारी लिहून काढील... तुमच्यापैकी कुणीही कसं त्याला फिरायला नेत नाही, त्याच्या डॉक्टरांकडे जायचं असलं म्हणजे तुम्ही सगळे कशा हजार सबबी सांगता असं खूप काही!

तुम्हाला काय वाटतं? तुम्ही जे, जसं वागता; त्याचं टुट्सला दुःख होत नसेल? मनातून तुमचा राग येत नसेल?

आजुबाजूच्या इतर अनेक घरांमध्ये कुत्र्यासाठी जीव टाकणारी मुलं मी पाहाते. तेव्हा खरंतर मलाही तुमचा राग येतो.

मी अगर टुट्स;

आम्ही दोघं बोलत नाही एवढंच काय ते!

पण थँक गॉड, घरातली माणसं दिसली नाहीत; म्हणून एका दिवसात मान टाकून थेट 'डिप्रेशन' मध्ये जाण्याइतका टुट्स हळवा नाही.

मालक किंवा मालकिणीच्या हातून जेवण वाढलं नाही म्हणून दिवसेंदिवस चक्क उपोषण करणाऱ्या, घरातले सगळे गावाला गेल्यावर त्यांच्या आठवणीने हाय खाऊन आजारी पडणाऱ्या कुत्र्यांच्या 'हॉरर स्टोरीज्' मी माझ्या मैत्रिणींकडून नेहमी ऐकत असते.

– पण सुदैव म्हणजे,

माझा टुट्स तसा नाही.

आपण सगळे प्रवासाला निघालो; की शेपटी हलवून, हातपाय चाटून आनंदाने निरोप देईल; आणि परत आल्यावर दुप्पट उत्साहाने स्वागताला तयार!

खरंतर टुट्सकडून खूप काही शिकण्यासारखं आहे. संपूर्ण समर्पित निष्ठा... अपरंपार प्रेम आणि स्वार्थाचा स्पर्शही न झालेली निखळ, निर्मळ मैत्री!

तो फक्त 'देणं' जाणतो. आपल्याला किती 'मिळालं' याचा हिशेब ठेवणारं मानवी इंद्रिय त्याच्याजवळ नाही. आपल्या सगळ्यांना भरभरून आनंद देण्यासाठी, आपल्यावर जीवापाड प्रेम करण्यासाठीच तो या घरात राहातो.

कामाचा ताण आणि थकवा असह्य होऊन मी स्वस्थ बसले; की घरात

असेल तिथून टुट्स माझ्याजवळ येतो. त्याच्या मानेशी खाजवताना, पायाच्या बोटांनी त्याचे कमानदार मणके चाचपताना माझे ताणलेले स्नायू मोकळे होतात आणि अवघ्या काही मिनिटात थकवा नाहीसा झाल्यासारखं वाटतं.

घरात कुत्रा पाळणाऱ्या, जीव लावून त्याला वाढवणाऱ्या प्रत्येक मालकाला वाटतं, हा मुका प्राणी आपला 'मित्र' आहे. तोच फक्त आपल्याला 'समजून' घेऊ शकतो.

मीही कुणी वेगळी नाही.

मलाही खरंच तसं वाटतं.

– किंग टुट्स अंडरस्टॅण्डस् मी!

माझ्या मनात काय आहे, मला काय सांगायचंय; हे त्याला 'कळतं'!

आणि समजा, नसलं कळत; तर कुठे बिघडलं? पण आम्हा दोघांमध्ये एक अतर्क्य, अनाकलनीय असा 'संवाद' आहे... मला तो जवळ हवा असेल; तेव्हा न बोलावताही तो माझ्याकडे धावत येतो...

स्वतःला 'माणूस' म्हणवणाऱ्या माझ्या किती मित्र-मैत्रिणींबद्दल मी अशी खात्री देऊ शकेन?

– कोण जाणे!

मुक्या प्राण्यांहून स्वतःला वरचढ समजणाऱ्या आणि स्वतःच्या बुद्धिमत्तेचा टेंभा मिरवणाऱ्या माणसात खरंच काय असं वेगळं असतं?

– टुट्सला बोलता येत नाही, एवढंच काय ते!

राईट टुट्स?

भॉऽऽऽ भॉऽऽऽ

ममा

....

मुंबई,
२४ मार्च

प्रिय मुलांनो,

ठरल्या गोष्टी ठरल्या वेळी मनापासून करायला मला खूप आवडतात. पाठीशी लकडा लावायला आले, की तुम्ही वैतागता खरे; पण मला आवडतं 'तस्सं' वागायला! रोज उठून करायची कामं, पण ती मन लावून केली की छान वाटतं. उदाहरणार्थ, तुम्हा सर्व मुलांच्या हातापायांची नखं काढणं! तुमच्या प्रत्येकाच्या लहानपणी प्रत्येकाचा आरडाओरडा सहन करत मी ही जिम्मेदारी अगदी मनापासून निभावलेली आहे. मोठी मुलं 'मोठी' होत गेली, ज्याने त्याने

आपापलं नेलकटर आपापल्या हातात घेतलं. आता अरूंधती-आनंदितासुद्धा अशा कामांसाठी माझ्यावर अवलंबून राहणार नाहीत हे लक्षात येतं; आणि मनाला उगीचच चुटपुट लागून राहाते.

आदित्य आणि अवंतिका लहान होते तेव्हा दोघांचेही 'हेअरकट्स' ही माझी 'स्पेशॅलिटी' होती. बाजारातून आणवलेल्या खास कात्रीने कित्येक वर्षं मी दोघांचेही केस कापले... शिवाय दर पंधरा दिवसांनी नखं कापणं, छोट्या काडीला कापसाचा बोळा लावून कान स्वच्छ करणं आणि रोजच्या रोज कोमट तेलाने मसाज.

– पण गेले ते दिवस.

राणाच्या केसांना मात्र कधीच माझी कात्री लागली नाही. त्याला हुक्की आली की सलूनमध्ये जाऊन तो थेट चमनगोटाच करून येतो. राधिकाचं 'ट्रिमिंग' प्रकरण नेहमीच वेगवेगळी रूपं घेत असतं. सध्या 'युवर्स ट्रुली'ने केलेला तिचा 'शॅगी लुक कट' मित्रमैत्रिणींना बेहद्द पसंत पडल्याने स्वारी खुषीत आहे. म्हणजे उरल्या अरूंधती आणि आनंदिता. पण त्यांनाही आता प्रोफेशनल ब्युटी पार्लर, तिथला सगळा सरंजाम, ड्रायरमधल्या गरम हवेने 'सेट' होणारे केस या सगळ्या लाडाकोडाचं एवढं वेड आहे, की दोघींपैकी कुणीही वाढलेले केस मोकळे सोडून माझ्यासमोर बसण्याची शक्यता शून्य.

...पण तरीही मी अरूंधती-आनंदिताला थोडी लाडीगोडी लावून बघीन, कारण हे सगळं करायला मलाच खूप आवडतं.

अरूंधती मोठ्या हौसेने बफींग, पॉलिशिंग सकट साग्रसंगीत 'मॅनीक्युअर' करायला शिकली, पण चौदा वर्षांची होईपर्यंत तिने कधीही स्वतःच्या नखांना स्वतः नेलकटर लावलं नाही. अजूनही ती दुपारी ममाच्या बेडरूममध्ये येते... बेडवर आरामात झोपते.. मग निळ्या टोकांची छोटी कात्री कपाटातून काढून ममा बाईसाहेबांची नखं कापणार! नंतर मग आवडत्या (महागड्या) कलोनमध्ये कापूस बुडवून कान साफ करण्याचा कार्यक्रम! तुम्ही मुली उद्या लग्न होऊन आपापल्या घरी गेलात आणि आपल्या मुलांची नखं कापायला लागलात, तरी डोळ्यावरचा चष्मा, लुटुलुटु हलणारी मान सावरत तुमच्या स्वतःच्या नखांशी मलाच झगडावं लागणार बहुतेक! (ओ माय गॉडऽऽ केवढी वाढलीयत नखं! लेट्स कॉल ममा... हॅलोऽऽऽ)

लहानपणी तुम्हा सर्वांना तेलाने छान रगडून गरम पाण्याने आंघोळ घालणं हे माझं अत्यंत आवडतं काम होतं! पण मोठ्ठं भोकाड पसरल्याशिवाय एकही आंघोळ कधी झाली नाही. कोपरा-ढोपरांवर क्रीम चोपडून मसाज... कोमट तेल लावलेल्या केसांना हलकी वाफ देऊन न्हायला घालणं... यातलं काहीच तुम्हाला

आवडत का नसे, हे मला अजून कळलेलं नाही. तुमच्या जागी मी असते तर स्वत:चे हातपाय इंचभरसुद्धा इकडे तिकडे न हलवता हे सगळे लाडकोड मी मस्त एन्जॉय केले असते.

... पण तुमचं लहानपण सरलं, आणि हे छोटे छोटे आनंद एकेक करून माझ्या मुठीतून निसटून गेले. मुलं मोठी होतायत, आता त्यांच्या आयुष्यातली आपली गरज कमी होणार; हळूहळू संपूनच जाणार हे कळत असलं; तरी आईच्या मनाची समजूत घालणं फार अवघड असतं. तुमचं 'मोठं होणं... स्वतंत्र होणं' मला कळतं ... तरीही तुमच्या वाढत्या आयुष्याशी स्वत:ला जोडून घेण्याकरता नकळत माझी धडपड चालूच असते... तुमच्यासाठी, तुमच्याबरोबर काय करता येईल याचे नवे पर्याय शोधायचे म्हणून डोक्याला खूप ताण द्यावा; आणि 'आखडल्या पाठीला मसाज' किंवा मुलींच्या लांब केसांची एखादी नवीन 'हेअरस्टाईल' इतपत काहीतरी सुचावं; असं तर आजकाल खूपदा होतं.

अवंतिकाचे केस लहानपणी खूपच लांबसडक होते. पाच वर्षांची होईपर्यंत ती 'वेणी घाल' म्हणून माझ्यासमोर येऊन बसायची. मग कधी रेशमी, रंगीत रिबिनींची झोकदार फुलं बांधलेली वेणी, तर कधी ड्रेसला मॅचिंग मण्यांनी, इवलुशा फुलपाखरांनी सजवलेली झुबकेदार पोनीटेल!'

... आता एकटी आनंदिता मला तिच्या केसातून ब्रश फिरवू देते.

आम्ही लहान असताना भरपूर तेल लावून घट्टमुट्ट वेण्या घालून देणाऱ्या आयांच्या तावडीतून आमची सुटका नव्हती. 'माझं दिसणं' या विषयावर माझ्या स्वत:च्या प्रखर मतांनी घरात वादळ उठेपर्यंत माझ्या आईने लेकीच्या केसांचा 'चार्ज' मुळीच सोडला नव्हता.

आणखी एका गोष्टीची मला फार आस वाटते.

– सगळ्यांनी एकत्र बसून जेवणं!

अरूंधती आणि आनंदिता दुपारी अडीचच्या आसपास शाळेतून घरी येतात. एकचा ठोका पडल्यापासून माझी चलबिचल चालू होते. कधी कधी भूक असह्य होते; पण पोरींशिवाय घास जात नाही... मग उगीचच फोन फिरव, पत्रांचा ढीग चाळून बघ, उगीचच कुणालातरी एखादं उत्तर लिहून टाक; असं करत वेळ काढायचा आणि कानात प्राण आणून दारावरची बेल कधी वाजते याची वाट पाहात राहायची. अरूंधती, आनंदिता घरी आल्या की त्या तयार होऊन टेबलापाशी येईपर्यंत गरमागरम जेवण वाढून तयार असतं. रात्री मी स्वत: जेवत नाही; पण टेबलाशी बसून तुम्हा सर्वांच्या गप्पांमध्ये सहभागी व्हायला मला खूप आवडतं.

अरूंधती आणि आनंदिता शाळेतून घरी येतात; तेव्हा त्यांना ममा हवी असते. मीही सहसा दुपारच्या जेवणाची आमंत्रणं स्वीकारत नाही; उलट अनेकदा

माझ्या मैत्रिणीच आपल्या घरी 'लंच'ला येतात.

धावत येऊन ममाच्या गळ्यात पडण्याकरता आसुसलेली आनंदिता घरात परके चेहरे पाहून हिरमुसली होते... इतकी, की माझ्या मैत्रिणीच मग हसून म्हणतात, 'गो अहेड... तुझ्या लेकीला आधी कुशीत घे... वी विल वेट.'

जेवण झालं की मग आनंदिताबरोबर एक दुपारची डुलकी... इट्स अ मोमेन्ट, आय लव्ह! जेवण होईस्तो शाळेतल्या गंमतीजंमती सांगून आनंदिता दमलेली असते... लिहून लिहून रग लागलेल्या माझ्या पाठीलाही 'जरा टेकूया' असं वाटत असतं. मग आपसूक आम्हा दोघींचे पाय बेडरूमकडे वळतात. दुपारची शांत वेळ... पडदे ओढून उबदार शांततेने भरलेली बेडरूम... आणि उजवा हात माझ्या गळ्याभोवती घट्ट लपेटून गुरगुटून माझ्या कुशीत झोपलेली आनंदिता! पंधरा-वीस मिनिटांची झोप झाली; की ताज्यातवान्या होऊन आम्ही उठतो; आणि घर पुन्हा आनंदिताच्या खिदळण्याने, माझ्या कामाच्या गडबडीने भरून जातं.

हे सुखाचे, सुंदर क्षण तरी कुठे आता फारसे उरले? लवकरच आनंदिताही मोठी होईल. तिचा वाढलेला अभ्यास... खेळ... मित्रमैत्रिणी... 'होमवर्क'च्या कचाट्यातून सुटून दुपारचा मोकळा वेळ मिळालाच, तर ती एकतर कम्प्यूटरवर तरी घालवील किंवा मग तासनतास कानाला फोन तरी लावून बसेल.

दुपारची झोप?

– फरगेट इट!

असा वाया घालवायला वेळ कुठेय कुणाकडे?

तुमच्या-माझ्यामधली सुंदर वर्षं बघता बघता कुठे निघून गेली; कळलंही नाही.

किती सुखाचे क्षण!

आता रिती होत आलेली मूठ बघताना माझा जीव तुटतो. वाटतं, कुठे हरवले ते दिवस?

... लहानग्या आदित्यला पकडून आणून मी त्याला दामटून झोपवत असे. झोपेचं सोंग करून माझ्या कुशीत आलेला आदित्य 'थांब हं जरा... घरात काहीतरी बघून येतो' म्हणून हलकेच खोलीबाहेर सटकायचा आणि मग दुपारभर गुरख्याच्या मुलांबरोबर गल्लीतलं क्रिकेट खेळत बसायचा... त्याला वीस वर्षं झाली?

वीस?

अरूंधती...

सात वर्षांची होईपर्यंत रोज दुपारी माझ्या कुशीत पडून बाटलीतलं दूध

चटकमटक चोखत बसायची!

किती सुंदर होते ते दिवस!

माझ्या कुशीत तुमच्या घट्ट मिठीचा गंध असायचा... माझ्या मानेशी तुमच्या मऊशार जावळाची लवलव ... आणि हातांमध्ये तुमचे इवलुसे हात!

– कुणाच्याही मागे कितीही धावपळ असली, समोर केवढे मोठाले कामाचे डोंगर असले; तरी अशा सुंदर, निवांत सुखाच्या क्षणांची श्रीमंती हवीशी वाटतेच.

– तुम्ही मोठे व्हाल, स्वतःचा संसार मांडाल, आणि तुमच्या श्वासांवर वाढलेली तुमच्या रक्तामांसाची गोंडस बाळं तुमच्या कुशीत येतील; तेव्हा या सुखाच्या क्षणांची तुमच्यावर बरसात होईल...

... आणि तुम्हाला माझी आठवण येईल.

ममा

....

मुंबई,
ऑगस्ट ९९

प्रिय मुलांनो,

प्रत्येकाच्या आयुष्यात वर्षातून एकदा येणारा एक 'स्पेशल' दिवस – बर्थ डे!

सगळं रोजच्यासारखं असलं, तरी त्या दिवसाला निराळा गंध असतो. हातून निसटलेलं (आणखी) एक वर्ष... त्याची हुरहूर... पुन्हा एकदा नव्याने नवा डाव मांडून पाहाण्याची उर्मी... हे सगळं 'सेलिब्रेट' करावं, ज्याचा वाढदिवस असेल; त्याचे बाकीच्यांनी विशेष लाड करावेत असं मला नेहमी वाटतं. श्रीमंती पार्ट्या, महागड्या भेटी यांच्यापलीकडे वाढदिवसाचा म्हणून एक हळवा आनंद असतोच ना!

आपल्या घरातली वाढदिवसांची धामधुम तुम्हाला नवी नाही.

एवढं मोठं कुटुंब त्यामुळे महिन्यात निदान एकदा; कधीकधी तर दोनदाही हे 'स्पेशल' दिवस आपण सेलिब्रेट करतो. शुभेच्छांनी भरून जाणाऱ्या आपल्या घरासाठी निमित्तांची कमतरता कधी नसतेच. आपले सर्वांचे वाढदिवस... शिवाय आजोबांचा... आजी होती तेव्हा तिचा... शिवाय 'ॲनिव्हर्सरीज् आणि 'विशेष महत्त्व' असलेले काही 'विशेष' दिवस! एवढ्या सगळ्या सेलिब्रेशन्ससाठीच्या तयाऱ्या करता करता मी थकून जात नाही का, ही धामधुम मला नकोशी होत

नाही का, याची काळजी माझ्यापेक्षा माझ्या मित्रमैत्रिणींनाच जास्त वाटत असते.

वाढदिवस म्हटला की यादी लांबवावी तेवढी कमीच! पार्टी अॅरेंज करा, त्यासाठी घर सजवा, मेन्यू ठरवा, आमंत्रणं द्या, संपलं-उरलं पाहा, शिवाय केक... मेणबत्त्या... दरवर्षी हिकमती लढवून आणलेल्या नवीन नवीन गिफ्टस् आणि ज्याचा वाढदिवस असेल त्याला खुष करण्याकरता कल्पकतेने 'प्लॅन' केलेली 'सरप्राईझेस'... खरं सांगायचं तर कधी कधी थकायला होतं. कामाचे डोंगर मानेवर असले; की येऊ घातलेल्या एखाद्या वाढदिवसाच्या नुसत्या कल्पनेनेही टेन्शन वाढतं. दरवेळी काहीतरी नवी आयडिया काढणं आणि (अर्थात तुम्हा सर्वांच्या मदतीने) ती अंमलात आणणं ही कसरत जमवता जमवता अनेकदा दमछाक होते... पण 'बर्थ डे बॉय' किंवा 'बर्थ डे गर्ल'चा आनंदाने ओसंडणारा चेहरा पाहिला; की क्षणात सगळे कष्ट विरून जातात.

'वाढदिवस' ही प्रत्येक कुटुंबाची स्वतंत्र संस्कृती असते. या दिवसाचं मोजमाप जो तो आपापल्या स्वभावानुसार, प्रवृत्तीनुसार करतो. इतरांचे काय, स्वत:चेसुद्धा वाढदिवस लक्षात न राहाणारी असंख्य माणसं मला ठाऊक आहेत. 'वय वाढायचंच. त्यात काय एवढं?' असं म्हणून खांदे उडवणाऱ्यांना वाढदिवसाची पार्टी हा शुद्ध मूर्खपणा वाटतो... वाटो बापडा!

– पण वाढदिवसाची खरी धमाल काय असते; ते पाहावं कुठल्याही शाळकरी मुलाच्या चेहेऱ्यावर! अख्खं वर्षभर वाट पाहिल्यावर येणारा, 'एक्स्ट्रा स्पेशल' कौतुकाची बरसात करणारा हा एक दिवस त्या इवल्याशा भावविश्वाला केवढी उभारी देतो! स्वत:च्या पसंतीचे नवे कपडे... 'हॅपी बर्थ डे टु यु' गाणारा वर्ग... वर्गातल्या मुलांना, शिक्षकांना वाटण्याकरता घरून आणलेला खाऊ... आणि संध्याकाळी घरी छोट्टीशी पार्टी!

आपण किती धम्माल केली, आठवतं?

फाईव्ह स्टार बडेजाव असणाऱ्या पार्ट्या, साधीशीच पण घरगुती प्रेमाची सुग्रास जेवणं, पिकनिक्स, सिनेमे, सगळ्यांनी एकत्र बसून केलेला टाईमपास, मध्यरात्र उलटल्यानंतरच्या झोपाळू पार्ट्या... आणि 'आय अॅम अ टीनएजर नाऊ' असं ऐलान करणाऱ्या अरूंधतीच्या तेराव्या वाढदिवसासाठी घरी अॅरेंज केलेली 'डिस्को नाईट!'... आठवते? – फॉर गर्ल्स ओन्ली. अॅन्ड कट ऑफ टाईम? – रात्री साडेनऊ!

माझा वाढदिवस जवळ आला, की दरवर्षी सुरू होणारी तुमची गुप्त खलबतं... सिक्रेट प्लॅनिंग्ज... माझ्याकरता तुम्ही मुलांनी अॅरेंज केलेल्या सरप्राईज पार्ट्या... आणि 'फॅमिली ओन्ली आऊटींग्ज'च्या निमित्ताने आपण केलेली धम्माल यातलं काहीच कधीच विसरणं शक्य नाही.

आपल्या घरी प्रत्येकाच्या वाढदिवसाला स्वतंत्र अर्थ यावा, म्हणून आपण वेगवेगळ्या गोष्टी करतो. अरूंधतीच्या वाढदिवशी दरवर्षी आपल्या घरी सत्यनारायणाची पूजा असते. लहान असताना ती वैतागायची. म्हणायची, 'माझ्याच बर्थ डेला का म्हणून हा बोअर प्रकार? पण आता खूष असते. त्या पूजेमधला अर्थ कळायला लागल्यावर तिच्याकरता ते एक 'स्पेशल सेलिब्रेशन'च झालं.

धाकट्या आनंदिताचा वाढदिवस म्हणजे अजूनही सगळ्यात जास्त धामधूम असते - रंगीबेरंगी फुगे, खूप मेणबत्त्या, मोठ्ठा केक आणि घरभर सगळीकडे चंदेरी-सोनेरी पताकांच्या रांगा! गेल्या वर्षी पहिल्यांदाच आपण 'चायनीज लंच' अ‍ॅरेंज केलं; तेव्हा आनंदिता थोडीशी मोठी झाल्यासारखी वाटली राधिका पहिल्यापासूनच शांत. तिला धुमधमाल कधी आवडली नाही. तिच्या वाढदिवसाला घरातल्या सगळ्यांनी गप्पा मारत 'एकत्र जेवणं' एवढंच सेलिब्रेशन तिला हवं असतं. याच्या अगदी उलट राणा! त्याचा वाढदिवस म्हणजे घर डोक्यावर घेण्याइतका धांगडधिंगा! (एकविसाव्या वाढदिवसाच्या पार्टीत राणाने कापलेला तो 'फाजील' केक आठवतो?) - आदित्यही जवळपास तसाच! 'लाईव्ह म्युझिक'ची धमाल हवी म्हणून स्पेशल बॅण्ड आणि नाचगाण्याशिवाय आदित्यचा वाढदिवस कधी झाला नाही. अवंतिका बाकी दिवसभर मित्र-मैत्रिणींच्या टोळक्यात मनसोक्त हुंदडेल, पण दुपारचं स्पेशल 'बर्थ डे लंच' मात्र ममाबरोबर! शिवाय प्रत्येकाच्या वाढदिवसाला मी दिलेली एक खास भेट - थोडंसं हळवं, प्रेमाने..मायेने ओथंबलेलं, लिहिता लिहिता डोळ्यातल्या आसवांनी भिजलेलं पत्र!... खूपदा या भाषेत मला बोलता नाही येत पण कागद पुढे ओढला की लिहिता येतं. तुमच्या प्रत्येकाच्या वाढदिवसाच्या आदल्या रात्री मग मी कागदांशीच बोलत राहाते... तुम्ही सगळे माझ्या पत्रांची वाट पाहाता, हेही मला ठाऊकेय. आदित्य आणि अवंतिकाजवळ तर एव्हाना ममाच्या पत्रांचं उत्तम 'कलेक्शन'च तयार झालंय.

'गिफ्ट', मग ती कुठलीही असो, कुणालाही द्यायची असो: 'स्पेशल'च असली पाहिजे असा माझा आग्रह असतो. त्याकरता भरपूर वेळ (आणि अर्थात पैसा) खर्च करायला मी नेहमीच तयार असते. अठरावे, एकविसावे वाढदिवस साजरे करण्याकरता अठरा, एकवीस गिफ्टस् हुडकत आपण कित्येकदा अख्खी मुंबई पालथी घातलीय, आठवतं? एकाच व्यक्तीला द्यायला एकवीस वस्तू खरेदी करणं हे वाटतं तेवढं सोपं नाही. बोस्टनमध्ये शिकणाऱ्या आदित्यच्या एकविसाव्या वाढदिवसाला मी बॅग भरून गिफ्टस् पाठवल्या होत्या. त्याला हवी असलेली खरीखुरी स्पोर्टस्कार द्यायची तर इच्छा आहे पण परवडणं शक्य नाही; म्हणून एक प्लॅस्टीकची स्पोर्टस्कार त्या बॅगेतून मी पाठवली होती; ते आठवून अजून सगळे डोळ्यात पाणी येईतो हसतात.

नवा कोरा मोबाईल सारखा कानाला लावून फिरणाऱ्या अवंतिकाच्या फोनचं भलंमोठ्ठं बिल येताच वैतागलेल्या डॅडींनी तिचा मोबाईल काढून घेतला; त्यानंतरच्या वाढदिवसाला सेलवर चालणारा खेळण्यातला 'सेलफोन' आपण तिला गिफ्ट दिला होता: आठवतं?

डोक्याला ताण देऊन देऊन अशा 'खास' भेटी निवडण्यात कुणी आपला हात धरू शकत नाही. शिवाय स्वत: रंगवलेली मोठमोठी पोस्टर्स, कुठून कुठून काय काय कापून चिकटवलेले कोलाज, धम्माल 'मेसेज' लिहून बनवलेली बर्थ डे कार्डस्, जुन्या लिपस्टीक्स वापरून घरातल्या आरशांवर केलेलं कोरीव काम, मेहेनतीने बनवून घेतलेले 'पर्सनलाईज्ड' टी शर्टस, बेडशीटस्वर काढलेल्या पाना-फुलांच्या रांगोळ्या... हुश्श!

अशा साग्रसंगीत वाढदिवसांची आजीला फार हौस होती. भल्या सकाळी फोन करून तिला 'विश' केलं, की स्वारी खूष! मग फुलं... मिठायांचे बॉक्सेस... मुलांनी-नातवंडांनी तिच्याकरता आणलेल्या भेटी; आणि दुपारी तिच्या आवडीच्या रेस्टॉरंटमध्ये सगळ्यांनी मिळून जेवायला जाणं!

ती गेली, तेव्हापासून तिच्या वाढदिवसाला दिवशी आपण सगळे मिळून देवळात जातो. धकाधकीच्या जगण्यातले 'ते चार शांत पवित्र क्षण' खूप हवेसे वाटतात. आधार देऊन जातात.

असे खूप वाढदिवस आपण सर्वांनी एकत्र साजरे केले. एकमेकांना कवेत घेतलं.. शुभेच्छा दिल्या... आणि जगण्याचा उत्सव करत आलो. आणखी काही वर्षांनी फोटोंच्या अल्बमची पानं उलटताना भूतकाळात जमा झालेले हे सारे सुंदर क्षण पुन्हा जिवंत होतील... आपण एकमेकांवर केलेल्या जीवापाड प्रेमाची प्रचिती देतील... त्या उबदार दुलईत शिरलेल्या मनाला हरवले स्पर्श कदाचित पुन्हा भेटतील!

... या सुखद दिलाशासाठी का असेना; पण प्रत्येक वाढदिवशी आपल्या दाराला शुभचिंतनाचं तोरण लावावंच! त्या दिवशी आपण एकमेकांची आठवण करत राहिलो, तर आपल्यामधले बंध अधिक घट्ट होतात. दरवर्षी नव्याने जन्म घेऊन जगण्याला नवा अर्थ देतात.

... एरवी दिवस येतात, तसे जातातही!

आपण वर्तमानाच्या कळा सोसतो, भविष्याच्या धास्तीने घुसमटलेलं आयुष्य सावरू पाहातो, अनेकदा ठेचा खातो, रक्तबंबाळ तर नेहमीच होतो.

– या खडतर प्रवासात निदान एका दिवशी एकमेकांचे हात हाती घ्यावे. एकमेकांसाठी थोडा वेळ काढावा... एखादा फोन, एखादं ग्रिटींग कार्ड, छोटीशी का असेना; आठवणीने आणलेली एखादी भेट, एखादं फुल आणि मन ओसंडून

वाहिल एवढ्या शुभेच्छा! निमित्त कुठलंही शोधावं, प्रतिक कोणतंही निवडावं; पण सांगायला विसरू नये-

माझं प्रेम आहे तुझ्यावर
मला तुझी काळजी वाटते.
तुझी आठवण येते.

– वाढत चाललेल्या वयाने मला आतून हलवलं आहे. आजकाल पटकन माझ्या डोळ्यात पाणी येतं.

– तुम्ही साजरे केलेले माझे वाढदिवस आठवले; की त्या अपरंपार प्रेमात पुन्हापुन्हा बुडून जावंसं वाटतं.

प्रत्येकाच्या प्रत्येक वाढदिवशी किती झटतो आपण एकमेकांसाठी!

एकमेकांच्या नकळत प्लॅनिंग करतो, गुप्त खलबतं करून कसले कसले कट रचतो, खूप कष्ट करून डोकं लढवून नव्या नव्या आयडिया काढतो, शेवटच्या क्षणापर्यंत 'सिक्रेट सेलिब्रेशन'चा पत्ता लागू नये म्हणून किमान आठ-पंधरा दिवस दबा धरून बसतो... शेवटी ज्याचा वाढदिवस असेल; त्याला आनंदाने रडू फुटलं की सारे श्रम सार्थकी लागतात.

आपली कार्डस् कधी दुकानातून विकत आणलेली नसतात, आपल्या शुभेच्छा कधी 'रेडीमेड' नसतात, आपण शोधून आणलेली प्रेझेन्टस कधी कुठल्या डिपार्टमेन्टल स्टोअरच्या शेल्फवर मांडलेली नसतात. प्रत्येकाचा प्रत्येक वाढदिवस 'स्पेशल' व्हावा म्हणून किती झटतो आपण! केवढे कष्ट करतो!

– तुम्ही जेव्हा माझ्या वयाचे व्हाल; तेव्हा या छोट्या आनंदाचं महत्त्व तुम्हाला नव्याने जाणवेल आणि आज माझे डोळे भरून येतात; तसे तुमच्याही पापणीत सुखाचे थेंब जमतील.

त्याहीपेक्षा महत्त्वाचं म्हणजे घट्टमुट्ट प्रेमाचे हे धागे तुम्ही तुमच्या मुलांमध्ये रूजवाल. त्यांचे वाढदिवस साजरे कराल आणि एके दिवशी तुमची मुलं तुमच्यासाठी तुमच्या वाढदिवसाचं कार्ड रंगवायला शिकतील.

... एक गंमत सांगू?

आजोबांचा वाढदिवस जवळ आला, की अलीकडे दरवर्षी एक धमाल होते.

आजोबा म्हणतात, 'माझा कसला वाढदिवस? मी आता ब्याण्णव वर्षांचा झालो. दरवर्षी गिफ्ट देऊन देऊन थकला असाल तुम्ही... फरगेट इट! आय डोन्ट नीड एनीथिंग नाऊ!'

– बट ट्राय फरगेटींग थिंग्ज! खरंच, एकदा तसं करून पाहा.

फुलं, केक, मेणबत्त्या, जेवायला जाणं, बाहेर एक मोठ्ठी चक्कर मारून

येणं... यातली एखादी गोष्ट राहून गेली; तरी आजोबांना मनातून वाईट वाटेल.

– हीच तर वाढदिवसांची मजा आहे!

दे स्पॉईल यु... फॉर लाईफ!

– म्हणूनच तर ज्याचा वाढदिवस असेल; त्याचे खूप लाड करावे.

नेहमीच !

हॅपी बर्थडेज्...

ममा

....

मुंबई,
एप्रिल ९९

प्रिय आनंदिता आणि अरूंधती,

गेल्या काही महिन्यांपासून 'बोर्डिंग स्कूल' हा नवा शब्द तुमच्याकडून मी सारखा ऐकते आहे. 'मुर्खासारखी वागलीस तर याद राख, तुला बोर्डिंग स्कूलमध्ये पाठवू' अशा शब्दात आईबाबांकडून कडक धमक्या मिळालेल्या तुमच्या काही मैत्रिणी मनातून घाबरल्या आहेत. बोर्डिंग स्कूलची धमकी म्हणजे फायनल वॉर्निंग! कशासाठी? - तर घरात दंगा केला, शाळेत मस्ती केली, हातपाय आपटून वेडे हट्ट केले आणि सांगितलेलं ऐकलं नाही म्हणून!

आपल्याला घर सोडून बोर्डिंगमध्ये जावं लागणार या नुसत्या विचाराने घाबरलेल्या तुमच्या मैत्रिणींबद्दल रोज काहीतरी नवं मला ऐकायला मिळतं. परवा शाळेतून आल्या आल्या माझ्या गळ्यात पडून आनंदिताने विचारलं,

'पण ममा, इज बोर्डिंग स्कूल रियली दॅट टेरीबल? मग छोट्या मुलांना का पाठवतात तिकडे?'

आनंदिताला जवळ घेत मी तिची समजूत घातली. 'बोर्डिंग स्कूल' ही कल्पना मला स्वत:ला कधीच मनापासून पटली नाही. त्यातून 'मुलं ऐकत नाहीत, म्हणून त्यांना बोर्डिंगमध्ये पाठवणं' हे तर मला भीषणच वाटतं. आधीच गोंधळलेल्या मुलाला बोर्डिंगच्या धमक्यांनी आणखी घाबरवून किंवा घरातून चक्क घालवून देऊन आपण त्याचं 'भलं' करतो असं समजणं हाच माझ्या दृष्टीने मोठा गुन्हा आहे. पोटच्या पिल्लाला स्वत:पासून तोडणारे आईवडील मला क्रूर वाटतात. मुलांना घडवण्याचं, त्यांच्या चुका सुधारण्याचं कसब आईवडिलांइतकं जगात दुसऱ्या कुणाकडेही नसतं.

– पण सगळ्याच मुलांना बोर्डिंगची भीती वाटते असं नाही. 'घरच्या कटकटीतून सुटलो' म्हणून काही मुलं खूष असतात. काहींना एकटं राहाणं

म्हणजे 'ॲडव्हेन्चर' वाटतं. अशी मुलं बोर्डिंगमध्ये जायला उलट उत्सुक असतात. उठसूठ धमक्या देण्याऐवजी आईबाबांनी मुलांना नीट समजावून सांगितलं; तर हा अपरिहार्य निर्णय घेणं काहीवेळा सोपंही होतं. पण आईबाबांना 'बाय' करून आनंदाने बोर्डिंगमध्ये राहायला जाणारी मुलं मोजकी! -एरवी इतक्या लहान वयात घर सोडून परक्या ठिकाणी राहाण्याचा अनुभव भयंकरच असतो.

बोर्डिंग स्कूलमध्ये शिकून पुढे अतिशय उत्तम करियर करणारी, स्वतःच्या कर्तृत्वाने चमकलेली अनेक मुलं मला माहीत आहेत. पण हे सगळं मिळवण्याकरता त्यांना मोजावी लागलेली किंमत कितीतरी जास्त असणार हे नक्की. आईवडिलांपासून दूर राहून एकेकट्या वाढलेल्या मुलांच्या नजरेत दिसणारं 'शून्य घाबरलेपण' कुणाचाही जीव तुटावा इतकं अस्वस्थ करणारं असतं.

'ममा आम्हाला पण तू बोर्डिंग स्कूलमध्ये पाठवशील का गं?'

तुम्ही दोघींनी एकदा मला विचारलं होतंत... आठवतं?

मी म्हटलं, नाही... कध्धीच नाही... नेव्हर!

'आम्ही कशाही वागलो तरी? कितीही हट्ट केला तरी?'

'तरीही नाही.'

– मी सांगून टाकलं; तसे तुमचे चेहरे खुलले.

एकमेकींकडे बघून तुम्ही डोळेही मिचकावलेत... तुमच्या चेहऱ्यावरचा आनंद माझ्या नजरेतून सुटणं शक्य नव्हतं... तुम्ही खेळायला पळण्यापूर्वी दोघींना समोर बसवून मी स्पष्ट बजावलं,

'मी तुम्हाला बोर्डिंग स्कूलमध्ये पाठवणार नाही; याचा अर्थ तुम्ही वाट्टेल तसं वागायला मोकळ्या आहात असा नव्हे.'

– तुम्ही एकदम चपापलात.

गप्प झालात.

आणि मग तो विषयच संपला.

... पण तुमच्या जगात काहीतरी वेगळं घडतंय, त्याची चाहूल लागून तुम्ही आतून घाबरला आहात; हे मला जाणवत होतं. एके दिवशी दुपारी त्याचं कारण कळलं.

तुमच्या एका सख्ख्या मैत्रिणीच्या आयुष्यात तुम्हा कुणालाच न पेलवणारी विचित्र गुंतागुंत झाली होती.

शाळकरी वयातली छोटी मुलगी... ममी-पपांच्या रोजच्या भांडणातून पिळवटून निघाली होती. भीतीने कापरं भरलेल्या या छोट्या पिल्लाची पर्वा न करता दोन मोठी माणसं लढत होती... एकमेकांना ओरबाडत, बोचकारत सुटली होती. सारं

घर रक्तबंबाळ झालं होतं.

अशाच एका तुफानी रात्री बेडरूमच्या बंद दाराआडून एक भयंकर शब्द त्या छोट्या मुलीच्या कानावर पडला - डिव्होर्स!

– आणि तिचा उरलासुरला धीर संपला.

ती हसणं विसरली होती. अभ्यासात, खेळात कशात तिचं लक्ष लागत नव्हतं.

– तुम्हा दोघींना तिची काळजी वाटत होती.

'आता ती काय करेल ममा?'

– या प्रश्नाला काय उत्तर द्यावं हे मलाही सुचलं नाही. पण तुम्ही 'मैत्री' निभवावी, तुमच्या छोट्या मैत्रिणीला धीर द्यावा... आधार द्यावा... असं काहीकाही मी तुम्हाला सुचवलं. तुम्ही दोघी विस्फारल्या डोळ्यांनी माझ्याकडे पाहात होतात. तुमच्या नजरेत तरळणारी प्रौढ जबाबदारी मलाही त्याआधी दिसली नव्हती.

त्यानंतर महिन्याभरात कधीतरी तुम्ही तिघी हॉलमध्ये गप्पा मारत बसला होतात. जाता-येता सहज तुमचं बोलणं कानावर पडलं आणि मी चमकलेच.

'हे बघ, तू तुझ्या ममी-पपांसाठी एखादी पिकनिक का नाही अॅरेंज करत? किंवा त्या दोघांना एखादं छानसं प्रेझेन्ट का नाही देत?... ऑर व्हाय डोन्ट यु बेक देम अ केक?'

नेहमीचं हसणं-खिदळणं आणि दंगामस्ती विसरून तुम्ही तुमच्या मैत्रिणीला गंभीरपणाने सल्ले देत होतात. तिच्यासमोरचा प्रश्न कसा सोडवायचा, यावर तुम्ही इतका विचार करताय, हे ऐकून मी थक्कच झाले.

तुमची मैत्रीण रडत होती.

'किंवा तू असं कर ना, तुझ्या ममी-पपांना म्हणावं तुम्ही एखाद्या लाँग हॉलीडेला जा.. म्हणजे मग त्यांची भांडणं मिटतील. तू आमच्या घरी राहा ना तोपर्यंत!'

या असल्या आयडिया कुठून तुम्हाला सुचत होत्या कोण जाणे!

... हिंदी सिनेमे? — बहुतेक!

पण लवकरच सगळं संपलं.

एके दिवशी दुपारी तुम्ही शाळेतून घरी आलात; तर तुमचे चेहरे पार रडवेले झाले होते.

'आय थिंक, इट्स गोईंग टू हॅपन व्हेरी सून...'

खांद्यावरची स्कूलबॅग उतरवत अरूंधती म्हणाली.

'अगं पण काय?' – मला राहवेना.

'डिव्होर्स.'

तुमच्या मैत्रिणीचा रडवेला चेहरा आठवून मलाही वाईट वाटलं.

कशाबशा तुम्ही दोघी डायनिंग टेबलाशी बसलात; पण जेवणात तुमचं लक्ष नव्हतं.

'ममा, तिला आता बोर्डिंग स्कूलमध्ये जावं लागणार. आय विल नेव्हर सी हर अगेन..' – आनंदिता म्हणाली.

दोघांमधले मतभेद पार टोकाला गेल्यावर तुमच्या मैत्रिणीच्या आईवडिलांनी तिला बोर्डिंग स्कूलमध्ये पाठवायचा निर्णय घेतला होता. त्या निर्णयामधली अपरिहार्यता मला नवीन नव्हती. घरात रोजचे तमाशे आणि हाणामाऱ्या सोसण्यापेक्षा त्या मुलीने बोर्डिंग स्कूलमध्ये जाऊन राहाणं त्यातल्या त्यात बरं; दुसरा काही पर्यायही नव्हता.

मला त्या पिल्लाची कीव आली.

अतिशय हुशार, लाघवी आणि उत्साहाने ओसंडणारी गोड मुलगी... घराची घडी विस्कटल्यावर अवघ्या सहा महिन्यात तिचा चेहरा काळवंडला, नजरेतली चमक विझली... बोलणं बंद झालं. ती फार चिडचिडी झालीय, उगीचच कुणावरही रागावते, अभ्यासात लक्ष नाही, ती हसतसुद्धा नाही; म्हणून तुम्हालाही तिची काळजी वाटायला लागली होती.

– पंधरा वीस दिवस असेच गेले.

शेवटी ठरलं,

– बोर्डिंग स्कूल!

तयारी सुरू झाली. तिचं पॅकींग करून झालं. रडवेल्या आनंदिताची समजूत घालणं सोपं नव्हतं,

'तिचे ममी-पपा भांडतात, त्याची शिक्षा तिला का? तिचं काय चुकलं? असं कसं ममा? इट इज नॉट फेअर!'

– तुम्ही दोघीही मनातून पार कोसळला होतात. आपली मैत्रीण यापुढे कधीच आपल्याला भेटणार नाही, हे स्वीकारायला तुमचं मन तयार नव्हतं.

तुम्हा दोघींना जवळ घेऊन मी खूप समजावलं. तुमची मैत्रीण बोर्डिंग स्कूलमध्ये आनंदात राहील, तिला तिथे नवीन मैत्रिणी मिळतील, खूप नवीन गोष्टी शिकता येतील... शी मे इव्हन एन्जॉय बोर्डिंग स्कूल!

– पण या शक्यता तुम्हाला पटत नव्हत्या.

'तिच्या ममी-पपांचं घर हे तिचंपण आहे ना? मग तिने का जायचं घर सोडून? त्यांची भांडणं होत असतील तर त्यांनी जावं निघून किंवा न भांडता राहावं त्या घरात. व्हाय शुड शी लीव्ह?'

– या प्रश्नाला उत्तर नव्हतं; आणि जे होतं ते तुम्हाला पटलं नसतं. खऱ्याखुऱ्या आयुष्यात इतक्या साध्या गोष्टी इतक्या सोप्या पद्धतीने झाल्या असत्या तर...?

शेवटी निरोपाचा दिवस जवळ आला.

त्या छोट्या मुलीच्या आयुष्यात एक मोठं, कठीण वळण आलं होतं.

पुन्हा एकदा आपल्या घरात तो जुना विषय निघाला - बोर्डिंग स्कूल. खरंच चांगलं असतं की वाईट?

'पण ममा, ती तिकडे एकटीच राहाणार. आणि तिच्या ममीला-पपांना वर्षातून फक्त एकदाच भेटणार. कशी राहील ती ममा? तिला भीती वाटली तर? आणि ममी-पपांची आठवण आली तर?'

तुम्हा दोघींची काळजी वाढत चालली होती. प्रश्न संपत नव्हते.

'या जगात शेकडो, हजारो मुलं बोर्डिंग स्कूलमध्ये राहातात... त्यातलं कुणी रडत नाही, कुणाची तक्रार नसते.' हे समजावयाचा प्रयत्न केला; पण आनंदिताने मला अडवलं. म्हणाली,

'ममा, ती मुलं रडत नाहीत कारण त्यांच्यावर कुणाचं प्रेमच नसतं... दे हॅव नो चॉईस!'

मतभेदांनी विभागलेल्या, वादविवादांचा उद्रेक पाहिलेल्या त्या घरात शेवटची काडी पडली; आणि तुमच्या मैत्रिणीचा जाण्याचा दिवस ठरला.

ती ओळखता येऊ नये इतकी बदलली होती. अवघ्या काही महिन्यात आपल्या डोळ्यांदेखत तिचं बालपण जळून खाक झालं होतं. तिचं वागणं-बोलणं- दिसणं... कशातही पूर्वीच्या खुणा नव्हत्या. घायाळ झालेल्या चिमणीसारखी तिची ती पोरकी, उद्ध्वस्त नजर पाहावत नव्हती.

तिचा निरोप घेणं, खरंच खूप कठीण होतं.

– पण इलाज नव्हता.

'अच्छा, दिवाळीच्या सुट्टीत भेटू' - ती म्हणाली.

आता अश्रूंना आवर घालणं मुश्कील होतं.

तुम्ही तिघी एकमेकींच्या गळ्यात पडून खूप रडलात.

'वी विल नेव्हर बी बेस्ट फ्रेण्डस् अगेन'- तुमच्या तोंडून शब्द फुटत नव्हते... 'तुला आता नव्या स्कूलमध्ये नवे फ्रेण्डस् मिळतील... मग तू आम्हाला विसरशील का गं?'

तुम्ही दोघी आणि ती.

तुमच्या काळज्या वेगळ्या होत्या, दुःखाची जात वेगळी होती... पण एकमेकींपासून तुटण्याची वेदना मात्र तीच!

एक सख्खी मैत्रीण गमावण्याच्या, एकटेपणाच्या धास्तीने तुम्हा दोघींना घेरलं होतं; आणि तिच्या तर अख्ख्या आयुष्याचाच प्रश्न होता.

त्या दिवसापासून तुम्हाला 'बोर्डिंग स्कूल' या शब्दाचासुद्धा तिटकारा, तिरस्कार वाटायला लागला.

'मैत्रिणीची आठवण येते ना? जायचंय बोर्डिंग स्कूलमध्ये?' – असं विचारून मी एकदोनदा सहज गंमत केली; तर त्या नुसत्या उल्लेखाने सुद्धा तुम्ही दचकलात.

त्यानंतर कधीतरी रागाच्या भरात मी तुमच्यावर ओरडले... न राहवून बोर्डिंग स्कूलमध्ये पाठवायची धमकी दिली; तर भीतीने खर्रकन् तुमचे चेहरे उतरले.

... माझीच मला लाज वाटली.

रागाच्या भरात बोलून गेले खरी; पण तुम्ही कितीही त्रास दिलात, वाईट वागलात, मस्ती केलीत, हट्ट करून घर डोक्यावर घेतलंत तरी तुम्हाला माझ्यापासून दूर करण्याचा विचार मी स्वप्नातही करू शकणार नाही. मुलांना शिस्त लावण्यात माहीर असलेल्या मंडळींनी काय वाट्टेल ते दावे केले तरी मुलं आईवडिलांच्या कुशीतच वाढली पाहिजेत, असं माझं ठाम मत आहे. बालमानसशास्त्राचे गोडवे गाणाऱ्या आणि अति हुशार विद्यार्थ्यांचे फोटो झळकवून प्रौढी मिरवणाऱ्या महागड्या बोर्डिंग स्कूलमध्ये करपलेल्या बालपणाचे चटके अनेक 'यशस्वी' मंडळींच्या नजरेत मी पाहिले आहेत. कोवळ्या वयात हद्दपारी सोसलेल्या या मुलांना नंतर कधीच कुटुंबाशी, नव्या-जुन्या नात्यांशी आपले धागे जोडता येत नाहीत. आईच्या मायेचा गंध येणारी दुलई हिरावली गेल्यामुळे एकाकी, कडवट झालेली मुलं आणि मुलांच्या आयुष्यातली सर्वात चैतन्यदायी वर्षं नजरेआड झाल्याने अतृप्त राहिलेले आईवडील... इतकी किंमत मोजणं म्हणजे स्वत:च्या हाताने आपल्याच आयुष्याचा लचका तोडणं!

... तुमची मैत्रीण अशी तुटून निघत असताना तुम्ही तिची समजूत घालत होतात. तिला आधार देण्याकरता धडपडत होतात... ती धडपड पाहाताना माझ्या डोळ्यात पाणी आलं... वाटलं, तुम्हा दोघींनाही घट्ट जवळ घ्यावं! स्वत:ला शहाण्यासुरत्या म्हणवणाऱ्या मोठ्या माणसांच्या प्रौढ जगातले चिघळलेले प्रश्न आपल्याला सोडवता येतील; अशा विश्वासाने मैत्रिणीला समजावणाऱ्या दोन लहानग्या, निरागस मुली... ही आपलीच बाळं आहेत, हे क्षणभर खरंच वाटत नव्हतं.

... कुठून आलं इतकं शहाणपण तुमच्यामध्ये?

तुमच्या छोट्याशा, सुरक्षित जगातली ही पहिली उलथापालथ कशी सोसली

असेल तुम्ही?

... आणि तुमची ती गोड मैत्रीण?

तिचे आई-बाबा वेगळे झाले, आता तीही एव्हाना बोर्डिंग स्कूलमध्ये रमली असेल.

हे सगळं वाईटच झालं; असं तरी कसं म्हणणार? ... पण तो दिवस आठवला, की अजूनही काळजात कळ उठते.

तुमची

ममा

....

मुंबई,

एप्रिल ९९

प्रिय मुलांनो,

माझ्या तरूणपणाच्या गोष्टी निघाल्या; की तुमच्या भुवया उंचावतात, कान टवकारतात... अनेकदा तुम्ही चकित होता, चाट पडता... कधीकधी तर आश्चर्याने झीट येणंच फक्त बाकी असतं.

'एका बेडरूममध्ये तुम्ही तिघी? माय गॉड! हाऊ डीड यु मॅनेज?'

– खरं सांगू?

अगदी उत्तम!

आम्हा तिघी बहिणींचं मस्त मेतकूट होतं.

आम्हाला तिघींना मिळून एकच बेडरूम होती; पण त्या दोघी उगीच आपल्या पायात पाय घालून कडमडतात असं मला कधी वाटलं नाही आणि मी इतका त्रास दिला तरी त्या दोघींना कधी माझी अडचण झाली नाही. 'अॅटॅच्ड बाथरूम'ची चैन पुरवणारी आणि दारापुढे छोटीशी 'प्रायव्हेट बाल्कनी' असणारी आमची ती खोली माझी फार आवडती होती. तिघींचे तीन पलंग, दोन मोठी कपाटं आणि अभ्यासाकरता एक छोटं टेबल... अशी थोडी अडचण असली; तरी आम्हाला कधी ती जाणवली नाही.

... आज आपल्या घरात अरूंधती आणि आनंदिता वगळता तुम्हा प्रत्येकाला स्वत:ची स्वतंत्र बेडरूम आहे... त्यात तुमच्या स्वत:च्या वस्तू आहेत. असं एकेकटं राहाण्याचा तुम्हाला त्रास होत नसेल का, या विचाराने मी सध्या अस्वस्थ आहे. सगळं मिळत असताना एक महत्त्वाची गोष्ट तुम्ही गमावताय...

शेअरिंग!

कधी जाणवलं तुम्हाला? वाटलं काहीतरी हरवल्यासारखं?

– खरंतर आपापल्या बेडरूममध्ये तुम्ही 'आपापलं स्वतंत्र जग' तयार केलं आहे. बाहेर पडण्याची गरज नसेल, इच्छा नसेल तर वर्षानुवर्षं तुम्ही आपापल्या खोल्यांमध्ये एकेकटे राहू शकाल. दारं बंद करून तासन्‌तास तुम्ही 'आत' असता तेव्हा उरलेल्या घराशिवाय तुमचं काही म्हणता काही अडत नाही. आमच्या काळात फक्त कपडे बदलताना दाराला आतून कडी घालण्याची प्रथा होती. आता तुम्ही तुमच्या खोलीत गेल्या क्षणापासून प्रत्येकाचं दार 'बंदच' असतं. तुमच्या खोलीत काय नाही? तुमचे कॉर्डलेस फोन्स, तुमचे कम्प्युटर्स, तुमचे टी.व्ही., तुमची पुस्तकं, तुमची म्युझिक सिस्टीम... तुमचं 'जग'! आणखी काय लागतं? दारावर टकटक करून परवानगी विचारल्याशिवाय कुणीही दुसऱ्याच्या खोलीत डोकावत सुद्धा नाही... बॅड मॅनर्स यु नो!

गेलं आणि वाजवलं दार; असंही नसतं आजकाल.

लाईट दिसतोय का आत? – ओके, इट्‌स सेफ टु नॉक!

लाईट बंद केलाय?

आय विल ट्राय लॅटर!

ही आधुनिक सभ्यतेची व्याख्या आहे.

स्वत:साठी इतकी काटेकोर 'स्पेस' (मानसिक आणि भौतिक दोन्हीही अर्थाने) राखलेली असताना कुणाचं कुणावाचून अडणार?

प्रत्येकाच्या कपाटात ज्याच्या त्याच्या कपड्यांच्या थप्प्या रचलेल्या.

प्रत्येकाची बाथरूम ज्याच्या त्याच्या आवडीने 'डिझाईन' केलेली.

शिवाय ज्याची त्याची 'स्टाईल स्टेटमेन्टस' स्वतंत्र! त्यानुसार प्रत्येकाच्या खोलीत वेगळ्या फ्रेम्स, वेगळ्या कॅक्टसच्या कुंड्या, वाऱ्याने हलणाऱ्या वेगवेगळ्या नादलयींच्या मंजुळ घंटा, परफ्यूम्ड कॅण्डल्स, फाजील पोस्टर्स, स्वत: चितारलेल्या 'पर्सनल' स्केचेसची गॅलरी... असं काय काय!

तुम्हा सर्वांच्या बेडरूम्स हे जणू आपल्या घरातले 'नो एन्ट्री झोन्स'च! प्रत्येकाच्या दारावर न लटकवलेला 'बाय इन्व्हिटेशन्स ओन्ली'चा बोर्ड प्रत्येकाला वाचता येईल एवढा ठसठशीत... स्पष्ट!

'माझा बेड' 'माझी रूम', 'माझी खुर्ची', 'माझा शॉवर', 'माझा साबण', 'माझं म्युझिक', 'माझं पुस्तक' —'माझं' पणाचा हा हट्ट माझ्या ओळखीचा नाही... हे सगळं काहीतरी नवीनच, परकं, त्रयस्थासारखं वाटतं.

मी आणि कुंदा - आम्ही दोघी मिळून एकच गोदरेजचं भलंभक्कम कपाट वापरत असू. दोन शेल्फांवर तिचं सामान, दोन शेल्फांवर माझं. पाचवं शेल्फ कॉमन. एवढी शिस्त आमच्याकरता पुष्कळ होती. त्यातून माझा एखादा शर्ट चुकून तिच्या शेल्फात गेला, किंवा तिचा माझ्यात आला तरी जगबुडी यावी

असा धिंगाणा होत नसे. सगळ्या भावंडात मंदा मोठी. त्यामुळे आमच्या खोलीतलं दुसरं कपाट अख्खं तिचं होतं. त्या कपाटाच्या बंद दाराआड काय काय असेल, या विचाराने मला रात्र रात्र झोप लागत नसे. हे मात्र खरं ! ऑफिसला जाताना मंदा तिच्या कपाटाच्या किल्ल्या घरीच विसरली; की एक क्षणही वाया न घालवता तिचं कपाट उघडून उचकपाचक करणं हा माझा छंद होता. आता कबूल करताना लाज वाटते, पण असंख्य वेळा मंदाच्या नकळत मी तिचं कपाट उघडत असे. बंद दारांच्या आत विदेशी परफ्युमने दरवळणाऱ्या त्या 'सोफीस्टिकेटेड' जगाचं मला विलक्षण आकर्षण होतं. एका ओळीतल्या हँगर्सवर लटकणाऱ्या स्टार्च केलेल्या हॅण्डलूमच्या साड्या, तऱ्हेतऱ्हेची क्रीम्स, व्यवस्थित ठेवलेली औषधं, कोपऱ्यातली फ्रेंच परफ्युमची महागडी बाटली या सगळ्या गोष्टींकडे मी वेड्यासारखी पाहात बसे. नव्या-जुन्या लिपस्टीक्स आणि चौदा कॅरेट सोन्यातले स्वस्त पण नाजुक दागिने ही त्यातली विशेष आकर्षणं! शिवाय त्या अर्धवट वयातला उत्साही भोचकपणा होताच. मंदाच्या कपाटात तळाशी ठेवलेली चुकार पत्रं आणि जुन्या गठ्ठ्यात बांधलेली पोस्टकार्ड मी कितीदातरी वाचली आहेत. ही सगळी उचकपाचक करून झाली की सगळ्या वस्तू नीट जागच्या जागी ठेवून कपाट होतं तसं बंद करण्यात माझा हातखंडा होता. तशी कोण जाणे, पण माझी चोरी मंदा बरोबर पकडत असे. तिची लिपस्टीक अर्ध्या मिलिमिटरने इकडची तिकडे झालेली दिसली; तरी तिला कळायचं... मग माझी कंबख्ती!

एकमेकांबरोबर वाढणाऱ्या भावंडांमधली ही लुटुपुटुची भांडणं मोठेपणी सुंदर आठवणींची सोबत करतातच, पण मोठं होण्याच्या 'प्रोसेस'मध्येही त्यांचा मोठा वाटा असतो. मोठ्या भावंडांबरोबर वाद घालता घालता जगाशी भांडण्याची ताकद आपोआपच येत राहाते. एकमेकांबरोबरचं जगणं, जगाबरोबर कसं जगावं हे शिकवायला मदत करतं.

त्या काळात कुंदा मेडिकलला होती. रात्रंदिवस मोठमोठ्या पुस्तकांच्या प्रचंड जाड्या ठोकळ्यांमध्ये नाक खुपसून बसलेली असे. आमच्या 'कॉमन' टेबलावर पसरलेली तिची जाडजूड पुस्तकं उचलून इकडून तिकडे ठेवण्याचीही माझी ताकद नव्हती. त्यामुळे त्या भानगडीत न पडता माझ्या अभ्यासाचा पसारा आमच्या पलंगावर पडायचा. माझा अभ्यास (एकदाचा) संपला; की आवराआवरीची जबाबदारी कुंदाची! (एकटीने टेबल वापरण्याची शिक्षा!) कुंदा बिचारी रात्रभर अभ्यास करत बसे. जेमतेम अडीच-तीन तास झोपली; की पुन्हा वाजलाच गजर! तिच्या अभ्यासासाठी खोलीतला दिवा पहाटे साडेतीन-चारपर्यंत चालू असे. पण त्यावरून मी आणि मंदाने कधी आरडाओरडा केल्याचं मला आठवत नाही. एकमेकींच्या झिंज्या न उपटता आम्ही तिघी एकच बाथरूम 'शेअर'

करायचो, यावर तुमचा विश्वास बसणं मुश्कील आहे. आम्हा तिघींनाही आरशासमोर उभं राहाण्याचा शौक (अर्थातच) होता, तरीही 'बाथरूमचं दार आतून बंद आहे' यावर कधी समरप्रसंग उद्भवला नाही.

घरात तिसरं महायुद्ध होऊ नये म्हणून काय काय काळजी घेणं आवश्यक आहे यावर विचार करून (आणि अर्थातच मंदाकिनीची 'प्रायॉरिटी'मान्य करून) आम्ही एक 'सिस्टीम' बनवली होती.

सकाळी मी बाथरूममधून बाहेर आले; की माझ्यानंतर आत जाणाऱ्या माझ्या बहिणींना (आतली अवस्था बघून) रागाने वेड लागत असणार, हे मला आजही समजतं; पण अशा विषयांवरून एकमेकींशी भांडण्याएवढा वेळच (सुदैवाने) आमच्याजवळ नव्हता. माझी शाळेत जाण्याची घाई, कुंदाचं कॉलेज आणि मंदाची बँकेतली नोकरी! रोज सकाळी घड्याळाचे काटे आमच्या जीवावर उठल्यासारखे पळत असायचे... भांडणार कधी?

कुंदाला अभ्यासातून 'ब्रेक' हवासा झाला; की वाफाळत्या कॉफीचे कप घेऊन आम्ही दोघी रात्री बाल्कनीत उभ्या राहायचो. पाच-दहा मिनिटं गप्पा मारून कुंदा फ्रेश झाली; की पुन्हा टेबलावरच्या जाडजूड ठोकळ्यांमध्ये ती बुडून जायची आणि मी उबदार दुलईत शिरून मस्त ताणून द्यायचे.

– आम्हा दोघींची प्रत्येक गोष्ट 'कॉमन' होती.

शाम्पू, साबण, टूथपेस्ट, टॉवेल... वी शेअर्ड एव्हरीथिंग! तिच्या सगळ्या वस्तू ती मला वापरायला द्यायची तसा माझ्या प्रत्येक वस्तूवर तिचाही हक्क होता. दुर्दैवाने आमच्या 'टेस्टस्' वेगळ्या होत्या... एवढंच काय, तिची पावलंसुद्धा माझ्यापेक्षा छोटी होती. नाहीतर तिच्यासाठी आणलेले 'स्मार्ट शूज' घालून मीच जास्त मिरवले असते.

आम्ही भावंडं एकमेकांशी भांडत, एकमेकांवर जीवापाड प्रेम करत आणि एकमेकांना मदत करत वाढलो. आमच्या घरात प्रत्येकाच्या जगाला वेगळ्या सीमारेषा नव्हत्या. आमच्यामध्ये कुठल्याच अर्थाने कोणतंच अंतर (अगदी शब्दश:) नव्हतं. आमच्या खोलीत घरातला प्रत्येक जण दार न वाजवता कोणत्याही क्षणी येऊ शकत असे. (त्या बाबतीत दुसरा काही 'चॉईस'च नव्हता; हे मात्र खरं!) मध्यरात्रीनंतर खोलीबाहेर बाबांच्या शतपावलीची चाहूल ऐकू येई; त्यामुळे रात्रीच्या अंधारातला धिंगाणा त्यांच्या 'कानाआड' होण्याची शक्यता नाही, हे आम्ही समजून असू. घरातला एकमेव रेडियो हॉलमध्ये होता. आमच्या खोलीत 'आमचा स्वत:चा' छोटा ट्रान्झिस्टर आला तो पुष्कळ पुढे! टी.व्ही. सगळ्यांसाठी 'कॉमन' होता; आणि फोनही अख्ख्या घरात एकच! तरीही, आपल्याला 'प्रायव्हसी' नाही; म्हणून आम्ही कधी रडलो, चरफडलो नाही. उलट रात्री एखादं भयंकर

स्वप्न पडून जाग आली तर पाठीवरून हात फिरवायला, 'पाणी हवं का?' विचारायला हाकेच्या अंतरावर कुणीतरी आहे; हा दिलासा बरोबर घेऊन मी सुखाने दुलईत शिरत असे. लहान वयातली अशी 'सोबत' ज्याला मिळते, त्यालाच त्याचं महत्त्व कळू शकतं. छोट्या आयुष्यातली छोटी गुपितं 'शेअर' करायला कुणीतरी हक्काचं, विश्वासाचं असणं यासारखं सुख नाही. हातातलं पुस्तक बाजूला ठेवून कोणत्याही क्षणी 'दिलकी बात' ऐकायला तयार असलेल्या कुंदाने कित्येक प्रसंगात मला सावरलं, सांभाळलं, समजावलं आहे.

कुंदा माझी बहीण. पण ती माझी 'सख्खी मैत्रीण' होती आणि खरंतर 'आई' होती. कसलाही आडपडदा न ठेवता तिच्याशी मी कधीही, काहीही बोलू शकायचे. तिने माझ्यावर फक्त प्रेमच केलं. त्या वयात आम्हा दोघींमध्ये रूजलेले धागे पुढे अधिक दृढ झाले. इतक्या वर्षांपूर्वीचं ते प्रेमाचं, विश्वासाचं नातं आजही आमच्या दोघींमध्ये आहे. आजही आम्ही एकमेकींचं मन एकमेकींच्या चेहऱ्यावर वाचू शकतो, न बोलता हातात हात गुंफून वाट्टेल त्या प्रसंगाला सामोऱ्या जाऊ शकतो. आम्हा तिघी बहिणींमधल्या या घट्ट नात्याचा पाया आमच्या तारूण्यात घातला गेला; म्हणून हा विश्वास आज इतका भक्कम आहे. लहानपणी एकमेकींच्या सावलीत वाढलेल्या बहिणीच 'आमची भाषा' बोलू शकतात, आमच्याइतक्या नि:शंकपणे एकमेकींवर विसंबून राहू शकतात.

– खोली आम्हा तिघींची होती; पण आमचं जग मात्र 'चौघांचं' होतं. त्यात तुमच्या अशोकमामालाही प्रवेश होता. आम्हा चौघांची भाषा 'पर्सनल पण कॉमन' होती, जोक्स 'प्रायव्हेट पण कॉमन' होते. आम्ही चौघे एकमेकांसारखे नव्हतो, पण एकच होतो.

या महाप्रचंड जगात आपली सर्व 'सिक्रेटस्' माहिती असणारी, आपल्याला आतून-बाहेरून ओळखणारी आणि आपण कसेही असलो, तरी आपल्यावर अलोट प्रेम करणारी किमान तीन माणसं नक्की आहेत; या भावनेतलं सुख शब्दात कसं सांगता येणार? या तिघा माणसांनी वाईटातल्या वाईट प्रसंगी आपली सोबत केली आहे, आपण किती मूर्खासारखे वागू शकतो हे फक्त त्यांनाच ठाऊक आहे, आपल्याला ओक्साबोक्शी रडताना त्यांनी पाहिलंय, आपण आतून खरे कसे आहोत हे त्यांना ठाऊक आहे... पण तरीही कुणी आपल्याला जाब विचारलेला नाही, आपली झडती घेतलेली नाही. अनेकदा आपण चुकलो, पण 'जाऊ दे. विसरून जा' म्हणून त्यांनीच आपल्याला धीर दिला, सावरलं...आणि आयुष्य मजेत पुढे जात राहिलं. हे अजब गणित भावंडांशिवाय दुसऱ्या कुणाला कळेल?

– तुम्ही मोठे व्हाल, तरूण...प्रौढ... आणि म्हातारे व्हाल; तेव्हा तुमच्याही

आसपास एकमेकांमध्ये गुंफलेल्या या धाग्यांचं अस्तित्व असावं अशी माझी इच्छा आहे.

मोठे व्हा; पण एकमेकांपासून दूर होऊ नका.

कोणत्याही क्षणी फोन उचलून एकमेकांशी मनातलं बोलण्याएवढा विश्वास तुमच्यामध्ये सतत असावा, कठीण परिस्थितीत तुम्ही परस्परांचा सल्ला मागावा, एकमेकांना आधार द्यावा. मदतीचे हात सतत पुढे असावेत असं मला वाटतं.

– त्यासाठीच तर भावंडं असतात!

आणि एकमेकांचं आयुष्य शेअर केलं असेल, वाटून घेतलं असेल, तरच हे नातं बहरतं. पुढे उन्हातान्हातून चालायची वेळ आली तर सावली देतं.

– यापुढे आपल्या घरात 'स्पेस' देण्या-घेण्यावरून वाद उसळले किंवा 'हिचा' आवडता टी-शर्ट 'हिला' न विचारता 'तिने' घातला म्हणून युद्ध पेटलं; तर तुम्हा सगळ्यांना मी समोर बसवीन; आणि हे पत्र पुन्हा वाचायला लावीन.

– लक्षात ठेवा!

तुमची
ममा

....

मुंबई,
मे '९९

प्रिय अरूंधती आणि आनंदिता,

तुम्हा दोघींमधली 'खिटपीट' हा आपल्या घरातला रोजच्या चर्चेचा आणि तुम्ही दोघी सोडून बाकीच्यांनी भरपूर हसण्याचा विषय. एक मिनिट तुमचं एकमेकींशी पटत नाही आणि एकमेकींशिवाय क्षणभरही करमत नाही. हे नातं पहिल्यापासून असंच आहे. तुम्ही दोघी कधी मोठ्या व्हाल, एकमेकींशी जमवून घ्यायला शिकाल देव जाणे! खरंतर तुमच्यात चांगलं साडेतीन वर्षांचं अंतर आहे; पण भांडणं सुरू झाल्यावर इतक्या इरेला पेटता; की कधीकधी वाटतं नवरा-बायको संबंध तोडून घटस्फोट घेतात वेळ आलीच तर तसलं काहीतरी तुम्ही अगदी आनंदाने कराल.

'तू माझी बहीण म्हणून जन्माला आलीच नसतीस, तर बरं झालं असतं' – हे वाक्य तुम्हा दोघींच्याही तोंडून मी कितीतरी वेळा ऐकलंय. पहिल्या-पहिल्यांदा या तुमच्या भांडणांचा मला त्रास व्हायचा. 'मी तुझी कुणी नाही... तू माझी कुणी नाही' असल्या वाक्यांमधला कडवट उद्रेक अस्वस्थ करायचा. पण आता मी पुष्कळ शहाणी झाले आहे. तुम्ही जे म्हणता, 'तेच' तुम्हाला

म्हणायचं असतं हे खरं असलं; तरी या भांडणांच्या पलीकडे, एकमेकींबरोबरचे संबंधच तोडून टाकण्याच्या रागीट धमक्यांच्या पलीकडे एक सुंदर नातं मुळं धरताना मला दिसतं आहे. त्यात प्रेम आहे, एकमेकींची काळजी आहे; सांभाळून घेणं आहे.

काही दिवसांपूर्वी तुला ताप आला होता अरूंधती, आठवतं? आजारपण फार गंभीर नव्हतं; पण तापाने फणफणलेल्या अवस्थेत तू अंथरूणाला खिळली होतीस... डोळे तळावलेले, चेहरा उतरलेला! त्यादिवशी आनंदिता शाळेतून घरी आली. आल्या आल्या तुझ्याकडे धावली, आणि घाबरून तुझ्या बेडजवळ उभी राहिली.

'व्हॉटस् रॉंग ममा?'

तिच्या मोठाल्या डोळ्यात पाणी तरारलं होतं.

साधा ताप आहे, काळजी करू नकोस; अशी तिची समजूत घातली तरी आनंदिता तशीच गप्प उभी होती. आपल्या आजारी बहिणीची झोप चाळवू नये म्हणून ती हळूच पाय न वाजवता बाहेर गेली. – व्हॉट अ चेंज! शाळेतून आल्या आल्या रोज सुरू होणारा आरडाओरडा, पोत्याएवढी जड दप्तरं पटापट फेकणं, बाथरूमची दारं जोरजोराने लावणं-उघडणं... या सगळ्याची सवय झालेली मी थक्क होऊन आनंदिताकडे पाहात राहिले. ती गप्प..गुमसुम झाली होती.

जेवण झाल्यावर मी सहज आत डोकावले, तर आनंदिता, तू कसलंतरी चित्र काढत होतीस. माझी चाहूल लागल्यावर तू पटकन समोरच्या कागदावर हात पसरलेस. मला गंमत वाटली. पण नक्की चाललंय काय, कळत नव्हतं.

संध्याकाळी मी अरूंधतीला उठवायला गेले; तर तिच्या उशीखालून एक सुंदर 'गेट वेल कार्ड' बाहेर डोकावत होतं. आवडत्या रंगांनी मन लावून रंगवलेलं मोठ्ठं चित्र... खूप कष्टाने केलेली कलाकुसर... आणि तळाशी एक झोकदार सही. त्या सहीच्या वर लिहिलं होतं,

'फ्रेण्डस् फॉरएव्हर...'

– माझे डोळे भरून आले.

दारात उभी राहून आनंदिता, तू माझ्याकडे पाहत होतीस... माझ्या हातात ते कार्ड बघून थोडीशी लाजलीस. तुला जवळ घेऊन मी म्हटलं,

'दॅटस् सो स्वीट, आनंदिता...'

– तशी माझ्या गळ्यात पडून हळूच हसलीस.

आठवतं?

– 'तुम्हा दोघींच्या भांडणात पडायचं नाही' हा निश्चय मोडून कित्येक वेळा

मला मध्यस्थी करावी लागली. मी रागावले, चिडले, कित्येकदा निराश होऊन हतबलतेने तुमची वादावादी पाहात राहिले... या मुली असं का वागतात? याचं कधीच एकमेकींशी जमणार नाही का? –या प्रश्नांची उत्तर शोधताना थकून गेले. तुमचे स्वभाव इतके वेगळे, आवडीनिवडी इतक्या निराळ्या; की तुम्ही सख्ख्या 'बहिणी' आहात हे खरंच वाटू नये. तुम्हा दोघींमध्ये काहीच कसं कॉमन नाही, या विचाराने मी अनेकदा हैराण झाले आहे. किती समजावलं तरी उपयोग शून्य म्हणून तुमच्यापुढे हात तर अनेकदा टेकले असतील. तुमच्यात इतकी भांडणं का होतात? एकमेकींवर कुरघोडी करण्यात कसला आनंद होतो? तुम्हा दोघींनाही आवडते अशी एकही गोष्ट का असू नये? - या काळजीने नेहमीच माझी झोप उडते.

–म्हणूनच 'ते कार्ड' बघून मी मनातून सुखावले. त्या कष्टांमागे खरीखुरी काळजी होती, प्रेम होतं आणि तळाशी असलेले ते दोन शब्द — 'फ्रेण्डस् फॉरएव्हर!'

आणि आनंदिता, आजकाल तू उदास असलीस, तुझं काही बिनसलं असलं तर अरूंधतीला किती काळजी वाटते बघितलंस? तुझं खाणंपिणं, तुझे कपडे, तुझा अभ्यास या सगळ्यात आता अरूंधती माझ्यापेक्षा जास्त इंटरेस्ट घ्यायला लागली आहे. शाळेत तुला कुणी चिडवू नये, त्रास देऊ नये म्हणून ती 'ताईगिरी' करत तुझ्या मागे असते... हो नं?

– अर्थात अजूनही माझी काळजी संपलेली नाही.

तुम्हा दोघींना अजूनही एकमेकींशी 'मैत्री' करता आलेली नाही; पण त्या दिशेने तुमचा प्रवास सुरू झालेला मला दिसतो आहे.

हळुहळू तुमच्यात बदल होतो आहे.

एरवी सतत तिसरं महायुद्ध चालू असलं, तरी कधीकधी का असेना; एकच कम्प्यूटर तुम्ही दोघी 'शेअर' करता. 'रिमोट कंट्रोल कुणाच्या हातात' यावरून भांडण न करता एकाच टी.व्ही. वरचा एकच कार्यक्रम तुम्ही दोघी एकाचवेळी पाहू शकता...

– हे काय कमी आहे?

अशा छोट्या छोट्या गोष्टी शोधून आजकाल मी स्वत:लाच जरा दिलासा देत असते.

निदान काही मिनिटं का असेना, आज तुम्ही पण एकमेकींना 'सहन' करता, आणखी दहा वर्षांनी तुम्हाला एकमेकींची 'कंपनी' कदाचित आवडायला लागेल. 'बहिणी' आहात याची सक्ती किंवा कर्तव्य म्हणून नव्हे; अगदी मनापासून तुम्ही एकमेकींवर प्रेम कराल...

– त्यासाठी माझी ईश्वराजवळ प्रार्थना आहे.
आय ॲम प्रेईंग ॲण्ड किपींग माय फिंगर्स क्रॉस्ड ॲज एक्स्ट्रा इन्शुअरन्स!

तुमची,

ममा

....

मुंबई,

जून ९९

प्रिय मुलांनो,

खरंखुरं कौतुक आणि फाजील स्तुती...

'कौतुक' कुठे संपतं? आणि आंधळी स्तुती कुठून चालू होते?

– कोण जाणे!

माझ्या लहानपणी कुणी फार माझं कौतुक केल्याचं आठवत नाही. एकतर त्या काळात 'मुलांना आपलीच नजर लागते' म्हणून येता जाता त्यांचं कौतुक करू नये, असा दंडक होता. हे 'नजर लागणं' प्रकरण तुम्हाला कदाचित झेपणार नाही; पण अजूनही 'माझी मिताली नं, टर्मिनल्समध्ये वर्गात पहिली आली,' असं बोलून गेल्यावर जीभ चावणाऱ्या किंवा 'टचवूड' म्हणून पटकन टेबल-खुर्ची पकडणाऱ्या आया मला भेटतात. चारचौघात असं जाहीर कौतुक केल्यावर मितालीला कुणाची नजर लागली तर?

लहानपणी कुणी माझं कौतुकच केलं नाही म्हणून असेल कदाचित; पण तुमच्या बाबतीत माझा हात जरा जास्तच सढळ असतो. आपल्यामधल्या गुणांना प्रशंसेची पावती मिळाली; तर मुलं जास्त उत्साहाने त्या गुणांचा सांभाळ करतात यावर माझा विश्वास आहे. मुलांमधल्या चांगल्या गोष्टी शोधून सर्वांसमोर त्याची दाद देणं मला आवडतं पण माझं हे 'कौतुक पुराण' सुरू झालं की तुम्हा सगळ्यांचे श्वास अडतात हेही मला ठाऊक आहे. स्वत:च्या कौतुकाचा मारा सहन न होणारी अरूंधती तर तात्काळ डोळे मिटते, चेहेऱ्यावर उमललेली खुषी बाकीच्यांना दिसू नये म्हणून ओंजळीत चेहरा लपवते आणि 'माऽऽऽऽऽ, स्टॉप इट प्लीऽऽऽजऽऽऽ' म्हणत चक्क उठूनच जाते. तिला असं चिडवलं की आनंदाने फुलून आली तरी ती रूसणार, तिथून उठून जाणार आणि बाकी सगळ्यांची हसता हसता पुरेवाट होणार, हे ठरलेलं आहे. माझ्या हातून कौतुकाचं गाप जरा लवंडलं, की अरूंधतीबाई पसार! त्याच्या अगदी उलट आनंदिता. तिला स्वत:चं कौतुक ऐकून घ्यायला, एन्जॉय करायला फार आवडतं. 'आता बास... नको ना ममा!' अशी लटकी नाटकं करेल; पण तिच्या चेहेऱ्यावर

फुलणारी खुशी बघत रहावं इतकी देखणी असते. याबाबतीत आदित्य फार बेरकी आहे. तो अभिमानाने आपली स्तुती ऐकून घेईल; आणि त्याहीपेक्षा जास्त स्तुतीला आपण कसे पात्र आहोत हे वरून पटवून देईल. कौतुकाचे चार शब्द ऐकले की राधिका जरा संशयाने बघेल... राणा ऐकून न ऐकल्यासारखं करील... कायमच 'सावध' असणारी अवंतिका आणखीच 'अटेन्शन' मध्ये येऊन आपलं कौतुक नीट कान देऊन ऐकेल... हे सगळं आता मला पाठ झालंय.

तुम्हा मुलांची गोष्ट वेगळी, पण लोकं आपलं कौतुक करतात; तेव्हा आपण नेमकी काय प्रतिक्रिया द्यावी हे अजून मलाही कळलेलं नाही. 'थँक यू' म्हणून सरळ साध्या पद्धतीने स्तुती स्वीकारण्यात खरं म्हणजे काय एवढं कठीण आहे? – पण मला ते जमत नाही. कौतुकाचा पारा अपेक्षेपेक्षा वर चढायला लागला, की माझी स्तुती करण्यासाठी शब्द शोधणाऱ्या चाहत्यांचा मला संशयच यायला लागतो. 'फाजील खुशामत करणाऱ्या ढोंगी माणसांनी हे जग भरलेलं आहे. ही माणसं खोटी स्तुती करून आपला डाव साधण्यात पक्की तरबेज असतात. त्यांच्यापासून सावध राहा'- हा धडा माझ्या तरूणपणात बाबांनी इतका गिरवून घेतला होता, की अजून त्यातलं अक्षरही मी विसरलेली नाही.

'बायकांना आपलं कौतुक करून घेण्याची भारी हौस असते. जरा कुणी लोणी लावलं, की त्या पाघळतात. तुझ्या मागे मागे येणाऱ्या गोडबोल्या पुरूषांपासून नेहमी चार हात दूर राहा' अशी ताकीद देऊन दम भरणाऱ्या बाबांनी माझ्या तारूण्याभोवती 'सावध' पणाचं संरक्षक कवच उभं केलं होतं... ते अजूनही तसंच आहे.

बाबांचं म्हणणं अर्धसत्य असलं, तरी महत्त्वाचं होतं.

कॉलेजात असताना माझ्याभोवती पिंगा घालणारे अनेक होते. त्यांनी केलेल्या कौतुकाने लकाकणाऱ्या माझ्या नजरेसमोरून 'लक्षात ठेव.. सावध राहा' असं दटावणाऱ्या बाबांचा चेहरा क्षणभरसुद्धा हलत नसे.

... खरं म्हणजे मी आनंदितासारखी होते.

सगळ्यांनी आपलं कौतुक करावं, आणि महाराणीच्या तोऱ्यात आपण त्या खुशामतीचा स्वीकार करावा असं मला वाटे. या वेडापायी काहीवेळा मी ठेचाही खाल्ल्या होत्या; पण ते कॉलेजात. डोळ्यापुढे पेपर असला; तरी घरात काय चाललंय याकडे बारीक कान असलेल्या बाबांच्या उपस्थितीत घरी कुणी कुणाचं फाजील कौतुक करणं मुश्कीलच होतं. त्यावेळी बाबांचा राग येई, पण आता वाटतं ते होते म्हणून आपण वाचलो... नाहीतर कुणीही लुंगासुंगा आला असता आणि चापलुसी करून भुर्रकन् मला फसवून पसार झाला असता.

– तरीही मी तुमचं कौतुक करते, ते मनापासून असतं. कुणीतरी आपल्या

पाठीवर शाबासकीची थाप द्यावी याची या वयात किती आस लागलेली असते, हे मला ठाऊक आहे. कागदावर आपण पहिल्यांदाच ओढलेल्या रेघोट्या; हे 'ग्रेट चित्र' आहे असं प्रत्येकाला त्याच्या लहानपणी एकदातरी वाटतंच... त्या रेघोट्यांचं फाजील कौतुक नाही केलं तरी चालेल, पण चेष्टा मात्र मुळीच करू नये. नक्की कोणत्या हेतूने आपण मुलांचं कौतुक करतोय याचं आईवडिलांना स्पष्ट भान असतं तोवर ठीक. पण स्वत:च्या खोट्या समाधानासाठी आपल्या मुलांना डोक्यावर बसवणाऱ्या, असले-नसलेले गुण चिकटवून त्यांच्यापुढे आरत्या ओवाळणाऱ्या आईवडिलांची मला प्रचंड चीड येते.

'माझा मुलगा म्हणजे लाखात एक आहे.. अगदी नक्षत्रासारखा यु नो, अ रियल जिनियस! त्याच्या वर्गात ना परवा... ' अशी टकळी सुरू झाली की माझं डोकं उठतं.

'आमची राखी ना, अगदी कम्मालीची हुशार आहे. तिला कित्ती गोष्टी येतात म्हणून सांगू! पियानो वाजवते, गिटार वाजवते... आणि गाणं तर इतकं सुरेख म्हणते की...'

– आपल्या मुलांपेक्षा आपल्याच कौतुकाची तहान लागलेल्या असल्या मूर्ख आयांची सामान्य वकुबाची मुलं खरोखरच स्वत:ला 'ग्रेट' समजायला लागतात. वर्गातल्या मुलांवर उगीचच रूबाब करतात आणि पुढे आपले पाय कोणत्या मातीचे आहेत याची अक्कल न आल्यामुळे मोठेपणाच्या खोट्या धुंदीत जोरात आपटी खातात. लहानपणच्या कौतुकाचा भ्रम मोठेपणीही कायम राहिला; तर बेगडी शहाणपणाची झिंग खाडकन् उतरवून पायाखाली चिरडून टाकणाऱ्या जगाशी जमवून घेणं अशक्यच होतं.

– त्यावर उपाय एकच.

मुलांचं कौतुक करा... पण फाजील स्तुतीच्या मोहात फसू नका.

स्वत:मधले गुण जोपासण्याची, वाढवण्याची प्रेरणा देऊन मुलांचा उत्साह वाढवतं ते कौतुक.

– आणि डोक्यात चढते ती फाजील स्तुती.

मुलांवर रागावणं, त्यांच्या चुका दाखवून देणं आणि आवश्यक तर त्यांची कानउघाडणी करण्याचं गणितही याहून फार वेगळं नाही.

मोठ्यांच्या जगात 'हेल्दी क्रिटीसिझम' अशी एक भारदस्त संज्ञा असली; तरी नकळत्या वयात हा प्रकार पचनी पडणं जरा कठीणच असतं. टीका कोणीही केलेली असो, कोणत्याही उद्देशाने केलेली असो, मुलांसाठी ती नेहमी कटूच असते. अगदी सहजगत्या उच्चारलेल्या कडवट शब्दातलं जहर मुलांचं भावविश्व उद्ध्वस्त करतं आणि त्या विषारी शस्त्राचे व्रण पुढे जन्मभर त्यांना

सलत राहातात.

'तू मूर्ख आहेस. तुला काडीची अक्कल नाही.'

'आयुष्यात एक गोष्ट तुला धड जमेल तर शपथ! भांडी घासण्याचीसुद्धा तुझी लायकी नाहीये.'

'हे काय कपडे? अवतार बघितलास का आरशात? सोंग नुसतं!'

'काय ही केसांची तऱ्हा? टोपलं झालंय ते आणि हा कुठला घाणेरडा, बटबटीत हेअर कलर?'

– असली वाक्यं सहज उच्चारली गेली, तरी त्या ओरखड्यांनी रक्तबंबाळ झालेल्या मनाच्या वेदना चुकत नसतात. आपण बोलतो त्याचा अर्थ काय हे मोठ्या माणसांच्या गावी नसतं; अनेकदा आपण काय बोललो हे त्यांना नंतर आठवतही नाही पण मुलांच्या ओल्या मनावर बसलेले घाव नंतर कधीच पुसले जात नाहीत. फाजील स्तुती वाईट; तशी जहरी टीकाही घातकच! पण त्यातल्या त्यात खुशामत परवडली.

... बट लिसन!

दरवेळी मी केलेलं कौतुक फार गंभीरपणाने घ्याल तर फसाल. त्यामागे काही 'छुपा' हेतू नसेलच असं नाही; आणि 'लोणी' जरा जास्त होतंय हे मला समजत नसेल असंही नाही. तुम्ही आणखी जास्त कष्ट करावेत.. जास्त काम करावं म्हणून अधुनमधून काहीतरी शक्कल लढवणं भागच असतं. शिवाय तुम्हाला हरभऱ्याच्या झाडावर चढवल्याशिवाय माझी छोटी मोठी, फुटकळ कामं कोण करणार?

... तेव्हा कधी कधी माझा हात जरा जास्तच सैल सुटतो.

तुम्हाला काय वाटलं?... मला कळत नाही?

अगदी तुमचीच,

ममा

....

मुंबई,

जुलै ९९

प्रिय मुलांनो,

इतरांबरोबरच्या जीवघेण्या स्पर्धेत टिकण्यासाठी, जास्त गरजा भागाव्यात म्हणून जास्त पैसे कमावण्यासाठी जास्तवेळ घराबाहेर राहाणाऱ्या आई-बाबांची एकटी पडलेली मुलं घरात काय करत असतील, या प्रश्नाने मी सध्या अस्वस्थ आहे.

स्वत:चं स्वतंत्र अस्तित्व सिद्ध करण्यासाठी झटणाऱ्या आया आजकाल उशिरापर्यंत घराबाहेर असतात. बाबांचं काम तर गावाबाहेर, देशाबाहेरसुद्धा असतं. दोघंही घड्याळाच्या काट्यांशी जखडून सारखे घराबाहेर धावणार; आणि अजून धड चाला-बोलायलाही न शिकलेली त्यांची कच्चीबच्ची अशिक्षित मोलकरणींच्या भरवशावर वाढणार. किंवा मग त्या मुलांच्या नशिबी थकलेले आजी-आजोबा, हिडीसफिडीस करणारे काका-काकू आणि वैतागलेल्या आत्या-मावशांची फौज! - अशा एकट्या बापुडवाण्या मुलांनी करायचं काय?

आपल्या घरातली परिस्थिती सुदैवाने इतकी वाईट नाही. डॅडी बराच वेळ बाहेर असले; तरी माझ्या पायांची भिंगरी मी माझ्या इच्छेने थांबवू शकते. त्यातूनही प्रवासाला जाणं भागच पडतं; तेव्हा मात्र माझं लक्ष घराकडे लागलेलं असतं... मन घरातच गुंतून पडतं. वाटतं, आपण नसताना ठीक चाललं असेल ना सगळं? मुलं कशी असतील? कशी राहतील?

तुमच्याशिवायची 'सुट्टी' कधीच मला 'एन्जॉय' करता येत नाही. डॅडींना आणि मला अधुनमधून फक्त एकमेकांबरोबरच राहावंसं वाटतं, आम्ही प्रचंड उत्साहाने आमच्या 'पर्सनल ट्रीप्स' ठरवतो; पण प्रत्यक्षात निघायची वेळ आली की माझं पाऊल अडतं. तुम्हाला घरी ठेवून जाणं नको वाटतं. तुम्ही सगळे अत्यंत खुषीने आम्हाला 'बाय' करता; पण आमचं अपराधी मन आतून तुटत असत. वाटतं, मुलं असती आपल्या बरोबर... तर? त्यातूनही 'कामाकरता' जाणं भागच असेल; तर आम्हा दोघांच्या प्रवासाला निदान 'जस्टीफीकेशन' तरी असतं... पण मनाची द्विधावस्था संपत नाही. 'आठवडाभर आम्ही दोघं घरी नसू' हे तुम्हाला सांगायची वेळ येते; तेव्हा मला शब्द सुचत नाहीत. मग ही अप्रिय 'अनाऊन्समेन्ट' होईल तेवढी पुढे ढकलायची... 'नंतर बघू, काय घाई आहे?' अशी स्वत:ची खोटी समजूत घालून प्रवासाची तयारी सुरू करायची. एका बाजूने प्रवासाला निघण्याचा आनंद आणि दुसरीकडे 'मुलांना एकटं सोडून आपण जातोय' याबद्दल सारखी टोचत राहाणारी अपराधीपणाची भावना... ही कसरत करणं किती अवघड असतं, हे माझ्यासारख्या दुसऱ्या 'आई'लाच समजू शकेल.

माझ्या बाहेर जाण्याला तुमची हरकत कधीच नसते; मला त्रास देतं ते माझं मन!

– हा विचित्र झगडा सोसायचा, आणि अखेर नाईलाज झाला की मुलांना सांगायचं,

जाणं भाग आहे... काय करू?

अनेकदा हा दुरावा अपरिहार्य असतो. भावनिकदृष्ट्या सक्षम असलेली,

आईवडिलांचं अमर्याद प्रेम मिळालेली मुलं हे 'एकटं राहाणं' अगदी धीराने, समजूतदारपणे निभावून नेऊ शकतात. पण 'एकटेपणाचा' हा अपवाद घरातला रिवाजच बनला; तर मात्र मुलांच्या मानसिक स्वास्थ्याची घडी विस्कटते.

– अरूंधतीने ही वेदना पाहिली आहे. तिच्या एका मैत्रिणीची आई सारखी दौऱ्यांवर असते.

'तिची ममा कधीच घरी नसते गं. शी इज ऑलवेज अवे, ट्रॅव्हलिंग ऑन बिझनेस. ××× कशी राहात असेल तिच्या ममाशिवाय?'

– अरूंधतीच्या या प्रश्नाला कुणाजवळ काय उत्तर असणार?

कर्तबगारीच्या जोरावर 'पुढे' जाण्याची तीव्र महत्त्वाकांक्षा असणाऱ्या 'करियरिस्ट' स्त्रियांना कशी तारेवरची कसरत करावी लागते, हे मला ठाऊकेय.

'गेट अप अॅन्ड गो' हा नव्या 'कार्पोरेट कल्चर' चा मंत्र आहे. शर्यतीत धावणाऱ्या स्त्रियांचं मन घरात अडकून पडलं, मुलांची काळजी म्हणून त्यांनी सवलती मागितल्या की संपलं सगळं! अशा 'घरेलू' स्त्रियांची तिथे हेटाळणी होते, जो तो त्यांची कीव करतो आणि त्यांना मागे ढकलून आपण पुढे घुसतो. मुलांमध्ये गुंतून पडावं तर 'करियर'चा सत्यानाश आणि सगळी शक्ती एकवटून कर्तबगारीच्या शर्यतीत धावावं तर आयुष्यभर सोसावा लागणारा मुलांचा दुरावा!

... मग करायचं काय?

मुलंच नाही जन्माला घालायची?

– मला स्वत:ला प्रवास खूप आवडतो. आता माझ्या आयुष्यातली जेमतेम दहा वर्षं मी भरपूर काम... भरपूर प्रवास ही कसरत पेलू शकेन. त्यानंतर 'मनात आलं की पडलं बाहेर' अशी माझी अवस्था राहील की नाही कोण जाणे! मी आणखी दहा वर्षांनी म्हातारी होईन... माझं शरीर मंदावेल... सांधे आखडतील...एवढंच कशाला, नवी माणसं, नवे प्रदेश शोधण्यासाठी भटकंतीच्या माझ्या उत्साहावरही कदाचित म्हातारपणाची काजळी धरेल. त्यामुळे हाताशी वेळ आहे; तोवर जगून घेण्यात मजा!

– काही दिवसांपूर्वी कार्पोरेट जगातल्या एक उच्चपदस्थ बाई मला भेटायला घरी आल्या होत्या. कसलंतरी मोठ्ठं 'डील' करण्याकरता त्यांना रशियाला जायचं होतं. बोलता बोलता विषय निघाला; आणि त्यांच्या डायरीवरच्या 'असाईनमेन्टस' ऐकून माझा श्वासच अडकला. महिन्यातले पंधरा दिवस जगभराचे दौरे... एक पाय ऑफिसात, एक विमानात.

आज सकाळी स्टॉकहोम तर उद्या संध्याकाळी टोकीयो. मला भेटून त्यांना लगेच एका 'हाय प्रोफाईल लंच मिटींग' करता जायचं होतं... तिथून पुन्हा ऑफिस... आणि रात्रीचं विमान पकडून मॉस्को! – मी चाट पडले. व्हॉट अॅन

ॲक्शन पॅक्ड लाईफ!... केवढी नशिबवान आहे बाई!

मग सहज मी घरची चौकशी केली. नवरा काय करतो? मुलंबाळं...?

– त्यांचं लग्न झालं होतं.

पण मुलं नव्हती.

लग्नापूर्वीच आपल्या नवऱ्याच्या संमतीने 'मुलं नकोत' हा निर्णय आपण कसा घेतला हे त्यांनी मला कौतुकाने, अभिमानाने सांगितलं.

'मला आयुष्यात करियर करायचंय, माझं काम... माझी 'ॲम्बिशन' हीच माझी 'प्रायॉरिटी' असणार हे मला पहिल्यापासूनच ठाऊक होतं. मी घरात गुंतून पडणार नाही, संसारासाठी वेळ देऊ शकणार नाही; हे इतकं 'क्लियर' असताना मुलांचं लटांबर कोण सांभाळणार? त्यापेक्षा 'मुलं नकोच' हा निर्णय घेणं जास्त शहाणपणाचं होतं. फॉर्च्युनेटली, माझ्या नवऱ्यालापण मुलांमध्ये फार इंटरेस्ट नव्हताच... ॲण्ड हिअर आय ॲम, ॲट द टॉप ऑफ माय प्रोफेशन!'

तिच्या डोळ्यातून स्वत:च्या कर्तबगारीचा अभिमान ओसंडून वाहात होता; नेमकी त्याच क्षणी दारावरची बेल वाजली. अरूंधती आणि आनंदिता नेहमीसारख्याच उत्साहाने ओसंडत शाळेतून घरी आल्या होत्या. दार उघडण्यापूर्वीच त्यांचं खिदळणं कारंजी फुटावीत तसं खळखळत घरात पोचलं होतं. मागोमाग दोघी... आणि रोजच्यासारखा 'ममा ऽऽऽऽऽ गेस व्हॉट हॅपन्ड टुडे?' चा जोरदार पुकारा. माझ्या दिशेने दोघी धावत आल्या. घरात कुणीतरी परकी स्त्री आहे हे बघून एकदम चपापल्या आणि औपचारिक 'हॅलो' म्हणून काहीशा नाराज होत आत गेल्या.

त्या बाई आश्चर्याने पाहात होत्या.

'हे असं रोज होतं?'

– मी हसून मान हलवली.

'ओ माय गॉड! तुम्ही सहन कसं करता?'

'सहन करते?... काय?' मला समजेना.

'...म्हणजे, हा रोजचा धिंगाणा... त्रास नाही होत?'

– काहीतरी भयंकर विचित्र घडल्यासारखे खांदे उडवत, हातवारे करत बाईंनी एक मोठ्ठा सुस्कारा सोडला. एवढी महत्त्वाची चर्चा चालली असताना मुलांनी असं मध्येच कडमडणं त्यांना फारच त्रासदायक झालं असावं. त्यांचा राग... वैताग... तिरस्कार सगळं त्यांच्या चेहेऱ्यावर स्पष्ट दिसत होतं. व्यावसायिक यशाचं शिखर गाठलेल्या त्या स्त्रीची मला कीव आली. मग आमचा संवाद तुटला तो तुटलाच. आपली महागडी, रूबाबदार ब्रीफकेस उचलून बाईसाहेब पुढच्या अपॉइन्टमेन्टसाठी निघून गेल्या.

नंतर खूप वेळ मी अस्वस्थ होते.

इतकी शहाणीसुरती बाई इतकी का रागावली असेल, मला कळेना. खरंतर तिच्या शिष्ठपणाचा मलाही रागच आला होता.

नंतर लक्षात आलं, ममाला भेटण्याच्या ओढीने धावतपळत, हसत खिदळत शाळेतून घरी येणाऱ्या मुलींचा किलबिलाट हा त्या स्त्रीच्या दृष्टीने केवळ एक 'वैताग' होता- प्रोफेशनल मिटींगमधला असभ्य, असंस्कृत अडथळा. त्यामागच्या निर्मळ आनंदाशी तिची कधी ओळखच झाली नव्हती. दार उघडल्याबरोबर आपली वाट बघणाऱ्या आईचा चेहरा दिसेल या खात्रीने घरी येणाऱ्या पिल्लांच्या पावलांची ओढ तिला कशी कळावी?

– माझ्या लहानपणी हे सुख मीही भरभरून लुटलं आहे. शाळेतून, कॉलेजातून, मोठेपणी ऑफिसातून घरी आल्यावर 'आई दिसली नाही' असा एकही दिवस मला आठवत नाही. माझ्या आईने मला दिलेलं हे अवर्णनीय सुख पुढे तुम्हाला देण्याचा मी आटोकाट प्रयत्न केला. निदान एवढ्यापुरता तरी मला माझ्या आईशी बरोबरी करता यावी, अशी खूप इच्छा होती.

...पण त्यात मी खूप कमी पडले, मला ठाऊकेय.

कुठेही प्रवासाला जावं लागलं, की किमान रात्रभरचा मुक्काम करावा लागतोच. थँक्स टु सेलफोन, आपण एकमेकांना भेटलो नाही; तरी मनात येईल त्या क्षणी निदान बोलू शकतो.

अर्थात, मी बाहेर निघाले म्हणून तुम्ही मुलं चेहरे पाडून बसला आहात असं कधीही झाल्याचं आठवत नाही. आनंदिताला कधीकधी रडू येतं; पण तेवढ्यापुरतंच! ती लहान होती तेव्हा तर (खोटं खोटं) हसत मला 'टाटा' करायची... 'लवकर ये हं, वाट बघते' म्हणणं शक्य नसलं तरी आवंढा गिळून काहीबाही बोलायची. ममाला वाईट वाटू नये, म्हणून स्वतःचे अश्रू लपवण्याचा आटापिटा करणाऱ्या त्या छोट्या पिल्लाचा निरोप घेताना मग मलाच रडू फुटायचं.

– माझ्या लहानपणी मी आनंदिताच्या एक शतांशानेही 'शहाणी' नव्हते. संध्याकाळच्या एखाद्या कार्यक्रमाला आई-बाबा निघाले, की मी रडून रडून कसा गोंधळ घालत असे हे मला अजून ऐकावं लागतं. मला सांभाळता सांभाळता मोठी भावंडं मेटाकुटीला येत. शेवटी त्यांनी हात टेकले आणि आई-बाबांपैकी कुणीही घरात नसताना माझी जबाबदारी घ्यायला साफ नकार दिला. बिचारी आई!- एकतर घरीच राहायचं किंवा जिथेतिथे माझं लोढणं बरोबर घेऊन जायचं एवढे दोनच पर्याय तिच्यापुढे उरले. अशा समारंभात तिला मी किती त्रास दिला असेल, तीच जाणे!

– तुमच्यापैकी कुणीही मला असं कधी छळलं नाही. घाईघाईने तयार

होऊन एखाद्या महत्त्वाच्या कामासाठी घराबाहेर पडताना मुलांनी धिंगाणा घातलाय, असा प्रसंग माझ्या आयुष्यात बहुतेक नसेलच. काही अपवाद असले तरी त्यामागे त्या त्या वेळची काही कारणंही होतीच.

या सगळ्या धावपळीची, आठ-आठ दिवस आई घरात नसण्याची मुलांना हळूहळू होते सवय- असा युक्तिवाद आजकाल मी अनेकदा ऐकते.

होतही असेल सवय.

बिचाऱ्या मुलांपुढे दुसरा 'चॉईस' असतोच कुठे? आपल्याला काय हवंय, याचा निर्णय घेण्याचं स्वातंत्र्य मुलांना नसतंच. हे स्वातंत्र्य वापरतात ते पालक.

जशी मी.

रशियाला गेले असेन, चायनाला गेले असेन, साऊथ अमेरिकेत आणि नॉर्वेला गेले असेन... शिवाय अख्ख्या भारतभर अनेकदा फिरले असेन; द चॉईस वॉज माईन! मुलं लहान आहेत म्हणून हाताशी आलेली प्रत्येक संधी गमावणं आणि वेळ निघून गेल्यावर हळहळत बसणं मला मानवण्यासारखं नव्हतं, योग्यही नव्हतं. पण हेही खरं; की तुमच्यासाठी मी अनेकदा अनेक ट्रीप्स रद्द केल्या, एखादा अनुभव किती रोमांचक असणार आहे हे ठाऊक असूनही निग्रहाने त्याच्याकडे पाठ फिरवली... आणि त्याचं मला मुळीच दु:ख नाही. माझ्या आईने आम्हा सर्वांसाठी अख्खं आयुष्य किती आनंदाने कुर्बान केलं हे आठवलं; की माझ्या प्रत्येक 'नकारा'ला बळ मिळत असे.

माझी आई.

ती आम्हा सर्वांसाठी सदैव होती.

आमच्याखेरीज दुसरं जग तिच्यासाठी जणू अस्तित्वातच नव्हतं.

आधुनिक आयांसारखे जाता-येता मुलांचे मुके घेणं, त्यांना जवळ घेणं हे तिच्या संस्कृतीत कधीच बसलं नाही. पण तिच्या प्रत्येक साध्या साध्या कृतीमधून तिचं अबोल प्रेम आमच्यापर्यंत पोचत असे. उदाहरणार्थ, रोजच्या रोज आमच्या घरात शिजणारा साधा, सुग्रास स्वयंपाक! त्या भाजी-आमटीला आईच्या प्रेमाचा स्पर्श असे. एखादं व्रत घ्यावं; तसं रोज श्रद्धेने रांधलेलं अन्न; हे तिच्या संपूर्ण समर्पणाचं प्रतिक होतं. शेवटच्या आजारपणात आई अंथरूणाला खिळली; तोपर्यंतच्या प्रत्येक दिवशी माझे बाबा तिच्याहातचं जेवले. आपला नवरा आणि मुलं चुकूनही उपाशीपोटी घराबाहेर पडू नयेत; म्हणून तिने अखंड अन्नपूर्णेची आराधना केली. ही एक स्त्री तब्बल साठ वर्षं रोजच्या रोज न चुकता अन्न रांधत होती. अतीव प्रेगाने सर्वांना जेवू घालत होती.

– तरीही बंद मुठीतून मोहरीचे दाणे ओघळून जावेत; तसं आपलं आयुष्य वाया गेल्याच्या भावनेने अखेरच्या दिवसात आई फार खंतावली होती. रांधा,

वाढा, उष्टी काढा या चक्रात फिरता फिरता सगळं संपून गेलं; आपण आपल्या आयुष्यात वेगळं काहीही करू शकलो नाही याचं तिला फार वाईट असे. एकदा म्हणाली,

'इतका रिकामा वेळ होता माझ्याजवळ; त्याचा काहीतरी उपयोग केला असता तर?... पण आता काय? खेळ संपत आला.'

आयुष्यभर कर्तव्यांच्या ओझ्याखाली स्वतःला गाडून घेऊन अखेरच्या क्षणी मनात अशी रूखरूख राहाणं मला आवडलं नसतं, हे तर खरंच! पण ज्याचं त्याचं जगणं मार्गी लागल्यावर 'लहानपणी तू का नव्हतीस माझ्याजवळ?' असा जाब विचारण्याची वेळ तुमच्या कुणावर येऊ नये; म्हणूनही मला धडपडणं भाग होतं.

– हुश्श!

केवढी धावपळ, केवढी दमणूक...

पण दुसरा इलाज तरी काय होता?

गेल्या आठवड्यात आदित्य पुण्याला गेला होता, आठवतं? विचित्र वेळांचा प्रवास, त्याहून विचित्र कामं, कुठे राहाणार ठाऊक नाही, मुंबईला कधी पोचणार याचा पत्ता नाही. पुण्यातल्या एका मित्राचा फोन नंबर; एवढाच माझ्याजवळचा कॉन्टॅक्ट पॉईन्ट! त्या नंबरवर फोन करून करून थकले; पण कसला म्हणून पत्ता नाही.

मुंबईला परत आल्यावर आरडाओरडा करून आदित्यने घर डोक्यावर घेतलं.

'थँक्स अ लॉटऽऽ साधा फोन पण नाही ना केलास? इट्स अ डिसग्रेस! नथिंग बट अ डिसग्रेस!'

– मी गप्पच बसले.

स्वतःची जबाबदारी न कळणाऱ्या शाळकरी मुलीसारखं मान खाली घालून हुंदके देणंच तेवढं बाकी होतं. माझ्याही नकळत मी आदित्यची समजूत घातली. 'मी फोन केला होता, पण लागला नाही' वगैरे (त्याला अजिबात न पटलेले) खुलासे पुन्हापुन्हा दिले.

थोड्या वेळाने माझा मलाच प्रश्न पडला- हे काय चाललंय?

...खरंतर गावाला गेला होता तो.

पत्ता नव्हता तो त्याचा.

मी फोन करणं ही माझी जबाबदारी होती; ते मी केलं नाही; मान्य!

– पण त्याने केला असता एक फोन तर काय एवढं आकाश कोसळलं असतं? – अर्थात हे त्याच्या लक्षातही आलं नव्हतं. स्वतःचा बेजबाबदारपणा

त्याच्या खिजगणतीतही नव्हता. कर्तव्यात कसूर झाली होती ती माझ्याकडून!

आपण आपल्या आईला कोंडीत पकडून तिला इतक्या खुलेपणाने जाब विचारू शकलो असतो का?

– मी स्वत:लाच विचारलं.

उत्तर अर्थातच नकारार्थी होतं.

माझी आईही शेवटी एक स्त्रीच होती. तिच्यातही गुण-दोष होते. तिच्या धारदार स्वभावाचे कंगोरे- विशेषत: तिचा रागीटपणा- आम्हालाही बोचत असेच. पण आम्ही कधी आईला जाब विचारू धजलो नाही, आणि तिनेही कधी कशाचे खुलासे दिले नाहीत... माफी मागणं, 'सॉरी' म्हणणं वगैरे गोष्टी तर फार दूरच्या!

– मग स्वत:ला अधिक कर्तृत्ववान, अधिक मॉडर्न, समजणारी आमची पिढी मुलांसमोर का असे हातपाय गाळते? मुलांना खडसावून जाब विचारण्याऐवजी त्यांच्या सरबत्तीला तोंड देत खुलासे करण्याची वेळ आमच्यावर का यावी? 'पालक' म्हणून स्वत:च्या जबाबदाऱ्या आपण नीट निभावू शकत नाही; याची जाणीव आतून पोखरत असल्यामुळे आम्ही मुलांसमोर शरणागती पत्करतो का? की नाराज मुलांनी आपल्याला धुडकावून लावू नये, नाकारू नये म्हणून त्यांच्या पुढे पुढे करण्याची वेळ आलीय आमच्यावर? 'माझं तुझ्यावर प्रेम आहे' हे पोटच्या मुलाला पटवण्याकरता सारखे का धडपडतात आजकालचे आईबाप?... चुकून कधीतरी आपण उघडे पडू या भीतीने? की त्यांना स्वत:लाच एकटं, एकाकी वाटत असतं म्हणून?

– या सगळ्या ताणतणावातून तरून जाणं फार कठीण आहे. कितीही द्यायचा प्रयत्न केला; तरी मुलांना नेहमीच 'त्याहून जास्त' काहीतरी हवं असतं. आजकालच्या मुलांच्या गरजांना पुरे पडणं हे फार दुष्कर कर्म आहे. त्यामानाने मागच्या पिढीतले आईवडील भाग्यवान! त्यांनी त्यांच्या कुवतीप्रमाणे जे काही दिलं, त्यात त्यांची मुलं खूष होती.

होस्टेलमध्ये राहाणाऱ्या जेमतेम बारा-तेरा वर्षांच्या एका मुलाबद्दलची भयंकर बातमी मी कालच वाचली. त्याने एका छोट्या बाळाला पळवून नेलं, आणि दगड मारून मारून त्या बाळाचा चेहरा ठेचला. का? तर म्हणे पुरेसा पॉकेटमनी न देणाऱ्या आईवडिलांवर तो चिडला होता. बाकीचे मित्र घरून आलेल्या पैशांवर ऐश करतात, दारू पितात, सिगरेट ओढतात, मुंबईतल्या पोरी फिरवतात आणि तुटपुंज्या पॉकेटमनीत आपल्याला यातलं काहीच परवडत नाही; म्हणून तो वैतागला होता. हा वैताग व्यक्त कसा करायचा? – हे कळत नव्हतं. त्याने सरळ एक छोटं बाळ उचललं, आणि त्याचा चेहरा दगडाने ठेचला.

ती भयंकर बातमी वाचून मी सुन्न झाले.

आपण आपल्या मुलांना हे शिकवलं?

त्या मुलाच्या आई-वडिलांना काय वाटलं असेल? अपराधी भावनेने मान खाली गेली असेल? पश्चात्तापाने मन जळून राख झालं असेल?

– कोण जाणे!

आपण आपल्या मुलाची चैन पुरवण्याकरता त्याला पुरेसे पैसे पाठवू शकलो नाही; एवढ्यापुरतं वाईट वाटून त्यांनी कदाचित नोटांची बंडलंही जमवली असतील.

मुलांच्या सुखासाठी भरपूर पैसे फेकले की झालं; आणखी काय लागतं?

– माय गॉड!

लिहिता लिहिता कुठून कुठे भरकटले मी! पत्र लिहायला घेतलं की असंच होतं बहुतेकदा. मनात काहीतरी नेमकं असतं पण बघता बघता त्याच्याभोवती इतक्या असंख्य गोष्टी भिरभिरत येतात; की मूळ धागा कधी हातातून सुटतो, कळतही नाही.

काल रात्री माझ्या स्वप्नात माझी आई आली होती.

– पण त्याबद्दल पुन्हा कधीतरी... अशाच एखाद्या पत्रात.

एक पत्र कसं पुरेल? – कदाचित अशीच खूप पत्रं पुन्हा लिहावी लागतील.

हुश्श!

ममा

....

मुंबई,
मे' ९९

प्रिय मुलांनो

गेल्या आठवड्यात एका रेडियो स्टेशनवर माझी मुलाखत झाली. 'शहरी जीवनाच्या धकाधकीने कातावलेल्या कुटुंबांना आपल्यातला संवाद जपता यावा, प्रेमाचे बंध टिकवता यावेत म्हणून तुम्ही कोणता सल्ला द्याल?' असा प्रश्न विचारल्यावर माझ्या डोळ्यासमोर एकच प्रतिमा पटकन उभी राहिली.

– डायनिंग टेबल.

घरामध्ये एरवी कितीही महागामोलाचं फर्निचर असलं; तरी डायनिंग टेबलाइतकं महत्त्वाचं कोणत्याही घरात काहीही नसतं यावर माझी श्रद्धा आहे.

जुन्या काळात दिवसभरातलं निदान एकतरी जेवण सगळ्यांनी एकत्र घ्यायचं, असा कुटुंबात संकेत असे. सकाळपासून आपापल्या कामासाठी घराबाहेर पडलेली माणसं रात्री ठरल्या वेळेआधी परत येत आणि गप्पाटप्पा करत तासन्तास जेवणं

चालत. आजी-आजोबा, आई-बाबा आणि नातवंडांच्या तीन पिढ्या दिवसभराच्या धावपळीनंतर शांतपणे एकत्र बसल्या की विषयांना तोटा नसे. या संयुक्त गप्पाष्टकांना एकत्र जेवण्यापलीकडे फार मोठा अर्थ होता. चारचौघात नीट वागण्या बोलण्याचे धडे लहान मुलांना जेवणाच्या पंगतीत शिकायला मिळत. चूक झाली; तर मोठी माणसं कान धरत... चांगलं काम केलं तर शाबासकी मिळे. शिवाय नातेवाईकांची, मित्रमंडळींची खबरबात तात्काळ सगळ्यांना कळवण्याची ही एक 'इन्फॉर्मल' व्यवस्था होती. कुणाकडे डोहाळजेवण... कुणाकडे बारसं... कुणाची एकसष्ठी- कुणाच्या मृत्यूची दुःखद वार्ता... लांबच्या एखाद्या आत्याकडची लग्नाची धामधुम. सगळ्यांना सगळ्यांविषयी कळवलं जाई. दुरावा झाला तर पुन्हा सांधे जोडून घेतले जात. प्रत्येकाला प्रत्येकाविषयी जिव्हाळा वाटावा, कुटुंबातला कुणी एकटा पडू नये, यासाठी मनापासून प्रयत्न केले जात.

– माणसं आयुष्यामागे हात धुवून धावायला शिकली; आणि गप्पा मारत मारत जेवण्याचं सुख संपलं. घरातघरात टी.व्ही. आल्यावर तर समोरच्या झगमगत्या स्क्रीनमध्ये डोळे खुपसून जेवण कसंबसं आटपून टाकण्याची शर्यतच सुरू झाली.

वरण-भात-भाजी-पोळी असं साग्रसंगीत जेवायला वेळ कुठेय? जाता येता काहीतरी तोंडात टाकलं की झालं! मुलांची शाळा... कॉलेज आणि क्लासेस... बाहेरच्या पार्ट्यांमधून वेळ मिळालाच तर कधीमधी घरी जेवायला येणारे आई-वडील यांच्या वेळा एकमेकांशी जुळवण्यासाठी कोण धडपडणार? त्यातून दर दिवसाआड बाहेर जेवायला जाण्याची 'राष्ट्रीय क्रेझ' आल्यापासून तर घराघरातल्या पंगती जवळपास अदृश्यच झाल्या आहेत.

आपल्या घरातलं दृश्यही याहून वेगळं नाही. तुमच्या बाकीच्या शेड्यूलमधून वेळ मिळालाच तर माझ्यावर उपकार केल्यासारखे तुम्ही घरी उगवणार. फोन वाजतोय... लिफ्ट थांबवून कुणीतरी तुम्हाला जोरजोराने हाका मारतंय अशा धुमधडाक्याच्या पार्श्वभूमीवर उभ्या उभ्या काहीतरी तोंडात टाकणार... की पुन्हा पसार!

धीस इज क्रेझी!

मेहनतीने शिजवलेल्या अन्नाशी असं वागणं असंस्कृत आहे... आरोग्याला घातक आहे... हा एक सामाजिक गुन्हा आहे असं नाही वाटत?

तुम्ही म्हणाल, मी जरा अतिच करतेय... ओव्हररिॲक्टिंग!

नो. आय ॲम नॉट.

सगळ्यांनी एकत्र बसून खूप गप्पाटप्पा कराव्यात... नीट साग्रसंगीत जेवावं असं मला अगदी मनापासून वाटतं.

दिवसभरात कोणकोण भेटलं, काय काय झालं हे तुम्ही सांगितलं नाहीत तर मला कळणार कसं? कशी माझी मैत्री होणार तुमच्या पिढीशी? कशी कळणार तुमची आवड-नावड?

दोन समांतर पिढ्यांचे धागे जोडून देणारा एक महत्त्वाचा दुवा आपण बेलाशक तोडून टाकतो; आणि त्याच्या पर्यायाचाही काही विचार करत नाही; हे वर्तन असंस्कृत नव्हे?

आपल्या घरात प्रत्येकाच्या जाण्या-येण्याच्या वेळा हा एक चिरंतन वादाचा विषय आहे. सकाळी शाळा असते; म्हणून रात्री लवकर झोपणं भाग असलेल्या अरूंधती- आनंदिताचं ठरल्यावेळी होणारं 'डिनर' सोडलं; तर बाकीची मंडळी केव्हा उगवतील हे सांगणं खुद्द ब्रह्मदेवालाही अशक्य!

माझी एक साधी अपेक्षा आहे.

कॉलेज-ऑफिस आणि मित्रमंडळींच्या चक्रात अडकलेल्या मोठ्या मुलांनी रात्रीचं एक जेवण आपल्या घरी, सगळ्यांबरोबर जेवायचं ठरवलं; तर त्यासाठी तासाभराचा वेळ काढणं अशक्य नाही.

रविवारी दुपारी सगळे घरीच असतील; आणि ठरल्या वेळी जेवायला बसतील; असं ठरवून टाकलं तर?- खरं तर आपण तसं ठरवलंही होतं; पण प्रत्येक रविवारच्या नशिबी आजकाल कुठलं आलंय सुट्टीचं भाग्य? कुणाला ना कुणाला काही ना काही काम निघतं, आणि जाणं भागच असतं.

आपल्या घरातल्या किचनला हळूहळू कॅन्टीनची कळा येत चालली आहे. कुणीही केव्हाही यावं, भूक लागली की आपल्या आवडत्या पदार्थांची 'ऑर्डर' द्यावी; किंवा अगदीच रात्रीबेरात्री इतरांना त्रास नको म्हणून फ्रीज उघडून आत्मा तृप्त करावा. एका गोष्टीच्या बाबतीत मात्र मी माझा आग्रह ठामपणे लावून धरला आहे -

रूम सर्व्हिस!

ज्याला-त्याला हवं ते अन्न ट्रे मध्ये भरून याच्या रूममधून त्याच्या रूममध्ये वेळीअवेळी धावणारे नोकर हा 'ट्रेन्ड' कितीही कॉमन झाला असला तरी आपल्या घरात त्याला परवानगी मिळणार नाही, की काळ्या दगडावरची रेघ समजा!

आम्ही चौघं भावंडं, आई-बाबा एकाच टेबलाभोवती जेवायला बसलो आहोत. रमतगमत पंगत चाललीय... उष्टे हात सुकून गेले तरी गप्पा संपत नाहीयेत- अशा अनेक सुंदर आठवणी माझ्या मनात अजून ताज्या आहेत.

– आपल्याही घरात एखाद्या दिवशी योगायोगाने अशी अंगतपंगत जमते. एकमेकांच्या खोड्या काढत, हसत-खिदळत तुम्ही सगळे जेवायला बसता.

गप्पांबरोबर जेवणाला रंगत चढते. कधीकधी तुमच्या मित्र-मैत्रिणींची ताटंही आपल्याबरोबर वाढली जातात. गप्पागोष्टींना आणखी उधाण येतं. कसलीही घाई-गडबड नसलेली अशी हसती-खेळती दीर्घ पंगत मला प्रिय आहे.

जेवताना वाचणं आणि अर्ध्या जेवणावरून उठून फोन घेणं या दोन गोष्टींना मी नेहमी सख्त मज्जाव करते. माझ्या स्वत:साठी कितीही महत्त्वाचा फोन आला, तरी जेवताना मी तो घेत नाही. अशावेळी पलीकडल्या व्यक्तीला नम्र नकार देणं यात कसलाही उद्धटपणा नाही, असं मला वाटतं. कुणी जेवत असताना त्याला अर्ध्या ताटावरून उठवणं हा माझ्या दृष्टीने असंस्कृतपणा आहे.

अनेकदा अरूंधती माझ्याशी वाद घालते. अर्धं राहिलेलं कॉमिक्स तिला जेवता जेवताच वाचून पूर्ण करायचं असतं.

'बट ममा, आय गेट व्हेरी लिटील टाईम टु रीड... वेळच कुठे असतो कॉमिक्स वाचायला?'

– ही अरूंधतीची तक्रार खरी असली; तरी मी निग्रहाने तिच्या हातातलं पुस्तक दूर ठेवते. तुम्ही जेवत असताना तुमच्या मित्र-मैत्रिणींचे फोन आले (आणि बाय एनी चान्स, ते 'मी' घेतले) तर सगळ्यांना परत फोन करणं भाग पडतं. एरवी जेवता-जेवता कानाला 'कॉर्डलेस' लावून गप्पा मारणं तुम्हाला फार प्रिय आहे. पण 'एकत्र जेवायला बसणं' म्हणजे केवळ डाळ-भाताचे घासामागून घास गिळणं नव्हे. तसं झालं, तर मग कसली मजा?

मिल टाईम्स आर फॅमिली टाईम्स.

ॲन्ड फॅमिलीज् दॅट इट टुगेदर, स्टे टुगेदर म्हणतात ते शब्दश: खरं आहे.

एका हातात अर्धवट खाल्लेला टोस्ट आणि एका हातात कॉफीचा मग घेऊन लिफ्टमध्ये घुसणारे शेजारी रोज सकाळी मला दिसतात. धावतपळत खाली जिम्नॅशियममध्ये जायचं... कसाबसा व्यायाम उरकून तसंच धडधडत वर यायचं. फ्रीजमधलं काहीतरी मायक्रोवेव्हमध्ये टाकून कसंबसं पोटात ढकललं की धावतपळत निघाले ऑफिसला. ते धावतात... त्यांच्या मागून त्यांची मुलंही लळतलोंबत धावतात... वेळ मिळाला आणि खायला मिळालं तर खातात; एरवी शर्यत सुरू! कधीकधी वाटतं या उतावळ्या माणसांचे कान धरून त्यांना सांगावं, जरा श्वास घ्या. स्वस्थ बसून नीट जेवा. सकस अन्न जरा अंगी लागू द्या. मग पाहा, दुप्पट उत्साहाने तुम्ही कामाला भिडू शकाल!

ॲण्ड येस, आय फाइण्ड राऊण्ड डायनिंग टेबल मोस्ट डेमोक्रॅटीक. खोटे मानमरातब नाहीत... कुठल्याही खुर्चीला श्रेष्ठ-कनिष्ठत्वाचा टिळा लागण्याची शक्यता नाही. टेबलाभोवती जमले की सगळे सारखे. कुणी कुठेही बसावं.

अलीकडे कधी संगीतखुर्ची खेळलात तुम्ही?

– खेळून पाहा.

छान भूक लागते.

आणखी एक महत्त्वाचा नियम.

कपाळावर आठ्या घालून, चेहरा पाडून कधीही डायनिंग टेबलावर जेवायला बसू नये. हसण्या खिदळण्याशिवाय आणि चेष्टामस्करीशिवाय ताटातल्या पदार्थांना चव येत नाही. खिन्न, उदास, दुर्मुखलेले चेहरे आणि कुरकुरणारी चिडचिड हा भूक मारण्याचा रामबाण उपाय आहे.

– सो, स्माईल!

ओ के?

तुमची

ममा

ग्रोईंग अप इज हार्ड टु डू

आदित्य

मुंबई
मार्च ९९

प्रिय आनंदिता,

तुझ्या सगळ्या मैत्रिणी तुला 'अनु' म्हणतात. तेही नाव छोटुसं, गोड असलं तरी मी मात्र तुला 'आनंदिता' अशी पूर्ण हाक मारते. तुझ्या नावाचा अर्थ आणि त्याला जोडून येणारा खळाळत्या आनंदाचा मधुर नाद मला मनापासून आवडतो. शिवाय आता तू दहा वर्षांची झालीस. त्यामुळे आता तर लाडक्या टोपणनावांचा पसारा बाजूला करून तुला तुझ्या मूळ नावानेच हाक मारायला हवी. तू धाकटं बाळ राहिलेली नाहीस हे तुला जाणवून द्यायला हवं. आणि मुख्य म्हणजे स्वत: समजून घ्यायला हवं. आज मी असं का बोलतेय, याचं तुला आश्चर्य वाटलं ना? - पण प्रत्येक 'धाकट्या' मुलाला नेहमी 'लहान'च समजायची आपल्याकडे प्रथा आहे. मला विचार! मी तुझ्या आजीची धाकटी मुलगी. 'मी मोठी झाले आहे' हे तिने अख्खं आयुष्यभर कधीही मान्य केलं नाही. त्यामुळे माझे भरपूर लाड झाले पण तुझ्या मावश्या आणि मामा सारखे आजीच्या मागे असत– 'आई काय हे? शोभा बाळ आहे का आता?' पण तुझ्या आजीने कुणाचंही ऐकलं नाही. तिच्या शेवटच्या क्षणापर्यंत ती मला तिचं 'लाडकं बाळ' समजंत असे. माझी चाळीशी उलटली, माझी मुलं मोठी झाली तरी तिच्यासाठी मी लहानगी, परकरी पोरच होते. हे सगळं विचित्र वाटेल; पण तसं होतं आणि गंमत म्हणजे आम्ही दोघींनी हे अनोखं नातं खूप 'एन्जॉय' केलं. खरंतर आपल्या प्रत्येकामध्ये एक अवखळ, हसरं मूल असतंच; पण आपल्या सगळ्यांना मोठं होण्याची इतकी घाई झालेली असते, की त्या मुलाला आपण अगदी हद्दपारच करून टाकतो. बालपण एकदा हातून निसटलं की निसटलं - तो आनंद आयुष्यात पुन्हा कधीही वाट्याला येत नाही.

तुझा दहावा वाढदिवस होता, त्याच्याआधी आपण केवढ्या लांबलचक चर्चा केल्या; तुला आठवतं?

आनंदिताच्या वाढदिवसाला काय करायचं?

जवळच्या मित्रमैत्रिणींसाठी अलिबागच्या फार्महाऊसवर छोटीशी पार्टी ॲरेंज करायची का?

की बिल्डिंगमधल्या मुलींना घेऊन कुठेतरी बाहेर जायचं फिरायला?

वर्गातल्या मुलांना घरीच बोलवायचं का?... आणि सगळ्यांबरोबर खूप दंगामस्ती?

– तुझा निर्णय होत नव्हता.

'प्री-टीन लंच'ची आयडिया खरंतर तुला मनातून आवडली होती; पण

इतकी वर्षं वाढदिवसाला चालत आलेली धुमधमाल तर करावीच असंही वाटत होतं. मोठमोठे फुगे, झगमगतं डेकोरेशन, केक, कॅन्डल्स, पिसं लावलेल्या टोप्या, पिपाण्या. यात तुझा जीव गुंतून पडला होता... शेवटी दोन्हीचं 'कॉम्बिनेशन' करायचं सर्वानुमते मान्य झालं, आणि नुकत्याच सुरू झालेल्या एका (महागड्या) रेस्टॉरन्टमध्ये 'हाय टी पार्टी' ठरली.

– अरूंधतीला ही आयडिया फारशी पटली नव्हती. खरंतर तुझ्या वाढदिवसाचं 'प्लॅनिंग' म्हणजे 'अरूंधतीला काय वाटतं' हे सगळ्यात महत्त्वाचं. ती 'हो' म्हणाली तर तू मान डोलावणार. शेवटी 'गिफ्ट' काय आणायची यावरून वाद सुरू झाला.

तुला बाहुली हवी होती.

'बाहुली?' – अरूंधती खवळली. 'दहा वर्षांची घोडी झालीस तू आता, आणि बाहुलीने खेळणार? आय स्टॉप्ड प्लेईंग विथ डॉल्स, व्हेन आय वॉज फाईव्ह.. मे बी थ्री! तुला अजून बाहुली हवीय? ओ माय गॉड!'

– तू एकदम कावरीबावरी झालीस.

मी तुला जवळ घेतलं. तुझी समजूत घातली. म्हटलं, 'अगं, बाहुलीबरोबर खेळण्याचं वय नसतं काही! मी खूप मोठी होईपर्यंत माझी लाडकी बाहुली जपून ठेवली होती. मला अजून पण बाहुल्या आवडतात. तुम्ही मला चिडवणार नसाल, तर आजही मला भातुकली खेळायला आवडेल. आपण दोघी खेळूया का भातुकली?'

अरूंधतीची कशी मज्जा झाली, म्हणून तू खुदखुदत होतीस... आणि अरूंधती वैतागलेली.

– शेवटी तो वाद तिथेच थांबला.

आणि कसा कोण जाणे, तुही बाहुलीचा विषय पुन्हा कधी काढला नाहीस.

– पण अरूंधती स्वस्थ बसणं शक्य नव्हतं.

एकदा काळजीने म्हणाली,

'ममा, आनंदिता मोठी झाली आता. तुमचं काय चालू असतं दोघींचं? तू असेच लहान बाळासारखे तिचे लाड करत राहिलीस; तर ती कधी शहाणी होणार? एवढी दहा वर्षांची झाली; पण अजून तू तिला भरवतेस!... ओ माय गॉड, इट्स एम्बरॅसिंग!'

मी एकदम चमकले.

एम्बरॅसिंग?

– कुणाकरता?

नॉट फॉर मी... नॉट फॉर आनंदिता.

पण अरूंधती अस्वस्थ होती. काहीतरी भयंकर चुकतंय असं तिला खात्रीने वाटत होतं.

एके दिवशी म्हटलं, बघुया!

आपण तिघी जेवायला बसलो. नेहमीसारखं मी तुझं ताट पुढे ओढलं नाही. ममा आपल्याकरता वरण-भात-तूप कालवत नाहीये; ती आपल्याला भरवणार नाही हे लक्षात येऊनही तू गप्प होतीस. काही न बोलता तशीच बसून राहिलीस.

पुन्हा अरूंधतीचा पारा चढला.

'बघ ममा, शी इज नॉट इटींग! ओ गॉड, इटस डिसगस्टींग! दहा वर्षांच्या मुलीला स्वत:च स्वत: जेवता येत नाहीयेऽऽऽ'

– शेवटी नाराजीनेच तू चमचा उचललास.

ताटातलं अन्न नुसतंच चिवडताना तुझा चेहरा उतरला होता. वैतागलेल्या अरूंधतीची तोफ सुरूच होती.

'बिहेव्हिंग लाईक अ ब्रॅट... ममाने लाडवून ठेवलंय, म्हणून हे नखरे! वीस वर्षांची झालीस ना तू आनंदिता, तरी ममा वरण-भाताचा घास घेऊन तुझ्यामागे धावेल.'

– त्या रात्री तू अशीच उपाशीपोटी झोपलीस.

मी अस्वस्थ होते.

लहान मुलाला आपल्या हाताने भरवून जेवू घालण्यासारखा दुसरा आनंद नाही. तुही खुशीने जेवायचीस... मी म्हणायची, 'बघ, ममाच्या बोटांचा स्पर्श झाला की कसा मस्त लागतो ना वरणभात?'

अरूंधतीला म्हटलं, अगं आम्ही दोघीही खूष असतो. आईने भरवलं तर छान वाटतं मुलांना. आनंदिता नीट जेवली म्हणजे झालं ना! तू तिला का रागावतेस एवढी?

'पण, मला राग येतो ममा,' अरूंधती म्हणाली, 'तू तिला एकटीला का म्हणून भरवतेस अजून? मला कुठे भरवलंस इतकी वर्ष? मी दोन-तीन वर्षांची असल्यापासून स्वत:चं स्वत: जेवते ना?'

'अगं बाळा, तू आनंदितासारखी नव्हतीस. पहिल्यापासून तुला स्वत:च्या गोष्टी स्वत: करायला आवडतात. तू खूप लवकर टेबलावर बसून जेवायला शिकलीस. नाहीतर तुलाही नसतं का भरवलं मी?'

– तरीही अरूंधतीचा राग गेला नाही.

नंतर कधीतरी म्हणाली,

'ममा, तू आनंदिताला तिच्या होमवर्कमध्ये फार मदत करतेस. तिच्या प्रोजेक्टकरता कितीतरी गोष्टी लिहून पण देतेस.'

'अगं, पण तिला लागते माझी मदत' – मी खुलासा देता देता तिचं कौतुक करण्याचा प्रयत्न करत म्हटलं, 'पण तू तुझं होमवर्क एकटीने करतेस. आरन्ट यु प्राऊड?'

'नो' – अरूंधतीने स्वच्छ सांगितलं.

'त्यात काय अभिमान वाटायचा? लहानपणी माझं सगळं होमवर्क, सगळे प्रोजेक्टस् मी एकटीने केले; कारण तू मला मदत करायला कधी आलीच नाहीस. यु डीड नॉट ऑफर टु डू दॅट फॉर मी... नेव्हरऽऽऽ'

– खरं होतं.

आणि म्हणूनच अरूंधती चिडली होती.

तिला नक्की कशाचा राग येतोय हे एकदाचं कळलं; पण आता काय होतं माझ्या हातात?

तुझ्या वाढत्या आयुष्यात मी खूप गुंतून पडले होते... सगळे धागे एकदम तोडणं शक्य नव्हतं; पण अरूंधतीने योग्य वेळी माझा कान धरला आणि मी भानावर आले. तुला तुझ्या पायांवर उभं राहायला शिकवायचं; तर हातातलं बोट कधीतरी सोडणं भागच होतं.

– जेवणापासूनच सुरूवात करायची ठरवली.

टेबलावर मांडलेल्या पदार्थांमधून तुला काय काय आवडतं हे मीच ठरवायचं, आणि मीच तुझं ताट वाढून द्यायचं अशी आपली पद्धत होती.

ती बदलली.

सुरूवातीला थोडी कुरकुर केलीस, पण हळूहळू आपलं ताट नीट वाढून घेणं तुला जमायला लागलं. काही दिवसांनी तुझी आवड निवड बदलली. तुला भातापेक्षा पोळी आवडते, तुरडाळीऐवजी मसूरडाळ... भेंडीपेक्षा चिकन जास्त आवडतं... कॅरॅमल कस्टर्ड सोडून दही-साखरेच्या वाटीवर तुझा जास्त जीव आहे; हे माझ्या लक्षात यायला लागलं. ऑलटाईम फेवरीट जेली वगळली; तर माझ्या आधीच्या समजुतीपेक्षा तुझ्या आवडीनिवडी कितीतरी वेगळ्या निघाल्या.

– अजूनही कधीकधी तुला 'भरवण्याची' हौस मी भागवून घेते... सगळे गंमतीने हसतात– अगदी अरूंधतीसुद्धा. 'मोठी' झालीय ना! आता आपल्यात फार लुडबुडायला वेळ कुठे असतो तिला?

तुझं होमवर्क तू पूर्ण करावंस, तुझे प्रोजेक्टस तूच लिहावे; असा आजकाल मी आग्रह धरते. शेवटी एकदा नजर टाकली तरी पुरते, हे आता मला समजायला लागलंय.

गेल्या सहा महिन्यात अचानक किती बदललीस तू, केवढी मोठी झालीस!

पण अजूनही भातुकलीचा खेळ मांडतेस, बाहुलीला मांडीवर थोपटून निजवतेस; म्हणून मी खूष आहे. तुझा अभ्यास सुधारला, वर्गात वरची ग्रेड मिळाली. मोठेपणाच्या नव्या आत्मविश्वासाने तुझे डोळे चमकताना दिसतात. एकाएकी तू शहाण्या, समजूतदार मुलीसारखी वागायला लागली आहेस.

– हे सगळं अरूंधतीमुळे झालं.

थँक्स टू हर!

तुझ्या वाढदिवसाच्या आदल्या दिवशी ती वैतागली नसती, तुला 'भरवण्या'वरून तिने माझ्याशी वाद घातला नसता, नंतरही वेळोवेळी माझे कान धरले नसते; तर अजूनही मी तुला 'बाळ' समजून माझ्या कुशीत घट्ट गुरगुटून ठेवलं असतं.

आपण एकमेकींशी बोबडं बोलायचो, दोघी मिळून लहान मुलींसारखा धुडगूस घालायचो, एकमेकींकडे बघून डोळे मिचकवायचो, खूप खिदळायचो...

– त्याची अजून मला आठवण येते.

तू 'मोठी' झालीस याचं कधीकधी वाईटही वाटतं.

– पण अजून तुझी-माझी दोस्ती तश्शीच, तितकीच घट्टमुट्ट आहे. अजूनही घरातल्या मोठ्या माणसांची (आणि अर्थात अरूंधतीची) नजर चुकवून आपण आपल्याआपल्यात धम्माल करतो. अजूनही कधीकधी रंगीबेरंगी पऱ्यांच्या दुनियेत जातो.

... आपलं 'ते जग' फार सुंदर आहे आनंदिता, पण तिथेच अडकून पडलो असतो; तर खऱ्याखुऱ्या जगात आपण मागेच राहून गेलो असतो.

– पण सुदैवाने तसं झालं नाही.

अरूंधतीने वेळेवर आपल्याला जागं केलं म्हणून बरं, नाहीतर कदाचित खूपच उशीर झाला असता.

– पण कधीकधी लाडात आलीस, की मनीमाऊच्या पिल्लासारखी मला येऊन बिलगतेस ना तू:

डोन्ट एव्हर स्टॉप!

आपण दोघी कितीही मोठ्या झालो; तू अगदी वीस-बावीस-बत्तीस वर्षांची झालीस, तरी तुझ्या घट्ट बिलगणाऱ्या मिठीची मी मनातून वाट पाहीन.

आज ममाकडे धावत येतेस,

तशीच ये.

आणि अरूंधती काय म्हणेल याची काळजी नको करू.

तिचा राग कसा घालवायचा, हे मला चांगलं ठाऊक आहे.

पण तोवर तीही आणखी मोठी होईल. तिच्याही आयुष्याला वेग येईल;

आणि आपण दोघी अशा का वागतो, हेही तिला कदाचित समजायला लागेल.

तुझीच
ममा

....

मुंबई,
ऑगस्ट' ९९

प्रिय अरूंधती,

शॉपिंगला जाताना तुझ्याबरोबर मी येण्याची गरज उरलेली नाही, तुझं शॉपिंग तू एकटीने करणार; अशी सहर्ष घोषणा तू साधारण दोन वर्षांपूर्वी केलीस, आठवतं?

– तेव्हा तू जेमतेम अकरा वर्षांची होतीस.

आणि तरीही, 'आपल्याला काय आवडतं' हे तुला नीट समजायला लागलं होतं.

शॉपिंग कशाकशाचं करायचं, कुठल्या दुकानातून काय घ्यायचं याबद्दलही तुझी ठाम मतं होती.

तुझ्या आवडी-निवडी फार लवकर पक्क्या झाल्या.

'जे आवडतं ते हवं, जे नाही आवडत त्याचा विचारही नको' अशी तुझी भूमिका होती.

तू कधीही हट्टीपणा केला नाहीस, हातपाय आपटून घर डोक्यावर घेतलं नाहीस; पण तुझी निवड पक्की होती. यु वेअर जस्ट शुअर. व्हेरी शुअर!

तुझे कपडे... तुझी कॉस्मेटिक्स... तुझं खाणपिणं!

जे पदार्थ आपल्याला आवडणार नाहीत अशी तुझी खात्री होती; त्यातला एखादा घास 'टेस्ट' करायला सांगितला तरी तू 'यक्' म्हणून तोंड फिरवायचीस.

'आधी खाऊन तर बघ. न खाता कसं ठरवतेस?' असं वैतागून विचारलं तर शांतपणे म्हणायचीस,

'आय कॅन टेल. मला कळतं.'

– तरीही मी माझे प्रयत्न सोडले नाहीत.

'आवडत नाही' च्या यादीतला एखादा पदार्थ सक्तीने तुला खायला लावला, तर माझ्या हट्टाखातर एखादा घास घ्यायचीस आणि माझं लक्ष नाहीसं बघून तोही थुंकून टाकायचीस.

शेवटी जगभरातल्या सगळ्या आया जे करतात, तेच मीही केलं.

तुझ्यापुढे हात टेकले.

दूध आवडत नाही? – नको पिऊ.

भाज्या खायचा कंटाळा येतो? – ठीकेय, नको खाऊ.

फक्त चिकनच खाणार? – नो प्रॉब्लेम.

– हा समझोता (की शरणागती?) झाल्यावर आपण दोघीही आपापल्या चॉईसप्रमाणे सुखाने जेवू लागलो.

– तरीही तुझी उंची व्यवस्थित वाढत होती, वजनाचा काटा पुढे सरकत होता, चेहेऱ्यावर तेज यायला लागलं होतं.

– खाण्यापिण्याची तुझी 'निवड' शेवटी मी मुकाट्याने मान्य केली.

तरीही (पिझ्झासकट) प्रत्येक पदार्थातला कांदा आणि टोमॅटो निवडून निवडून बाजूला काढण्याचा तुझा उद्योग सुरू झाला, की मला ते बघवत नसे. न आवडणारा पदार्थ चुकूनमाकून खाणं भागच पडलं; तर तुझ्या चेहेऱ्यावर मरणप्राय वेदना उसळताना दिसत... शेवटी मी तुझ्या ताटाकडे लक्ष ठेवणंच बंद करून टाकलं. डायनिंग टेबलाची रणभूमी करण्यापेक्षा गप्प राहाणंच श्रेयस्कर होतं.

साधारण अकरा-बारा वर्षांची असताना तू एकाएकी 'वेट कॉन्शस' झालीस.. मैत्रिणींची संगत, दुसरं काय? दोनचार मिलिग्रॅमने वजन कमी-जास्त झालं, तरी आकाश कोसळल्यासारखी तुमची घाबरगुंडी उडे. मग पुस्तकातल्या तक्त्यांप्रमाणे मोजूनमापून खाणं सुरू झालं.

मी म्हटलं, या वयात हे कसलं फॅड?

'नो ममा; इट इज स्मार्ट इटिंग' – तुझं उत्तर तयार होतं.

काही दिवसातच तू बारीक, फिकुटलेली, काहीशी अशक्त दिसायला लागलीस.

– पण खूष होतीस, का? – तर तुझ्या कंबरेवरचे जास्तीचे इंच कमी झाले होते, ॲण्ड युवर लेग्ज वेअर वण्डरफुली टोन्ड!

– मी थक्क झाले.

तेरा वर्षांच्या मुलींनी स्वत:च्या 'फिगर'ची इतकी काळजी करावी?

मलाही थोडी काळजीच वाटली, म्हणून मैत्रिणींशी बोलले; तर त्यांच्या घरातही तेच चाललं होतं. आम्ही समदु:खी आयांनी या 'हॉट टॉपिक'वर बरीच चर्चा केली आणि निष्कर्षादाखल टी.व्ही. ला दोष दिला.

'रात्रंदिवस टी.व्ही.वर त्या उघड्यावाघड्या मॉडेल्स आणि पॉप सिंगर्सची फौज धुमाकुळ घालत असते.... दीज सिली गर्ल्स आर ट्राईंग टू लुक लाईक देम!'

– यात काय खोटं होतं?

पण तेवढंच फक्त खरं होतं असंही नाही.

प्रत्येक पिढीसमोर 'रोल मॉडेल्स' असतात. आपण 'त्यांच्यासारखं' दिसावं, वागावं असं सर्वांनाच वाटतं; आणि प्रत्येक मावळत्या पिढीच्या दृष्टीने नव्या पिढीचे 'आदर्श' उथळ, तकलादू असतात. मॉडेल्स आणि पॉपसिंगर्सच्या डोक्यावर खापर फोडताना आम्ही सर्वांनी परंपरा सांभाळली; एवढंच!

– पण अरूंधती,

यु वेअर लुकींग ॲट 'युवर' रोलमॉडेल्स!

पुठ्ठ्यासारख्या पातळ पोटांच्या तरूण मुली नजरेसमोर दिसत असताना; अर्ध्या-अधिक सेंटीमिटरच्या फरकाने तुझी झोप उडणं स्वाभाविक होतं.

तुझी ती धडपड मला बघवेना.

'अरूंधती, वेडेपणा करू नकोस. तू लहान आहेस अजून.'

– मी चुकून बोलून गेले; आणि तुझ्या दुखावल्या नजरेत पाणी तरारलं.

'मी लहान नाहीये, ममा.. प्लीज रिमेम्बर, आय ॲम नॉट अ कीड!'

दार जोराने आपटून तू तडक हॉलमध्ये निघून गेलीस.

मीही अशीच चिडले होते माझ्या आईवर. तुझ्यापेक्षा दोन वर्षांनी मोठी होते एवढंच फक्त!

पण आता पश्चाताप करून उपयोग नव्हता. वाढत्या वयात सर्वात जास्त झोंबणारे शब्द माझ्या तोंडून बाहेर पडून गेले होते... आणि तू दुखावली होतीस.

इंचाइंचाचा काटेकोर हिशेब करून घडवलेल्या तुझ्या नव्या, देखण्या, रूबाबदार 'पर्सनॅलिटी' पुढे कपड्यांनी ओसंडून वाहाणारा तुझा जुना 'वॉर्डरोब' अगदीच जुनाट ठरणार हे उघड होतं.

तुझ्यासाठी कौतुकाने खरीदलेल्या, तुझ्या अत्यंत आवडत्या टी शर्टस्-शॉर्टस्च्या मोठ्ठ्या ढिगापुढे उभी राहून तू म्हणालीस,

'ममा, आय हेट ऑल माय बेबी क्लोथ्स.'

मी शांतपणे ऐकत होते.

'असल्या प्रिन्टस् फक्त छोट्या मुलींनाच छान दिसतात, ना?'

– तू फारच वैतागली होतीस.

'मग? व्हॉट वुड यु रादर वेअर इन दॅट केस? लेपर्ड स्कीन?' – मी चेष्टा केली खरी, पण तुझा 'चॉईस' आधीच ठरला होता.

'स्टफ... आय वॉन्ट न्यू स्टफ!'

– तेवढा एक शब्द पुरेसा होता.

मी थक्क होऊन तुझ्याकडे पाहात राहिले. तुझ्या चालण्यातला डौल मला

नवीन होता. शर्टच्या बाह्या दुमडून आणि कमरेचा बेल्ट जरा जास्तच अंगालगत आवळून शाळेचा युनिफॉर्म घालण्याची तुझी 'स्टाईल' याआधी लक्षात आली नव्हती... स्कीन टाईट कपडे? – मॅडम अरूंधती, वेळ आहे अजून! तुझी छुपी चलाखी ओळखून मला हसू फुटलं.

'चल, आपण शॉपिंगला जाऊयात'– 'मोठ्या' होत असलेल्या माझ्या डौलदार लेकीचा हात धरून मी उत्साहाने उठले; पण 'शॉपिंग' हा शब्द कानावर पडताच तू नेहमीसारखी खुलली नाहीस.

'ममा, त्यापेक्षा असं करूया का? तू मला फक्त पैसे दे... अ‍ॅण्ड आय विल गो शॉपिंग!'

– त्याक्षणी माझ्या दुखावल्या मनावरचा व्रण अजून कधीकधी मला जाणवतो.

'का बरं? मी आले तुझ्याबरोबर तर? माझी 'टेस्ट' इतकी वाईट आहे, असं वाटतं तुला?'

'ममाऽऽऽ' – तू लाडाने माझ्या गळ्यात पडलीस. 'तुझी टेस्ट वाईट आहे, असं कुठे म्हटलं मी? इट मे बी गुड फॉर यु, बट माईन इज डिफरन्ट!'

तुझी टेस्ट वेगळी, 'माझी' वेगळी.

– खरंतर वादाचा विषय होता; पण आत्ता गप्प बसण्यात शहाणपणा आहे हे जाणवून आणि बरीच घासाघीस करून 'बजेट'पेक्षा बरेच जास्त पैसे मी मुकाट्याने तुझ्या हातात ठेवले.

'आय विल गो विथ माय फ्रेण्डस्.'

– आनंदाने लकाकत्या डोळ्यांनी बघता बघता तू घराबाहेर पसार झालीस.

तू घरी परत येईपर्यंतचे दोन तास फार वाईट गेले. मी आतून दुखावले होते, हे नक्की. आपली स्वत:ची लाडकी लेक इतकी कशी बदलली? ममा जुनाट, बुरसटलेली आहे, ती आता म्हातारी झाली. 'आऊट ऑफ फॅशन' झाली असं वाटत असेल का तिला? – या विचाराने माझ्या डोक्यात थैमान माजवलं होतं, आणि दुसरीकडे 'स्वतंत्र व्यक्तिमत्त्वा'साठी चाललेल्या तुझ्या धडपडीने मी धास्तावले होते ('तेरा वर्षाची चिमुरडी पोर... आत्ताच अशी वागते?') तू फुंकलेला 'स्वातंत्र्या'चा बिगुल मला अस्वस्थ करून गेला होता.

'माझे कपडे मी माझ्या पंसतीने घेणार' हे जाहीर करतानाच तुझा ठाम आवेश माझ्या नजरेसमोरून हलेना.

– अर्ध्या वयातल्या या मुलीला केवळ कपडे नव्हे; त्याहीपलीकडचं काही हवं झालंय, हे जाणवून मी थरारले.

कपड्यांपासून सुरुवात झाली... पुढे काय?

तेराव्या वर्षी स्वत:च्या मतांबद्दल इतकी आग्रही असणारी ही मुलगी 'संपूर्ण

स्वातंत्र्य आणि सार्वभौमत्वा'च्या जाहीरनाम्याकडे वेगाने निघाली; तर तिला आवरणं आपल्याला जमेल?

– तुझ्याहाती पैसे सोपवण्याच्या निर्णयाबद्दलही मला शंका यायला लागली. आपण उगीच दिले का पैसे?

असला वेडा हट्ट मुळातच पुरवायला नको होता का? की असं वागण्याशिवाय दुसरा पर्याय नव्हता?

मी मनातून दुखावले होते.

तुझा राग आला होता, धास्ती तर होतीच; पण तुझं कौतुकही वाटत होतं.

तेरा वर्षाची एक मुलगी.

'आपल्याला काय वाटतं' हे स्पष्टपणे सांगू शकते, स्वतःला पटलेला निर्णय न घाबरता अंमलात आणायला उत्सुक असते; आणि त्याची जबाबदारीही स्वीकारते, हे निश्चितच महत्त्वाचं होतं.

तू हट्ट केला नाहीस, उद्धट वागली नाहीस आणि तरीही तुला जे पटलं; तेच केलंस...

म्हणून मी मनातून थोडी घाबरले होते.

'आत्तापासून अशी सूट दिली; तर नंतर बया डोक्यावरच बसेल', –याचीही भीती होतीच.

– शेवटी मी शांतपणे तुझी वाट पाहात बसले.

आनंदाने उसळत तू घरी आलीस; तो क्षण मला अजूनही आठवतो. माझी भीती किती अतिरंजीत, निराधार होती हे तू तुझ्या कृतीने सिद्ध केलं होतंस. तू आणलेले साधेच पण तुझ्या 'टीनएज' रूबाबाला शोभणारे कपडे, तुझी रंगांची अचूक निवड पाहून मी थक्क झाले. तुझ्यासाठी इतका साजेसा 'चॉईस' खरंच मला करता आला नसता.

'बघू बरं या कपड्यात कशी दिसतेस' म्हणताच तू धावत आत गेलीस.

... आणि काही मिनिटात बाहेर आलेली देखणी, डौलदार मुलगी कुणी वेगळीच होती.

– स्वतःच्या निवडीवर विलक्षण खूष असलेली कॉन्फिडन्ट टीनएजर!... धसमुसळ्या बालपणाच्या ओबडधोबड कोशातून बाहेर पडलेलं रूबाबदार फुलपाखरूच!

नवे कपडे घालून तू घरभर भिरभिरत राहिलीस.

शरीराला हेलकावे देत रॅम्पवरून चालणाऱ्या नखरेल मॉडेल्सच्या थाटात गिरक्या घेत खळखळून हसत होतीस. खूष होतीस. मी अभिमानाने तुझ्याकडे पाहात राहिले.

'व्हॉट डु यु थिंक?' – तू विचारलंस.

'आय थिंक यु लुक स्मॅशिंग. खूप छान दिसतेयस... वण्डरफुल! – तुझ्या कौतुकाकरता माझ्याजवळ खरंच शब्द नव्हते.

मी मनापासून दाद दिल्यावर तुझा चेहरा आणखी खुलला.

पुन्हा एकदा आरशासमोर जाऊन तू अंगावरचे कपडे ठाकठीक केलेस. मान उंचावून स्वत:कडेच बघितलंस. तुझ्या नजरेत तुझी खुशी मावत नव्हती.

यु लुक्ड रियली, रियली हॅपी!

– तेवढ्यात काय बिनसलं कोण जाणे.

क्षणभर रोखून आरशात बघितलंस, आणि वैतागून म्हणालीस,

'ममाऽऽऽ माझे केसऽऽऽ ओ माय गॉड! लुक ॲट इट... हॉरीबल!! ऑफूल!!'

– हा धक्का मला नवीन होता.

आता केसांचं काय?

'शी ऽऽऽ ममा ऽऽऽ किती विचित्र वाढलेत. इट हॅज टू गो... जस्ट गो!'

– हॅज टू गो?

इतके सुंदर सतेज केस?

कमरेपर्यंत वाढलेल्या दाट केसांना कात्री?

'येस'- एव्हाना तुझा निर्णय झाला होता. 'इट डझन्ट गो विथ माय न्यू क्लोथ्स. या कपड्यांना शोभायला नको का माझा हेअरकट?'

– मी श्वास सोडला.

आपल्या हातातली सगळी सूत्रं सुटत चालली, हे आता मुकाट मान्य करण्यावाचून गत्यंतर नव्हतं. यापुढे 'तुझं आयुष्य' 'तुझ्या' वाटा-वळणांनी चालणार, त्याचा वेग रोखणं मुश्कील आहे; हे मी स्वत:लाच समजावत राहिले.

– एक गंमत सांगू?

तुला असं स्वत:पासून अलग करताना, तुझं स्व-तंत्र... सुटं वाढणं बघताना सुरुवातीला थोडा त्रास झाला, पण हळूहळू मला त्याची सवय झाली.

– आणि तू स्वत:मध्ये केलेले बदल आवडायलाही लागले.

खांद्यावर झुलणारा रूबाबदार शोल्डर कट, स्मार्ट ट्रेन्डी कपडे, आणि नजरेतला आत्मविश्वास!

छान दिसतेस तू अरूंधती.

कृत्रिम दिखावा नाही, फालतू नखरे नाहीत... तुझा नवा 'लुक' सोपा, सुटसुटीत दिसतो.

एकदम प्रॅक्टीकल.

– तुझ्यासारखा!
मला खरंच हे जमलं नसतं.
धीस इज 'युवर' लुक!
तो तू स्वत: ठरवलास, त्यासाठी कष्ट केलेस... ॲण्ड यु लुक ग्रेट!
छान दिसतेस.
– तेच तर सगळ्यात महत्त्वाचं,
हो नं?

तुझी
ममा

....

मुंबई,
मे ९९

प्रिय अरूंधती,

आणखी काही दिवसात तू चौदा वर्षांची होशील - तुझ्या आयुष्यातला सगळ्यात रोमांचक आणि सगळ्यात कठीण काळ!

गेल्या एक-दोन वर्षांत अनेकदा आपली खडाजंगी झाली.

– तास तास चालणारे टेलिफोन कॉल्स, गुढग्याच्या वर वर सरकत चाललेली स्कर्टची उंची... असे आई-मुलीमधले सनातन वादाचे विषय!

तू दिलेलं एक कार्ड आत्ता माझ्यासमोर आहे.

गुलाबी रंगाचं हे कार्ड बनवण्याकरता तू खूप मेहनत केली असणार. चोहोबाजुंनी देखण्या नक्षीने सजवलेल्या कार्डाच्या वर पिवळ्या कागदाची चार अक्षरं स्वतंत्रपणे कापून चिकटवलेली आहेत...

SORRY

या चारही अक्षरांच्या चिकटवलेल्या कडांवर तुझी आवडती 'झिग-झॅग' नक्षी आहे. यातल्या प्रत्येक डिझाईन्सची 'आऊटलाईन' करण्याकरता तू तुझं आवडतं, ठेवणीतलं चंदेरी शाईवालं पेन वापरलं आहेस.

कार्ड तर देखणं आहेच,

पण त्यामागची तुझी सच्ची, प्रामाणिक भावना जास्त सुंदर आहे.

तुला अगदी मनापासून माझी क्षमा मागायचीय... का?

– कारण मी सांगितलेलं एक महत्त्वाचं काम तू विसरलीस. पुन्हा एकदा वेंधळ्यासारखी, बेजबाबदार वागलीस.

तुझ्याकडे मी एक छोटासा निरोप दिला होता. पण सिनेमाची तिकीटं

काढण्याच्या धांदलीत (नेहमीप्रमाणे) तुझ्या लक्षात राहिलं नाही.

माझा पारा चढला.

तुझ्यावर मी खूप ओरडले. नाही नाही ते बोलले. वाईटात वाईट शब्द वापरून भलंमोठं लेक्चर दिलं.

'ही किंमत करतेस तू माझी? एक साधं काम सांगितलं तर लक्षात नाही ठेवता येत? तू मला हजार गोष्टी आणायला सांगतेस... मी विसरले तर? मग कसं वाटेल?'

रडवेली होऊन तू माझ्यासमोर मुकाट बसली होतीस. रागाच्या भरात तुझ्या त्या मख्ख 'एक्सप्रेशन'चीही मला चीड आली.

'अशी मख्खासारखी चेहरे पाडून नको बसूस माझ्यासमोर. कळतंय ना, मी काय सांगतेय ते? आणि नखं नको चावूस.'

तू आणखीच रडवेली झालीस.

पटकन तोंडातलं बोट काढून सावरून बसलीस.

'दॅट्स बेटर' – माझा आवाज चढला होता. शेवटी रागाचा भडका सहन न होऊन मी तिथून उठले आणि लिहायच्या टेबलाशी बसून माझं काम सुरू केलं.

तू रडली नाहीस. माझ्याशी वाद घातला नाहीस (थँक गॉड!) सारवासारवही केली नाहीस. कारण आपल्या हातून चूक झालीय, हे तुला पटलं होतं. माझ्या धुमसत्या रागाचा आगडोंब तू मुकाट सहन केलास. मध्ये फक्त एकदाच म्हणालीस,

'पण ममा... मला मान्य आहे, मी चुकले. आय हॅव बीन ट्राईंग टु बी रिस्पॉन्सिबल दीज डेज...'

'नुसता प्रयत्न करून काय उपयोग? प्रत्यक्षात जबाबदारीने वागायला कधी शिकणार? तू काय लहान आहेस आता? – मी पुन्हा एकदा तुला फटकारलं.

अख्खं शरीर आखडून शंखात शिरणाऱ्या गोगलगायीसारखी तुझी अवस्था झाली होती. खूपवेळ तू तशीच गुमसुम बसून राहिलीस.

ढोपरात दुमडलेले लांबलचक देखणे पाय... ताठ, रूंद खांदे आणि सुंदर दाट केस!... मायगॉड! केवढी मोठी झाली ही मुलगी, तरी अशी वेड्यासारखी वागते? – मी स्वत:शीच चरफडत होते.

त्यानंतर खूप वेळाने तू मला हे कार्ड आणून दिलंस.

'मी पुन्हा अशी वागणार नाही. आय प्रॉमिस टु इम्प्रूव्ह मायसेल्फ'– या वाक्याखाली तू केलेली ठळक अण्डरलाईन बघून मी चमकलेच.

स्वत:ची चूक स्पष्टपणे कबूल करण्याचं एवढं कणखर धैर्य कुठून आलं तुझ्यात?

माझ्या आईजवळ अशी कबुली देण्याची माझी इच्छा मी तिच्या मृत्युपर्यंत पूर्ण करू शकले नव्हते... तशी कधी हिंमतच झाली नाही.

पत्राला 'ताजा कलम' असतो, तसा तुझ्या कार्डातही आहे. तू लिहिलंयस,

'प्लीज फरगीव्ह मी... बट आय डोन्ट नो व्हॉट टु डू विथ माय फेस, व्हिच यु कान्ट स्टॅण्ड!'

– हे वाक्य वाचून तर मला रडूच फुटलं.

तुझ्या गोड चेहऱ्याचा त्रास कसा होईल राजा? पण कधीकधी तुझ्या कोरड्या, गख्ख नजरेतल्या थंडपणाने मी वैतागते. आपण जीव तोडून सांगतोय, त्यातला एखादा शब्दतरी तुझ्यापर्यंत 'पोचतोय' की नाही; याचा थांगपत्ता लागेनासा झाला की माझा तोल सुटतो, एवढंच!

चौदाव्या वर्षी आयुष्यात येणारं अवघड वळण माझ्याकरताही फार सोपं होतं असं नाही. मीही त्या काळात अशीच मख्खपणाने वागत असे. आईचा पारा चढला की काही न बोलता गप्प बसून राहायचं; एवढंच मला ठाऊक होतं. अनेकदा ती कशासाठी रागावलीय हेही मला कळत नसे... काय सांगतेय, हे ऐकूसुद्धा येत नसे. त्या काळात मी माझ्या आईशी फार परक्यासारखी, त्रयस्थ वागले; पण तिने कधी मनाला लावून घेतलं नाही.

– त्यामानाने मी तुला फार (आणि कधीकधी उगीचच) धारेवर धरते, हे खरं आहे. बाकी मुलं सोडून बरेचदा तूच माझ्या तडाख्यात सापडतेस.

यु नो, व्हाय?

कारण तुझ्याकडून मी नेहमी 'जास्तीची' अपेक्षा करते. सगळ्या भावंडात तू समजूतदार आहेस, मनाने मोकळी आहेस, तुला तुझ्याखेरीज सगळ्यांची काळजी वाटते, सगळ्यांना मदत करण्यासाठी नेहमी पुढे असतेस; म्हणून तू जास्त 'जबाबदारी'ने वागावंस असंही मला वाटतं. आणि महत्त्वाच्या गोष्टी तू नेमक्या विसरलीस की रागही 'जरा जास्ती'चा येतो.

कधीकधी तर तुझी 'परीक्षा' घेण्यासाठी ठरवून मी अनेक गोष्टी करते. बाकीच्या मुलांना 'सैल' सोडून दरवेळी तुला एकटीलाच कचाट्यात पकडणं योग्य नाही, हे मलाही कळतं, पण हुशार विद्यार्थ्यावर जास्त मेहनत घेणाऱ्या हाडाच्या शिक्षकासारखी तुझ्यावरून माझी नजर हटत नाही. अमुक एका प्रसंगात तू कशी वागशील, याबद्दल मी बांधलेले आडाखे तुझ्या नकळत तपासून पाहणं, हेही नेहमीचंच.

अत्यंत नाजुक वयाच्या निसरड्या टप्प्यावर तू आधीच गोंधळलेली असताना; तुला आणखी नव्या परीक्षांना बसवणं खरंतर योग्य नाही... पण मी तरी काय करू?

– तुला बघताना मला नेहमीच 'माझे दिवस' आठवतात. माझ्या आयुष्यातला तो निसरडा काळ तुझ्याहून कितीतरी त्रासदायक होता. खवळलेल्या समुद्रातून छोटी होडी वल्हवत न्यावी, तशी मी ती वर्षं मोठ्या मुश्कीलीने पार केली. आज तुझी माझ्याशी 'मैत्री' आहे, माझा तर माझ्या आईशी साधा 'संवाद'ही नव्हता. माझ्या मनातली घालमेल तिने अनेकदा समजून घेतली, अनेक विचित्र प्रसंगात माझी पाठराखण केली; पण या नाजुक गोष्टींबद्दल आम्ही कधीही मोकळेपणाने एकमेकींशी बोलू शकलो नाही.

माझ्या आईच्या आयुष्यात 'तारूण्याचा' टप्पाच नव्हता. अठरा-एकोणिसाव्या वर्षी लग्न झालं, संसाराची जबाबदारी गळ्यात पडली, आणि तिच्या आयुष्याचा 'पॅटर्न' ठरून गेला. तिच्या काळात 'टीनएजर मुलीं'साठी 'स्वातंत्र्याची चैन' उपलब्ध नव्हती, आतल्या आत मन घुसमटून जावं असे नाजुक प्रश्न नव्हते, आणि आजच्या इतकी अस्वस्थता तर कधीच नव्हती.

– मी स्वत: या सगळ्यातून गेले आहे. प्रत्येक टप्प्यावरची घुसमट सोसली आहे; आणि तरीही तुला समजून घेताना अनेकदा माझा तोल सुटतो.

भानावर आले की माझंच मला वाईट वाटतं. मग तुझे जास्त लाड करून छुप्या हुशारीने साखरपेरणी होते... 'पॅचअप'चा प्रयत्न होतो; तो भाग वेगळा.

शाळेतून घरी आल्या आल्या फोनचा रिसिव्हर उचलून मी तासन्तास मैत्रिणींशी बोलत बसत असे, हे मला अजून आठवतं. घरात सगळ्यांना वेड लागायची पाळी येई.

'दिवसभर डोक्याला डोकं लावून बसता, तरी तुमच्या गप्पा कशा संपत नाहीत? एवढं काय बोलता कुचुकुचु?'

– आई रोज माझ्यावर वैतागायची.

आणि जगभरातल्या लाखो टीनएजर्सचा आदर्श प्रमाण मानून मी ठरलेलं उत्तर द्यायचे,

'आम्ही काय बोलतो ना, ते तुम्हाला नाही कळायचं.'

इतक्या वर्षांपूर्वी मी माझ्या आईला जे सांगितलं, तेच तू मला आज सांगतेस-

'फरगेट इट ममा, यु वोन्ट अंण्डरस्टॅण्ड.'

माझी स्वत:ची मुलगी माझीच वाक्यं मलाच ऐकवेल, याची मी कधी स्वप्नातसुद्धा कल्पना केली नव्हती.

– आय डू अण्डरस्टॅण्ड!

तुझ्या मनात जी वादळं उठतात, ती सगळी मी समजू शकते. फोनचा रिसिव्हर तासन्तास कानाला लावून 'टीनएजर' मैत्रिणी काय बोलतात, तेही

मला ठाऊक आहे.

न संपलेलं बालपण आणि येऊ घातलेलं तारूण्य यामधल्या पुलावरून सुरक्षितपणे पलीकडे जाणं सोपं नाही. काही मुला-मुलींच्या आयुष्यात हा टप्पा जवळ जवळ नसतोच. काल 'परकरी पोर' असलेली अवखळ मुलगी आज बघता बघता 'मोठी' होते.

– पण मी तशी नव्हते.

आणि तूही नाहीस.

चेहेऱ्यावर नसलेली 'पिंपल्स' शोधत तू तासन्तास आरशासमोर उभी असतेस... केसांचं 'टेक्श्चर' बिघडलं तर तुला रात्र रात्र झोप येत नाही. तुझी उंची...तुझं वजन... रोज बदलणारी तुझी 'मेजरमेन्टस्' या सगळ्या गोष्टी तुझ्या दृष्टीने जागतिक महत्त्वाच्या आहेत. तुला डान्स खूप आवडतो, तू मनापासून शिकतेस; पण 'एखादी स्टेप करून दाखव' म्हटलं तर लाजतेस. सगळ्यांसमोर नाचणं तुला आवडत नाही... तुझ्या वर्गात तू प्रत्येकाला मदत करतेस... सगळ्यांनी एकगठ्ठा मतं देऊन 'क्लास रिप्रेझेन्टेटीव्ह' म्हणून तुझी निवड केली... आपल्या बिल्डिंगमधला एक मुलगा जीवावरच्या अपघातातून वाचून हॉस्पिटलमधून घरी परत आला; तेव्हा 'लवकर बरा हो' असं सांगायला त्याच्या घरी जाणारी तू एकमेव मुलगी होतीस... सगळ्यांना तू आवडतेस... शिक्षक तुझ्यावर खूष आहेत... मित्रमैत्रिणी तुझ्यावर जीवापाड प्रेम करतात... सगळेजण माझी खिल्ली उडवत असताना फक्त तूच एकटी माझ्या मदतीला धावलीस आणि 'कम्प्यूटर ही काय चीज आहे' हे मला शिकवलंस!

– अशा कितीतरी गोष्टी!

तुझं खरंच खूप कौतुक वाटतं मला अरूंधती, अभिमान वाटतो!

कोणत्याही महत्त्वाच्या प्रसंगात तू नीट जबाबदारीने वागशील, याची मला खात्री आहे.

– म्हणूनच छोट्या छोट्या गोष्टीही न विसरता वेळच्या वेळी करणं तू शिकलं पाहिजेस.

– त्यासाठीच आया आपल्या मुलांना छोटी मोठी कामं सांगत असतात.

माझ्या हाताशी इतकी माणसं आहेत.

त्यांच्याकडून कुठलंही काम मला अगदी सहज, चुटकीसरशी करून घेता येईल.

पण तरीही एखादी जबाबदारी मी जाणूनबुजून तुझ्यावर सोपवते, कारण 'घर चालवणं' म्हणजे काय असतं, हे आता तुला शिकायला हवं.

उद्या तू तुझं स्वत:चं घर उभं करशील, तेव्हा मी शिकवलेल्या छोट्या

छोट्या गोष्टी तुला आठवतील. त्यांचा तुला उपयोग होईल.

...कंटाळलीस?

मुलांना छळण्यासाठी धूर्त आयांनी शोधून काढलेली टीपिकल लेक्चरबाजी?

– मे बी, यु हॅव अ पॉईंट!

पण मी काय सांगितलं, ते लक्षात ठेव.

तुझी

ममा

....

मुंबई,

जुलै'९९

प्रिय (मोठ्या) मुलांनो,

अटेन्शन प्लीज!

एका नाजुक विषयावर आपण जरा बोलूया?

- तुम्ही काही म्हणा, मी तरी निदान बोलणारच आहे... बघूया, काय होईल ते होईल!

- सिगारेट!

मला या विषयाचा किती तिटकारा आहे, हे तुम्हा सगळ्यांना चांगलं ठाऊक आहे.

इतक्या चर्चा, इतके वादविवाद, इतकी भांडणं आणि इतकी लेक्चरबाजी झाली; तरी आपण अजून होतो तिथेच आहोत.

तुम्ही सगळे एका मुद्द्यावर नेहमी मला कोंडीत पकडता.

कॉन्ट्राडिक्शन!

– विरोधाभास!

कथनी और करनी में बहोत फर्क है!

आपल्या स्वत:ला जे जमत नाही, ते मुलांनी करावं, म्हणून त्यांच्यामागे लकडा लावण्याचा नैतिक अधिकार आईवडिलांना नाही, हे मला एकशे एक टक्के मान्य आहे.

डॅडी सिगारेट ओढतात,

आणि मीही!

– पण एक महत्त्वाचा फरक लक्षात घ्या.

रोज रात्रीच्या जेवणाआधी मी फक्त एक सिगारेट ओढते!... गेली अनेक वर्षं!

ही सवय चांगली नाही, मी सिगरेट सोडणंच योग्य आणि श्रेयस्कर होतं आणि आहे... मान्य!

आता त्या एकमेव सिगेरटमधूनही मी फार काही 'ओढत' नाही असं मी म्हटलं; तर तुम्ही मला बिल क्लिंटनसाहेबांच्या पंक्तिला बसवाल.

'मग कशाला ओढतेस? सोडून का नाही देत?'

– असाही प्रश्न येईलच.

मग सगळाच मामला मी (नेहमीप्रमाणे) हसण्यावारी नेण्याचा प्रयत्न करीन

'दिवसभराच्या कामाने थकलेली असते, बरं वाटतं अरे जेवणापूर्वी! दोन-चार झुरक्यांची सवय झालीय इतक्या वर्षांपासून, आता एकदम कशी सुटेल?'

– हे सगळं फारच गुळगुळीत होतंय असं लक्षात आल्यावर शेवटी सरळ सांगून टाकीन,

'मला सिगरेट हवी असते, कारण एखाद दोन झुरक्यांनी मला फ्रेश वाटतं. बिकॉज आय हॅपन टू लाईक इट. मला आवडतं स्मोकिंग. ओ के?'

– नो, इट इज नॉट ओ. के.

हे सरळ मला सुनावण्याची संधी तुम्ही अजिबात सोडणार नाही.

या त्रांगड्या प्रकरणावर मी खूप विचार केलाय.

थोडं माझं ऐकाल?

– आमची पिढी अत्यंत निष्काळजीपणाने वागली. अनेक बाबतीत तर आम्ही मूर्खच होतो.

आम्ही स्वत:विषयी फार भव्य दिव्या कल्पना करून घेतल्या होत्या; त्याच्याबाहेर पडून 'आपण कसे नक्की आहोत' हे नीट तपासण्याची अक्कल आम्हाला कधी आलीच नाही.

१९६० च्या दशकात आमच्या डोक्यावर 'क्रांती'चं भूत बसलं होतं. जुने नियम मोडून टाकणं, समाजाची पर्वा न करता 'जुनाट' नीतिमूल्यं झुगारून मन मानेल तसं वागणं म्हणजे 'क्रांती' अशी आमची वेडगळ व्याख्या होती. या मूर्ख क्रांतीची भरभक्कम किंमत आपल्याला चुकवावी लागणार आहे, हे तेव्हा कळलं नाही. पण नंतर आमच्यापैकी अनेक 'क्रांतीकारकां'ची आयुष्यं उद्ध्वस्त झाली. त्या काळातल्या कॉलेज कॅम्पसमध्ये सिगारेट ओढण्याची जबरदस्त क्रेझ होती. सिगारेट 'नको' म्हणणाऱ्या प्रत्येकाची सगळे टिंगल करत. 'जुने नियम मोडून मनमुक्त जगा' हा त्या काळाचा पुकारा होता. आणि 'सिगरेटी ओढणं' हे जहाल क्रांतीचं प्रतिक! कॉलेजच्या जमान्यात मी 'ॲथलीट' असल्याने सततच्या धुरांड्यातून छातीचं खोकं करून घेणं मला परवडणारं नव्हतं, पण सिगरेटची क्रेझ कशी टाळणार? रात्रंदिवस 'क्रांती'च्या आणाशपथा घेण्याच्या त्या काळातही 'दिवसाला

दोन सिगारेटस्' यापलीकडे मी कधी गेले नाही. पण तरीही सवय लागायची ती लागलीच.

'सोडायची' ठरवलं, तर कोणत्याही क्षणी आपण सिगारेट सोडू शकतो, याची मला खात्री होती.

- वेळ आली तेव्हा ते मी केलंही.

माझ्या प्रत्येक गरोदरपणात मी अगदी सहज सिगारेट सोडली. त्या काळात वर्ष-वर्ष मी सिगारेटला स्पर्शही केला नाही.

- पण माझ्या इच्छाशक्तीला हरवणारा एकेक दिवस दरवेळी उगवला,

आणि मन मारत राहण्याचा कंटाळा येऊन मी शांतपणे सिगारेट पेटवली.

आय नो मायसेल्फ, ॲन्ड माय बॉडी.

कशाचाही अतिरेक माझं शरीर स्वीकारणार नाही; याची मला पक्की खात्री आहे. आणि त्याहून महत्त्वाची आहे, माझ्या व्यक्तिमत्त्वात भिनलेली स्वयंशिस्त. या दोन गोष्टींचा अंश जरी तुमच्यात दिसला असता, तरी मला काळजी नसती वाटली.

मी सिगारेट ओढत असताना पहिल्यांदा 'पकडली गेले' त्या दिवशी आमच्या घरात प्रचंड हंगामा झाला. कधी ना कधीतरी हे होणारच होतं. आमच्या बेडरूमला लागून असलेली छोटी बाल्कनी ही घरातली एकमेव 'सेफ' जागा. पण रात्री समुद्रावरून एवढा जोरदार वारा यायचा; की रात्रीच्या अंधारात आमच्या बाल्कनीत पेटलेल्या सिगारेटचा वास आईबाबांच्या बेडरूममध्ये जाणं फार दिवस टळणार नव्हतंच.

एका रात्री संतापलेल्या आईबाबांनी मला 'रेडहॅण्ड' पकडलं. राजाध्यक्षांच्या सोवळ्या, सुसंस्कृत घरातल्या मुलीच्या हातात सिगरेट; हे दृश्यच त्यांच्या कल्पनेपलीकडचं होतं. बाबा प्रचंड संतापले. दोघांनी मिळून माझी जोरदार कानउघाडणी केली, मोठ्ठं लेक्चर दिलं; पण मी तशीच घुम्यासारखी उभी होते. तात्पुरती सुटका व्हावी, म्हणून सिगरेट सोडण्याचं (खोटं) वचनही मी दिलं नाही. त्या काळातल्या 'क्रांतीकारी, बंडखोर तारूण्या'ला अशी माघार घेणं मुळीच मान्य नव्हतं.

– पण त्यानंतर मात्र घरात असताना सिगरेट ओढण्याची आमच्यापैकी कुणाचीही हिंमत झाली नाही. लपूनछपून चालणारं अशोकचं 'धुम्रपान' हे 'सिक्रेट' आमच्या घरात जरा जास्त टिकलं, पण काही दिवसांनी तोही 'रेडहॅण्ड' पकडला गेला.

आमच्या काळात 'सिगरेट' हे आधुनिकतेचं, बंडखोरीचं प्रतिक होतं. त्यामुळे आरोग्यावर किती भीषण परिणाम होतात, याची कुणालाच फारशी माहिती

नव्हती. सिगरेटच्या पाकिटांवर आजच्यासारखा 'वैधानिक इशारा' छापलेला नसे, 'सिगारेट आणि फुफ्फुसाचा कॅन्सर' यांच्यातला संबंध वैद्यकशास्त्राने सिद्ध केलेला नव्हता. काहीतरी जबर 'डेअरिंग' म्हणून आम्ही सिगरेट ओढायचो. आजच्या भाषेत सांगायचं, तर 'ॲटीट्यूड स्टेटमेन्ट!'

– पण आता परिस्थिती बदलली आहे.

वी नो दॅट, सिगरेटस् आर किलर्स!

जगभरातल्या तरूण पिढीला धुम्रपानाच्या विळख्यातून सोडवण्यासाठी चळवळी उभ्या राहू लागल्या आहेत. हातात सिगरेट असेल, तर कॅलिफोर्नियासारख्या ठिकाणी लोक तुमच्याकडे रागाने, तिरस्काराने बघतात... पूर्वी समाजाने वाळीत टाकलेल्या अस्पृश्यांच्या यातना भोगणं 'स्मोकर्स झोन' मध्ये ढकललं जाणाऱ्यांच्या नशिबी येईल, तो दिवसही फार दूर नाही.

मित्रमैत्रिणींची संगत, त्यांना 'कंपनी' देण्याचा मोह टाळता येणं अवघड आहे, हे मलाही समजतं. पण इतर बाबतीत अत्याधुनिक असणाऱ्या तुमच्या पिढीने 'स्मोकिंग'चा जरा वेगळा विचार करायला काय हरकत आहे?

– देन व्हॉट अबाऊट मी?

माझं काय?

मी का नाही सोडत सिगरेट?

रात्रीची माझी 'एक' सिगरेटही सहन न होणाऱ्या अरूंधती आणि आनंदिता केवढा पिच्छा पुरवतात, वैतागाने किती टाकून बोलतात हे माझं मलाच ठाऊक!

– तरीही 'त्या एका' सिगरेटला रामराम ठोकावा, असं खरंच मला वाटत नाही. सगळ्या बाजूने विचार करून पाहिल्यावर लक्षात आलं, 'धोक्याची पातळी' सुरक्षित खुणेपेक्षाही खूपच खाली आहे. मग पुरवले थोडे स्वतःचे लाड, तर काय बिघडलं?

रात्रीचे दोन झुरके मला आवडतात. दिवसभराचा थकवा घालवत 'रिलॅक्स' व्हायला मदत करतात.

– तिच ती... घिसीपिटी सबब?

– आहे खरी!

थकवा घालवण्याचे, रिलॅक्स होण्याचे इतर अनेक 'आरोग्यदायी' मार्ग असताना सिगरेटच का?

सवय... कमजोरी... (कुणालाच फारसा न आवडणारा शब्द म्हणजे) व्यसन... एवढंच!

– पण माझ्या या 'कमजोरी'चा फायदा घेऊन दिवसभर छातीचं धुराडं करत बसण्याचा मुक्त परवाना तुम्हाला मिळेल असं समजू नका.

'क्रांती' करण्याची गरज आमच्या तारूण्याला होती.

आता काय उरलंय शिल्लक?

स्वत:ला 'सिद्ध' करायचं तर 'बंडखोर' असणं भाग होतं म्हणून (इतर अनेक मार्गांकडे साफ दुर्लक्ष करून) आम्ही निकोटीनच्या पांढऱ्या नळ्या फुंकत बसलो.

तुमचा जमाना वेगळा आहे. आजच्या घडीला कोणत्याही 'क्रांती'ची गरज उरलेली नाही... 'बंड' करण्याच्या लायकीचे सगळे 'इश्यू' कधीच संपून गेलेले आहेत... आणि 'ॲटीट्यूड स्टेटमेन्ट' म्हणाल; तर जन्माला येतानाच ते तुमच्या कपाळावर चिकटलेलं असतं.

– मग?

थोडक्यात, सिगरेट ही घातक गोष्ट आहे.

सोडून द्या!

मागणार असाल तर एक सवलत अवश्य मिळेल.

– 'एका दिवशी फक्त एक सिगरेट!' - हा नियम मान्य असेल, तर मग मी रोज उठून तुमच्या डोक्याशी कटकट करणार नाही.

व्हॉट इज फेअर फॉर मी, इज फेअर फॉर यू!

– पण मी सोडली सिगरेट, तर तुम्हालाही सोडावी लागेल- ओ के?

तेवढा शब्द द्या, देन आय विल स्टॉप कम्प्लीटली.

'स्टॉप' व्हॉट?

'सिगरेट' की 'कटकट'?

– दोन्ही!

मग ठरलं?

पक्का?

ममा

....

मुंबई,
जून ९९

प्रिय मुलींनो,

रेस्टॉरन्टस्‌मध्ये, थिएटर्समध्ये, एअरपोर्टवर... कधीही, कुठेही कुणीही अनोळखी माणसं माझ्या दिशेने येतात... कौतुकाने गप्पा मारतात. बरोबर अरूंधती असेल तर लगेच डोळे विस्फारून म्हणतात,

'अरूंधती... ओहो अरूंधती? तुमच्या खूप कॉलम्समध्ये जिचा उल्लेख असतो, ती हीच का मुलगी?'

– क्षणात आखडलेल्या आक्रसलेल्या चेहेऱ्याने कशीबशी हसणारी, वेळ मारून नेणारी अरूंधती अशा माणसांवर किती वैतागते हे मी अनेकदा पाहिलंय.

– आपण सगळ्याजणी बरोबर असू, तर 'सहज यावं आणि टपली मारून जावं' अशा थाटात कुणीही तुम्हाला विचारतं,

'हंऽऽऽ काय मग? .... कोण चालवणार ममाचा वारसा? काही ठरलं की नाही? हू इज गोईंग टु बी द रायटर इन द फॅमिली? तुम्ही कुणी लिहिता बिहिता की नाही?

ब्युटी कॉन्टेस्ट, फॅशन शो किंवा कुठल्याही 'ग्लॅमरस' ठिकाणी अवंतिका माझ्याबरोबर असेल तर माझ्या 'भूतकाळा'शी नातं सांगणारा कुणीतरी सोम्यागोम्या हटकून भेटतोच... पहिला प्रश्न अर्थातच अवंतिकाला,

'हे काय? तू का नाही मॉडेलिंग करत? तुझी ममा कोण होती ठाऊकेय ना? अ गॉर्जस मॉडेल! यु लुक लाईक हर... यु शुड ट्राय इट! वॉन्ट टू ट्राय?'

– या प्रश्नाला कसं तोंड द्यावं, हे आजतागायत न समजलेली अवंतिका पूर्वी नुसती वैतागायची... आता चिडतेच!

डॅडींच्या किंवा माझ्या मित्रमैत्रिणींपैकी कुणीही पहिल्यांदा आपल्या घरी आलं; की तुम्हा सगळ्यांची ओळखपरेड होते! सगळ्यांकडे बारकाईने बघून झालं की अनेक पाहुणे अनेकदा तीच ती सहर्ष घोषणा करतात,

'टिपीऽऽऽकल बंगाली! सगळ्यांचे डोळे अगदी एकसारखे आहेत... डिट्टो डॅडी! बंगाल्यांचे डोळे म्हणजे काळेभोर आणि मोठ्ठेमोठ्ठे! तुमच्या ममाचे पाहिलेत का?- कसे छान भुरेभुरे दिसतात! बट नेव्हर माइन्ड, बेंगॉली आइज् आर ऑल्सो नाईस.'

– सहज गंमत म्हणून केलेल्या असल्या कॉमेन्टस् तरूण वयात मनाला किती लागतात, हे फार थोड्या माणसांना कळतं. समोर उभी असलेली मुलं आतल्या आत कितीही घुसमटली, तरी तोंडाचे पट्टे चालूच ठेवणाऱ्या मुर्दाड मनाच्या मठ्ठ माणसांना आपण केवढा गंभीर गुन्हा करतोय; हे अनेकदा समजत नाही.

वाढत्या वयातल्या मुलामुलींचे शारीरिक दोष हुडकून त्यांची टिंगल करणाऱ्यांना त्यात कसला आनंद मिळतो कोण जाणे!

'तुझं नाक इतकं कसं गं फताडं? लहानपणी म्हशीने पाय बिय दिला की काय?'

'बापरेऽऽऽ केवढे कुरळे हे केस? जंगल माजल्यासारखं दिसतं नुसतं.'

'अगं काय हे? किती चॉकलेटं खातेस दिवसभरात? खादाडपणा जरा कमी करा आता. अशीच आडवीतिडवी सुटत राहिलीस तर लग्न कोण करील

तुझ्याशी?'

– मोठी माणसं तेवढ्यापुरतं हसून सोडून देतात, आणि ओरबाडल्या गेलेल्या तरूण मनांवरचे ओरखडे कुणालाच दिसत नाहीत. आतल्या आत सलत राहाणारे हे व्रण पुढे आयुष्यभर सोबत करतात... आणि स्वत:च्या 'विनोदबुद्धीवर' खूष असलेल्यांना आपल्या हातून घडलेल्या अपराधाची जाणीवही नसते.

आपली कुणाशी तुलना केली जावी, हे कुठल्याच मुलाला कधीच आवडत नाही. ज्याला-त्याला आपली 'पर्सनॅलिटी' प्यारी असते.

– पण मोठी माणसं मात्र विषयवार चिठ्ठ्या चिकटवलेल्या फायलींमध्ये कागद अडकवावेत इतक्या निर्विकारपणे मुलांचं वर्गीकरण करून मोकळे होतात.

प्रत्येकाच्या डोक्यावर कसला ना कसला ठप्पा मारला, की नाव-बिव लक्षात ठेवण्याची तकतक नको.

('अच्छा अच्छाऽऽ ती लुकडी पोरगी होय? फताडे दात आणि उजव्या गालावर तीळ... बरोबर?- हां हांऽऽ आत्ता आठवली.')

– एवढंच कशाला? फताडं नाक, कुरळे केस, कमी उंची असल्या त्रासदायक शारीरिक तपशीलांवरून घरातली माणसंसुद्धा मुलांना चित्रविचित्र टोपण नावं ठेवतात.

मी लहान असताना आमच्या एका भोचक आत्याला मुलांना छळायची भारी हौस होती. ती आम्हा सगळ्या भाचरांना कसल्या न् कसल्या विचित्र नावांनी हाका मारी... आम्ही रागावून रूसून बसलो की सगळे हसत, मग आत्याबाईंना आणखीच उत येई. अजूनही एखाद्या लग्ना-मुंजीत सगळे नातेवाईक एकत्र जमले की 'त्या' जुन्या नावाने एखादी तरी हाक येतेच... आणि माझ्यासकट सगळ्या भावंडांचा जळफळाट आमच्या चेहेऱ्यांवर स्पष्ट दिसतो.

खरंतर, आमची 'ती' आत्या स्वभावाने दुष्ट नव्हती. पण मुलांना सारखं चिडवत राहण्यात तिला काय गंमत वाटे देव जाणे!

कुणालातरी चिडवून, यातना देऊन आपण मजेने तमाशा पाहाण्याची, हुल्लड करण्याची मनोवृत्ती मी आयुष्यात कधीच समजून घेऊ शकले नाही. कधीकधी तर माझी आईसुद्धा या तमाशात सहभागी होई. आत्याबरोबर तीही उगीचच आमच्या फिरक्या घ्यायला लागली; की आम्ही सगळे गांगरून, घाबरून जात असू. त्या वयात सोसावा लागलेला तो पहिला 'विश्वासघात'!

चष्मा लावणाऱ्या कोणत्याही मुलाला 'अरे ए चष्मीस' म्हणून हिणवणं आपल्याकडे अगदी 'नॉर्मल' समजतात... जणू काही दृष्टी अधू होणं हा त्या बिचाऱ्या मुलाचा गुन्हाच! फळ्यावर लिहिलेली बारीक अक्षरं वाचण्यासाठी

धडपडणाऱ्या 'चष्मीस' मुलांना वर्गातल्या मित्रमैत्रिणी तर जाता येता चिडवतातच, पण अनेकदा शिक्षकांनाही 'आपण किती चुकीचं बोलतो' याचं भानं नसतं. 'धक्का लागून उगीच पडलाबिडलास तर तुझा चष्मा फुटेल, आणि तुझे आईबाबा आम्हाला ओरडतील' म्हणून खेळात न घेता ग्राऊण्डच्या कोपऱ्यात बसवून ठेवलेल्या खिन्न मुलाला मनातून किती वेदना होत असतील, याचा विचार शिक्षकांनासुद्धा करता येऊ नये?

'वयात येणं' म्हणजे हरक्षणी गालावर फुटणाऱ्या पुटकुळ्यांची काळजी करणं... मिनिटामिनिटाला रूप बदलणाऱ्या शरीराच्या चमत्कारांनी अस्वस्थ होणं... कसल्यातरी विचित्र भीतीशी सतत सामना करत राहाणं!

– या अवस्थेतले सगळे चढ-उतार सगळ्यांना ठाऊक असतात; पण या वाढत्या वयाशी झगडणाऱ्या मुलांच्या नाजुक, संवेदनशील मनांची काळजी घ्यावी, एवढी साधी जबाबदारी अनेकांना कळत नाही.

छोटुराम... जड्डू... ढोल्या गणपती... गोलमटोल... बटरबॉल... असले शिक्के निर्विकारपणे मुलांच्या कपाळावर ठोकले जातात.

– त्याचा व्रण आयुष्यभर राहातो.

या सगळ्या पार्श्वभूमीवर अरूंधती, तुझं मला नेहमीच कौतुक वाटतं.

डॉक्टरांनी 'चष्मा लावणं गरजेचं आहे' असं सांगितल्यावर तू तात्काळ डॅडींबरोबर फ्रेम निवडायला गेलीस. ती फ्रेम कशी असणार, आपल्याला काय चांगलं दिसेल हे तुला (अर्थात) आधीच ठाऊक होतं.

– त्याप्रमाणे तुला तुझ्या आवडीची फ्रेम मिळाली. जरा जास्तच महागडी असली; तरी होतीही तशीच! देखणी... रूबाबदार!

नवाकोरा चष्मा नाकावर चढवून तू पहिल्यांदा घरी आलीस; तेव्हा सगळ्यांनी तुला 'कॉम्प्लिमेन्टस्' दिल्या- 'मस्त दिसतेस!'

– खरंच तू पुष्कळ वेगळी... आणि जास्त छान दिसत होतीस. 'मेटॅलिक ओव्हल' फ्रेमच्या त्या चष्म्यामुळे तुझ्या व्यक्तिमत्त्वात एक भारदस्त गांभीर्य आलं होतं.

... पण मित्रमैत्रिणींनी त्यांचं 'ॲप्रुव्हल' दिल्यावर मगच तू खरी खूष झालीस.

आपल्याला चष्मा लावावा लागणार, हे ओळखून उगीचच उदास न होता पहिल्या दिवसापासून तू शहाण्या मुलीसारखी वागलीस, याचं मला विशेष वाटलं. आणि सुदैवाने घरात कुणीही (अगदी नोकरांनीसुद्धा) तुला एकदाही चिडवलं नाही, हे नशिब!

समजा एखाद्याने अगदी सहज गंमतीत 'ए चष्मीसऽऽ' म्हटलं असतं तर?

– असा एखादा निष्काळजी 'रिमार्क' ही पुरेसा असतो.

तुमच्या दोन्ही मावशांनी असा त्रास लहानपणी खूप सोसलाय. कुणी कुणी त्यांना काय काय चिडवलं, ते मंदा आणि कुंदाच्या अजूनही स्पष्ट लक्षात आहे. मला खरंतर फार काही आठवत नाही, पण माझ्या तोंडून चुकून एखादा वेडावाकडा शब्द निसटून नकळत कुणी दुखावलं जाऊ नये, म्हणून आजकाल मी फार सावध असते.

– पण कधी कधी माझाही तोल सुटतो.

विशेषत: रागाच्या भरात.

आणि अरूंधती, गंमत म्हणजे अशा शेरेबाजीचा सर्वात जास्त राग तुला येतो. माझ्या तडाख्यात बऱ्याचदा तूच सापडतेस!

– आपल्या घरात तुझ्या गंगा-जमुनांचे पूर वारंवार येऊ नयेत म्हणून आता मीच स्वत:च्या रागाला पक्के बांध घालून टाकणार आहे.

स्वप्नांच्या झोपाळ्यावर झुलत झुलत तारूण्याची बहार घेऊन येणारं रसरशीत चैतन्य तुझ्यामध्ये पाहात असताना किती मागे जातो, आठवणींचा झुला!

'ते दिवस' माझ्या हातून निसटले, त्याला आता कित्येक वर्षं झाली.

– तरी सगळं कालपरवा घडल्यासारखं वाटतं.

आणि त्या दिवसांनी मागे ठेवलेले मधुर व्रण अजून कधीकधी दुखतात...

तुझी,

ममा

....

अलिबाग,
जुलै ९९

प्रिय आनंदिता,

तुझ्या माझ्याशिवाय दुसऱ्या कुण्णाकुण्णालाच ठाऊक नसलेलं आपलं-तुपलं एक 'सिक्रेट' आहे,

– तुझ्या स्वप्नांची दुनिया!

आपण दोघींनी 'तुझी स्वप्नं' इतक्यांदा वाटून घेतली, दुलईत गुरगुटून त्याबद्दल गप्पा मारल्या, पण आजकाल तुझ्या स्वप्नांच्या कहाण्या ऐकताना मीच कधीकधी चक्रावून जाते आणि थक्क होऊन तुझ्याकडे पाहात राहाते.

तुला पहिल्यापासूनच खूप स्वप्नं पडतात.

पूर्वी त्यात गंमजीजंमती असत. निळ्या पंखांच्या पऱ्या आणि रेशमी अंगरखे घातलेल्या जादुगारांपासून माणसांची, घटनांची नुसती रेलचेल असे. पण तू

मोठी होते आहेस, तशी तुझी स्वप्नंही बदलत चालली आहेत.

मीही तुझ्यासारखीच 'स्वप्नाळू'!

– म्हणजे दोन्ही अर्थांनी.

मला रोज रात्री खूप स्वप्नं पडतात, आणि सकाळी उठल्यावर त्यातली बहुतेक आठवतात.

मला कधीही स्वप्नांचा त्रास झाला नाही, भीती वाटली नाही. उलट भल्या पहाटे, सकाळी साडेसहा-सातच्या दरम्यान साखरझोपेत पडणारी स्वप्नं मला आवडतात. म्हणून तर सकाळी ९ च्या आत मी पांघरूणातून बाहेरसुद्धा पडत नाही. सकाळी जाग आल्यावर रात्री पडलेली स्वप्नं आठवत, 'त्यांचा अर्थ काय बरं असेल?'... असा विचार करत दुलईत गुरगुटून झोपायला मजा येते... हो नं?

– तूही माझ्यासारखीच आहेस, आनंदिता.

गेल्या उन्हाळ्यातली अख्खी सुट्टी तू आमच्याच बेडरूममध्ये होतीस; आठवतं? तू आणि अरूंधती; दोघीहीजणी खाली जमिनीवर गाद्या घालून झोपायचात. त्या दोन महिन्यातली प्रत्येक रात्र तुला झोपलेली पाहात; मी जागून काढली आहे. झोपेत कितीवेळा कुशी बदलतेस तू! कधी तुला हळूच मिश्कील हसताना पाहिलं, तर कधी रडतही होतीस मिटल्या पापण्यांच्या आड! या कुशीवरून त्या कुशीवर वळताना कित्ती धांगडधिंगा! शेजारी झोपलेल्या अरूंधतीला लाथा तर कित्तीदा घातल्या असशील. एक-दोनदा मध्यरात्री रडत उठली होतीस; आठवतं?

'ममाऽऽऽ कुठेयस तू? आर यु देअर? मला स्वप्नं पडतायतऽऽ'

– मग मी उठून तुला जवळ घेतलं. डॅडींना जाग येऊ नये म्हणून हलक्या आवाजात तुझ्या झोपाळलेल्या डोळ्यांशी बोलत, समजूत घालत राहिले... नंतर खूप वेळाने माझ्या कुशीत घट्ट गुरगुटून शांत झोपलीस तू!

तुला पडणाऱ्या स्वप्नांबद्दल मला नेहमीच खूप उत्सुकता वाटते. एरवी माझ्यापासून कितीतरी दूर असलेल्या, तुझ्या मनातल्या जादुई, रहस्यमय दुनियेत ही स्वप्नं मला हलकेच घेऊन जातात. माझा हात धरून तुझ्या मनाच्या कोपऱ्याकोपऱ्यातून मला फिरवून आणतात.

काल रात्री तू म्हणालीस, 'दाराच्या किंवा खिडकीच्याजवळ झोपायला मला नाही आवडत.'

मी विचारलं, 'का?'

तर म्हणालीस, 'रात्री मला झोप लागल्यावर खिडकीतून कुणीतरी हळूच आत आलं आणि मला घेऊन गेलं तर?'

'कुणीतरी' म्हणजे कोण?

तुला जवळ घेत विचारलं, तर गळ्यात हात टाकत म्हणालीस, 'अगं ती चेटकीण नाही का? माझ्या स्वप्नात येते रोज? - ती! तिच्या डोळ्यात मी चुकून जरी बघितलं ना, तर लगेच मला पंख फुटतील आणि मग मी उडत उडत तिच्याबरोबर निघूनपण जाईन. मग तुला कसं कळेल, आनंदिता गेली कुठे ते?'

– तू मोठ्ठे डोळे करून घाबरलेल्या नजरेने माझ्याकडे एकटक बघत राहिलीस. तुला वाटलं असेल कदाचित, की बाकीचे लोक चेष्टा करतात तशी ममा पण हसणार बहुतेक!

– पण तुला पडलेलं कुठलंच स्वप्न मी कधी हसण्यावारी नेत नाही. तुझी स्वप्नं मला महत्त्वाची वाटतात, त्यांचा अर्थ लावता यावा म्हणून मी धडपडते.

स्वप्नात येऊन तुला आपल्याबरोबर घेऊन जाणारी 'ती चेटकीण' कोण?- असं विचारल्यावर तू म्हणालीस,

'आपला वॉचमन आहे नं, त्याने सांगितली ही गोष्ट. तो म्हणाला, ती चेटकीण रोज संध्याकाळी मुलांबरोबर बागेत खेळायला येते. मुलांशी मैत्री करते दिसते खूप छान; हसतेपण मुलांबरोबर; पण स्वभावाने ती फार दुष्ट आहे... शी इज अ विकेड वुमन! द ट्रीक इज नॉट टु लुक इन्टु हर आईज! तिच्या डोळ्यात जो कुणी बघेल; त्या मुलावर ती जादू करते आणि रात्री हळूच घरात शिरून त्या मुलाला पळवून नेते.'

- वॉचमनने सांगितलेल्या गोष्टीतला शब्दन्‌शब्द तुला आठवत होता. मी थक्क होऊन ऐकत राहिले. 'असल्या फालतू गोष्टी सांगणाऱ्या वॉचमन'ला मूर्ख ठरवणं सोपं होतं. पण मी मुद्दामच तसं केलं नाही. उलट म्हटलं,

'आनंदिता, मुलांनी आपलं ऐकावं म्हणून मोठी माणसं नेहमीच अशा घाबरणाऱ्या गोष्टी सांगतात. मुलांना भीती वाटली, की ती गप्प बसतील आणि घाबरून रस्त्यावर बाहेर पळणार नाहीत; म्हणून वॉचमनने सांगितली असणार ही गोष्ट! तुमच्यापैकी कुणी खरंच पाहिलंय का त्या चेटकिणीला?'

– तू मान हलवून 'नाही' म्हणालीस.

'मग?'

'अगं पण ती 'आहे' ना ममा! ती आहेच! मी नाय बाथरूममध्ये एकटी जाणार! ती फुलपाखरू होऊन बाथरूमच्या खिडकीतून आत आली आणि मला पळवून घेऊन गेली तर? ती चेटकीण कुठेही असू शकते आपल्या घरात... आणि बाथरूममध्येपण!'

– तू मनातून किती घाबरली असशील हे मला कळत होतं. कारण तुझ्याएवढी असताना माझी कशी घाबरगुंडी उडायची ते मी अजून विसरले

नव्हते. म्हणूनच मी तुझं स्वप्न हसण्यावारी उडवून नेलं नाही. मोठ्या माणसांसारखी तुझी चेष्टा केली नाही. 'अशी चेटकीण वगैरे कुणी नसते', हे तुला पटवून देण्यात अर्थ तरी काय होता?

– बाहेरच्या जगाच्या 'शहाणपणा'पासून कित्येक मैल दूर असलेल्या मुलांच्या निरागस, जादुई दुनियेत काहीही घडू शकतं... घडत असतंच!

मला माझं लहानपण अजून आठवतं.

पांढऱ्या साडीतल्या बायकांना मी प्रचंड घाबरत असे. पांढऱ्या साडीतल्या बायका म्हणजे उलटी पावलं असणारी भुतं असतात, असं मी कुठल्यातरी गोष्टीत वाचलं होतं. त्या भीतीचा इतका जबरदस्त पगडा होता मनावर; की पांढऱ्या साडीतली कुणी बाई दिसली की तिचे पाय चुकूनसुद्धा नजरेला पडू नयेत म्हणून मी डोळे गच्च मिटून घेत असे. या असल्या बायका मुलांना पळवून नेतात, याची इतकी खात्री होती की मी धुम पळत सुटे. अजूनही पांढऱ्या साडीमधला घोळका दिसला, की माझा ठोका चुकतो; आणि या वेडेपणाचं हसू येतं.

लहानपणी एक स्वप्न मला सारखं पडे... रोज रात्री! भर दुपारी रस्त्यावर मला अडवणारा एक माणूस... त्याच्या हातात एक मोठ्ठ्या फोटोची चौकट. तो मला म्हणे, 'बघ... बघ याच्यात!'- मी जीव घेऊन पळायचा प्रयत्न करी; पण पायांचे दगड झालेले. कशी पळणार? मग तो आणखी दरडावून माझ्या अंगावर ओरडे, 'बघतेस की नाही? बघ या फोटोकडे'- काय करणार? मी कशीबशी नजर उचलून त्या फोटोकडे पाही, तर त्यात एक बाई! आणि तिचे लखलख चमकणारे डोळे. ती बाई हाऽऽ हाऽऽ हाऽऽ करून मोठ्ठ्यांदा हसे आणि मलाही त्या फोटोच्या चौकटीत खेचून घेई... मग तो माणूस किंचाळून म्हणे, 'बघ, मी नव्हतं सांगितलं? तूही आमच्यातलीच आहेस!' – खदाखदा हसत मला खेचून घेत घेत तो माणूस चालायला लागे. त्याला अडवणार कसं? कारण मी खरंच 'त्यांच्यातली' आहे, हे मलाही आतून माहीत असेच ना!

आपण माणसांबरोबर, माणसांच्या घरात राहातो, पण आपण खरं म्हणजे 'माणूस' नाही; याबद्दल कितीतरी दिवस मला खात्री होती. वाटे, स्वप्नात येणारा 'तो' माणूस कधीतरी प्रत्यक्षात येईल; आणि खरंच आपल्याला त्याच्याबरोबर घेऊन जाईल.

– आय वॉज एक्झॅक्टली ऑफ युवर एज देन!

तुझ्याएवढीच होते तेव्हा!

रात्री दचकून उठलीस, की तुला पुन्हा शांतपणे झोपवण्याचा एकमेव मार्ग म्हणजे तुला कसली भीती वाटतेय, त्याबद्दल बोलणं!

कधीकधी खूपच दमले असेन आणि तुझ्या असंख्य प्रश्नांना उत्तरं देण्याचं त्राण अगदीच उरलं नसेल तर मी तुला तशीच दामटून झोपवते. 'काहीतरी मूर्खासारखं बडबडू नकोस. चेटकिणी आणि भुतंबितं कुणी नसतात' असं सांगून विषय संपवते.

– पण झोपलेल्या शरीरातल्या 'टक्क जाग्या' मनाला हे असलं व्यवहारी शहाणपण शिकवून उपयोग नसतो, हे मला ठाऊक आहे.

कसल्याही तर्कशास्त्राच्या कितीही भक्कम भिंती ओलांडून पल्याड झेपावणाऱ्या मनाला कसं बांधून घालता येणार?

तुझ्या इवलुशा मेंदूतल्या कल्पनारम्य भराऱ्यांपुढे काय बोलावं हे कधीकधी मलाही कळेनासं होतं.

आपण सिंगापुरला गेलो होतो आणि तिकडून भल्यामोठ्ठ्या जहाजातून मुंबईला येत होतो, आठवतं? आपण बुक केलेल्या 'केबिन'च्या दाराजवळ तू बिनधास्त झोपलेली बघून एकदा मी आश्चर्याने विचारलं,

'आनंदिता, तुला भिती नाही वाटत? ती चेटकीण दारातून आत आली म्हणजे?'

'अग ममा, अशी कशी येईल ती?' - तू हसत म्हणालीस, 'आपल्या शिपचा तो मोठ्ठा नांगर आहे ना, तो आणि मी फ्रेंड आहोत ना आता?'

- मला काही कळेना. तुला म्हटलं, 'नीट सांग काय ते'; तर म्हणालीस.

'सी... आय लुक्ड डाऊन ॲट द वॉटर ॲण्ड सॉ द ह्यूज प्रॉपेलर! तो मोठ्ठा नांगर लटकावून ठेवलाय ना आपल्या शिपच्या; तो मला खूप आवडला; मी पण त्याला आवडले. मग तो मला म्हणाला, 'डोन्ट वरी! आय विल लुक आफ्टर यु!' - आता तो एवढा माझा मित्र असताना मी कशाला घाबरू?'

'ओऽऽ म्हणजे मो प्रॉपेलर बोलला तुझ्याशी? खरंच?' – गंमत वाटून मी आश्चर्याने विचारलं.

तू छान हसून मान डोलवलीस.

इट मेड सेन्स... परफेक्ट सेन्स!

– एका 'बलदंड मित्रा' बरोबर तू मैत्रीचा करार केला होतास. तो तुझ्या पाठीशी असताना दुसरं कुणीही तुला इजा करू शकणार नाही, याबद्दल तुला पक्की खात्री होती 'त्या मैत्री'च्या भरवशावर समुद्रात तरंगणाऱ्या जहाजातसुद्धा तुला निर्धास्त वाटत असेल; तर काय बिघडलं?

एकदा तुझ्या स्वप्नात येऊन एक हिरवा हिरवा साप तुला कसा चावला, हेही तू मला सांगितलं होतंस... विस्फारल्या डोळ्यांनी तू म्हणाली होतीस, 'पण ममा, तो चावला नं; तर दुखलं नाही मला. उलट माझ्या हातावर सगळीकडे

मोठ्ठेमोठ्ठे चमचम हिरवे खडे चिकटले... ग्लीटरिंग एमरल्डस!'

– तू मोठी होशील आनंदिता, तशी ही कल्पनाशक्ती हळूहळू अदृश्य होत जाईल. मग तू मोठ्या माणसांसारखा विचार करायला शिकशील. स्वप्नं बघशील; पण ती तुझ्या भविष्याची; आणि मग ती खरी व्हावीत म्हणून आयुष्यभर धडपडत राहशील... विचार करून काम करायला शिकशील. मग जहाजाच्या निर्जीव नांगराशी गप्पा मारणं, त्याच्याशी मैत्री करणं तुला वेडेपणाचं वाटेल. अशा वेडगळ गोष्टी करणाऱ्या छोट्या मुलींना तू हसशील... कदाचित त्यांची चेष्टाही करशील.

– मग हळूहळू तुझ्या मनातली तुझी स्वतंत्र जादुई दुनिया विरघळून जाईल... आणि त्याबरोबरच तुझ्या मनातली भीतीही कमीकमी होत संपेल... नाहीशी होईल. सगळे आपल्याच मनाचे खेळ असतात, हेही तुझं तुलाच समजायला लागेल. तू विचार करायला शिकशील, मग स्वप्नात येऊन तुला घाबरवणारी ती चेटकीण कुठल्याकुठे पळून जाईल.

... 'ती चेटकीण' नसेल,

स्वप्नात येऊन चावणारा हिरवा साप नसेल;

पण तू मोठ्ठी झालीस की एक नवंच भूत कदाचित तुझ्या मानगुटीवर येऊन बसेल –

बोअरडम!

कंटाळा!!

– अ‍ॅन्ड देन व्हॉट विल यु डू, माय लिट्ल प्रेशस?

त्या कंटाळ्याचं तू काय करशील राणी?

लॉट्स अ‍ॅण्ड लॉट्स अ‍ॅण्ड लॉट्स ऑफ लिव्ह

ममा

....

मुंबई,

फेब्रुवारी '९९

हाय!!

उधळे बाजीराव,

त्या दिवशी माझी एक मैत्रीण वैतागून म्हणत होती, 'काय जमाना आलाय? माझ्या मुलांना मी दरमहा पाच हजार रूपये पॉकेटमनी देते; तरी तेवढे त्यांना पुरतच नाहीत! सारखे पैसे हवे असतात. 'पाच हजारात कसं भागणार?' असा प्रश्न मलाच विचारतात वरून!'

– मी थक्क झाले!

खरंतर संतापलेच!

'अगं पण सर्वसामान्य कुटुंबातला माणूस याच्याहून कमी पैशात अख्खा संसार चालवतो; डू यु रियलाईझ?'

'ओऽऽ कमॉन शोभा! डोन्ट बी सो ब्लडी मिडल्क्लास!'- बाईसाहेब उलट्या माझ्यावरच फणकारल्या, 'आपल्या मुलांच्या लाईफस्टाईलची कम्पॅरिझन भिकारड्या नोकरदार माणसाशी कशी करतेस तू?'

'तुझं डोकं ठिकाणावर आहे का?' असं तिलाच विचारावंसं वाटत होतं; पण संतापून मी गप्प बसले. पाच हजारात खर्च भागवणं मुश्कील झालेल्या तिच्या मुलांची तक्रार मात्र माझ्या मनात घोळत राहिली.

आपल्या मुलांच्या 'लाईफस्टाईल'बद्दल आमच्या मैत्रीणबाईंना नेहमीच उमाळे येत असतात.

'पुअर कीड्स! गोईंग आऊट कॉस्टस् सो मच दीज डेज! घराबाहेर पडलं की जिथेतिथे पाण्यासारखा पैसा ओतावा लागतो. माझा मुलगा त्याच्या गर्लफ्रेण्डला घेऊन फक्त एकदा क्लबमध्ये गेला; तरी दीड-दोन हजारांचा खुर्दा होतो. तरी बरं तो त्यांच्या डॅडींची कार घेऊन जातो, त्यामुळे पेट्रोलचे पैसे त्याच्या खिशातून नाही भरावे लागत! पुअर कीड्स! जमानाच इतका महागाईचा आलाय, काय करतील?''

'अगं पण इतक्या महागड्या हॉटेलांमध्ये जायची काय गरज आहे? आणि अशा फुकटातल्या ऐषोआरामाची चटक लागलेल्या पोरी त्याने फिरवाव्याच कशाला स्वत:बरोबर?' मी संतापून विचारलं.

'असं कसं? इफ ही डझन्ट स्पेन्ड लॅव्हीशली, त्याला 'कंजुष' म्हणतील ना सगळेजण! मग कुठली मुलगी ढुंकूनतरी बघेल का त्याच्याकडे?' मैत्रिणीच्या आवाजात अचानक आयुष्यभराचं दु:ख आणि हतबल उदासी दाटून आली,

'आय डोन्ट वॉन्ट माय कीड्स टु गेट अ कॉम्प्लेक्स! आय डोन्ट वॉन्ट देम टु फील इन्फीरियर. मौजमजा करणाऱ्या इतर मित्रमैत्रिणींमध्ये माझ्या मुलांना मन मारून जगावं लागलं, तर मला नाही बाई आवडणार.'

'– पण मग अशा फालतू मौजमजेत मश्गुल असणाऱ्या मुलांशी मैत्री करावीच का त्यांनी? दे शुड चेंज देअर फ्रेण्डस् इन दॅट केस!' मी वर्मावर बोट ठेवून बघितलं, पण त्याचा काही उपयोग नव्हता.

'मग आता काय करणार आहात आपण? पैसे पुरत नाहीत म्हणून आणखी पाच हजार रूपये?

'दुसरं काय करू? डु आय हॅव अ चॉईस?'

'अगं बाई, तुझ्या मुलाचे कान धर आणि चांगलं खडसाव त्याला. पैशाची किंमत काय असते आणि त्याकरता किती घाम गाळावा लागतो, हे एकदा कळू तरी दे! त्याला म्हणावं, पैसे जपून वापर आणि नसेल जमत तर घरी बस! एखाद्या संध्याकाळी नाही फिरवल्या पोरी; तरी काही बिघडत नाही'- भान सुटून, संताप अनावर होऊन मी अक्षरश: किंचाळलेच.

– ही अशी वादावादी आपल्याही घरात अनेकदा झालेली आहे. काही वेळेला मी माझं खरं केलं हे खरं, पण बहुतेकदा मीच तुमच्यापुढे शरणागती पत्करली.

तुम्ही शाळेत असताना मी कधीही, कुणालाही 'पॉकेटमनी' दिला नाही. एखादी वस्तू हवी असेल तर मागून घ्यायची, मामला खतम. कधी कशाला पैसे लागले तर मला सांगा; कारण योग्य वाटलं तर ताबडतोब मिळतील, अशी आपल्या-आपल्यातली व्यवस्था होती. ती मला सोयीची वाटे, आणि तुम्हाला अर्थातच गैरसोयीची!

'अगं पण माझ्या सगळ्या मित्रमैत्रिणींना पॉकेटमनी मिळतोऽऽऽ'– तुम्ही सारखं माझ्यामागे टुमणं लावायचात.

'बरं मग? त्या पैशाचं काय करतात ही मुलं?'

'विकत घेतात काय काय... स्नॅक्स, कपडे, कॅसेटस्, कॉस्मेटीक्स... स्टफ लाईक दॅट यु नो!'

– मग तेही करून पाहिलं.

दर महिन्याच्या सुरूवातीला ठराविक पॉकेटमनी.

पण जेमतेम आठवडाभरात सगळ्या पैशांचा फन्ना उडाला की पुन्हा आहेच,

'ममा, थोडे पैसे देतेस? आय ॲम ब्रोक!'

– कितीही पैसे दिले तरी तुम्ही मुलं कायम कंगाल असता... का?

मी शाळेत जात होते तेव्हा माझ्याजवळ जेमतेम तळहाताएवढं, कडा झिजलेलं एक गुळगुळीत पाकीट असे... आणि त्यात जीवापलीकडे जपलेले जास्तीत जास्त सहा किंवा आठ आणे! समजा, गडबडीत ट्रेन चुकलीच; तर बस पकडून, तिकीट काढून घरी जाता यावं म्हणून तेवढे पैसे कायम बरोबर ठेवायचे... बास! त्यातूनही कधी भेळपुरी किंवा कोपऱ्यावरच्या आईस्क्रीमची चैन मला करता येई... पण पैसे संपून मी पार कंगाल झाल्याचं मला आठवत नाही. बाकी बूट-चपला-कपडे किंवा खेळासाठी, ग्राउंडवर जाताना जे काय लागेल, त्यासाठी घरून पैसे घ्यायचे. माझी मागणी बाबा ऐकून घेत आणि त्यांना योग्य वाटली तर मोजून तेवढे पैसे माझ्या हातावर ठेवीत. या एकूण व्यवस्थेबद्दल तक्रार करायची वेळ माझ्यावर कधी आली नाही. अगदी कॉलेजला

गेल्यावरसुद्धा फार काही बदललं नाही. झेवियर्स कॉलेज घरापासून जवळ; त्यामुळे चालत जाता यायचं. मग काय? बस/ट्रेनचे पैसे वाचवून त्यातून मटण कटलेट्सची ऐश अगदी सहज परवडायची.

– मला कुणी कधी हसलं नाही. पाकीटात नोटा कोंबलेल्या नसतील, तर आजकाल मित्रमैत्रिणींमध्ये जायला तुम्हाला लाज वाटते, आमच्यावेळी असल्या फालतू प्रतिष्ठेच्या कल्पना नव्हत्या. एवढं असूनही शाळा-कॉलेजात मी कधी उपाशी राहिले नाही आणि बोअर तर कधीच झाले नाही.

आजकालच्या दिवसात अर्ध्या वयातल्या तरूण मुलांच्या हाती बेहिशोबी पैसा देणं, अजिबातच शहाणपणाचं नाही यावर माझा पक्का विश्वास आहे. शाळेच्या फाटकाबाहेर दबा धरून बसलेल्या आणि लठ्ठ खिशांच्या मुलांना रंगीबेरंगी लॉलीपॉपबरोबर आणखीही कसली 'जीवघेणी चटक' लावणाऱ्यांच्या गोष्टी आता आपल्याला अपरिचित राहिलेल्या नाहीत. अंमली पदार्थांचा चोरटा व्यापार किती उघडपणे चालतो, हेही एक 'ओपन सिक्रेट'च आहे. आम्ही लहान असताना आमच्या आईवडिलांच्या जीवाला असले विचित्र घोर कधी लागत नसत. 'पाकिटातले चार आणे खर्चून हिने बाहेर चिंचा खाल्ल्या तर घसा धरेल' ही माझ्याबाबतीतली सर्वोच्च काळजी होती. मी कॉलेजात गेले तेव्हा पावलापावलावर डिस्कोथेक, पब्ज आणि बिअर बारचं आजच्याइतकं पेव फुटलेलं नव्हतं. म्हणूनच कदाचित खिशात पैसे नसल्याचं 'फ्रस्ट्रेशन' मला कधी आलं नाही. नेपोली ब्रिस्ट्रॉ, व्होल्टा, व्हेनिस किंवा अशाच एखाद्या पॉश कॉफीशॉपमध्ये जाऊन पाच रूपयांची कॉफी पिणं, ही माझ्यासाठी 'चैन' होती. महिनाभर बचत करून एकदा एवढी ऐष करता आली, की जीव खूष व्हायचा. - आम्ही असे काटकसरीत जगलो, आणि तरीही ऐन तारूण्यात तुमच्यापेक्षा जास्त धमाल केली.

– आजकाल प्रत्येक छोट्या-मोठ्या प्रसंगासाठी मुलांना नवे कपडे हवे असतात. नव्या ॲक्सेसरीज, नवे बूट... मेकअप आणि हेअर कलरची नवी शेड... प्रत्येकवेळी सगळं नवं आणि शिवाय चांगला भरभक्कम पॉकेटमनी. – अशा फाजील मिजाशी चालवून न घेणाऱ्या आईवडिलांना मग 'कंजुष... मख्खीचुष... चिक्कू' असे आणि याहून वाईट वाईट घरचे आहेर मिळतात.

सुट्टी घालवायला परदेशी जाण्याची नुसती कल्पनासुद्धा माझ्या अनेक मैत्रिणींना नकोशी वाटते, कारण लाखालाखांच्या घरात जाणारी मुलांची शॉपिंग लिस्ट!

– हे सगळं भयंकर आहे... धीस इज ॲब्सर्ड!

त्याबद्दल मी कधी चिडून बोलले, तर तुम्ही म्हणता, 'पण ममा, धीस इज

लाईफ! लाईफ टुडे!'

– असेलही!

बट इट इजन्ट गोईंग टु बी युवर लाईफ!

तुमच्या मित्रमैत्रिणी वाट्टेल ते करोत; आपल्या घरात असले फालतू लाड मुळीच चालवून घेतले जाणार नाहीत. कुणाही मुलांना कुठल्याही आईवडिलांकडून पैसे वसूल करता येत असतील, पण माझ्यापाशी हट्ट करू नका... आय ॲम नॉट 'कुणीही'... कळलं?

हिअर इज फाईव्ह बक्स!

– उगीच नाकं मुरडू नका. जे मिळतंय ते घ्या, ॲन्ड डोन्ट एव्हर फरगेट टु से थँक यु!

कंजुष... मख्खीचुस

ममा

....

गोवा,

जुलै, ९९

प्रिय राधिका,

तू साधारण दहा-बारा वर्षांची असताना तुझ्यासकट आपण सगळेच एका विचित्र 'टेन्शन' मध्ये अडकून असलो होतो, आठवतं? तुझं काहीतरी बिनसलं होतं- बहुतेक शाळेतच! तुझ्या मित्रमैत्रिणींच्या ग्रुपमधुन तू वेगळी पडायला लागली होतीस. आपल्या आवडीनिवडी बाकी कुणाशीच फारशा जुळत नाहीत, हे लक्षात यायला लागल्यावर थोडीशी अवघडली होतीस. इतक्या लहान वयातच 'स्वत:मध्ये रमायचा आनंद' तुला सापडायला लागला होता का?' –बहुतेक! पण तू आपल्या-आपल्यातच असायचीस. हळूहळू तू तुझ्या ग्रुपपासून वेगळी झालीस. तुझ्या आवडीनिवडी ठरायला लागल्या होत्या; आणि त्यात तुझ्या मित्र मैत्रिणींपैकी बाकी कुणाला फारसा इंटरेस्ट नव्हता.

बाकीची मुलं मायकेल जॅक्सनच्या नादी लागलेली असताना तुला मात्र मोझार्ट आवडायचा. बेव्हर्ली हिल्स कॉप सारख्या कॉमेडी फिल्म्स बाकीच्यांना हव्या असत, तर तू शास्त्रीय संगीताच्या मैफिलींना जायला लागली होतीस. टेनिसच्या राकट मौजमजेपेक्षा पियानो वाजवायला शिकणं तुला जास्त आवडायचं. इतर मित्रमैत्रिणी फॅशनेबल कपड्यांसाठी जीव टाकत, तू साध्याशा जीन्स टॉपमध्ये खूष असायचीस. घराबाहेरच्या मैदानात जाऊन खेळाच्या नावाखाली धुडगुस घालण्यापेक्षा घरातल्या छोट्या-मोठ्या झाडांपाशी तासन्तास बसणं

तुला आवडायचं. तुझ्या मैत्रिणी 'मेकअप'च्या शेडस् ट्राय करत असताना; तू मात्र कुठले कुठले कीटक आणि सरपटणाऱ्या प्राण्यांच्या अभ्यासात बुडून जायचीस. घरातल्यांचा पारा चढेतो फोनवर गप्पा मारत बसण्याच्या वयात तुला कॅनव्हासवर पेंटींग करण्यातली जादू समजली होती.

कॉलेजमध्ये गेल्यावरही परिस्थिती फार बदलली नाही. तुझ्यासारख्याच आवडीनिवडी असलेले मोजके मित्र तुला मिळाले, त्यामुळे तुझा 'एकटेपणा' संपला, एवढंच! तुम्ही सगळे सिल्व्हिया पाथच्या प्रेमात पडलात... दुर्बोध झेक सिनेमांवर तासन्तास तुमच्या चर्चा रंगू लागल्या. हरिप्रसाद चौरसियांच्या बासरीवर तू जीव टाकायचीस; तुझ्यामागोमाग तुझ्या नव्या मित्र-मैत्रिणींवरही पंडितजींच्या मैफलींची मोहिनी पडली.

फायनल इयरला तू झटून अभ्यास केलास. फर्स्ट क्लास मिळवलास... तुझा अख्खा ग्रुपच 'ऑनर्स' सकट पास झाला.

– आता पुढे काय?

'करियर' निवडायची वेळ आली होती. इंग्लीश लिटरेचर मध्ये तुला उत्तम मार्क होते; म्हणून मी सुचवलं, 'जर्नालिझम' का करत नाहीस?

– तू नाक उडवलंस.

'बुक एडीटर?'- माझ्या मनातला पुढचा पर्याय.

– तो तर तुला मुळीच मान्य नव्हता.

शेवटी म्हटलं, मग मुंबई विद्यापीठातून एम. ए. तरी कर.

– तू म्हणालीस, फार झालं इंग्लीश! आता कंटाळा आला.

– शेवटी तू स्वतःच्या मनाचा कौल घेतलास आणि कम्प्यूटर ग्राफीक्सच्या कोर्सला जायचं ठरवलंस.

कोर्स संपता संपताच तुला नोकरी मिळाली, आणि पायाला चाकं लावून तू धावत सुटलीस. खचाखच भरलेल्या ट्रेनमधून, बसमधून प्रवास करत लांबलांबच्या स्टुडिओत वाऱ्या सुरू झाल्या. एवढी सगळी उरस्फोड करून मिळणारे पैसे अगदीच जेमतेम होते.

हळूहळू तू अशक्त, फिकुटलेली दिसायला लागलीस. मी आणि डॅडी- आम्ही दोघेही काळजीत पडलो. एअरकंडीशण्ड स्टुडिओज्‌मध्ये कोंडून घेऊन दिवसरात्र चाललेल्या कामाचा थकवा तुझ्या चेहऱ्यावर उमटायला लागला होता. पुढे पुढे तर तुझ्याकडे बघवेनासं झालं.

'हे काय चाललंय, राधिका?' - एके दिवशी न राहवून मी ओरडलेच.

'कशासाठी एवढी ही उरस्फोड? यु डोन्ट नीड टु प्रुव्ह एनीथिंग टु एनीवन! - आणि एवढं करून तुला मिळतं काय?'

– पण तू ठाम होतीस.

तुला तेच करायचं होतं... तेच काम, आणि तसंच!

'सगळ्या गोष्टी पैशात मोजता येतात का?' या मुद्द्यावर तू माझ्याशी वाद घातलास.

– मीही तसं कधी म्हणाले नव्हते.

पण तू कुणाचंच काही ऐकण्याच्या मन:स्थितीत नव्हतीस.

शेवटी आम्ही गप्प बसलो.

तुझ्या डोळ्याभोवतीची वर्तुळं वाढायला लागली होती. वजन वेगाने उतरत होतं. दिवसभर स्टुडिओत कोंडून घेतल्यामुळे शरीराला सूर्यप्रकाशाचा स्पर्श नाही, जेवणखाणाचा तर पत्ताच नाही - या अवस्थेत आणखी काय होणार? तुझा चेहरा आणखीच फिक्कट, कोमेजलेला दिसू लागला.

पण तू म्हणालीस, 'याला इलाज नाही. आमच्या इंडस्ट्रीत प्रत्येकालाच असं काम करावं लागतं.'

– पुढे पुढे सरकणाऱ्या घड्याळाच्या काट्यांकडे नजर लावून तुझी वाट बघत रात्र रात्र जागत बसण्यावाचून गत्यंतर उरलं नव्हतं.

– मध्यरात्र उलटली... पहाटेचे दोन-तीन-चार वाजले तरी राधिकाचा पत्ता नाही!

'काम संपतच आलं होतं, तेवढ्यात एक अर्जन्ट एडीटींग आलंय. तेवढं संपवून मी निघतेच आता. डोन्ट वरी. तासाभरात पोचते'- हेच उत्तर फोनवर ऐकून ऐकून आम्ही थकून गेलो होतो.

– पहाटे कधीतरी तू धावतपळत घरी यायचीस. घाईघाईने जेमतेम आंघोळ उरकली, की पुन्हा ऑफिस! – तुझ्याशी साधं बोलायलाही वेळ मिळणं मुश्कील होतं... आम्ही काय बोलतोय ते ऐकून घेण्याच्या मन:स्थितीत तू नव्हतीस, हेही खरंच!

– शेवटी अति झालं;

आणि एके दिवशी तू कोसळलीस.

पलंगावरून उठण्याइतकीही ताकद तुझ्यात उरली नव्हती. थकल्याभागल्या शरीराला थोडा श्वास घेऊ देण्यावाचून आता काही गत्यंतरच नव्हतं.

– शेवटी तू नोकरी सोडून दिलीस.

सक्तीची विश्रांती घेऊन झालेली झीज भरून काढणं भाग होतं.

नंतर जवळपास महिनाभर तू घराबाहेर पाऊल ठेवलं नाहीस. खूप वाचन... म्युझिक... थोड्या गप्पा... वेळेवर व्यवस्थित खाणं पिणं आणि अखंड झोप!... स्वत:चा, स्वत:च्या आयुष्याचा नीट विचार करायला तुला वेळ मिळाला होता...

सम मच निडेड इन्ट्रोस्पेक्शन!... आत्मपरिक्षण!

नंतर तू कलकत्त्याला तुझ्या आजीकडे गेलीस. तिथल्या मामेभावांबरोबर भरपूर भटकंती... खाणंपिणं... दंगामस्ती मजा केलीस!

– ॲन्ड इट डीड यु अ वर्ल्ड ऑफ गुड!

मुंबईला परत येताना छान फ्रेश होतीस! नेहमीसारखीच... हसरी आणि उत्साही!

– आता तुला तुझी दिशा सापडली आहे. त्या दिशेने चालण्याचा आत्मविश्वास तुझा तू कमावला आहेस.

– पण अजूनही (सुदैवाने) तुला तुझ्या 'दिसण्याची' फारशी फिकीर नाही. बहिणींच्या खचाखच भरलेल्या कपाटांमधली हाताला लागेल ती जीन्स आणि सापडेल तो टॉप अंगावर चढवला की तुझं भागू शकतं. कसल्यातरी विचित्र हव्यासामागे सतत धावणाऱ्या आणि त्यामुळे सतत अस्वस्थ असणाऱ्या तुझ्या पिढीतल्या मुलामुलींपेक्षा तू मुळातच खूप वेगळी आहेस. अमक्याच 'लेबल'चे कपडे, तमक्याच (सर्वोच्च महागड्या) ब्रँडचे शूज आणि शहरातल्या सर्वात श्रीमंती पबमध्ये रात्री घालवणं, याला तू 'तारूण्य' मानत नाहीस... यु डोन्ट केअर अ हुट अबाऊट बिईंग 'इन'! आपली लाईफस्टाईल सर्वात महागडी, सर्वात फॅशनेबल आणि सर्वात 'ट्रेन्डी' असावी म्हणून हरक्षणी धडपडणाऱ्या मुलींमध्ये 'आपण नाही', हे तुला पक्कं ठाऊक आहे... या असल्या गोष्टींकडे ढुंकूनही न पाहाण्याचा अलिप्तपणा तुला साधला आहे.

बासरी वाजवत किंवा सत्यजित रेंच्या 'पाथेर पांचाली'चा साऊण्डट्रॅक ऐकत तू तासन्तास मजेत एकटी बसू शकतेस. तुझ्या अगदी आतल्या गोटातल्या मित्रमैत्रिणींचा एक छोटासा ग्रुपही तुझ्यासारखाच आहे. ठरलेल्या चौकटीतलं मौजमस्तीचं 'हाय लाईफ' तुम्हा कुणालाच मोह घालू शकत नाही. त्या अर्थाने तुम्ही 'मुक्त' आहात. स्व-तंत्र आणि सुटेसुटे!

तुला शॉपिंगचा मोह नाही. भारंभार वस्तू जमवण्याचा हव्यास नाही. सर्वसंगपरित्याग केलेल्या साधुसारख्या तुझ्या गरजा अगदी कमीत कमी असतात. जे मिळेल त्यात तू मनापासून खूष राहू शकतेस. तुझा हा साधेपणा कधीकधी मला बुचकळ्यात पाडतो. वाटतं, कुठल्या जगात राहाते ही मुलगी?

– तू तुझं जग शोधून काढलं आहेस; पण तरीही सगळ्या भावंडांमध्ये तुझ्याइतकं प्रेमळ आणि सहनशील दुसरं कुणी नाही. लहान मुलं आणि आजी-आजोबांशी तू अत्यंत प्रेमाने, ममतेने वागतेस. गोरगरीबांविषयी तुझ्या मनात विलक्षण कणव आहे. त्यांच्यासाठी आपण काहीतरी करावं असं तुला मनापासून वाटतं.

– आजच्या स्वार्थी, सुखोपभोगाने आंधळ्या झालेल्या अप्पलपोट्या जगात तू खूप वेगळी आहेस राधिका, तशीच राहा...

तुझी,
ममी

....

मुंबई,
सप्टेंबर '९९

प्रिय राणा,

तुझी कुठली गोष्ट मला सगळ्यात जास्त आवडते, ठाऊकेय?

– युवर सेल्फसफिशियन्सी!

स्वावलंबन... स्वयंपूर्णता!

तू अगदी लहान होतास, तेव्हापासूनच तुला ताठ मानेने जगायला आवडायचं. तू कधी कसली उधळमाधळ केली नाहीस. अगदी घरातसुद्धा कशाहीसाठी कुणापुढेही हात पसरले नाहीस. दिल्लीमध्ये भर रस्त्यावर संजीव नंदा या तरूण कोट्यधीशाच्या गाडीखाली सात निरपराध माणसं चिरडून मेली होती, आठवतं?- त्यानंतर आपल्या घरात केवढी चर्चा झाली होती. दारूच्या धुंदीत बेदरकारपणे गाडी चालवणाऱ्या श्रीमंत राजपुत्रांबद्दल मला किती तिटकारा वाटतो आणि असल्या घटनांनी माझ्या कपाळावरची शीर कशी उडते हे तुला चांगलं ठाऊक आहे.

... संजीव नंदाबद्दल आपण बोलत होतो, तेव्हा खरंतर माझ्याही नकळत मी सुटकेचा श्वास टाकला.

का?

कारण, त्या दिवशी बी. एम. डब्ल्यू कारच्या ड्रायव्हींग व्हिलमागे संजीवच्या ऐवजी कदाचित तूही असू शकला असतास.

– थँक गॉड!

– पण 'तिथे' तू नव्हतास; कारण तुझ्या बाबतीत बापाचे पैसे उधळीत जीवंत माणसांना चिरडणारी अशी बेदरकारी खरंच संभवत नाही.

– डॅडींच्या नकळत त्यांची कार घेऊन लाँग ड्राईव्हला जाणं, हे तुझ्या स्वभावात नाही. तुला पटणारं नाही.

खरंतर मित्रांवर 'इम्प्रेशन' टाकायला (त्यासाठीच तर सगळा आटापिटा असतो ना?) डॅडींची एखादी कार पळवणं, आणि बोटांभोवती किल्ल्या फिरवत भाव मारणं तुला फारसं अवघड नव्हतं.

– पण तू कधीही असा वागला नाहीस.

अगदी अर्ध्या वयातला 'टीनएजर' असतानासुद्धा अशा हट्टी बेदरकारपणाचं आणि बेमुर्वत 'एन्जॉयमेन्ट'चं आकर्षण तुला वाटलं नाही.

स्वत:चे पैसे कमवायला लागल्यापासून तू कधीही माझ्याकडे किंवा डॅडींकडे पैसे मागितले नाहीस.

तुझी कमाई अशी कितीशी असणार? पण त्या थोड्याथोडक्या पैशातून स्वत:ची सगळी बिलं चुकती करण्याचा आटापिटा तू अत्यंत अभिमानाने करायचास.

– यु टुक प्राईड इन पेईंग युवर ओन बिल्स; ॲण्ड दॅटस् हाऊ इट हॅज रिमेन्ड!

– आजही तू तसाच आहेस.

स्वावलंबी! स्वयंपूर्ण!!

माझ्या मैत्रिणी विचारतात, 'पण म्हणून काय झालं? निदान वरखर्चाला सुद्धा तू पैसे नाहीस देत त्याला?'

- मी चक्क 'नाही' म्हणते; तेव्हा हे काहीतरी विचित्र चालल्यासारख्या नजरेने त्या माझ्याकडे बघतात.

त्यांना वाटतं, हे काहीतरी भलतंच आहे.

- इज दॅट सो?

आय डोन्ट थिंक!

उलट तू तर खूषच असतोस.

तू सुरूवात केलीस, तेव्हा तुझी कमाई खरंच जेमतेम होती. आज तुझा खिसा जरा बऱ्यापैकी अवस्थेत असला, तरी ती रक्कम फार प्रचंड वगैरे अजिबात नाही. तरीही तू तुझ्या पायावर उभा राहू शकतोस; कारण तुझ्या गरजा फारच कमी आहेत... इतर मुलांच्या तुलनेत तर फारच!

तू अतिशय काटकसरी आहेस, दरवेळी हात राखून खर्च करतोस; म्हणून तुझी भावंडं तुला पिडत असतात... तू हसून ते चेष्टेवारी नेतोस.

– पण तुझा स्वभाव बदलत नाही.

खर्च करताना विचार करावा, आणि स्वत:ला खूष करणाऱ्या मोजक्या मौजमजेसाठी नीट प्लॅनिंग करून पैसे साठवावे, असं तुझं धोरण आहे. बँकेच्या अकाऊन्टमधल्या जमाखर्चावर तुझं बारीक लक्ष असतं.

महिना अखेरीस अगदीच खडखडाट झाला; तर कधीकधी तू माझ्याकडून, डॅडींकडून पैसे घेतोस; पण घेतलेलं 'कर्ज' पुढच्या महिन्यात आठवणीने फेडायला विसरत नाहीस.

– आय थिंक दॅटस् गुड ट्रेनिंग!

पैशांपेक्षाही त्यामागच्या तुझ्या भावनेची किंमत माझ्या दृष्टीने फार मोठी आहे.

किती मुलं इतक्या कटाक्षाने पैशांचे व्यवहार करीत असतील?

आपण चैनचंगळ करावी, सगळे लाड पुरवून घ्यावेत, मजेत जगावं; बिलं भरायला आईवडील आहेतच असं गृहितच धरून चालण्याची रीत आहे.

ओळखीच्या कितीतरी कुटुंबामध्ये दिवसरात्र अशा पैशाच्या नद्या वाहाताना मी रोज पाहाते. वारेमाप खर्च करून गलेलठ्ठ बिलं बापाच्या गळ्यात बांधणाऱ्या मुलांना कधी कुणी हटकत नाही. कुठलंही 'लिमिट' नसलेली क्रेडिट कार्डं वापरणाऱ्या मुलींना कुणी खर्चाचा जाब विचारत नाही. अनेक कुटुंबांमध्ये तरूण मुलांच्या दिमतीला 'शोफर ड्रिव्हन कार्स'चा ताफा सज्ज असतो... मन चाहेल त्या देश-परदेशातल्या शॉपिंग मॉल्समध्ये भटकून वाट्टेल तेवढी खरेदी करण्याची मुभा अर्ध्या वयातल्या मुलांना बिनदिक्कत दिली जाते. कशासाठी किती पैसे खर्च केले आणि मुख्य म्हणजे 'का केले?' हे कधीही मुलांना विचारलं जात नाही.

– आपल्या घरात अशी मूर्ख प्रथा नाही.

ॲण्ड थँक गॉड,

त्यावरून तुम्ही मुलं माझं डोकं खात नाही.

तुला पैशाची किंमत कळते, आणि त्या संदर्भात तू अतिशय जबाबदारीने वागतोस. बाकी अनेक गोष्टीत तू घोळ घातले असशील, नीट विचार न करता वेड्यासारखा वागला असशील, त्यावरून आपल्यात वादही झाले असतील;

बट व्हेन इट कम्स टु थिंग्ज, दॅट मॅटर;

मला कधीही तुझी काळजी करावी लागली नाही.

– कधीकधी तू वैतागतोस आणि माझ्या 'जुनाट, बुरसटलेल्या' विचारांची टिंगल मारतोस. गेल्या आठवड्यात म्हणालास,

'आता कळलं, तू अशी का आहेस ते!'

खरंच?

– सुटले बाबा!

आता पुढच्या वेळी रिकाम्या खोल्यांमध्ये एअर कंडीशनर तसाच सुरू ठेवून बाहेर निघून गेल्याबद्दल मी तुझी कानउघडणी करीन, किंवा वैयक्तिक बाबतीत तू फार चिक्कूपणा करतोस म्हणून तुला टोचत राहीन; तेव्हा गोंधळलेल्या, वैतागलेल्या, विचित्र नजरेने माझ्याकडे बघू नकोस.

– कारण मी अशी का वागते हे तुला चांगलं ठाऊकेय... राईट?

यु नो, व्हेअर आय ॲम 'कमिंग फ्रॉम'; आय होप, यु ऑल्सो नो व्हेअर

आय ॲम 'गोईंग'.

इट दॅट अ डील?

तुझी,
मम्मी

....

अलिबाग,
सप्टेंबर '९९

प्रिय आदित्य,

संध्याकाळची उन्हं उतरून आता बराच वेळ झालाय. मी अलिबागच्या फार्महाऊसवर अंगणातल्या गोल लोखंडी टेबलाशी बसलेय. ही जागा... आणि (माझ्या आवडत्या) चोरबाजारातल्या एका टिनपाट दुकानातून आपण दोघांनी मिळून निवडून आणलेलं हे रॉट आयर्नचं देखणं, छोटेखानी टेबल... या दोन्ही गोष्टींवर माझ्याइतकाच तुझाही जीव आहे. या टेबलाभोवती बसून आपण कित्तीदा गप्पा मारल्या... थंड गारव्याची शिरशिरी अनुभवत चांदण्या रात्री भरपेट जेवलो... असे किती क्षण! आपले सगळ्यांचे!!

आत्ता माझ्या आजुबाजुला कुणी नाही. इथल्या हव्याहव्याशा थंडगार शांततेत मी एकटीच बसलेय; पण डोळे बंद केले तरी तुम्ही सगळे मला दिसता आहात. पलीकडल्या गुजराथी झुल्यावर बसून झोके घेणारी आनंदिता... रोजच्या व्यायामाला बुट्टी मारली; त्याची भरपाई म्हणून सायकल घेऊन अख्ख्या फार्मभोवती वीस फेऱ्या घालताना घामाघुम होऊन गेलेली अवंतिका... रंगीबेरंगी पंखांच्या मोठ्ठ्या, तुडतुडीत फुलपाखरांकडे नजर लावून तासन्‌तास तळ्याकाठी बसलेली राधिका... अंजिराच्या झाडाखालच्या सावलीत टेबलटेनिसचा सरंजाम मांडून आरडाओरडा करत खेळणारा राणा आणि अरूंधती... इथे माझ्याशेजारच्या खुर्चीत हातपाय पसरून, 'फॉर्च्युन' मासिकात डोकं खुपसून आरामात बसलेला तू!

... आणि मी!

डोक्यातल्या विचारांनी कातावलेली, 'अमक्याला' दिलेली 'तमक्या' लेखाची डेडलाईन चुकणार म्हणून स्वत:वरच वैतागलेली! माझ्या भुवईभोवती पसरणाऱ्या आठ्यांच्या जाळ्यावरून कित्तीदा टिंगल झाली, तरी तुम्हा मुलांच्या टवाळ्यांकडे अजिबात लक्ष न देता रक्त शोषणाऱ्या कामाने थकलेली!

गेल्या काही दिवसांपासून 'फॉर्चून' मासिक वाचता वाचता स्वत:चं 'फॉर्च्युन' घडवण्याची स्वप्नं बघणारा तुझा चेहरा सतत माझ्या नजरेसमोर आहे.

डु यु नो व्हाय?

कारण, उंबरठ्यावर उभ्या असलेल्या तुझ्या आयुष्यातली उत्सुकता आणि होऊ घातलेल्या बदलांना सामोरं जाण्यासाठी तुझ्याही नकळत तू करतोयस ती तयारी मला 'दिसते' आहे. सुरुवातीला अडथळे येतील, धक्के बसतील, पण त्यातूनही तुला तुझा रस्ता सापडेल, असा विश्वासही मला 'आतून' वाटतो आहे.

यावर्षीच्या तुझ्या वाढदिवसाला मी भारतात नव्हते. अचानक अमेरिकेला जायचं ठरलं, तेव्हा तूच दिलदारपणे म्हणालास, 'इट्स ओ के, मॉम! गो अहेड! टेक दॅट ट्रीप टु न्यूयॉर्क! अशी संधी पुन्हापुन्हा थोडीच येते?'

तुझ्या मित्रमैत्रिणींनी तुझ्याकरता 'पुलसाईड पार्टी' अॅरेंज केली होती; तिथे मी सोडून बाकी सगळे होते. नेहमीप्रमाणे तुझ्या वाढदिवसाची 'गिफ्ट' ही तू स्वत:च निवडलीस... ('प्लीज मॉमऽऽ, नो सरप्राईजेस, ओ के? जस्ट लेट मी चूझ माय ओन प्रेझेन्ट, प्लीजऽऽऽ')

लहानपणापासून तू इतका अति-चोखंदळ; की तुला खूष करणं जवळ जवळ मुश्कीलच! एवढासा होतास, तेव्हापासून सांगायचास, 'मला 'तीच' वस्तू हवी... नाहीतर काहीच नको.' - 'ती' वस्तू मिळणार नसेल; तर तू कधी धिंगाणा घातला नाहीस; पण 'त्या ऐवजी' दुसरं काही कधी घेतलंही नाहीस.

तुझ्या वाढदिवसाच्या सकाळी मंदामावशीच्या मॅनहटनमधल्या घरून तुला फोन केला; तर तू उत्साहाने, आनंदाने उसळत होतास. आपल्या वाढदिवसाला ममा घरी नाही, म्हणून थोडाही विषाद, नाराजी तुझ्या आवाजात नव्हती.

त्याच्या काही महिने आधीच आपल्या दोघांमध्ये कडाक्याचा वाद झाला होता; आणि तोही ब्रीच कॅण्डी हॉस्पिटलच्या पार्कींग एरियात... आठवतं?

अशोक मामा ब्रीच कॅण्डीमध्ये अॅडमिट होता. त्याच्या तब्येतीची चौकशी करायला म्हणून आपण दोघे तिथे गेलो होतो. खाली जाऊन चहा घ्यावा म्हणून मी निघाले, तर तूही माझ्याबरोबर आलास. थर्माकोलच्या ग्लासमध्ये ओतून दिलेला तो कोमट चहा पितापिता अचानक काय झालं कोण जाणे, पण आपल्या साध्या गप्पांचा रंग एकाएकी बदलला आणि काही कळायच्या आत वाद-प्रतिवाद सुरू झाले... बघता बघता वातावरण तापलं. विषय होता तुझ्या नोकरीचा. तू त्या नोकरीला विटला होतास. पुढे काहीच चान्स नसेल तर कशाला उगीच लटकून राहयचं? त्यापेक्षा सरळ राजीनामा द्यावा, असं तुझं म्हणणं होतं. मी म्हणत होते, उगीच उतावीळपणा करू नकोस.

तुला ती नोकरी सोडायचीच होती.

या निर्णयाला माझा ठाम विरोध होता.

शेवटी तू वैतागून म्हणालास, 'तुला काही समजत नाही. उगीच माझं डोकं पिकवू नकोस.'

– माझा तोल सुटला. रागाच्या भरात मीही आवाज चढवून 'तुझा मूर्खपणा' सिद्ध करत राहिले.

चहा-सॅण्डविचच्या हातगाडीवरचा तो पोरगा गोंधळून, घाबरून आपल्याकडे पाहात होता. एकाएकी भांडण कसं पेटलं, हे त्याला समजेना.

जवळ जवळ वीस-पंचवीस मिनिटं आपल्यातलं हे युद्ध सुरू होतं. दोघेही एकमेकांच्या अंगावर ओरडत होतो. तुझ्या नोकरीतले त्रास मला माहीत होते. कुठल्यातरी खेड्यापाड्यात जाऊन करावे लागणारे दौरे... तिथली घाणेरडी, कोंदट हॉटेलं... खडखडणाऱ्या ऑटो रिक्षांमधला भयंकर प्रवास... धर्मशाळेत उतरल्यासारख्या वातावरणात बाकीच्या सहकाऱ्यांबरोबर कुठल्यातरी गेस्ट हाऊसमध्ये करावा लागणारा मुक्काम... पण या सगळ्याचं तू जरा जास्तच भांडवल करतोयस. कारण श्रीमंती ऐषोआरामात वाढल्यामुळे तू फार लाडावलायस, असा माझा थेट आरोप होता.

तुझं म्हणणं, मी जरा अतीच करतेय!

– हे सगळं खूपवेळ चाललं. अचानक तू असं काहीतरी म्हणालास की मी गप्पच बसले.

'तुला वाट्टेल ते कर. सोडायचा असेल जॉब, तर दे सोडून!'

– एवढं निर्वाणीचं बोलून मी युद्धविराम केला.

आपण पुन्हा वर हॉस्पिटलमध्ये गेलो, आणि अशोकमामाचा निरोप घेऊन घरी निघालो.

– पुढच्याच आठवड्यात तू नोकरी सोडलीस; आणि 'नोकरीच्या या बाजारात आपण पुन्हा उतरणार नाही', असं जाहीर करून टाकलंस. मला म्हणालास,

'ममा, मला माझ्या पायावर उभं राहू दे. आय वॉन्ट टु स्टार्ट समथिंग, दॅट आय कॅन कॉल माईन!'

– त्या दिवसापासून तू तुझी दिशा निवडलीस, आणि नव्या प्रवासाला सुरूवात केलीस.

– आज तुझ्या नजरेसमोर तुझ्या स्वत:च्या, स्वतंत्र साम्राज्याचं स्पष्ट स्वप्न आहे.

– एक उमेदीचा तरूण.

आणि भावी उद्योगपती (युवर सिक्रेट सेल्फ इमेज!)

रात्रंदिवस कष्ट करतोयस, आणि डोक्यात असंख्य कल्पनांचा कल्लोळ आहे.

– खूप दिवसांनी मी तुला इतका उत्साही, आनंदी पाहाते आहे. तुझ्याजवळ

स्वत:साठी वेळ आहे. गोल्फ खेळतोस; त्यातही तुला जास्त आनंद वाटतोय... तू अतिशय खूष आहेस स्वत:वर आणि भविष्याबद्दल कधी नव्हतास इतका आशावादी!

– कुठल्याही आईला हेच तर हवं असतं.

मुलांनी आनंदात राहावं, त्यांची तब्येत उत्तम असावी, आणि भवितव्य सुरक्षित! सुखकर!! – बस्स!

आपल्या बागेतल्या जांभळाच्या झाडावरच्या घुबडांच्या घरट्यातून पुन्हा खसफसाट ऐकू येतोय... नवी पिल्लं आलीयत ना!... आता त्या घरट्यात एकूण आठ जणं झाली. आई-बाबा... आणि सहा पिल्लं!

– वी आर अ फॅमिली ऑफ एट टू!

पण आपल्या घरट्यातल्या खसफसाटाचा आवाज दाराबाहेर जाऊ नये, हे बरं!

– जांभळाच्या झाडावरून येणारे आवाज शेजारच्या शेतकरी कुटुंबाला फार सतावतात ना अलीकडे; म्हणून म्हटलं...

तुझी,

ममा

....

मुंबई'

सप्टेंबर ९९

प्रिय वन्ती,

काल रात्री सहज माझ्या बेडरूमधले फोटोंचे अल्बम चाळत बसले होते. (ओह नोऽऽ नॉट अगेनऽऽऽ)

तुला अजिबात न आवडणारा तुझा 'तो' फोटो अचानक समोर आला, आणि मी थबकलेच.

तुझं म्हणणं, की तू फारच जाडी दिसतेस त्यात.

खरंच?

– मे बी!

की तुझ्या 'अकरावीच्या वर्षा'ची आठवण करून देणारा तो फोटो जखमेवरची खपली काढतो, म्हणून नाही आवडत तुला?

– कदाचित दोन्ही कारणं असावीत.

'अॅन्युअल स्पोर्टस् डे' च्या दिवशी तुझ्या जीवश्चकंठश्च मैत्रिणीने–सोहाने काढलेला तो फोटो.

त्यावर्षी तू 'कॅप्टन' होतीस आणि हेड गर्ल-हेड बॉयच्या बरोबरीने सगळ्या टीमचं नेतृत्व करीत विद्यार्थ्यांच्या संचलनात सर्वात पुढे चालत होतीस; आठवतं?

– खरंतर तो फोटो बघून जुन्या आठवणींनी तुला स्वत:चं कौतुक वाटलं पाहिजे, पण विद्यार्थी जीवनातल्या इतक्या अभिमानाच्या क्षणाच्या आठवणीने अजूनही तू हिरमुसली होतेस. दहावीत असताना भाग घेतलेल्या जवळजवळ सगळ्या खेळांमध्ये तू बक्षिसं पटकावली होतीस; आणि अकरावीत तर टीमची कॅप्टन म्हणून सगळ्यांचं लक्ष तुझ्याकडेच होतं.

– पण अकरावीच्या वर्षाने तुला फार त्रास दिला, हे खरं.

कितीतरी गोष्टींवरून घरात वादावादी झाली. तुझं म्हणणं कुणाला पटत नव्हतं आणि आम्ही काहीही सांगितलं, तरी ऐकून घ्यायला तू तयार नव्हतीस.

दहावीनंतर शाळेला रामराम ठोकून दुसऱ्या कॉलेजमध्ये प्रवेश घ्यायची तुझी इच्छा होती.

आम्ही म्हणत होतो, तुझी सगळी भावंडं बारावीपर्यंत शाळेच्याच ज्युनिअर कॉलेजमध्ये होती, तूही तेच कर.

– पण तुला तुझ्या इतर मित्रमैत्रिणींबरोबर परदेशी विद्यापिठांमध्ये शिकायला जायचं होतं. दहावीनंतर तुझ्या सर्कलमधले सगळेजण कुठेकुठे गेले.

– तू एकटी मागे उरलीस.

एकाकी, हिरमुसलेली.

हे एकाकीपण तुला सहन होत नव्हतं.

हळूहळू तुला कशातच रस वाटेनासा झाला. एरवी उत्साहाने ओथंबणारी तू शाळेतल्या कुठल्याही गोष्टीत भाग घेईनाशी झालीस.

– तुझा हा त्रागा मला समजत होता.

आतल्या आत तू कशी धुमसते आहेस, हे मला जाणवत होतं; कारण माझ्यावरही अकरावी बारावीच्या वर्षात हीच पाळी आली होती. माझ्या आयुष्यातला तो सगळ्यात वाईट काळ मी कसा सोसला, माझं मला ठाऊक! एकही गोष्ट मनासारखी घडत नव्हती. अभ्यासात मन लागत नव्हतं, प्रगतीपुस्तकांवर फक्त लाल रेघांची जाळीच होती; आणि ॲथलेटीक्समध्येही माझा 'परफॉर्मन्स' लाज वाटावी इतका वाईट होता.

तुझ्या बाबतीत त्याच वेळी नेमकं तेच घडतंय, हे जाणवलं आणि माझी काळजी जास्त वाढली.

तुझ्या शाळेतला तो 'स्पोर्टस् डे' मी अजून विसरले नाही.

मार्च-एप्रिलमधलं रणरणतं उन होतं. संचलन झाल्यावर अनेक जणांना

घेऱ्या आल्या. तूही घामाने थबथबली होतीस. स्टेडियममधल्या उन्हाच्या चटक्यांनी तुला अक्षरश: धाप लागली होती.

आम्ही स्टेडियमच्या स्टॅण्डमध्ये बसलो होतो. दुसऱ्या कॉलेजांमध्ये शिकणाऱ्या, परदेशातून 'व्हेकेशन' साठी परत आलेल्या तुझ्या काही 'तरूण' मित्रमैत्रिणी मला प्रेक्षकांमध्ये आजुबाजुला दिसत होत्या.

– आणि तू मात्र अजूनही 'युनिफॉर्म' घालणारी बारावीतली 'शाळकरी मुलगी' होतीस!

तुमचा संघ मैदानात उतरला. 'कॅप्टन' म्हणून संघाचा 'चार्ज' घेऊन प्रत्येकाला ज्याच्या-त्याच्या जागी उभं करताना तू मला दिसत होतीस. इतक्या लांबूनही तुझ्या 'बॉडी लॅंग्वेज' मधलं हिरमुसलं अवघडलेपण मी ओळखू शकले.

तुझ्या विजयाचे, यशाचे क्षण पकडण्यासाठी हातात कॅमेरा घेऊन मी सज्ज होते. तुझा सर्वात आवडता इव्हेन्ट-शंभर मिटरची रेस-लगेच सुरू होणार; तरी त्याचा तणाव तुझ्या चेहेऱ्यावर जाणवला नाही. मीही निर्धास्त झाले.

तुझं नाव पुकारल्यावर सर्वांकडून 'बेस्ट लक' घेत तू रनिंग ट्रॅकवर उतरलीस. पिस्तुलातून सुटणाऱ्या गोळीच्या तीक्ष्ण आवाजाकडे कान लावून सगळे स्पर्धक जय्यत तयारीत श्वास रोखून उभे होते.

... तेवढ्यात स्पर्धा सुरू झाली.

तुम्ही सगळे वाऱ्याच्या वेगाने, जीव तोडून धावत होतात. प्रेक्षकांमधून क्षणात 'चिअरिंग'चा जल्लोष उसळला... आरडाओरडा सुरू झाला. त्यात मीही होते.

... आणि अचानक दिसलं की अर्ध्या ट्रॅकवर तू मागे पडतेय... क्षणाक्षणांनी इतर स्पर्धकांमधलं अंतर वाढत होतं... बघता बघता तुला मागे सारून बाकी सारे पुढे गेले... आणि तुझे शंभर मिटर पूर्ण होण्यापूर्वीच रेस संपली.

जिंकलेल्या विद्यार्थ्यांच्या जल्लोषाकडे न पाहाता, तू त्याच पावली ट्रॅकवरून बाहेर पडलीस.

चेहरा उतरला होता, दातांखाली रक्त येईतो दाबलेले ओठ मुडपले होते... पण तुझ्या डोळ्यातलं हसू मंदावलं नव्हतं. तुझ्या त्या नजरेत दिलासा शोधत मी तुला जवळ घेतलं. पाठीवरून हात फिरवत म्हणाले,

'इट्स ओ के वन्ती, यु डीड युवर बेस्ट!'

– तुझ्या मैत्रिणीही तुझ्याभोवती जमल्या. प्रत्येक जण हेच सांगत होता, 'जाऊ दे गं! तू प्रयत्न तर केलेस ना?'

तू हसण्याचा प्रयत्न करत होतीस,

पण केविलवाणा.

ट्रॅकवरचा पराभव तुझ्या जिव्हारी लागलाय, हे तू माझ्यापासून लपवू शकली नाहीस.

एव्हाना बराच उशीर झाला होता. आनंदिता आणि अरूंधतीला घरी सोडायला हवं, म्हणून मी निघाले.

तूही माझ्यामागोमाग गाडीपर्यंत आलीस.

... आणि अचानक माझ्या मिठीत कोसळलीस.

इतका वेळ आवरून ठेवलेला बांध फुटला होता. आता अश्रूंना रोखणं अशक्य आणि तोंडदेखल्या शब्दांनी तुझी समजूत घालणं व्यर्थ!

हुंदके देऊन देऊन लहान मुलीसारखी तू रडत होतीस.

काही न बोलता मी तुला घट्ट जवळ घेतलं. माझ्या कुशीत शिरून तुझ्या पराभवाचा, मानहीनाचा तो क्षण पुन्हा जीवंत व्हावा; अशी तू रडत होतीस.

मीही माझे अश्रू आवरू शकले नाही.

तुझी समजूत घालण्यापलीकडे माझ्या हातात काही नव्हतं.

काही वेळाने तू स्वत:ला सावरलंस. डोळे पुसलेस.

दूरवरून तुझ्या दिशेने धावत येणाऱ्या मैत्रिणी तुला दिसल्या असाव्यात.

त्यांनी आपल्याभोवती गराडा घातला. आपण दोघीही त्यांच्याशी हसून बोललो. दोघींचेही चेहरे उतरले होते, रडून रडून डोळे सुजले होते. पण तुझ्या मैत्रिणी शहाण्या. त्यांनी आपल्याला काही विचारलं नाही.

– उन्मळून टाकणारा असा पराभवाचा क्षण तुझ्याच वयात असताना मीही सोसला होता.

पुन्हा मला ते दिवस आठवले.

'त्या' वर्षातल्या प्रत्येक दिवसाने माझा छळ मांडला होता. त्याच वर्षातल्या 'स्पोर्टस् डे'ला मी ट्रॅकवर उतरले, तेव्हा मी जे करतेय त्यात माझं मन नव्हतं. भाग घेतला म्हणून अक्षरश: नाईलाजाने मी त्यावर्षीच्या 'हंड्रेड मिटर्स' मध्ये धावले... आणि आयुष्यात पहिल्यांदाच हरले.

मैदानातला तो शेवटचा दिवस.

त्यानंतर पुन्हा कधीही मी ट्रॅकवर उतरले नाही.

... पण 'त्या' दिवशी माझ्या पराभवाचं दु:ख हलकं करायला माझ्याबरोबर कुणीही नव्हतं.

आई... नव्हतीच.

एवढंच आठवतं, की तो एकाकी क्षण मी एकटीने सोसला. 'सगळं संपलं' असं वाटत होतं.

मान खाली घालून मी ट्रॅकवरून बाहेर पडले. आता पुन्हा कधीही आपण

इथे परतणार नाही, हे 'आतून' जाणवत होतं.

... शेवटच्या पराभवाचं शल्य आयुष्यभरासाठी देऊन माझ्या आयुष्यातलं एक सुंदर, सोनेरी पर्व संपलं, ते संपलंच!

– नंतर कधीही मी शंभर मिटर्सच्या ट्रॅकवर धावले नाही.

... पण बघता बघता नवी दारं उघडली,

नव्या दिशा खुल्या झाल्या;

आणि मी पुन्हा माझं नवं आयुष्य नव्या उत्साहाने जगायला लागले.

हे असंच असतं, वन्ती! धीस इज लाईफ!

येणारी प्रत्येक नवी संधी, आपल्यामधल्या एखाद्या नव्याच कौशल्याची जाणीव आपल्याला नव्याने करून देते.

– तूही पुन्हा मागे वळून पाहिलं नाहीस. तुझ्याजवळ वेळच नव्हता तेवढा.

नवी आव्हानं, नव्या दिशा शोधण्यात तू गुंतून गेलीस.

'त्या' पराभवाने मला आयुष्यातला महत्त्वाचा धडा शिकवला होता.

– तोच तूही शिकलीस!

देअर इज ॲन ऑफुल वर्ड कॉल्ड 'ओव्हर एस्टीमेशन!'

– अवास्तव अपेक्षा!

अख्ख्या आयुष्यात पावलोपावली 'शंभर मिटर'चे ट्रॅक्स लावलेले असतात.

सगळी शक्ती पणाला लावून दरवेळी धावणं भाग असतं.

चुकून जरी पापणी लवली, वेग कमी झाला, स्वत:वरला ताबा सुटला की क्षणार्धात तुम्ही मागे पडता; आणि शर्यतीतून बाहेर फेकले जाता.

... अशावेळी स्वत:च स्वत:ला उमेद देऊ शकणारा, पराभवाचं शल्य झटकून नव्या उत्साहाने धावायला तयार असणारा माणूसच पुन्हा त्या ट्रॅकमध्ये घुसू शकतो,

... आणि धावता धावता इतरांना मागे टाकत जिंकूही शकतो.

बट आय थिंक, यु ऑलरेडी नो दॅट!

तुझी,

ममा

....

मुंबई,

मार्च, ९९

प्रिय अरूंधती,

उद्या तुझा केमिस्ट्रीचा पेपर आहे, आणि तू नेहमीसारखी टेन्शनमध्येही

आहेस. खाण्याजेवण्यात लक्ष नाही, रात्ररात्र झोप नाही, डोळे जागरणाने ओढलेले आणि चेहरा हिरमुसलेला. सारखी खोकतेयस आणि अंगभर रॅश उठलाय. मी असहाय्य हतबलतेने तुझ्याकडे नुसती पाहाते आहे; बाकी हातात तरी काय असणार माझ्या?

परीक्षेचं एवढं टेन्शन घेऊन रात्रंदिवस अभ्यासाची ओझी वाहाणारी आपल्या घरात तूच एकटी. अजून केमिस्ट्रीचा अभ्यास व्हायचाय, आणि तुला दोन दिवसांनंतरच्या गणिताच्या पेपरचंही आत्ताच टेन्शन आलंय.

'मी छोट्या छोट्या चुका करते ममा... स्मॉल, सिली मिस्टेक्स! आणि मग मार्क जातात माझे'– काल सकाळी ओक्साबोक्शी रडत तू मला सांगत होतीस. तुला जवळ घेऊन मी म्हटलं,

'इट्स ऑल राईट टु मेक मिस्टेक्स, अरूंधती. सगळ्यांच्याच हातून चुका होतात. शांतपणाने पेपर लिही. कॉन्सन्ट्रेशन महत्त्वाचं!'

तू वैतागून म्हणालीस, 'इतकं टेन्शन आलेलं असताना कसं होणार माझं कॉन्सन्ट्रेशन? एवढं सोपं असतं का ते?'

'एवढं कसलं टेन्शन येतं?'

'आय वॉन्ट टु डु वेल. व्हेरी वेल!' – तू डोळे पुसत म्हणालीस.

'चांगले मार्कस् मिळवायचेत ना, मग असं टेन्शन घेऊन कसं चालेल? यु हॅव टु टेल युवरसेल्फ, नॉट टु गेट नर्व्हस. पेपर हातात आला की दोन मिनिटं शांत बसायचं. मनातल्या मनात प्रार्थना म्हणायची आणि मग लिहायला सुरूवात करायची. असं करून बघ बरं...'

'हे सगळं मी करते ममा. पण तरीही चुका होतातच ना?'– तू अगदी रडकुंडीला आली होतीस.

तुला कसं समजवावं, मला कळेना.

तुझ्या इवल्याशा कपाळावरचं प्रौढ आठ्यांचं जाळं बघून माझ्या काळजात तुटत होतं.

मी तुला काय काय सुचवून पाहिलं.

तासभर सगळी वह्यापुस्तकं बाजूला ठेव... गाणी ऐक... मैत्रिणींशी गप्पा मार... खाली जाऊन बागेत एखादी चक्कर मारून ये... बाल्कनीतून बाहेरचा समुद्र पाहा... थोडावेळ टुट्सशी खेळ...

– पण कशाचाही काही उपयोग झाला नाही.

अभ्यासाच्या टेबलाशी बसून जाडजूड वह्या-पुस्तकांच्या ढिगात तुला बुडालेली पाहाते; तेव्हा जगभरातल्या विद्यार्थ्यांची मला कीव येते.

बालपणातल्या सगळ्या आनंदावर काजळी धरल्यासारखा चिकटणारा हा

कसला अभ्यास? ज्ञान मिळवण्याचा, नवीन गोष्टी शिकण्याचा हा कुठला मार्ग?

– घोकंपट्टीच्या रगाड्यात मुलांना चिरडून टाकणारा हा भयानक अभ्यास म्हणजे छळ आहे अक्षरशः!

भयंकर छळ.

आराम करायला वेळ नाही, अगदी हसायला, खेळा-नाचायला आणि जेवायलासुद्धा सवड नाही... हे कसलं लहानपण?

'तासन्तास अभ्यास एके अभ्यास करीत बसलेली अरूंधती', हे मला सगळ्यात त्रास देणारं दृश्य आहे. असंख्य पेपर्स, फायली, नकाशे आणि पुस्तकं समोर मांडून एकदा तू अभ्यासाला बसलीस; की वर बघत नाहीस; हसतसुद्धा नाहीस... वेळ मिळाला तर आंघोळ, भुकेने फारच कलकललं तर जेवण!

अभ्यासाचा हा असला अमानुष ताण...

कशासाठी?

– तर दोन-चार टक्के जास्त मिळावेत म्हणून!

हे सगळंच फार विचित्र आहे.

एवढं करून शिवाय 'एक्स्ट्रा क्लास' असतात ते वेगळेच! काल रात्री दहा वाजता तू घरी आलीस. अख्खी सकाळ परीक्षेचा पेपर देण्यात गेलेली... दुपारी घरी आल्या आल्या पुन्हा पुढल्या पेपरचा अभ्यास... जागरणाने ओढलेले डोळे लाल झालेले, अंगात ताप; तरीही तू पुस्तकातून मान वर करायला तयार नव्हतीस. पुन्हा संध्याकाळी म्हणालीस, 'मला एक्स्ट्रा क्लासला जायचंय. आमच्या स्टडी ग्रुपची सगळी मुलं येणारेत.'

– मी थक्क झाले.

म्हटलं, अंगात ताप आहे तुझ्या; जाऊ नकोस!

तर तू त्रासून मला विचारलंस, 'न जाऊन कसं चालेल? मी नापास झाले तर? आय हॅव टु गो.'

– माझ्या विनवण्यांकडे लक्ष न देता शेवटी तू त्या एक्स्ट्रा क्लासला गेलीसच.

– तू घरी आलीस, तेव्हा तुझी वाट बघून बघून आम्ही सगळे जेवायला बसलो होतो.

तुझ्या एकूण अवताराकडे मला बघवेना. चेहरा ओढलेला, खांदे पडलेले, पाठीला पोक आणि सुजलेले डोळे. तू दमली होतीस. भुकेने कळवळली होतीस... पण जेवण्यात वेळ फुकट घालवण्यापेक्षा लगेच पुस्तक उघडून अभ्यासाला बसणं तुला जास्त महत्त्वाचं वाटत होतं... मी थक्क होऊन तुझ्याकडे

पाहात राहिले.

केवढ्या लहान वयात किती अमानुष छळ!

मी तुझ्याएवढी असताना माझी वार्षिक परीक्षा चालू झालीय हे माझ्या आईला कळतसुद्धा नसे. एवढंच कशाला? - आपली लेक नेमकी कितव्या यत्तेत शिकते हे सांगायची वेळ आली असती; तर तिला आणि बाबांना डोकं खाजवून जरा विचारच करावा लागला असता. चांगलं वागा, मग लावून अभ्यास करा आणि परीक्षेचे पेपर नीट शांत डोक्याने लिहा; एवढीच आमच्याकडून अपेक्षा असे. शाळेव्यतिरिक्त आणखी एखाद्या कोचिंग क्लासमध्ये मुलांना कोंबणं, ही आयडीया तेव्हाच्या आई-बाबांना आणि शिक्षकांना सापडली नव्हती. दहावीत जाताना मी भौतिकशास्त्र आणि गणितात फारच दिवे पाजळले होते; त्यामुळे वैतागलेल्या बाबांनी त्यांच्याच ऑफिसातल्या एका क्लार्कवर 'माझा अभ्यास घेण्याची' जबाबदारी सोपवली होती आणि त्या कर्मकठीण कामाबद्दल बाबांच्या त्या क्लार्कला थोडेसे पैसेही मिळत; एवढं फक्त आठवतं.

अभ्यासाचं टेन्शन मला जन्मात कधी आलं नाही. खरं सांगायचं, तर अभ्यास हा माझ्यासाठी 'जीवन-मरणाचा विषय' कधीच नव्हता.

– पण तुझ्याकडे पाहाताना लक्षात येतं, की तू तुझ्या अभ्यासाच्या बाबतीत भलतीच सिरीयस आहेस. अभ्यासाकडे दुर्लक्ष करून मौजमजा, टंगळमंगळ करणं आपल्याला परवडणार नाही हे आजकाल किती लहान वयात समजतं तुम्हा मुलांना?

– मी असलं काहीतरी बोलायला लागले, की तू वैतागतेस. परवा म्हणालीस, 'मदर, डु यु हॅव एनी आयडिया हाऊ डिफिकल्ट इट इज?'

– येस डार्लिंग! आय डू.

म्हणूनच तर मला काळजी वाटते.

काय वाट्टेल ते झालं तरी जीवघेण्या स्पर्धेत उतरण्यावाचून आणि उर फुटेस्तो धावून यशस्वी होण्यावाचून तुमच्या पिढीला पर्याय नाही. स्पर्धेचं हे जोखड घेऊन धावणारे तुमचे कोवळे खांदे रक्ताळतात, तरी धावत... धावतच राहावं लागतं.

आणि हे सगळं कशासाठी?

आई-वडिलांच्या अपेक्षा तर असतातच, पण त्याहीपेक्षा महत्त्वाचं म्हणजे बरोबरीच्या मुलांना मागे टाकून त्यांच्या पुढे जाण्याचं टेन्शन तुम्ही स्वत:चं स्वत:च निर्माण करता. जो मागे पडेल, हरेल तो टाकावू! त्याला जो तो चिडवणार... त्याची खिल्ली उडवणार! आणि इतरांपेक्षा मागे पडणं, हरणं यापेक्षा मोठा अपमान कुठला?

– तुम्ही सगळी मुलं याच विचित्र चक्रात गरगरत फिरता आहात. प्रत्येकाचा चेहरा ओढलेला... तणावग्रस्त! लहान मुलांना शोभेसं मनमोकळं हसू खळखळून हसताना कुणी दिसतच नाही आजकाल.

तुम्ही मुली वर्षभर तर अशा असताच; पण अगदी सुट्टीतसुद्धा तुम्हाला मज्जा करता येत नाही... वाटेल तसं हुंदडता येत नाही... अख्खी दुपार लोळून काढण्याची चैन करता येत नाही.

का?

तर सुट्टी संपल्यावर शाळा सुरू होणार आणि त्यानंतर टर्म एक्झाम असणार, त्यावेळचे पेपर आपण कसे सोडवणार याचं टेन्शन!

यावर्षीच्या उन्हाळ्याच्या सुट्टीत आपण फिरायला गेलो, तर तुझ्याबरोबर अभ्यासाच्या वह्या-पुस्तकांची ही थोरली बॅग! त्या सुट्टीत आम्ही सगळ्यांनी इतकी धमाल केली; पण तुझं मन कशातही लागत नव्हतं. कारण काय?- तर होमवर्क. नुसतीच मजा केली तर होमवर्क केव्हा करणार?

– 'थोडी तरी मजा कर... जरा रिलॅक्स हो... सिनेमे बघ... भटकायला जा' म्हणून तुझ्यामागे मी भुणभुण लावली की तू वैतागून म्हणतेस,

'अशी कशी गं तू ममा? बाकीच्या मुलांच्या आया बघ; त्यांनी अभ्यास केला तर किती खुष असतात! मी एवढा अभ्यास करते, तर तू रागावतेस काय?'

इन दॅट केस, आय ॲम डिफरंट!

कारण ज्ञान मिळवणं, शहाणं होणं आणि तहानभूक विसरून निरर्थक घोकंपट्टी करणं यात प्रचंड फरक आहे असं मला वाटतं.

वर्गात तू नक्की काय शिकतेस, आणि खरोखरच ते किती 'रिलेव्हन्ट' असतं; कोण जाणे? - खरंतर ठाऊकच नाही.

'प्रोजेक्ट' नावाच्या महाप्रचंड पसाऱ्यात अनेकदा तू गळ्यापर्यंत बुडालेली असतेस, हे मात्र मला ठाऊक आहे. काम इतकं जास्त आणि वेळ इतका कमी, की जीवतोड करून तू जे काही संदर्भ शोधतेस; माहिती जमवतेस; त्यातलं खरंच कितीसं तुझ्या लक्षात राहात असेल?

– तर शून्य!

म्हणजे त्या 'प्रोजेक्ट'चा अर्थ काय?

तर तऱ्हेतऱ्हेचे फोटो चिकटवून आणि त्याखाली उसन्या माहितीचे उतारेच्या उतारे लिहून तयार केलेलं एक जाडजूड (निरूपयोगी) प्रकरण!

– आठवड्याभराने त्या प्रोजेक्टशी संबंधित एखादा प्रश्न विचारला, तर तुला काही आठवत नाही.

आपण जे लिहितो आहोत, ते नीटसं समजून घ्यायला वेळच नसेल मिळाला; तर कसं आठवणार?

तू म्हणतेस,

'मी काय करू? प्रोजेक्ट करायला सांगतात क्लासमध्ये; मग करायला नको का? मला काय वाटतं आणि काय करायला आवडतं याचा प्रश्नच कुठे येतो?'

खरं आहे.

म्हणूनच 'अभ्यास' नावाच्या या निरर्थक ओझ्यापलीकडे विचार करायला तू शिकावंस असं मला वाटतं.

शिकणं म्हणजे शेवटी असतं काय?

शिकणं म्हणजे तल्लख जाग्या बुद्धीने आजुबाजुला पाहाणं, जे दिसतं-जाणवतं ते समजून घेणं, त्यावर विचार करणं आणि या सगळ्या प्रक्रियेतली मौज लुटणं.

खरंतर तुझ्या मानेवर शाळेने लादलेल्या ओझ्याखाली तू आधीच इतकी गुदमरून गेलीयस, की तुझ्यामागे आणखी नवी भुणभुण लावणं हा अपराधच होईल. अभ्यास... अभ्यास... अभ्यास... आणि उठताबसता घोकंपट्टी!

- हे खरं 'शिकणं' नव्हे अरूंधती,

हा केवळ स्मरणशक्तीचा खेळ झाला.

पुस्तकातली ओळ न् ओळ डोक्यात कोंबायची, आणि एकदा का परीक्षा संपली की जुना कचरा फेकून द्यायचा... जुनं सगळं विसरून जायचं!

– रिकामं डोकं पुन्हा नवा कचरा भरायला तयार!

रोज सकाळी तू शाळेत जायला निघतेस, तेव्हा तुझ्या पाठीवर 'दप्तर' नावाचं किमान पाच-सात किलोचं ओझं असतं. सकाळी उठायचं, कसाबसा शॉवर घ्यायचा, कपभर दूध (तेही सक्तीने) प्यायचं... की शाळेत पळा! शांतपणे बसून नीट नाश्ता करायलाही तुझ्याजवळ वेळ नसतो.

मी शाळेत असताना परिस्थिती खूप वेगळी होती. त्या दिवसात-अगदी वर्गातसुद्धा- मी चिक्कार धम्माल केली. अभ्यासाचं टुमणं आम्हालाही चुकलं नव्हतं, पण चांगले मार्क मिळवून दरवर्षी पास झालं की आईबाबा खूष असत. मी तर 'पहिल्या पाच नंबरात येण्याचा' साधा प्रयत्नसुद्धा कधी केला नाही.

सो, व्हॉट डु वी डु नाऊ, माय लिट्ल गर्ल?

काय करायचं आपण आता?

अजून तर तुझं 'दहावीचं वर्ष' पार पडायचंय आणि त्याच्यापुढे त्याहून बिकट कॉलेजच्या परीक्षा असणार, तो विषय तर अजून फारच दूर आहे.

या सगळ्या बिकट वाटेवरून तू चालशील, तेव्हा मी काय करू शकेन तुझ्यासाठी?

मुलांच्या अभ्यासाच्या काळजीने खंगलेल्या आणि मुलांबरोबर रात्र रात्र जागून त्यांच्यापेक्षा जास्त अभ्यास करणाऱ्या आया घरोघरी असतात. त्यांच्यापैकी एक होणं आणि 'आमचा अभ्यास', 'आमचा सिलॅबस', 'आमची परीक्षा' या भाषेत येताजाता बोलून घरादाराला वात आणणं इज इम्पॉसिबल फॉर मी!

परीक्षा हॉलच्याबाहेर शहाळ्याचं पाणी भरलेला थर्मास घेऊन, हातातल्या पुस्तकावरून भराभर नजर फिरवत धडधडत्या अंत:करणाने मी उभी आहे आणि पेपरनॅपकीनमधलं शिळं सॅण्डविच घाईघाईने तोंडात कोंबत तू माझ्या 'मोस्ट लाईकली क्वेश्चन्स'ची 'ॲन्सर्स' देते आहेस, हे दृश्य प्रयत्न करूनसुद्धा मी नजरेसमोर आणू शकत नाही.

तू रात्रभर जागशील तेव्हा गरमागरम कॉफीचा मग मी तुला नक्की देईन, अगदी म्हणशील ती मदत करीन.

पण परीक्षा?

- नो वे!

तो शब्दसुद्धा मी सहन करू शकत नाही.

दरवर्षी क्लिष्ट होत जाणारा तुझा 'अभ्यास' समजून घेणं आणि इयत्ता चौथीत संबंध तोडून टाकलेल्या अंकगणिताशी पुन्हा जुळवून घेणं माझ्यासाठी खरंच खूप अवघड आहे.

रात्रभर जागून मुलांचा अभ्यास होऊ शकणाऱ्या आयांबद्दल मला आदर वाटतो... पण ती निरर्थक शर्यत मला जमत नाही. माझा अभ्यास मी 'स्वत:चा स्वत:' केला आणि याबाबतीत प्रत्येकच विद्यार्थ्याने 'स्वावलंबीच' असलं पाहिजे, असा माझा ठाम आग्रह आहे. मी परीक्षेत फार दिवे नसतील लावले, पण मला 'वेळेची किंमत' कळली आणि ठरलेल्या वेळात नेमून दिलेली कामं कशी करावीत, हेही मी शिकले. कुणी मला मदत करील का, म्हणून याचना केली नाही आणि रेडिमेड कुबड्या घेऊन चालणं तर मला कधीच आवडलं नाही. सिनियर केम्ब्रिजच्या परीक्षेत जोराची आपटी खाल्ल्यावर मी एस. एस. सी. च्या परीक्षेसाठी मुकाट्याने अभ्यास केला. अंगात भरपूर ताप असताना पेपर दिले. दोन पेपर्सच्या मधल्या मोकळ्या वेळात औषधांचा डबा घेऊन आई बाहेर उभी असे. डॉक्टरांनी दिलेली औषधं मी वेळच्या वेळी घ्यावीत आणि परीक्षा एकदाची नीट पार पाडावी म्हणून तुझ्या आजोबांनी, कुंदा मावशीने खूप धावपळ केली.

– आणि एवढं सगळं करून 'मी जेमतेम काठावर पास झाल्याचं' रिपोर्ट

कार्ड घरी आलं; तेव्हा आई-बाबा नाराज जरूर झाले, पण तेव्हाही त्यांनी माझा पाणउतारा केला नाही. मला 'मूर्खात' काढलं नाही. 'निर्लज्ज, बुद्दू' असली अपमानास्पद लेबलं माझ्या कपाळावर ठोकली नाहीत. शिक्षा केली... पण तीही काय? - तर पुढचा आठवडाभर बागेत खेळायला जाणं बंद!

कमी मार्क मिळवणाऱ्या किंवा पहिला नंबर टिकवू न शकलेल्या मुलांना त्यांच्या आया कशा निर्ममपणे मारतात; हे तू सांगतेस, तेव्हा रागाने आणि आश्चर्याने माझं डोकं उठतं. कमी मार्क मिळाले म्हणून घरी जायलाच घाबरणाऱ्या आणि रिपोर्टकार्ड आईच्या हातात पडलं की ती फोडून काढील म्हणून शाळेच्या गेटमध्येच भीतीने थरथर कापणाऱ्या तुझ्या एका मैत्रिणीबद्दल तू मला सांगितलं होतंस; आठवतं?

या सगळ्या विचित्र वातावरणात आणि त्याहून विचित्र अशा तणावाखाली तू वाढते आहेस;

अभ्यास आणि परीक्षेच्या पलीकडेही जग असतं, आयुष्य असतं हे मी तुला कसं समजावू बाळा?

उमलू पाहाणारी, न मावणाऱ्या प्रचंड उर्जेने थरारलेली तू एक उत्सुक, प्रेमळ मुलगी आहेस.

तुला सगळं समजून घ्यावंसं वाटतं... खूप प्रश्न पडतात. या वयातली तुझी 'जाण' आणि 'तल्लखपणा' खरंच खूप कौतुकास्पद आहे... मुख्य म्हणजे ठरवलेल्या ध्येयासाठी तू अखंड कष्ट करू शकतेस... 'यशस्वी होईनच' अशा जिद्दीने एखाद्या किचकट कामाला भिडू शकतेस.

... पण हे 'यशस्वी होणं' काय किंमतीला पडतं, राजा?

त्यासाठी तुझ्या सुंदर आयुष्यातले छोटे छोटे किती आनंद गमावतेस तू?

काय सांगू तुला?

एवढंच, की तुझ्या परीने प्रयत्न कर.

बस्स! त्यापलीकडे कशालाही काही किंमत नाही.

तू वर्गात चौथी आलीस की पहिली, हा माझ्या दृष्टीने अतिशय गौण मुद्दा आहे.

याचा अर्थ, मी 'निष्काळजी' आहे असा नव्हे.

मी असं म्हणते, कारण माझा तुझ्या क्षमतेवर, हुशारीवर पूर्ण भरवसा आहे.

तू जिंकशील... यशस्वीच होशील.

दोन-चार टक्के मार्क कमी मिळाले, तरी नाराज, नाउमेद होऊ नकोस.

तू किती वैतागलीस तरी मी पुन्हा पुन्हा सांगते ना,

इट्स ओन्ली ॲन एक्झाम!

तिला जीवापलीकडे महत्त्व देऊ नकोस.

आयुष्यात सततच अशा परीक्षा द्याव्या लागतात. शिवाय अधुनमधून छोट्या चाचण्या असतात त्या वेगळ्याच! मोठी होशील, तसं तुलाही या सगळ्यातून जावं लागेल.

– आणि अंतिम परीक्षा?

फायनल?

– ती तर कुणालाच चुकत नाही.

मार्क?

– असतात ना!

मिळतात... मिळतील तेवढे पदरात पाडून घ्यावे लागतात.

– पण म्हणून प्रत्येकच विषयात तू पैकीच्या पैकीच मार्क्स मिळवले पाहिजेस, असा मूर्ख आग्रह मी कधीही धरणार नाही.

एखाद्या विषयात तू 'पहिली' येशील; एखाद्यात अगदीच तळाला राहाशील.

– पण त्यामुळे फार फरक पडत नाही.

इट डझन्ट चेंज अ थिंग, रियली!

तुझी,

ममा

....

मुंबई,

मे, ९९

प्रिय आनंदिता आणि राधिका,

काही दिवसांपूर्वी आपल्या घरी सहा-सात वर्षांचा एक छोट्टा पाहुणा आला होता... आठवतं?

आनंदिता, तू कम्प्युटरवर काहीतरी करत बसली होतीस आणि राधिकादीदीचं बोट धरून 'तो' तुझ्याजवळ आला. त्याने थेट तुझ्या समोरच्या की-बोर्डवर डल्ला मारला. त्याला तुझा कम्प्युटरवर 'आत्ताच्या आत्ता' गेम्स खेळायचे होते. दिदी म्हणाली, तू तुझा गेम बंद कर आणि त्याला खेळू दे. तू चिडलीस. म्हणालीस, 'माझा गेम संपला की मगच मी उठेन.'

ठीक.

पण तो छोटा मुलगा तुझ्या खुर्चीवर बसताक्षणी तुझी चिडचिड सुरू झाली. तू सारखी त्याच्या भोवती भोवती फिरत राहिलीस. कधी एकदा 'तो' तिथून उठतो असं तुला झालं होतं. तू एकदोनदा त्याला तसं म्हणालीसही. तुझ्या

मर्जीविरूद्ध तुझा गेम बंद करायला लावून तुझ्या कम्प्युटरवर तिसऱ्याच कुणीतरी बसावं; हे तुला अजिबात आवडलं नव्हतं... आणि तुझी नाराजी लपवण्याचा निदान प्रयत्नसुद्धा तू केला नाहीस... तुझी तणतण फारच वाढल्यावर राधिका वैतागली. तिला वाटत होतं, तू लाडावलेल्या मुलांसारखा हट्टीपणा करतेयस. आणि आपल्या स्वत:च्या बहिणीने आपल्याऐवजी दुसऱ्याच मुलाशी जास्त प्रेमाने वागावं, याचा तुला त्रास होत होता.

तुम्हा दोघींची चिडचिड चालू होती; पण त्याचा 'त्या' मुलावर काही परिणाम झाला नाही. तो आपला मस्त मजेत खेळत बसला होता.

शेवटी तुझा 'पेशन्स' संपला. तू हातपाय आपटायला सुरूवात केल्यावर दिदी तुला दुसऱ्या खोलीत घेऊन गेली... वेड्यासारखं वागल्याबद्दल तुला खूप रागावली. ते सहन न होऊन शेवटी तू भोकाड पसरलंस आणि दीदीचं 'नाव सांगायला' म्हणून मला फोन केलास.

... त्यावेळी मी होते लंडनमध्ये.

म्हणजे तुम्हा दोघींपासून अक्षरश: हजारो मैल दूर. (तिथल्या) मध्यरात्रीच्या विचित्र वेळी माझ्यासमोर आलेल्या या खटल्यावर इतक्या दूरवरून मी निर्णय कसा देणार?- म्हणून मी काहीतरी गोड गोड बोलून तुझी समजूत घालायचा प्रयत्न केला. पण तू माझं ऐकून घेण्याच्या मन:स्थितीत नव्हतीस. 'आत्ताच्या आत्ता माझं ऐकून घे (आणि दीदीला रागाव)' असा तुझा हट्ट होता.

– तुमच्या भांडणात मला मध्यस्थी करायची नव्हती. खरंतर ते शक्यही नव्हतं. 'युद्धग्रस्त परिस्थिती शांत व्हावी', एवढंच मी करू शकले असते.

पण तू हटूनच बसलीस. 'कोणाचं बरोबर आहे, आणि कोण चुकलं हे सांगच-' म्हणून पुन्हा भोकाड पसरलंस.

माझा काही इलाज चालेना.

परिस्थिती फारच हाताबाहेर जातेय असं लक्षात आल्यावर मी मनातल्या मनात माझ्याजवळचे 'ऑप्शन्स' शोधून पाहिले. पण त्यात फारसा अर्थ नव्हता.

शेवटी काही न बोलता रिसिव्हर कानाला लावून तुझं गाऱ्हाणं ऐकून घेणं, याशिवाय दुसरा पर्याय नव्हता.

– तू चिडली होतीस.

मनात धुमसणारा राग अणि अपमान फुटून फुटून बाहेर पडत राहिला.

मी फक्त ऐकत होते.

तू त्या छोट्या पाहुण्याला वाट्टेल ती नावं ठेवलीस. त्याला मूर्ख म्हणालीस... राधिका दीदीने तुला कसं छळलं आणि मारलंसुद्धा ते तू रंगवून रंगवून सांगितलंस. मी घरात नसताना सगळ्यांनी तुझ्याविरूद्ध कट केलाय आणि सगळे मिळून

तुला छळतायत् अशी तुझी जोरदार तक्रार होती. शेवटी म्हणालीस,

'ममा, कम बॅक ऑन द नेक्स्ट फ्लाईट.'

आत्ताच्या आत्ता मुंबईला परत ये.

– मी गप्प होते.

बोलून बोलून रडून दमल्यावर पलीकडून तुझे हुंदके ऐकू यायला लागले होते. हळूहळू तू शांत झालीस. मी विचारलं, अरूंधती कुठेय?

अरूंधती फोनवर आली.

तीही तुझ्या हट्टीपणामुळे वैतागली होती. तिने सगळी 'स्टोरी' मला पुन्हा एकदा सांगितली. घरात अचानक झालेल्या या विचित्र युद्धामुळे तो 'छोटा पाहुणा' बिचारा घाबरून एका खोलीत रडत बसलाय, हेही तिच्याकडून कळलं.

– पण तोवर पहिला उद्रेक संपून युद्ध शांत झालं होतं.

मी तुझी समजूत घातली. 'मुंबईला परत आले की मग आपण दीदीला रागावू-' असंही वर सांगितलं. तुझ्यासाठी तेवढं पुरेसं होतं.

मध्ये साताठ दिवस गेलेच.

एव्हाना तू सगळं विसरली असशील, असं गृहित धरूनच मी मुंबईला परतले.

... पण तुझ्या नाकावरचा घुस्सा कायम होता.

तू अजूनही तशीच धुमसत होतीस.

मी घरी आल्या आल्या मला बाजूला घेऊन तू म्हणालीस, 'हे बघ ममा, बाकी कुणाचं ऐकू नकोस. सगळीजणं तुला खोटंच सांगतील. माझंच बरोबर आहे. यु ओन्ली लिसन टु मी.'

... मग पुन्हा एकदा तू तो सगळा प्रसंग मला सविस्तर सांगितलास. सगळ्यांनी तुला एकटीला कोंडीत पकडून किती वाईट वागवलं, तेही!

जे काही घडलं, ते तू जरा जास्तच मनाला लावून घेतलं होतंस, स्वत:ची पडती बाजू सावरण्याकरता थोडंसं आणखी पाणी घालून जरा जास्त 'रंगवलं' होतंस हे खरं; पण तुझ्या मनाची घालमेल खरी होती.

– मी पुन्हा एकदा शांतपणे सगळं ऐकून घेतलं. म्हटलं, 'बघू आपण, काय करायचं ते!'

- दोन तीन दिवसांनंतर दुपारी जेवताना मी सहज विषय काढला... बघता बघता तुझे डोळे भरून आले, आणि 'त्या' दिवशीच्या त्रासदायक आठवणींनी पुन्हा तुला छळायला सुरूवात केली... त्या क्षणी माझ्यापुढचा पेच सुटला. नक्की का झालं असावं, याचा अंदाज करणं आता जरा सोपं होतं.

एकतर, घरात पाहुणा म्हणून आलेल्या 'त्या' अनोळखी मुलाची बाजू

घेऊन 'तुझ्या दीदी'ने तुला रागवावं, हे तुझ्या मनाला अतिशय लागलं होतं.

आणि दुसरं म्हणजे एरवी प्रेमाने वागणारी दीदी त्यादिवशी रागावली आणि तिने अत्यंत कडक शब्दात ज्या तऱ्हेने तुला तंबी दिली; ते सगळं ऐकताना तुझा थरकाप उडाला होता.

आणखी एक गोष्ट.

'तुझ्या' कम्प्युटरवरचा 'तुझा' मालकीहक्क.

ज्याच्याशी – तुझी ओळख नाही, जो तुझा मित्र नाही, ज्याला तू कधी पाहिलंसुद्धा नाहीस; अशा मुलाला आपला कम्प्युटर का म्हणून वापरू द्यायचा?– असं तुला वाटलं असणार.

– आणि त्यामुळे तू जे काही वेड्यासारखं वागलीस, त्याची नंतर तुला स्वत:लाच लाजही वाटली असणार.

आपली खेळणी, आपला खाऊ बाकीच्यांबरोबर वाटून घ्यावा, सर्वांशी 'शेअर' करावा हे मुलांना शिकवण्याकरता आईवडील कोण धडपडत असतात. त्यात फार काही चूक नाही; पण एका विशिष्ट वयात मुलं अशा 'शेअरिंग'ला अजिबात तयार नसतात हे विसरता कामा नये. हळूहळू मुलांना विचार करता यायला लागतो; आणि आपल्याला दुसऱ्यांची खेळणी आवडत असतील तर आपणही आपली खेळणी बाकीच्यांना द्यायला हवीत ही 'व्यावहारिक देवघेव' त्यांना समजू लागते. काही मुलांचा 'वेडा हट्ट' तिसऱ्या चौथ्या वर्षीच निवळतो, काही चौदा-पंधराव्या वर्षी शहाणपण शिकतात; काहींना जन्मभर ही अक्कल येत नाही.

प्रत्येक मुलाचं 'व्यक्तिमत्त्व वेगळं, तसा त्याचा 'कट-ऑफ पॉईंट'ही वेगळा.

– पण ते समजून घेण्याएवढं तारतम्य मोठ्या माणसांमध्ये हवं.

'तुझी बहीण बघ, कशी शहाण्यासारखी वागते सगळ्यांशी. खाऊ दिला, तरी आधी सगळ्यांना वाटेल; मग स्वत: खाईल. नाहीतर तू! 'कुणाला काही दे' म्हटलं तरी ढिम्म हलायची नाहीस. तुझ्या बहिणीकडून शिक जरा काहीतरी'– अशा मूर्ख 'तुलने'ची घाई झालेले आईबाबा मुलांमधल्या 'शेअरिंग'ला कसे मदत करणार?

प्रत्येक मुलाचा स्वभाव वेगळाच असणार. तो समजून घ्यायला हवा.

अशा 'शेअरिंग'च्या बाबतीत तू किती पराकोटीची 'सिलेक्टीव्ह' आहेस, हे अनेकदा माझ्या लक्षात आलंय. एखादी व्यक्ती तुला मनापासून आवडली; तर तू तोंडातला घास काढून देशील; पण एखाद्या व्यक्तिशी तुझ्या तारा नाही जुळल्या; तर जीव गेला तरी पेन्सिलीचा साधा तुकडासुद्धा तू देणार नाहीस.

– तुझं हे 'गणित' समजून घ्यायला तसं सोपं असलं; तरी त्यामुळे

मित्रमैत्रिणींच्या घोळक्यात तू अडचणीत येशील... काहीवेळा कदाचित एकटीही पडशील.

प्रत्येक शाळेतले शिक्षक हा 'शेअरिंग'चा गुण मुलांच्या डोक्यावर थापण्याकरता उठसूठ लेक्चरबाजी करीत असतात. आपला डबा आपणच एकेकट्याने खाणाऱ्या मुलांना धडा शिकवण्याकरता त्यांच्या तोंडातला घास ओढून स्वत: मटकावणारा आणि वर 'कंजुस... कंजुस...' म्हणून त्या मुलांची खिल्ली उडवणारा अख्खा वर्ग मी पाहिला आहे. लहान वयात जिव्हारी लागणारे असे अपमान पचवणं फार कठीण असतं.

आपल्या मालकीच्या वस्तुंबद्दल 'पझेसिव्ह' असणं, मोठेपणीसुद्धा चुकत नाहीच. 'दिसायला वाईट दिसेल' या भीतीने काही जणं आपल्या वस्तू दुसऱ्यांना वापरू देतातही, पण मनातल्या मनात त्यांचीही चिडचिड होत असतेच. काही माणसं वृत्तीनेच दिलदार असतात. मागचा पुढचा विचार न करता, आपलं सर्वस्व दुसऱ्यावर उधळू शकतात. मग इतरांवरही नकळतपणे अशा 'दिलदारीची सक्ती' होते.

अर्थात, सर्वांविषयीच्या साहनुभावाची वृत्ती लहानपणापासूनच मुलांमध्ये रूजावी; म्हणून प्रयत्न करणं चूक नाही. पण त्याचा अतिरेक मात्र होता कामा नये.

लहानपणी मी अतिशय कंजुस होते... चिक्कूच! एकदा कधीतरी कुण्या एका काका-मामाने कौतुकाने माझ्या वाटीतला खाऊ खाल्ला तर 'आत्ताच्या आत्ता तुझं पोट फाडून माझा खाऊ मला परत दे' म्हणून मी भोकाड पसरल्याची आठवण अजूनही कुणीकुणी सांगतात. 'चिमणीच्या दातांनी' तोडून खाणंबिणं मला अजिबात आवडत नसे. अगदी भावंडांनी माझ्यातलं बिस्कीट मागितलं, तर एकवेळ छोट्यात छोटा तुकडा तोडून देईन; पण कुणीही माझ्या घासातला घास घ्यायचा नाही, असा माझा नखरा होता.

– मोठेपणीही मी फारशी बदलले नाही.

खरं सांगायचं तर आज कुठल्याही गोष्टीबद्दल मी फारशी 'पझेसिव्ह' नाही.

अपवाद फक्त दोन.

माझी आवडती बिस्कीटं आणि पापड.

नाईलाजापोटी का होईना, पण मीच स्वत:साठी माझ्या आवडत्या बिस्कीटांचं 'रेशनिंग' केलेलं असल्यामुळे, माझ्या वाटच्या बिस्कीटांमधला एखादा तुकडासुद्धा 'शेअर' करायला मी तयार नसते. अगदी तुम्हा मुलांनाही मी 'माझ्या बिस्कीटांवर' हात मारू देत नाही.

दुसरी गोष्ट म्हणजे पापड.

आता तेही मी वर्ज्य केले आहेत, पण जेव्हा खात होते; तेव्हा माझ्या पुढ्यातला पापड उचलण्याची हिंमत करणाऱ्या प्रत्येकाला मी चक्क सांगत असे, 'तुला हवा असेल; तर कीचनमधून दुसरा घेऊन ये.'

– गंमत म्हणजे कपडे, दागिने, कॉस्मेटीक्स, परफ्युम्स या खजिन्याबाबत बायका भयंकर 'पझेसिव्ह' असतात... आणि मी मात्र दिलदार! माझी कपाटं सताड उघडी असतात. 'नीट काळजीने वापरू' या एका अटीवर माझ्या कपाटातली कोणतीही, कितीही मौल्यवान वस्तू मी तुम्हा मुलींना देऊ शकते... ॲन्ड आय डोन्ट लूज माय स्लीप ओव्हर इट!... काळजीने माझी झोपबिप कधी उडत नाही.

मी लंडनला असतानाच्या 'त्या' रविवारी आपल्या घरात घडलेल्या महाभारताचा म्हणूनच नीट विचार करायला हवा.

एकतर तो मुलगा 'तुझा' कुणी नव्हता.

दुसरं म्हणजे, तुझा गेम अर्ध्यावर सोडून तुला 'त्या' मुलाकरता कम्प्युटर मोकळा करून द्यावा लागला.

तुला राग आला होता दीदीचा. पण तू चिडचिड केलीस त्या मुलावर.

आणि, त्याहूनही महत्त्वाचं म्हणजे आपल्याला बाजूला टाकल्याच्या, वेगळं पाडल्याच्या भावनेने तू जास्त संतापलीस.

– पण त्या दिवसापासून तुझ्यात झालेला बदल मी पाहाते आहे. सध्या तू आनंदाने तुझ्या वस्तू 'शेअर' करण्याच्या प्रयत्नात आहेस. परवा तर तुझी जीव की प्राण असलेली नवीकोरी लिट्ल प्रिन्स पेन्सील बॉक्स तू अरूंधतीला वापरायला दिलीस.

तुझी अत्यंत आवडती कॅरॅमल पॉपकॉर्नची डीश पुढ्यात आल्यावर 'वुड यु लाईक सम?'- असं तू सगळ्यांना विचारलंस.

– खरंतर हा तुझा मूळ स्वभाव नव्हे.

पण तू आता स्वत:ला बदलू पाहाते आहेस. शहाण्या मुलीसारखं वागायला शिकते आहेस.

आपली वस्तू 'फक्त आपलीच असावी' असं वाटणं, तुझ्या वयातल्या मुलीच्या दृष्टीने स्वाभाविक आहे.

... पण केव्हातरी आपला हट्ट बाजूला ठेवावा, आपली वस्तू बाकी सगळ्यांशी 'शेअर' करावी; हे आता तुला समजू लागलंय. तू तशी वागतेही आहेस.

हळूहळू तू दिलदारपणाने 'द्यायला' शिकशील.

– आणि देता देता काही दिवसांनी आणखी एक महत्त्वाची गोष्ट आपोआप तुला मिळू लागेल

देण्यातला आनंद!

तुझी
ममा

....

मुंबई,
सप्टेंबर ९९

प्रिय मुलांनो,

संध्याकाळी बराच उशीर झाला होता. मुंगीच्या पावलाने हळूहळू पुढे सरकणाऱ्या गाड्यांच्या गजबजाटाने रस्ता ओसंडून वाहात होता.

या कलकलाटाने माझं डोकं चढलेलं.

आनंदिताच्या एका मैत्रिणीच्या घरून तिला घेऊन येण्याकरता मी निघाले होते.

पंचेचाळीस मुलांच्या वर्गात सतत एकट्या पडणाऱ्या कायम बावरलेल्या चेहेऱ्याने वावरणाऱ्या त्या मैत्रिणीचं घर कितीतरी दूर... त्यातून वेळ गर्दीची.

पाण्याची बाटली, स्कूल बॅग... सगळा सरंजाम नीट घेतला ना याची खात्री करून, मैत्रिणीचा निरोप घेऊन, तिच्या ममाला 'बाय' करून आम्ही निघालो.

घरी परत येताना वाटेत आनंदिताची अखंड बडबड सुरू होती. मैत्रिणीच्या घरी गेल्यापासून काय काय झालं, ती काय म्हणाली, हे सगळं कधी एकदा ममाला सांगेन; असं आनंदिताला झालं होतं.

– तिच्या एका वाक्याशी मी थबकले.

बोलता बोलता एकाएकी रडकुंडीला आलेली आनंदिताची ती मैत्रीण म्हणाली होती,

'सगळे माझा असा द्वेष का करतात? व्हाय डझ एव्हरीबडी हेट मी? मी श्रीमंत आहे, यात माझा काय दोष?'

मी थक्क होऊन आनंदिताकडे पाहिलं. ती सांगत होती,

'बिच्चारी! कसं सहन करत असेल ना? तिच्याकडे एवढ्या गाड्या आहेत, कित्तीतरी मोठ्ठं घर आहे, खूप म्हणजे खूप्पच खेळणी आहेत; पण कुण्णीच तिच्याशी नीट बोलत नाही. शी हॅज एव्हरीथिंग ममा, बट नो फ्रेण्डस! आमच्या क्लासमधलं कुणीच तिला आपल्यात घेत नाही.'

मला एकदम रिची रिच या कार्टूनची आठवण झाली. जगातला सगळ्यात श्रीमंत मुलगा... पण शाळेत अगदी एकटा पडलेला... एकही मित्र नसलेला!

आनंदिताच्या या मैत्रिणीची अवस्थाही त्या रिची रिच सारखीच होती.

अतीश्रीमंत आईवडिलांच्या पोटी जन्मलेली ती मुलगी; तिचा स्वत:चा काही दोष नसताना आईवडिलांच्या श्रीमंतीची शिक्षा म्हणून शाळेतल्या मुलांनी तिला एकटं पाडलं होतं. चिडवून, टोमणे मारून नको जीव केला होता. आलीशान राजवाड्यासारख्या तिच्या श्रीमंत, शाही घरात काय काय आहे, याचा अंदाज बांधणाऱ्या मुलांनी तिलाच खोटं ठरवायला सुरूवात केली होती.

गराडा घालून मुलं तिला विचारत,

'सांग बरं... किती गाड्या आहेत तुझ्या डॅडींकडे?'

ती घाबरून म्हणे, 'दोन!'

मग मुलं एकच गलका करून तिच्याच अंगावर ओरडत, 'एऽऽऽ खोटं नको बोलूस. आम्हाला माहित्येय, तुमच्याकडे दहा गाड्या आहेत... किती?... दहा!'

त्या बिचाऱ्या मुलीला स्वत:च्या श्रीमंतीबद्दल काय वाटत असेल कोण जाणे; पण अगदी मुंबईतल्या 'रईस' लोकांशी तुलना केली तरीसुद्धा तिचे डॅडी प्रचंड श्रीमंत होते आणि तिची लाईफस्टाईल भलतीच एक्स्ट्रा ऑर्डीनरी होती हे नक्की!

जेमतेम दहा वर्षांच्या वयात या मुलीच्या दिमतीला 'शोफर ड्रीव्हन' गाड्यांचा ताफा... प्रत्येक शोफरकडे एकेक सेलफोन, शिवाय या मुलीजवळ तिचा स्वत:चा सेलफोन!

मुंबईतल्या सगळ्यात श्रीमंत वस्तीतल्या चार मजली आलिशान महालात ती रहात हाती; आणि त्या घरातला एक अख्खा मजला फक्त तिच्या एकटीसाठी राखीव होता.

वर्षातून किमान तीनदा सुट्टीसाठी म्हणून ती परदेशात जायची आणि कुठेही गेली तरी तिच्या आजुबाजुला तिचे बंदुकधारी अंगरक्षक!

तिचं घर म्हणजे तर अत्याधुनिक कडेकोट सुरक्षा व्यवस्थेने सज्ज असा अभेद्य किल्लाच होता.

– पण दुर्दैवाने तिची शाळा मात्र तिच्या इतमामाला साजेशी, आलीशान नव्हती. वर्गातली बाकीची मुलं तिच्या तुलनेने तशी गरीबच घरातली! त्यातून इतका प्रचंड पैसा कमावणारे तिचे डॅडी करतात तरी काय; हे कुणालाच ठाऊक नव्हतं. पण घराभोवती चोवीस तास उभे केलेले पहारे पाहाता; त्यांचा उद्योगधंदा नक्कीच काहीतरी 'गडबडीचा' असणार हे 'ओपन सिक्रेट' ओळखणं फारसं अवघड नव्हतं.

... हीच मुंबई नावाच्या लखलखत्या भीषण शहराची गोची!

या असल्या वातावरणाचा अंमल स्वत:वर चढू न देता या शहरातली मुलं

कशी मोठी होणार, देव जाणे! अवतीभोवती एखाद्या श्रीमंत 'सिनेमाचा सेट' लागलेला असावा, अशा मूर्ख समजुतीत वावरणाऱ्या या शहरात मुंबईतली मुलं वाढतात. इथे जगताना बॉलीवुडच्या फसव्या, मायावी दुनियेपासून स्वत:ला वाचवणं अगदी अशक्य... मुश्कीलच असतं. या मायाजालाची मुलांवर जबरदस्त मोहिनी पडते. मग सिनेमातल्या हिरो-हिरॉईनसारखंच जगावंसं वाटायला लागतं. तो झगमगाट खरा वाटतो... त्याने डोळे इतके दिपून जातात; की खरं आयुष्य बघता बघता हातातून निसटून जातं. प्रत्येक गोष्टीचा अतिरेक... अतिशयोक्ती! खोटा बडेजाव!– इतका, की खरं काय नी खोटं किती याचा विवेकच संपून जातो.

– अशा विचित्र वातावरणात श्रीमंत कुटुंबातली मुलं वाढतात... शाळा-कॉलेजात जातात... पुढे प्रेमात पडतात... लग्नं करतात... आणि या अमानुष महानगरात जगायला शिकतात.

फार विचित्र वाटेल, पण मुंबईतल्या आयुष्याला आता हीच रया आली आहे.

आनंदिताची मैत्रीण जे बोलते; तो टी. व्ही. वरल्या कुठल्याशा सिरीयलमधला किंवा एखाद्या ब्लॉकबस्टर सिनेमातला डायलॉगही असू शकेल... तिने ऐकलेला... लक्षात ठेवलेला! पण दुर्दैवाने तिच्यासाठी तो केवळ 'डायलॉग' नव्हता; दॅट वॉज हर रिॲलिटी! काळ्याकभिन्न दगडांनी बांधलेल्या, खलनायकाच्या अड्ड्यासारख्या अतीप्रचंड घरात; बंदुकधारी गुरखे आणि हिंस्त्र कुत्र्यांच्या गराड्यात ती इवलुशी गोड मुलगी खरोखरच राहात होती. ते विचित्र वातावरण तिच्या ओळखीचं असलं, तरी वर्गातल्या मुलांच्या टोमण्यांनी तिला हैराण केलं होतं. 'असं का?' हे न कळून ती बावरून गेली होती. गोंधळली होती. वर्गातल्या इतर मुलांना सहज खेळायला म्हणून तिच्या 'त्या' घरी जाण्याची कल्पना करणंसुद्धा शक्य नव्हतं. ज्या मोजक्या मुलांना 'अशी आमंत्रणं' मिळाली, त्यांनी पुन्हा त्या घरात पाय ठेवण्याची हिंमत केली नव्हती. तिची आई अभिमानाने म्हणे,

'आमच्या बंगल्यात आल्यावर मुलांचे डोळे अक्षरश: विस्फारतात, यु नो! त्यांनी असा सुंदर थाटमाट अगदी सिनेमातसुद्धा कधी बघितलेला नसतो ना!'

– साफ खोटं!

मुलांना ते घर भयंकर वाटे! भुताटकीने झपाटलेल्या एखाद्या जादुई गुहेसारखं! आनंदिताही मनातून दचकलीच होती.

'तुला जे विचित्र, भीषण वाटतं; ते आवडत असेल तिच्या आईबाबांना...' – अशी समजूत घालण्याचा प्रयत्न केला; तरी आनंदिताची आश्चर्यकारक वर्णनं संपता संपत नव्हती... कपाळावर आठ्या, आक्रसलेल्या भुवया, नजरेत कसलीतरी

विचित्र झाक... मी आनंदिताकडे बघतच राहिले. शेवटी बोलून बोलून ती थकली; आणि खांदे उडवून गप्प बसली.

– पण तरी तिच्या मनातले प्रश्न संपले नव्हते.

'ममा, ते लोक नक्की किती श्रीमंत असतील गं? इतरांपेक्षा खूप म्हणजे खुप्पच जास्त की थोडेसेच?'

– मी काय उत्तर देणार?

म्हणून थकून जाऊन विषय बदलायचा प्रयत्न करीत राहिले. आनंदिताच्या प्रश्नांची गाडी इरून-फिरून पुन्हा त्याच रूळांवर येत होती.

'पण त्यांना इतके पैसे कशाला लागतात? आणि ती का म्हणून इतका रूबाब करते?'

'– आपल्याजवळ कितीही काही असलं, पैसा... किंवा अगदी हुशारी असली; तरी कुणीही त्याचा रूबाब करू नये... मान्य!' - विषयाला पूर्णविराम द्यावा म्हणून मी म्हटलं.

– आनंदिता कान देऊन ऐकत होती.

मग म्हणाली,

'खरं सांगू का? – मला तिची दया येते... मुलं किती त्रास देतात नं तिला? पण ममा, आय रियली लव्ह हर कार! आपण नाही का घेऊ शकणार तशी गाडी?'

– मला हसू आवरेना.

एकाच वाक्यात आनंदिता मनातलं बोलून गेली होती. 'त्या' मुलीविषयी कणवही वाटते, आणि तिच्या श्रीमंतीचा हेवाही! आनंदिताच्या वर्गातल्या बाकीच्या मुलांची परिस्थितीही याहून फारशी वेगळी नसणार.

गेली तीन वर्षं मी आनंदिताच्या 'त्या' मैत्रिणीला पाहाते आहे. अतिशय महागामोलाच्या कपड्यांनी, दागिन्यांनी बाहुलीसारखी सजलेली ती गोड, लोभस मुलगी माझ्या नजरेसमोर बदलत गेली... दुर्मुखलेली, उदासवाणी दिसायला लागली. आता तिचे कपडे जास्त महागडे जास्त सुंदर असतात आणि चेहरा जास्तच खिन्न, ओढलेला! तिचा काही दोष नसताना, तिच्या आईवडिलांच्या उतू जाणाऱ्या श्रीमंतीची शिक्षा तिला पावलापावलावर भोगावी लागली. वर्गातल्या मुलांनी जीव नकोसा होईस्तोवर तिचा छळ केला. शाळेत आपल्या मुलीला काय भोगावं लागतंय, हे तिच्या आईला ठाऊक तरी होतं का नाही, कोण जाणे!

– तर 'त्या' दिवशी घरी परत येत असताना गाडीत आनंदिताची टकळी अखंड सुरू होती. बोलता बोलता ती म्हणाली,

'हे तर काहीच नाही ममा, माझ्या वर्गातली आणखी एक मुलगी आहे ना;

तिचं तर विचारूच नकोस. ती पण खूपऽऽऽ श्रीमंत आहे.'

ओह नो! नॉट अगेन!

मी श्वास टाकला.

'तिचे डॅडी आहेत ना, त्यांना सारखे त्या वाईट्ट लोकांकडून फोन येतात. ते सांगतात की, पाच कोटी रूपये द्या; नाहीतर तुमच्या मुलांना पळवून नेऊ!'

'आनंदिताऽऽ'– मी ओरडलेच.

'हे तू खरं सांगतेयस?'

'मी कशाला खोटं बोलू?'- आनंदिताला माझ्या प्रश्नाचा रागच आला.

'वर्गातल्या सगळ्यांना हे ठाऊक आहे. म्हणून तर ती स×××× शाळेत नाही ना येत! खूप घाबरलीय ना ती? तिचे डॅडी तिला कुठ्ठेच नाही पाठवत. ए, ते कीडनॅपर्स खरंच मारून टाकतील का गं तिला?'

– माझ्या मणक्यातून भीतीची एक कळ सरसरत गेली. दहा वर्षांच्या आनंदिताच्या तोंडी कीडनॅपर्स, कीलींग... हे असले शब्द ऐकणं खरंच खूप असह्य होतं.

ही अशी वेळ यावी आपल्यावर?

मुलांनी ही असली भाषा सहज उचलावी इतका स्वस्त झालाय माणसाचा जीव?

प्रत्यक्षातल्या वास्तव भीतीपेक्षा मुलांचं निरागस बालपण पोखरून टाकणारी ही भावनाच मला जास्त भीतीदायक, भयंकर वाटली.

आनंदिता तर सिनेमातली मारामारीही कधी बघत नसे. तरी तिच्या मनात या भीतीने कधी शिरकाव केला?– मी जरा सावरून बसले. आनंदिताशी बोलायला हवं होतं. खंडणी मागणं, त्याकरता मुलांना पळवून नेण्याच्या धमक्या देणं आणि खुलेआम खून करणं असल्या गोष्टींबद्दल आनंदितासारख्या मुलीने तरी इतक्या सहज बोलू नये... या गोष्टी आपल्या समाजात रोजच घडतात आणि त्याबद्दल कुणालाच काही वाटत नाही असा तिचा ग्रह होऊ नये म्हणून मी धडपडत होते.

– मुंबई नावाच्या महानगराचा श्वास कोंडणारी ही अवस्था आहे. इथे एखाद्या आईने कसं सांभाळायचं आपल्या चिल्ल्यापिल्ल्यांना? 'तू जे काही ऐकलंस ते खोटं आहे. असं काही कधी घडत नाही' अशी खोटी समजूत घालून मी आनंदिताला गप्प बसवू का? की 'दुर्दैवाने हे सगळं खरं आहे... माणसं खरंच इतक्या क्रूरपणाने वागतात' या कटू सत्याशी आत्ताच तिची ओळख करून देऊ?

दिवस अतिशय वाईट आले आहेत हे तर खरंच!

समाजाच्या धावत्या चक्राच्या नियमानुसार ही परिस्थितीही कदाचित बदलेल. पण तोवर दहशत आणि गुंडागर्दीशी दुरान्वयानेही काही संबंध नसणाऱ्या सामान्य माणसांना आपली शिकार बनवणाऱ्या टोळीयुद्धाशी आपण कसा सामना करणार आहोत? शहाण्यासुरत्या माणसांचीही झोप उडवणाऱ्या या भीषण परिस्थितीत आनंदितासारख्या आठ-दहा वर्षांच्या मुलांची काय अवस्था होत असेल? दिवसा ढवळ्या होणारा गोळीबार, भरगर्दीत मारली जाणारी माणसं, खंडणीसाठी जाहीरपणे धमकावणारे गुंड, अतिरेकी आणि खून... लूटमार... जाळपोळीच्या घटना... हे सारं रोजच घडतं आपल्या शहरात. त्याबद्दल आनंदिताच्या प्रश्नांना काय उत्तरं देऊ मी?

'अशा भयंकर घटना घडतात... म्हणूनच आपण कायम सावध राहायला हवं'– याची जाणीव तिला देणं तर भागच आहे. अनोळखी माणसांशी बोलू नकोस, त्यांनी एखादी वस्तू दिली तर घेऊ नकोस... तुला माहीत नसलेल्या, आपल्या घरी कधी न येणाऱ्या कुणाच्या गाडीत बसू नकोस... हे तर तिला सांगायलाच हवं.

माझं बालपण याच शहरात गेलं; आणि इथेच माझी धाकटी मुलगी वाढते आहे.

पण ही मुंबई 'ती' नाही...

इथल्या माणसांचे स्वभाव बदलले, जगण्याच्या पद्धती आणि नियम बदलले. या शहरात आता पूर्वीचा मोकळेपणा नाही. छाती भरून श्वास घ्यावा अशी शुद्ध, निर्धोक हवा नाही... डोळे झाकून ज्याच्यावर विश्वास टाकावा असा एकही माणूस नाही.

आनंदिताकडे पाहिलं की कधीकधी मला भीती वाटते.

वाटतं, या निरागस पोरीचं काय होईल या अमानुष शहरात?

– आणि वाईट तर त्याहून वाटतं.

इतक्या नकळत्या वयात तिला क्रूर वर्तमानाची ओळख होणार, याचं!

आणि ते दुष्कर काम 'आई' म्हणून शेवटी मलाच करावं लागणार याचंही.

खरंतर खेळण्याबागडण्याच्या या सुंदर वयात तिच्या निरागस, कोवळ्या भावविश्वाला उगीच घाबरवून सोडू नये, असं मला वाटतं. रस्त्यावरून चालताना 'आपला कुणी पाठलाग तर करत नाही?' या भीतीने आत्ताच तिचा थरकाप उडू नये... चांगल्या गोष्टींवरच्या, माणुसकीवरच्या तिच्या विश्वासाला एवढ्यात तडा जाऊ नये असं वाटतं... समोर दिसणाऱ्या प्रत्येक अनोळखी माणसाकडे तिने संशयाने पाहू नये, प्रत्येक अनोळखी इसम हा खुनीच असतो, असं तिने समजू नये...

... त्यापेक्षा 'ही भीषण परिस्थिती बदलेल... नक्की बदलेल! यावर विश्वास ठेऊन आशेने जगणं मला जास्त आवडतं.

हळूहळू मुंबईवरचं रक्तरंजित सावट दूर होईल... हे शहर नव्या उमेदीने पुन्हा उभं राहील... स्वप्न पाहाणाऱ्या, महत्त्वाकांक्षी, कष्ट करणाऱ्या माणसांना आपल्या पोटाशी घेऊन पुन्हा जुन्या नावलौकिकाला जागेल... समृद्ध, संपन्न होईल, अशी आशा आजही माझ्या मनात जिवंत आहे.

मुंबईने मला खूप दिलं. एक स्वतंत्र व्यक्ती म्हणून स्वत:चं सामर्थ्य शोधायची संधी दिली, माझ्यातल्या न्यूनगंडांचं आणि मर्यादांचं भान दिलं! याच शहराने मला प्रचंड यश दिलं, त्याहून प्रचंड अशा अपयशातही जगायला शिकवलं. इथेच मी नावलौकिकाच्या शिखरावर चढले, सर्वस्व गमावून जमिनीवर आपटले आणि हाती उरलेल्या शून्यातून पुन्हा नवी सुरूवातही केली. या शहराने सदैव माझा सांभाळ केला. मला समजावून घेतलं... स्वीकारलं... आणि परीक्षा तर पावलापावलावर पाहिली. पण ते मोल चुकवण्यातही एक विलक्षण थरार होता. या शहराने प्रत्येकाचाच अंत पाहिला, पण कधी कुणी तक्रार केली नाही... कारण प्रत्येक माणसाला ज्याची आस असते ती स्वतंत्र, मुक्त हवा फक्त याच शहरात वाहात होती... याच मुंबईत!

सर्वार्थाने स्वतंत्र... आणि मुक्त!

पण आनंदिताची मुंबई अशी नाही. आम्ही या शहराची वाट लावली... आणि आमच्याच मुलांना एका भीषण कोंडवाड्यात लोटलं.

– घरी परत येईपर्यंत मी गप्प होते... आणि आनंदिताही! आम्ही गाडीतून उतरून खाली लिफ्टजवळच्या लॉबीत आलो, आणि आनंदिता अचानक थबकून उभी राहिली. कुठल्यातरी माणसाकडे ती विलक्षण संशयाने पाहात होती. माझा हात घट्ट धरून, थरकापलेल्या आवाजात तिने विचारलं,

'ममा, तो माणूस मुलांना पळवून नेत असेल का? इज ही अ कीडनॅपर?'

– मी आनंदिताला घट्ट जवळ घेतलं.

तिची समजूत कोणत्या शब्दात घालणार होते मी? 'तो' माणूस खरंच 'तसा' नसेल कशावरून?

या परिस्थितीशी जुळवून घ्यायला सगळीच मुलं हळूहळू शिकतात... तशी आनंदिताही शिकेल... तीही 'शहाणी' होईल... तीक्ष्ण... तल्लख बुद्धीची आणि स्वत:चा सांभाळ करण्याइतकी समर्थ! 'फाईव्ह क्रोर रूपीज' म्हणजे किती हे तिला आज समजत नाही. 'क्रोर' आणि 'क्रो' या दोन्हीचं महत्त्व आज तिच्या दृष्टीने सारखंच आहे. पण हळूहळू तिला सगळं समजायला लागेल. काही माणसांकडे मोजता येणं अशक्य इतके अमाप पैसे असतात आणि काही

लोकांना दोन वेळेचं साधं जेवणही परवडत नाही, हेही तिला कधीतरी कळेलच. वर्गातल्या मुलांच्या पेन्सिल बॉक्स किंवा त्यांनी डब्यात आणलेले पदार्थ पाहून कोण 'गरीब' आणि कोण 'श्रीमंत' हे तिला अचूक ओळखता येईल.

... ती अशी 'शहाणी' होईल,

त्या दिवशी खरंच मला खूप वाईट वाटेल.

आय शॅल फील अ लिट्ल सॅड... फॉर हर, फॉर मी, फॉर ऑल ऑफ अस!

गरीबी-श्रीमंतीच्या दोन टोकात वाटल्या, विभागल्या गेलेल्या या जगातले आपण सगळेचजण दुर्दैवी आहोत.

तरीही मी आनंदिताला सांगत राहीन. जीवाला जीव देणारी 'मैत्री' तिने गरीब-श्रीमंतीच्या तराजूत तोलू नये, यासाठी होतील तेवढे प्रयत्न करीत राहीन. डझनभर लिमोझीन गाड्यांचा आलिशान ताफा बाळगणाऱ्या श्रीमंत मुलीचा तिने हेवा करू नये आणि दोन रूपयाचं तिकीट काढून गर्दीने खचाखच भरलेल्या बसमधून शाळेत येणाऱ्या मुलीला कमी लेखू नये, म्हणून धडपडत राहीन.

परिस्थिती वेगळी... माणसं वेगळी... त्यांच्या जगण्याच्या तऱ्हा निराळ्या ... सुखदु:खांची गणितं वेगवेगळी... बघता बघता आनंदिता त्यात मिसळून जाईल... मोठी होईल!

... पण तिच्यामधली ती छोटीशी, गोड, निरागस मुलगी... हरवून जाईल!

अशा किती मुली... हरवलेल्या! दिसेनाशा झालेल्या!!...

ममा

....

मुंबई,
फेब्रुवारी '९९

प्रिय आदित्य आणि आनंदिता,

खरं म्हणजे तुमच्या वयात, स्वभावात इतकं प्रचंड अंतर; तरी तुम्ही दोघंही जवळपास एकाच वेळी एकाच विषयावर माझ्याशी चर्चा करताय- लीडरशीप! नेतृत्व!

दोघांचेही विचार वेगळे आणि विषयाचा आवाका अर्थातच निरनिराळा!

गेल्या काही दिवसांपासून आनंदिता जरा वैतागलेली आहे.

कारण?

– बिल्डिंगमधली मुलं तिला खेळायला घेत नाहीत. खालच्या बागेत सगळीजणं रोज खेळतात; आणि आनंदिताला मुद्दाम एकटं पाडतात.

मलाही थोडं आश्चर्यच वाटे, असं का?

एकदोनदा खेळायला गेलेली आनंदिता रडत घरी आली आणि अख्खी संध्याकाळ आपल्या खोलीत रूसून बसली, हे मला ठाऊक होतं. पण एरवी ती रोज संध्याकाळी खाली जाई. आणि बागेत लपाछपी, चोरपोलीस खेळणाऱ्या मुलांचा धांगडधिंगा पाहात शांत बसून असे. सहज बाल्कनीतून खाली डोकावताना अशी हिरमुसून बसलेली आनंदिता मला दिसलीही होती. पण काय करावं, काही कळेना. एकतर अरूंधती आणि आनंदिता दोघींनीही मला बजावून ठेवलं होतं. अरूंधती म्हणाली होती.

'ममा, तू अजिबात मध्ये पडू नकोस. आनंदिताचं आणि त्या मुलांचं भांडण आहे ना, तिचं तिला निस्तरू दे.'

अरूंधतीने मला तर अडवून ठेवलं होतंच; पण धाकट्या बहिणीच्या भांडणात आपण मुळीच मध्यस्थी करणार नाही; हेही स्पष्टपणे जाहीर केलं होतं,

'हे बघ ममा, मी गेले ना खाली; तर एका फटक्यात आनंदिताच्या दिडशहाण्या मैत्रिणींना गप्प बसवीन. काय वाट्टेल ते झालं तरी मी धमकी दिल्यावर त्यांना आनंदिताला खेळात घ्यावंच लागेल. पण मग त्या माझा राग कधी ना कधी आनंदितावरच काढतील. त्यापेक्षा तिचं तिलाच आपलं भांडण मिटवू दे.'

काही महिने तसेच गेले.

रोज संध्याकाळी आनंदिता आपली घरातच. तिने खाली बागेत खेळायला जाणंच बंद केलं होतं. तिच्या एक-दोन मैत्रिणी आपल्या घरी येत आणि मग सगळ्याजणी आनंदिताच्या खोलीतच काहीतरी खुसुखुसु करीत बसत. बागेतून मुलांच्या खेळण्याचा जल्लोष ऐकू यायला लागला, की आनंदिता उदास होई. तिला मनातून खाली खेळायला जायचंय, हे सहज समजत असे. पण मी तिची समजूत घालायला गेले; तरी ती ऐकत नसे... 'मला नाही जायचं खेळायला!'- म्हणताना तिचे डोळे भरून येत. आनंदिता मनातून फार दुखावली गेली होती आणि जिव्हारी लागलेला अपमान तिला पेलवत नव्हता.

खेळायला तर जायचंय, पण 'ईगो' आड येतो, स्वाभिमान दुखावतो, अशा विचित्र कोंडीत ती सापडली होती.

'अगं, जा ना खाली खेळायलाऽऽ' म्हटलं तरी ती पटकन उडवून लावे.

'मी इथे खेळतेय ना पण? आणि माझं होमवर्क पण व्हायचंय अजून!'

शेवटी आणखी काही महिन्यांनी एकदाचा फैसला झाला. नक्की काय झालं ते मला कळलं नाही, पण एका संध्याकाळी आनंदिता उत्साहाने कपडे बदलत होती.

'काय गं?'- मी विचारलं.

'आय ॲम गोईंग टु प्लेऽऽ'- तिने आनंदाने उसळत जाहीर केलं आणि माझ्या प्रतिक्रियेची वाट न पाहता धाडकन् दार लावून गेलीसुद्धा.

थोड्यावेळाने मी बाल्कनीतून डोकावून पाहिलं. बागेत जमलेल्या मुलींबरोबर आनंदिता 'चोर-पोलीस' खेळत होती.

बागेच्या दुसऱ्या टोकाला अरूंधतीही तिच्या मैत्रिणींबरोबर खेळताना दिसली.

खूप दिवसांनी संध्याकाळचे तास दोन तास घर शांत होतं. दोन्ही मुली हाकेच्या अंतरावर आहेत आणि खेळात रमल्यायत या जाणीवेने निर्धास्त होऊन मी माझ्या कामात बुडून गेले... हुश्श!!

लिफ्टची दारं धाडधाड वाजल्याचा आवाज आला आणि मागोमाग आनंदिता.

भरपूर खेळून अक्षरश: धाप लागलेली. कपडे मळलेले... चेहरा लालबुंद... अख्खं शरीर घामाघुम आणि नजरेत उसळणारा प्रचंड आनंद!

'ममाऽऽऽ आता सगळ्याजणी माझ्याशी बोलतात. आम्ही आज खूपऽऽऽ धम्माल केली-' एखादं युद्ध जिंकल्याच्या थाटात अत्यानंदाने उसळत ती म्हणाली.

'गुड! पण काय गं, गट्टी-फू होती ना तुमची? मग आता बट्टी कशी काय झाली एकदम?'- आनंदिताला जरा श्वास घेऊ दिल्यावर मी हळूच विचारलं.

'हे बघ, इट वॉज लाईक धीसऽऽ'- एक मोठ्ठा 'पॉज' घेऊन, भुवया उंचावत, गंभीरपणाने आनंदिता सांगायला लागली,

'ती गुलाबी गुलाबी पिना लावणारी मोठ्ठ्या केसांची मुलगी माहित्येय का तुला? ती गंऽऽ सिक्स्थ फ्लोअरवर राहाते ती? तिनेच खरं म्हणजे सुरू केलं होतं सगळं...'

'कसं काय?'- मी विचारलं.

'तिने स्वत:चं स्वत: ठरवून टाकलं, की प्रत्येक दिवशी, प्रत्येक गेममध्ये तीच फक्त 'लीडर' असणार. तिनेच सगळे रूल्स बनवले आणि आमच्यावर दादागिरी गाजवायला सुरूवात केली. स्वत: आऊट झाली तरी म्हणायची, 'नाहीच्च मी आऊट. मीच परत खेळणार!' हे असं कसं चालेल? वॉज दॅट फेअर?'

– मी शांतपणे ऐकत राहिले.

'मला तिचं वागणं मुळीच आवडलं नाही. सो, आय टोल्ड हर, की आपण सगळेच आळीपाळीने 'लीडर' होऊ. एका दिवशी ती... दुसऱ्या दिवशी मी! मला पण 'लीडर' व्हायचं होतं; रोज रोज तीच का म्हणून? पण तिला अजिबात आवडलं नाही. मग तीच माझ्याशी भांडली, आणि मला ग्रुपमधून चक्क काढूनच टाकलं तिने...'

'अगं, पण तुम्ही सगळ्याच 'लीडर' झालात तर कसं चालेल?' मी सहज

गंमतीने आनंदिताला विचारलं. ‘लीडरच्या मागे त्याचे ‘फॉलोअर्स’ नकोत का? नाहीतर मग उपयोग काय लीडरशीपचा?’

आनंदिताने थोडा विचार केला, आणि ती शांतपणे म्हणाली,

‘काही मुलांना ‘लीडर’ व्हायला आवडतं. काही मुलांना ‘फॉलोअर’ व्हायला आवडतं. आय वॉन्टेड अ चान्स टु बी अ लीडर टू! मुलांना नसती आवडली माझी ‘लीडरशीप’ तर मी तिथे हट्टाने चिकटून नसते राहिले. पण त्यांनी मला संधी तर द्यायला पाहिजे की नाही? ती मुलगी बाकी कुणाला ‘लीडर’ होऊ द्यायला मुळी तयारच नव्हती... पण तिला माझ्या एकटीशिवाय कुणीच विरोध पण नाही केला. सगळे तिला घाबरतात. मी नाही घाबरत. खरा ‘लीडर’ असा घाबरवणारा नसतोच मुळी. ती कसली लीडर? ती तर गुंडच आहे नुसती... मवाली!’

– पण मग शेवटी झालं काय? ग्रुपमधून काढून टाकलेल्या आनंदिताला सगळ्यांनी परत कसं आपल्यात खेळायला घेतलं?

‘लुक ममा, इट वॉज सिंपल! झालं ते फार झालं. मला तर त्यांच्यात खेळावंसं वाटत होतंच. शेवटी एकदा हिंमत करून मी खाली गेले आणि सगळ्यांना जमवून मला काय वाटतं ते सांगितलं. म्हटलं, की मला फक्त एकदा संधी द्या! आधी कुणी माझं ऐकूनच घ्यायला तयार नव्हतं. सगळे मला म्हणाले, की ‘कशाला आलीस? तू जा इथून.’ पण मी ऐकलं नाही. म्हटलं की, हे बघा, मला तुम्हा सगळ्यांशी मैत्री करायचीय. आपण सगळे पुन्हा मित्र होऊ आणि ज्या कुणाला ‘लीडर’ व्हायचं असेल, त्या प्रत्येकाला एकेक चान्स देऊ.’

‘मग? त्यांनी ऐकलं तुझं?’- मी कौतुकाने थक्क होत विचारलं.

‘नाही ना ऐकलं आधी’, आनंदिता म्हणाली, ‘सगळे म्हणाले की नियम म्हणजे नियम. आपल्या ग्रुपचे रूल्स तुला नसतील मान्य; तर तू आमच्यात खेळायलाच येऊ नकोस’– मी काही बोलले नाही. मुकाट्याने सगळ्यांबरोबर खेळायला लागले. अर्ध्या एक तासानंतर मी पुन्हा सगळ्यांना विचारलं. म्हटलं, नीट विचार करा. तुम्हाला ‘लीडर’ म्हणून ‘ती’ हवीय की मी? - शेवटी सगळ्यांनी मलाच ‘लीडर’ निवडलं... दे ऑल व्होटेड फॉर मी! संपलं भांडण. नाऊ वी आर ऑल फ्रेण्डस्!’

– दॅट वॉज वण्डरफुल!

आपल्या राजकारण्यांना तुम्हा मुलांसारखा सरळ साधा विचार करता आला तर?

... आदित्यने मला आणखी एक धडा दिला.

विषय तोच.

लीडरशिप!

मला वाटतं, त्याच्या आयुष्यातल्या पहिल्याच इंटरव्ह्यूला आदित्य निघाला होता. अशावेळी सगळ्या आया असतात, तशी मीही नर्व्हस होते. तो मात्र नेहमीसारखाच 'कूल' होता.

'अरे बाबा, थोडी तरी तयारी केलीयस का?'– मी काळजीने विचारलं.

'त्यात कसली तयारी करायचीय?'- आदित्य सहज म्हणाला, 'सकाळचा पेपर वाचलाय. चांगले व्यवस्थित कपडे घातलेत. आणखीन काय लागतं?'

'हे बघ, नीट उत्तरं दे. शांतपणे विचार करून बोल. चुकीची उत्तरं देण्यापेक्षा 'माहीत नाही' असं सरळ कबूल कर. उगीच थापा मारण्यापेक्षा आवश्यक असेल तर विचार करायला वेळ मागून घे'– अखेरच्या क्षणापर्यंत माझ्या सूचना सुरूच होत्या.

'डोन्ट वरी मदर... आय विल डू फाईन!' असं सांगून आदित्य घराबाहेर पडला.

तब्बल तीन तासांनी फोनची रींग वाजली; तेव्हा झडप घालून मी रिसिव्हर उचलला.

'कसा झाला इंटरव्ह्यू?'- पलीकडे आदित्यच असणार असं गृहित धरून मी उत्सुकतेने विचारलं.

'गुड... फाईन!'

'अरे, आणखी बोल ना काहीतरी. नीट उत्तरं दिलीस का? नर्व्हस नव्हता ना झालास? चुका नाही ना केल्यास? वॉज इट रियली फाईन?'

'रिलॅक्स ममा... छान झालं सगळं!'- माझ्या प्रश्नांच्या भडिमाराने आदित्य थकून गेला होता.

'काय काय विचारलं? कोण होतं इंटरव्ह्यू पॅनेलवर? कठीण होतं का रे? काहीतरी सांग ना बाबाऽऽ' – माझा 'पेशन्स' अगदी पणाला लागला होता.

संपूर्ण इंटरव्ह्यूत काय काय झालं, ते सांगण्याच्या मन:स्थितीत आदित्य अर्थातच नसणार. पण थोडं काहीतरी सांगितल्याखेरीज ममाच्या तावडीतून सुटणं मुश्कील आहे, हे त्याला पक्कं माहीत होतं.

'त्यांनी विचारलं, आर यु अ लीडर ऑर फॉलोअर?' आदित्य सांगत होता. तेवढा धागा पकडून मी विचारलं,

'मग? तू काय सांगितलंस? व्हॉट वॉज युवर रिप्लाय?'

'मी म्हटलं, डिपेन्डस् ऑन दि सिच्युएशन.'

'म्हणजे?'– माझा ठोका चुकला. 'हे कसलं उत्तर? व्हाय डिडन्ट यु आन्सर डिरेक्टली?'

'देअर इज नो डिरेक्ट आन्सर टु दॅट, ममा'- आदित्य म्हणाला, 'दुसऱ्या एखाद्या सहकाऱ्याला एखाद्या विषयात माझ्यापेक्षा जास्त कळत असेल, तर मी त्याला 'फॉलो' करीन पण परिस्थिती याच्या एक्झॅटली उलट असेल; तर आय वुड एक्स्पेक्ट अदर्स टु फॉलो मी!- एवढंच सांगितलं मी. व्हॉट डु यु थिंक?'

– आय वॉज इम्प्रेस्ड!

पण अर्थात मी तुझी आई होते; इंटरव्ह्यू पॅनेल तुझ्या उत्तराने 'इम्प्रेस' झालं की नाही; हे जास्त महत्त्वाचं होतं.

शेवटी, काही दिवस वाट पाहिल्यानंतर (म्हणजे अॅटलीस्ट 'मी' वाट पाहिल्यानंतर) अखेर एकदाचा 'तो फोन' आला. आदित्यच्या 'त्या' एका उत्तराचा परिणाम होता का कोण जाणे; पण त्याच्या हातात त्याचं पहिलं 'अपॉईंटमेंट लेटर' पडलं; तेव्हा सगळ्यात जास्त आनंद मला झाला... जणू तो प्रतिष्ठेचा जॉब मलाच मिळाला होता!

– एका महत्त्वाच्या विषयावर माझ्या दोन मुलांनी दोन वेगवेगळ्या दृष्टिकोनांमधून मला दोन धडे शिकवले.

... ऑन लीडरशीप अॅन्ड रिस्पॉन्सिबिलीटी!

थँक्यू,

ममा

....

मुंबई,

ऑगस्ट '९९

प्रिय अरूंधती,

उद्या तुझा चौदावा वाढदिवस.

आणि आज मी तुला पत्र लिहिते आहे.

शाळेत जाण्यापूर्वी घाईघाईत लिहिलेली एक चिठ्ठी तू माझ्यासाठी डायनिंग टेबलावर ठेवली आहेस. उद्या काय काय करायचंय, त्याबद्दलच्या हजार सूचना आणि माझ्यासाठी 'थिंग्ज टु डु' ची भलीमोठी यादी लिहिलेल्या त्या चिठ्ठीवरच्या तुझ्या सहीची मला गंमत वाटली. झोकदार अक्षरात तू लिहिलंयस,

'युवर-सुन-टु-बी-फोर्टीन-इयर-ओल्ड-कीड!'

लवकरच चौदा वर्षांची होणारी तुझी छोटी छकुली!

त्यातला 'छकुली' हा शब्द वाचला आणि आनंदाने माझं मन भरून आलं. तू एरवी असं कधी म्हणत नाहीस. माझ्या बेडरूममध्ये येताना तू दारावर टकटक केलंस की मी विचारते,

'हू इज दॅट?'

तू म्हणतेस,

'आय ॲम युवर डॉटर.'

त्या उत्तरातला स्पष्ट, ठामपणा मला नेहमीच जाणवतो. माझी 'मुलगी'... जणू एकच... एकुलती एक! – असा एक सूर तुझ्या त्या उत्तरात असतो का? कधीकधी माझ्या मनात विचार येतो, खरंच तुला 'एकुलतं एक' असणं जास्त आवडत असेल का? नेहमीच्या धांदलीत, कामांच्या गर्दीत तुझ्या वाट्याला मी पुरेशी येतच नसेन का?

– आय ॲम सो सॉरी, डार्लींग!

खरंच मला माफ कर, अरुंधती.

तू खरंच रागवलेली असतेस माझ्यावर; म्हणून 'तसं' म्हणतेस?... की माझ्याच मनात उगीच भलत्या शंका असतात?

ते काही असो,

उद्याचा तुझा वाढदिवस 'विशेष' असणार, हे नक्की! गेल्या वर्षीचा वाढदिवस आठवतो का गं? – त्याच्या आदल्या संध्याकाळी तू एखादी जागतिक महत्त्वाची घोषणा करावी तशा थाटात जाहीर केलं होतंस,

'कळलं का सगळ्यांना? आय ॲम गोईंग टु बी अ टीनएजर! यु नो?... अ टीनएजर!'

स्वत:भोवती फिरणाऱ्या पृथ्वीने निदान एक सहस्त्रांश सेकंद तरी थांबावं आणि तू काय म्हणतेस ते लक्ष देऊन ऐकावं, अशा आविर्भावात तू तुझ्या आयुष्यातला एक नवा टप्पा सुरू झाल्याचं जाहीर केलं होतंस.

– मी थक्क होऊन तुझ्याकडे पाहात राहिले.

आनंद झालाच, पण वाईटही वाटलं.

किती पटकन् किती मोठी झालीस तू!

दिवसागणिक वाढणारे... वाढतच जाणारे तुझे सुंदर पाय... नवं, रेखीव रूप घेऊन नव्या तजेल्याने उमललेला चेहरा... आणि कोवळ्या तारूण्याला गांभीर्याचा रूबाब देणारा नाकावरचा तो ऐटदार चष्मा!

तू तुझं 'टीनएज' जाहीर केलंस, आणि मी हतबुद्ध होऊन स्वत:लाच समजावत राहिले.

कुशीत गुरगुटून झोपण्याचे ते गुब्बुगुब्बु दिवस गेले आता. आता यापुढे आपण तिला आंघोळ घालू शकणार नाही. बाथरूमचं दार उघडून ही मुलगी आता आपल्याला आत येऊ देणार नाही.

– आणि खरंच तसं झालं.

हा तुझ्यातला पहिला बदल.

तुझ्या 'मोठं होण्याची' पहिली चाहूल.

– त्यानंतर अख्खं वर्ष गेलं. तेही किती झरझर. काल रात्री बाहेर वाऱ्यापावसाचं तुफान चालू असताना आपण तुझा 'बर्थडे ड्रेस' आणायला बाहेर पडलो, तेव्हा गाडीत तूही तेच म्हणत होतीस. हे वर्ष कधी गेलं, कळलंसुद्धा नाही! मरीन ड्राईव्हच्या किनाऱ्यावर येऊन धडकणाऱ्या आणि रस्त्याकडेच्या भिंतीवर आदळून फुटणाऱ्या लाटा पाहाता पाहात मला काळजी वाटायला लागली. इतक्या भयंकर पावसात, रस्त्यावर तुंबलेल्या प्रचंड ट्रॅफिकमधून आपण धड पत्तासुद्धा ठाऊक नसलेल्या 'त्या' दुकानापर्यंत पोचणार कसे?- शेवटी तूही घाबरून रडायला लागलीस. आत्ताच्या आत्ता शॉपिंगला जाण्याच्या तुझ्या हट्टाचा आता तुलाच पश्चाताप होत होता. तू मला 'सॉरी' म्हणत राहिलीस आणि तुझी अशी अवस्था झाल्याबद्दल मी स्वत:शीच चरफडत राहिले... पण आपण अडकून पडलो होतो. जे होईल ते निमूट सहन करण्यावाचून दुसरा पर्यायही नव्हता. आपली ती संध्याकाळ फारच वाईट गेली.

'हे नेहमीचंच आहे, ममा. दरवर्षी माझा बर्थ डे आला की काहीतरी घोळ होतोच... ॲण्ड दॅट ऑल्वेज मेक मी क्राय'- तू वैतागून म्हणालीस, तसा मलाही राग आला.

'अरूंधती, तुला नेहमी वाईट गोष्टीच का आठवतात? चांगलं काही घडतच नाही का गं कधी?'- मी करवादले. तुला आणखीच रडू फुटलं. फ्रन्ट सीटवर अंगाचं मुटकुळं करून तू हमसाहमशी रडायला लागलीस.

... मी आणखी वैतागले. एव्हाना माझं डोकं चांगलंच ठणकायला लागलं होतं.

एकाएकी जोराची वावटळ सुटली. पावसाचा जोर वाढला... या परिस्थितीत कसला वाढदिवस नी कसली पार्टी?... आपण दोघीही हिरमुसलो... पण काही इलाज नव्हता.

तुझ्या गेल्या वर्षीच्या वाढदिवसाची 'डिस्को' पार्टी मात्र माझ्या चांगली लक्षात आहे. 'आपण मोठ्ठ्या झालो' अशा 'टीनएजर रूबाबात वावरणाऱ्या तब्बल तीस मुलींनी आपल्या हॉलचा ताबा घेतला होता... त्यात पुरूष फक्त दोनच! अनेक तऱ्हांचं म्युझिक 'मिक्स' करून त्यातून काहीतरी बरं घडवण्याची धडपड करून थकलेले डी. जे! पण पार्टी धमाल रंगली. तू तर उत्साहाने नुसती ओसंडत होतीस. खूष दिसत होतीस.

याहीवर्षीचा तुझा वाढदिवस असाच धुमधडाक्यात रंगेल. पण का कोण जाणे, तू आत्तापासूनच नर्व्हस दिसत्येयस.

'माझा बर्थ डे किती पटकन आला यावर्षी! काय काय करायचं ते ठरवायला नीट वेळसुद्धा मिळाला नाही. आय डोन्ट इव्हन फील एक्सायटेडऽऽ'- अशी तुझी तक्रार आहे.

खरंच! १९९९ वर्ष कधी सुरू झालं ते कळेकळेतो आपण ऑगस्ट- म्हणजे आठव्या महिन्यात येऊन पोचलोसुद्धा! नव्या शतकाचं काऊन्ट-डाऊन सुरू झालंय. आता अवघ्या काही तासात तुही चौदा वर्षांची होशील. केकची ऑर्डर देऊन झालीय. तुला 'पुल' खेळायचंय म्हणून दोन 'बोलिंग लेन्स' बुक करून झाल्यायत.

तुला कॅप्री पॅन्ट हवीय.

ओ. के.

पिझ्झा अजिबात नकोय.

ओ. के.

त्याऐवजी समोसे...

त्याचीही व्यवस्था झालीय.

तू कितीही कपाळाला आठ्या घालून असलीस, तरी तुझा वाढदिवस आपण झोकात साजरा करू. काळजी नको करूस. मोठी झालीस, तरी तशी तू अजून लहानच आहेस अरूंधती!

छकुली!

खरं सांगू?

तू कितीही मोठी झालीस; तरी तुझ्यामधली 'ही गोड छोकरी' हरवू नये कधीच; असं मला फार वाटतं. मला तू 'तशीही' हवी आहेस राजा! माझी छोट्टीशी परकरी लेक!

चौदा वर्ष?

– हुश्श!

बिग गर्ल?

– हुश्श!

आता ममाचं बोट सोडणार... स्वत:चे निर्णय स्वत: घेणार.

– तू मनातून किती खुष आहेस; हे माझ्यापासून लपून नाही राहिलेलं. पण 'आई' आहे ना मी; वाटतं... की मुलं मुलंच राहावीत!

गळ्याभोवती हात टाकून किमान पाच मिनिटं तरी माझ्या गालांना 'टच्... टच्' केल्याशिवाय रात्री झोपायला तयार नसलेल्या छोट्या अरूंधतीची आठवण आली; की मी डोळे मिटून घेते. कुठे असेल आता ती?... माझी छकुली! तिची आठवण आली की अजूनही माझं मन काही वर्षं मागे जातं... उबदार दुलईत

तिला कुशीत घेऊन गुरगुटून झोपतं. डोळे मिटले की 'ती' अरूंधती अजूनही मला दिसते. जगभरातल्या सगळ्या वेड्या आया मनातल्या मनात मुलांना म्हणत असतात, 'डोन्ट एव्हर चेन्ज माय चाईल्ड!'- मी तरी कुठे त्यांच्यापेक्षा वेगळी आहे?

आपण खूपदा भांडलो, एकमेकींवर रागावलो, अबोला धरला, रूसवेफुगवे झाले.

बट यु नो (ऑर यु शुड, इफ यु डोन्ट) दॅट आय लव्ह यु व्हेरी व्हेरी मच!

तू माझ्या काळजाचा तुकडा आहेस अरूंधती. तुझ्या चेहेऱ्यावर थोडं जरी मळभ आलं, तरी जीव खालीवर होतो माझा!

उद्या तुझा बर्थ डे.

'त्या' एका क्षणी अख्खं जग थबकेल... तुला ठाऊकेय ना कधी?

पार्टीचा धुमधडाका चालू असताना आपण हळूच एकमेकींकडे बघू... तू लाजून हसशील... मीही! तो एक क्षण... फक्त आपल्या दोघींचाच! आपल्या पुरताच!

... त्या एका क्षणी चौदा वर्षांच्या एका गोड, गुणी मुलीला जन्मभराचे आशीर्वाद मिळतील...

ऑल, येस, ऑल माय लव्ह,

ममा

....

मुंबई,
मार्च '९९

डियर 'ए' ॲण्ड 'ए',

येस! तुम्ही दोघी... धाकट्या मुली!... ऐकताय ना?

दुपारी खूप उशिरा... खूपच उशिरा मी जेवायला बसलेय. आनंदिताबरोबर तिची जीवश्चकंठश्च मैत्रीण आपल्याकडे आलीय. आणि दोघी दोघींमध्ये काहीतरी शिजतंय!... छोटी तारा तोंडावर बोट ठेवून आनंदिताशी कसलीतरी नजरानजर करतेय. तिचे मिश्किल, खोडकर डोळे हसतायत, काहीतरी चाललंय! –आणि आनंदिता वरून गप्प असली, तरी आतल्या आत नुसती उसळतेय. आपल्या दोघींमध्ये काय 'चंमतग' चाललीय, ते कधी एकदा ममाला सांगीन असं तिला झालंय. दोघींमध्ये काय एवढी कुजबूज चाललीय आणि कशाकरता दोघी एवढ्या खुदखुदून हसतायत याचा मनातल्या मनात विचार करत मी आपली गुपचूप जेवतेय. मुलींकडे माझं लक्षच नाहीये, असा बहाणा करत माझं माझं

सॅलड खाणं मला सवयीने चांगलं जमतंय.

'ममा, आज ना आमच्या टीचर म्हणत होत्या...'

– शेवटी आनंदिताला रहावत नाही.

पण तारा पटकन तिला गप्प करते,

'शू ऽऽऽ सांगू नकोस ना! इटस् अ सिक्रेट!'

– पुन्हा पहिल्यासारखीच नजरानजर आणि गालातल्या गालात खुदुखुदु हसणं.

'आन्टी, आम्ही ना, आज चर्चा करत होतो क्लासमध्ये...' गंभीर चेहरा करून तारा मला सांगते. 'आणि टीचर म्हणाल्या की 'आज आपण जे काही बोलू ना, ते फक्त आपल्यातच ठेवायचं.' वी डोन्ट हॅव टु टेल अवर मदर्स!' - दोघींनी आपापले सूपचे बाऊल रिकामे केले.

'फाईन!'- पाण्याचा ग्लास भरून घेत मी सहज म्हटलं, 'देन डोन्ट टेल मी! नका सांगू!!'

– दोघींच्या पोटात काय शिजतंय ते बरोब्बर काढून घेण्याचा हा एकमेव मार्ग आहे, हे मला चांगलं ठाऊक होतं.

'असं कसं म्हणाल्या टीचर? वर्गात जे काही होतं, ते मुलांनी कम्पल्सरी सांगितलंच पाहिजे घरी ऽऽ'- असं आकांडतांडव केलं असतं, तर मुली अजिबात माझ्याशी बोलल्या नसत्या.

मी म्हटलं, नका सांगू!

आणि शांतपणे जेवत राहिले. आता मलाही मनातून हसू यायला लागलं होतं.

शेवटी आनंदिताला राहवेना. एकदम फटाका फुटावा, तशी ती म्हणाली.

'अगं ममा, टीचर म्हणाल्या; जर का तुमची ममा कार चालवत असेल आणि मागच्या सीटवर बसून तुम्ही एकदम तिच्या अंगावर ओरडलात...'

'आनंदिता, असं कुठे म्हणाल्या त्या?' ताराने घाईघाईने आपल्या मैत्रिणीचं वाक्य तोडलं, 'टीचर म्हणाल्या... टीचर म्हणाल्या की...'

'टीचर म्हणाल्या की, जर का तुम्ही तुमच्या ममाच्या अंगावर रागाने ओरडलात तर तिला हार्ट अ‍ॅटॅक येईल आणि ती मरून जाईल... खरं आहे का गं?'- आनंदिता एकाएकी गंभीर झाली.

'म्हणजे... असू शकेल तसं–' मलाही या अनपेक्षित धक्क्यातून सावरायला जरा वेळच लागला.

' पण तुमचा विषय काय होता? नक्की कशाबद्दल बोलत होतात तुम्ही?'

– बरेच बारीक बारीक प्रश्न विचारल्यावर, खुबीने दोघींना बोलतं केल्यावर

मग माझ्या लक्षात आलं की वर्गात चर्चा चालली होती, उलट उत्तरं देण्याबद्दल!

त्यांच्या टीचरने सर्वांना विचारलं,

'कोण कोण आपल्या पेरेन्टस्ना उलट उत्तरं देतं? राग आला म्हणून आईबाबांच्या अंगावर ओरडतं? – हात वर करा...'

तारा आणि आनंदिता म्हणाल्या,

'वी नेव्हर डु दॅट. आम्ही नाही असं करत. कध्धीच नाही.'

ते खरंही होतं.

बोलता बोलता तारा टीचरना म्हणाली, 'आणि आम्ही दोघीही आमच्या ममाला कधीच 'शटअप' पण म्हणत नाही.'

– पण 'आम्ही उलट उत्तरं देतो' असं वर्गातल्या तब्बल पस्तीस मुलींनी प्रामाणिकपणे कबूल केलं. शॉपिंगला गेल्यावर हवी असलेली वस्तू घेऊन दिली नाही तर आपण 'बॅड वर्डस्' सुद्धा वापरतो आणि दुकानात सगळ्यांसमोर ममाला वाट्टेल ते बोलतो; याचीही काही मुलींनी कबुली दिली.

हे सगळं सांगताना ताराचे डोळे आश्चर्याने विस्फारले होते. तिला वर्गातल्या मुलींचा रागच आला होता.

'मी जर असं वागले ना वेड्यासारखं, तर माझी ममा मला मारेलच. म्हणजे मारणार नाही काही एक्झॅक्टली, पण तिला खूप वाईट वाटेल. मला भीती वाटते बाबा तिची. मी कध्धीच माझ्या ममाला उलट उत्तरं देत नाही' तारा म्हणाली.

'आणि मी ममा?'- आनंदिताने एकदम माझ्या जवळ येत उत्सुक नजरेने विचारलं, 'मी पण नाही ना तुला कधी उलट उत्तरं देत?'

– मी मान हलवली.

आनंदिता म्हणत होती ते खरंच होतं. निदान मी हजर असताना तरी तुम्हा मुलांनी कधीच... अगदी जोरदार भांडणं सुरू असतानासुद्धा... वाईट, असभ्य भाषा वापरलेली मला आठवत नाही. एखाद्या दुकानात अमुकच वस्तू हवी म्हणून तुम्ही कधी हटून बसला नाहीत... आणि मी 'नाही' म्हणाले म्हणून चारचौघांदेखत तुम्ही मुलांनी आरडाओरडा केलाय, गोंधळ घातलाय असंही कधी झालं नाही.

'आमच्या वर्गातल्या मुली तर राग आला म्हणून त्यांच्या ममाला काय काय घाणघाण बोलतात! आज सांगत होत्या ना सगळ्या-' तारा म्हणाली.

एव्हाना आनंदिताला ही सगळी चर्चा असह्य झाली असावी. मोठ्ठे डोळे करून ती म्हणाली,

'मी माझ्या ममाशी बोलताना कध्धी असे बॅड वर्डस् वापरणार नाही.

समजा, रागाच्या भरात मी 'शट अप' म्हणून तिच्या अंगावर ओरडले, आणि हार्ट अ‍ॅटॅक येऊन ती मरून गेली तर?'

- ओ होऽऽ म्हणजे असंही आहे तर! तुमच्या 'त्या टीचर'शी एकदा बोलायला पाहिजे– मी मनातल्या मनात नोंद करून ठेवली. मुलांनी 'शटअप' म्हणू नये म्हणून त्यांना इतकी भयंकर भीती घालण्याची काय गरज?

मी आनंदिताला म्हटलं, डोन्ट वरी! इतका पटकन हार्टअ‍ॅटॅक येऊन मरण्याइतकं माझं हृदय कमकुवत नाही... पण जाता येता घरात 'शट अप' चे फटाके फुटायला लागले; तर मात्र मला नक्की त्रास होईल.

पण वर्गातल्या एकूण पंचेचाळीस मुलींपैकी तब्बल पस्तीस मुलींमध्ये 'आम्ही आमच्या आईवडिलांना उलट उत्तरं देतो' हे जाहीरपणे कबूल करण्याची हिंमत आणि प्रामाणिकपणा आहे; हे ऐकून मात्र मी चक्रावले.

'खोटं कशाला बोलायचं ना? टीचर म्हणाल्या होत्या, की न घाबरता खरं सांगा. शी वॉज ट्राईंग टु हेल्प अस! आणि टीचर असंपण म्हणाल्या, की तुमच्या ममाला नाही सांगणार... पण खरं बोला!'

– स्मार्ट टीचर!

रियली.

आपण राहातो त्या भल्यामोठ्या बिल्डिंगमध्ये मुलंच मुलं आहेत. लीफ्टमधून जाता-येताना त्यांचं आपापसातलं बोलणं नेहमीच माझ्या कानावर पडत असतं. ती भयंकर उद्धट, असभ्य भाषा ऐकून मला घेरी यायचीच बाकी उरते. एकदा अरूंधतीच्या 'ओपन डे' साठी मी तुमच्या शाळेत गेले होते. अरूंधतीच्या वर्गात जाण्याकरता मुलींच्या गर्दीतून जिना चढता चढता अचानक माझ्या कानावर पडलं,

'अ फकींग बिच... अ‍ॅण्ड अ हाफ!

मी चमकून मागे वळले.

जेमतेम सातआठ वर्षांची एक मुलगी वर्गातल्या कुठल्याशा मुलीला रागाने शिव्या घालत होती. इतकी गलिच्छ, घाणेरडी शिवी दिल्याबद्दल आजुबाजुच्या मुलींपैकी एकीनेही तिला हटकलं नाही. याचा अर्थ हे असलं संभाषण त्या मुलींमध्ये नेहमीचंच होतं. नंतर दोनच मिनिटांनी मला आणखी एक नवा धक्का बसला.

छोट्या मुलींचा एक ग्रुप कुणालातरी चिडवत होता, 'हेऽऽऽ लेस्बीयन... लेस्बीयन... आम्हाला ठाऊकेय तू लेस्बीयन आहेस ते! बाथरूममध्ये घाण घाण गोष्टी करतेस ना? शीऽऽऽ याकऽऽऽ'

– 'ती' मुलगी घाबरून रडायला लागली.

शेवटी हा सगळा गोंधळ ऐकून एक टीचर घाईघाईने वर आल्या आणि त्यांनी बाकीच्यांच्या तावडीतून त्या मुलीला सोडवलं.

तुम्हा मुलांना ही असली अक्कल येते कुठून? कुठे ऐकता हे सगळं? घरी? शाळेत? सिनेमा? टी. व्ही. वरल्या फाजील सिरियल्स?... की इंटरनेट?

घरी आले तरी माझं मन थाऱ्यावर नव्हतं.

शेवटी त्या संध्याकाळी मी आनंदिताला स्पष्टच विचारलं,

'तू ऐकलायस का कधी 'लेस्बीयन' हा शब्द? आणि ऐकला असशील तर त्याचा अर्थ काय? ठाऊकेय का तुला?'

– आनंदिताने आधी बरेच आढेवेढे घेतले. पण खोटं बोलणं आपल्याला फारसं जमत नाही, हे लक्षात आल्यावर 'आपण आत्ता 'मोठ्ठ्या' झालो'; अशा आविर्भावात ती म्हणाली,

'ऑफकोर्स, आय नो ममा. 'लेस्बीयन' म्हणजे मुलांना मुलंच आवडतात आणि मुलींना मुली. ते दोघं दोघं ओठाला ओठ लावून एकमेकांचे किस् घेतात आणि सारखं सारखं एकमेकांना मिठ्या मारून बसतात.'

हुश्श!

किती छोटं वय... आणि केवढे मोठ्ठे 'इश्यू'!- आपल्या मुलांशी 'असल्या' विषयांवर बोलण्याचा अवघड प्रसंग माझ्या आई-बाबांवर कध्धीच आला नाही. आमच्या लहानपणी आम्ही मुलंमुलंच एकमेकांशी बोलत असू. फारच 'कन्फ्यूजन' असेल; तर मग मोठी भावंडं!

...आणि तुम्ही!

ओ माय गॉड!

विचार करकरून मी थकले. 'शटअप' प्रकरणावरून सुरू झालेली आमची चर्चा संपल्यावर तारा आणि आनंदिता त्यांच्या त्यांच्या खेळात रमून गेल्या. उलट दोघी जरा जास्तच खूष दिसत होत्या. आपण आपल्या ममाला कधीच 'शटअप' म्हटलेलं नाही, हे असं पुराव्याने सिद्ध झाल्याचा विशेष आनंद त्यांच्या हसण्याखिदळण्यातून उतू चालला होता.

...पण मग या मुलींना खरोखरच खूप राग येतो, तेव्हा त्या काय करत असतील?- अचानक मला प्रश्न पडला.

दुपारी सहज मुलींजवळ विषय काढला, तेव्हा तारा म्हणाली,

'राग आला ना, की... मी रडते.'

'मी पण...' - आनंदितानेही लगेच कबूल केलं.

खरंच! किती छान... आणि सोपं!

आता मीही तेच करीन म्हणते... राग अनावर झाला की सगळ्यांपासून दूर

जाऊन अगदी एकटीने पोटभर रडून घ्यायचं!

कोण जाणे, तुमच्या त्या टीचरचं म्हणणं कदाचित खरंही असेल! रागाच्या भरात असं हार्ट ॲटॅकने पुटकन् मरून जाणं मला नाही बाबा आवडणार... एवढ्यात तर मुळीच नाही.

... त्यापेक्षा रडून मन मोकळं केलेलं काय वाईट?

थँक्स!

मुलींनो, थँक यु सो मच!

तुमची,

ममा

....

मुंबई,

सप्टेंबर '९९

प्रिय अरूंधती,

तुझ्या दर वाढदिवसागणिक आपल्या दोघींच्याही नकळत तुझ्यामध्ये होत चाललेले बदल मला अचानक कधीतरी जाणवतात... जेमतेम बारा महिन्यांचं एक वर्ष! पण या एवढ्या छोट्याशा काळात कितीतरी पाणी पुलाखालून वाहून जातं... आणि लक्षात येतं, की किती बदललीस तू! किती पटकन!!

अगदी गेल्या वर्षापर्यंत मी तुला आंघोळ घालायचे, आठवतं? आधी भरपूर तेल चोपडायचं... आणि मग मस्त आंघोळ! बहुतेकदा शनिवार-रविवार हा साग्रसंगीत कार्यक्रम असायचाच. तुझ्या खोलीत चटई अंथरायची... आणि मग अंगात असेल नसेल ते बळ एकवटून 'रगडोऽऽऽ' सुरू! तू हातपाय झाडायचीस... 'दुखतं गं' म्हणून वरवर तक्रार करायचीस... पण ममाकडून मसाज करून घेणं मनातून तुलाही आवडायचं. मसाज झाला की तेलकट पायांनी घसरून तू पडू नयेस म्हणून तुला नीट सांभाळून मी बाथरूममध्ये न्यायचे... आणि मग तुझ्या काहीशा संकोचलेल्या, नाजुक देहावर तांबेच्या तांबे उपडे करत गरमागरम पाण्याने आंघोळ! तेलाने थबथबलेल्या तुझ्या लांबसडक केसांना शाम्पू लावला, की मग मोठ्ठ्या मोठ्ठ्या ढगांसारखा तो पांढराशुभ्र फेस तुझ्या डोळ्यात जाणं... आणि अखंड थयथयाट!

... ती मजा आता संपली, राणी.

आता तू आंघोळ करत असताना दारावर लावलेली 'नो एन्ट्री' ची पाटी मला स्पष्ट दिसते. निष्काळजीपणे तू उघडं ठेवलेलं दार लोटून मी चुकून आत शिरले तरी तू केवढ्यांदा किंचाळतेस!

फाईन.

आता तू मोठी झालीस... आय ॲक्सेप्ट युवर नीड फॉर प्रायव्हसी अण्डर द शॉवर!

... पण अजूनही नखं वाढली की तू ममाकडे धावत येतेस, हे किती छान! खरंतर राधिका दिदीकडे एक सुंदरसं नेलकटर आहे. घरातले सगळेजण तिच्याकडून नेलकटर घेऊन आपापली नखं कापतात.

... पण दर आठ-पंधरा दिवसांनी मी मनातून वाट पाहात असते... तू येशील... म्हणशील, 'ममा, प्लीज नखं कापून दे ना माझी. क्लासमध्ये टीचर ओरडतात.'

तू छोटी कात्री घेऊन आमच्या बेडरूममध्ये येतेस. अगदी अलीकडे तू ही 'मोठ्यांची छोटी' कात्री वापरायला लागलीस. नाहीतर त्याआधी टोकाला बोथट असलेली 'बेबी सिझर' असल्याखेरीज तू तुझ्या नखांना हातसुद्धा लावू द्यायची नाहीस. नखं कापून झाली की मग कान! समोरच्या कपाटातल्या 'इयर बडस्' घेऊन येतेस नी म्हणतेस, 'आता माझे कान दे ना साफ करून. पण प्लीज, चांगला कलोन वापर हं!'

मी तुझं डोकं मांडीवर घेते आणि फ्रेंच परफ्युममध्ये बुडवलेल्या कापसाचा छोटा बोळा घेऊन अगदी हलक्या हाताने तुझे कान साफ करून देते.

पूर्वी तू तुझे केसही मला कापू द्यायचीस, पण सध्या मात्र प्रोफेशनल पार्लरमध्ये जाऊन 'हेअर ट्रीमिंग' आणि 'सेटींग' करणं तुला जास्त भरवशाचं वाटतं. केसांना कात्री लावून देत नसलीस तरी काय झालं; अजूनही तू कधीकधी माझ्यासमोर येऊन बसतेस, आणि म्हणतेस,

'ममा, माझे केस दे ना विंचरून!

पूर्वी तुझे केस लांबसडक होते; तेव्हा खूप वेळ मला त्यांच्याशी खेळायला मिळायचं. आता काय, एक कंगवा इकडून आणि तिकडून मारला की झालं!... पण तरीही तुझी 'स्टाईल' बिघडवली म्हणून तू पुन्हा केसातून हात फिरवतेस; आणि मनासारखे 'सेट' करतेस.

तू मोठी होते आहेस. तुझ्या आवडी-निवडींना वेगळा आकार येतो आहे. तुझ्याकरता कॉस्मेटीक्स आणि कपडे आणण्याचे पूर्ण अधिकार इतके दिवस माझ्याकडे होते. पण आता स्वत:चे साबण आणि फेसवॉशसुद्धा तू स्वत: निवडतेस. ('मला माहितीये ममा, माझ्या स्कीनला काय सूट होतं ते...') कपड्यांच्या शॉपिंगला जायचं ठरतं, तेव्हा तू मैत्रिणींचा सल्ला घेतेस... माझा नाही! आपले कपडे ममाला आवडोत-नावडोत; ते मैत्रिणींना आवडतात की नाही, हे तुझ्या दृष्टीने जास्त महत्त्वाचं असतं.

– आय अ‍ॅक्सेप्ट दॅट टू!

मान्य!

तुझ्याएवढी असताना 'ए, मी आज काय घालू?' हा प्रश्न मी कधीही तुझ्या आजीला विचारत नसे. आम्ही मैत्रिणीच त्याबद्दल तास तास फोनवर बोलायचो.

बट यु नो समथिंग?

– आय मिस दोज मोमेन्टस् डेस्परेटली!

मला फार आठवण येते त्या दिवसांची... आणि तुझं लहानपण निसटलं माझ्या हातातून, याचं वाईटही वाटतं. किती छोट्या छोट्या गोष्टी आपण दोघी मिळून करायचो... यापुढे सगळं तू स्वतःचं स्वतः करशील. उलट जास्त मोठ्या, जास्त महत्त्वाच्या गोष्टींमध्ये मला तुला मदत करावी लागेल... माझं तुझ्या आयष्यातलं स्थान आता बदलेल... कदाचित, ते अधिक महत्त्वाचं होईल; हे सगळं मला समजतं...

... पण तरीही तुझ्या केसांना चोळून चोळून तेल लावणं मला आठवतं... आंघोळ झाल्यावर तुझ्या मानेवर, पाठीवर भरपूर टाल्कम पावडर चोपडणं... मोठ्ठ्या गुबगुबीत टॉवेलने तुझं अंग पुसून दिलं की माझ्या खांद्यावर दोन्ही हात ठेवून तू नाईटी घालणं... हे सगळं मला आठवतं. नवे ड्रेसेस बघून तू कशी हरखून जाशील याची कल्पना करत करत घरी येणं, शॉपिंगच्या बॅगा उघडून अचानक तुला सरप्राईज देणं... परदेशातल्या शॉपिंग सेंटर्समध्ये तुझ्याकरता सटरफटर खरेदी करत हिंडणं... 'ट्वीटी बर्ड' चा टी शर्ट... गंमतीजंमतीचे नाईट ड्रेसेस... पायजमे...

... आय मिस एव्हरी थिंग!

आता तुला तुझी आवडनिवड आहे. तुझी खरेदी तुलाच करायची असते. मी काही आणलं, तर बहुतेकदा तुला त्यापेक्षा वेगळंच... 'ट्रेन्डी' असं काहीतरी हवं असतं. मग तू नाराज होतेस. पण मला वाईट वाटू नये म्हणून म्हणतेस, 'हे ठीक आहे ममा... आय डु लाईक धीस. बट आय हॅड प्रीफर्ड समथिंग एल्स!'

काही दिवसांपूर्वीपर्यंत माझ्या 'वॉर्डरोब'वर तुझी नजर असे. माझ्या ड्रेसिंग टेबलमध्ये काय काय आहे, ते तू उघडून, वापरून बघायचीस. माझे 'शूज्' घालून मिरवायचीस. माझ्या हॅण्डबॅग्ज हौसेने कुठेकुठे घेऊन जायचीस. माझे स्कार्फ... दुपट्टे... टी शर्टस्... हे सगळं तुला वापरायला आवडायचं. ममाचा 'टी शर्ट' आपल्याला होतो म्हणजे आपण आता 'मोठ्ठ्या' झालो; या भावनेतला 'थरार' तुझ्या चेहेऱ्यावर स्पष्ट दिसायचा.

... पण आजकाल माझ्या वस्तू तुला जुनाट, 'ओल्ड फॅशन्ड' वाटतात. तू म्हणतेस,

'मैत्रिणी मला हसतील. तुझ्याकडे दुसरं काही नाही का गं? एनीथिंग... यंग ॲण्ड फंकी?'

नो डार्लींग, आय डोन्ट!

आता मी स्वत: तरी कुठे गं यंग ॲण्ड फंकी' राहिलेय?

... पण तुला 'मोठ्ठं' होण्याची कितीही घाई झाली असली; तरी तू मात्र अजूनही माझी छोटुकली मुलगीच आहेस... कळलं?

कधीकधी तू तुझं आत्यंतिक महत्त्वाचं 'टीनएज स्टेटस्' विसरतेस; आणि माझं बाळ होतेस... मला तुझ्याशी खेळू देतेस. मला अजूनही वाटतं, की तू अशीच राहावीस... कितीही मोठी झालीस तरी पावलापावलावर तुला माझी गरज पडावी!

अप्रतिम 'मिरर-वर्क' केलेला माझा नक्षीदार घागरा 'जुनाट दिसतो' म्हणून तू या नवरात्रातल्या रास दांडियाला घातला नसलास तरी काय झालं? आणि तुझ्या नखांना आता पार्लरमधल्या महागड्या फ्रेंच मॅनीक्युअरची चटक लागली असली तरी बेहत्तर!

... उद्या मीच तुझी नखं कापणार आहे आणि तुला मांडीवर झोपवून तुझे कानही साफ करणार आहे... नाहीतर मग 'हॉवर्ड ह्युजेस' मधल्या चेटकिणीसारखी तुझी वीसही नखं लांबलचक वाढतील आणि कानात दडे बसून तुला ऐकूच येणार नाही... कळलं?

मी फारच वेडेपणा करतेय का गं?

नो डार्लींग!

आय ॲम जस्ट बिईंग अ मदर हू नीडस् टु बी नीडेड... ओ. के.?

लव्ह,

ममा

प्रेमाची गोष्ट

अवंतिका

न्यूयॉर्क,
जून '९९

प्रिय मुलांनो,

दिवसातून चारचारदा 'आय लव्ह यु'चा पुकारा करत स्वत:च्याच मुलांच्या गळ्यात पडणं ही एक 'टिपीकल अमेरिकन' फॅशन आहे, असं इतके दिवस मला वाटत होतं. हा डायलॉग इंग्लीश सिनेमात हटकून ऐकायला मिळे; आणि तद्दन खोटा, नाटकी वाटे. 'सारख्या काय एकमेकांना मिठ्या मारायच्या?' ऑफकोर्स, आय लव्ह माय चिल्ड्रन! आणि त्यांना ठाऊकेय ते. सारखे जाहीरनामे काढून ज्याच्या-त्याच्या कपाळावर चिकटवण्याची काय गरज आहे?' असं मी वैतागून म्हटलंही होतं कधीतरी.

खरं तर हे सगळंच प्रकरण मला विचित्र वाटे. माझ्या घरात सगळ्यांचं माझ्यावर जीवापाड प्रेम होतं; पण म्हणून कुणी माझ्यासमोर येऊन 'आय लव्ह यु' म्हटल्याचं मला आठवत नाही. माझ्या लहानपणी ही गोष्ट आम्ही गृहितच धरायचो... मुलं आईवडिलांना मनापासून आवडतात आणि मुलांचंही आईवडिलांवर प्रेम असतं.

... पण हळूहळू जिकडे जावं तिकडे हा 'आय लव्ह यु' चा गजर ऐकू येऊ लागला. छोट्या छोट्या मुली आपल्या आईवरचं, वडलांवरचं प्रेम चारचौघांदेखत खुलेपणाने व्यक्त करू लागल्या. मनातल्या मनात कसलासा मंत्र पुटपुटून मुलांच्या कपाळावर ओठ टेकवून त्यांना आशीर्वाद दिले जाऊ लागले. सुरूवातीला मला हे सगळं सहन होत नसे. वाटे, ही माणसं आपल्या खऱ्याखुऱ्या जीवनात इतकं फिल्मी का वागतात? की ही एक नवीन स्टाईलच झालीय? समथिंग मॉडर्न... अँज ऑल्वेज?

पण हळूहळू माझ्या लक्षात यायला लागलं, की आईवडिलांनी असं जवळ घेणं मुलांना आवडतं. त्या तीन शब्दांची जादू मुलांना खूष करून टाकते... मुलांचे चेहरे उजळतात... ती अत्यानंदाने आईवडिलांना गळा मिठी घालतात...

सो, इट वर्कड्!

– हे वरवर वाटतं तितकं फिल्मी नाही.

मग मी मनाशी ठरवलं... आपणही ही जादू वापरून पाहू!

अगदी पहिल्यापहिल्यांदा मी अडखळले. थोडीशी चाचरले. माझ्या मनातलं अवघडलेपण आवाजात तर नक्कीच उतरलं असणार. तुम्हा मुलांच्या प्रतिक्रिया फारच गोंधळलेल्या होत्या. 'व्हॉटस् रॉंग विथ् हर? ममाला काय झालं?'– हा तुमच्या मनातला प्रश्न मला प्रत्येकाच्या नजरेत वाचता आला.. पण आनंदिताची प्रतिक्रिया मात्र वेगळी होती. ती पटकन् धावत माझ्याजवळ आली आणि तिने

आनंदाने उसळत मला घट्ट मिठी मारली. तिच्या त्या अनपेक्षित प्रतिसादाने खूष होऊन मी प्रयत्न सुरूच ठेवले. हळूहळू मला (आणि अर्थात तुम्हालाही) सराव झाला... सवय झाली. तुम्हालाही 'ते तीन शब्द' कदाचित आवडत असावे, कारण थोड्याच दिवसात माझी नजर चुकवून तुमचं आपापसात खिदळणं बंद झालं.

... मग मलाही त्या शब्दांची जादू उमगली. मी मनापासून म्हणायला लागले, 'आय लव्ह यु...' कधीकधी माझ्याही नकळत! आणि तुमच्या चेहऱ्यांवर आनंदाची फुलं उमलू लागली.

केवळ प्रतिष्ठा आणि सभ्यतेच्या खोट्या कल्पनांमुळे या तीन शब्दांच्या वाट्याला न गेलेल्या माझ्या अवघडल्या पिढीबद्दल आता मलाच खूप वाईट वाटतं. माझ्या आई-बाबांनी आम्हा मुलांना कधी 'आय लव्ह यु' म्हटलं नाही... एवढंच कशाला, अगदी चार भिंतींआडच्या एकांतात त्यांनी एकमेकांनासुद्धा कधी तसं म्हटलं नसेल. ते म्हटलं तर जुन्या विचारांचे होते, काहीसे हट्टी आणि लाजाळू तर होतेच होते. अख्खं जग बदलून टाकायची विलक्षण ताकद असलेल्या या तीन शब्दांमधली मोकळी अभिव्यक्ती त्यांना कधीच रूचली नाही.

... पण मी?

त्याच अवघडलेपणाचा वारसा चालवत मीही माझ्या आयुष्यातली किती वर्षं, किती मौल्यवान क्षण या शब्दांविनाच जाऊ दिले?

... आज माझ्या भावना मी मुक्तपणे व्यक्त करते... प्रेमाने तुम्हा मुलांना जवळ घेते... तुमचे मुके घेते... ॲन्ड आय कॅन सी अ इफेक्ट ऑन यु!

... आता तर तुम्हीही 'ते तीन शब्द' माझ्यासाठी वापरता... माझ्या कानाशी नाजुक घंटा किणकिणल्यासारखं वाटतं. जगायला नवा जोश... नवी उमेद येते.

किती वर्षं आपण गप्प गप्प राहिलो... ओठ शिवून घुम्यासारखे वावरलो... मनातलं प्रेम मनातल्या मनातच आटोकाट जपत आलो... व्हॉट अ वेस्ट्!

... माझे हे तीन शब्द सदैव तुमच्याबरोबर राहतील; आणि तब्बल तीन पिढ्यांना प्रेमाच्या बंधांनी एकत्र गुंफून घेत तुम्ही तुमच्या मुलांवरही त्यांचा वर्षाव कराल...

सच अ लव्हली थॉट!

लव्ह यु..

ममा

....

मुंबई,
एप्रिल '९९

प्रिय मुलांनो,

माझ्या मैत्रिणींना एका गोष्टीचं भारी औत्सुक्य आहे. त्या दर आठ दिवसांनी मला तोच प्रश्न पुन्हापुन्हा विचारतात,

'टेल मी... तू तुझ्या मुलांशी नक्की केव्हा बोललीस... सेक्सबद्दल! आणि काय काय सांगितलंस त्यांना? कसं सांगितलंस?

... मला उगीचच अवघडल्यासारखं वाटतं. पण मी स्वच्छ सांगते, 'नेव्हर. मी या विषयावर माझ्या मुलांशी कधीही बोललेली नाही. तशी वेळच नाही आली कधी.'

मला 'ओळखणाऱ्या' माझ्या मैत्रिणींना माझ्या या असल्या उत्तराने चक्कर येते. मग स्वत:ला सावरून त्याच मला चांगलं तासभर लेक्चर देतात.

'दिवस कसले आलेत... जवळपास 'फ्री सेक्स सोसायटीत'त राहातो आपण... शिवाय आजकाल एड्सचा केवढा प्रॉब्लेम आहे!... तरी तू मुलांशी बोलत नाहीस? इट्स रिडीक्युलस! कुठल्या शतकात जगतेस अगं तू? आणि तुला काय प्रॉब्लेम आहे? बाकीच्या बायका या अवघड विषयावर मुलांशी बोलायला निदान लाजतात तरी!... पण तू का गप्प बसतेस? आता प्लीज, हे नको सांगू की तुला पण लाजबीज वाटते म्हणून!'

खरं सांगू?

– मला खरंच लाज वाटते. माझ्या मैत्रिणी म्हणतात ते खरंय! मला फार अवघडल्यासारखं होतं. विचित्र वाटतं. लोकांचा यावर विश्वास बसत नाही, हे मला ठाऊक आहे.

'असं कसं? तू तुझ्या कादंबऱ्यांमधून सेक्सबद्दल इतकं बेधडक लिहितेस, जाहीर कार्यक्रमात उघडपणे बोलतेस... बाकीच्यांचं ठीकेय एकवेळ, पण तुला या विषयाची लाजबिज कशी काय वाटते?'

- या प्रश्नाला मी अक्षरश: हजारो वेळा सामोरी गेली असेन.

... पण खरंच मला अवघडल्यासारखं होतं; त्याला मी काय करू?

सेक्सबद्दल पुस्तकांमध्ये लिहिणं, स्त्री-पुरूषांच्या शारीरसंबंधांची वर्णनं करणं वेगळं; आणि त्याबद्दल स्वत:च्या मुलांशी बोलणं वेगळं!

आपल्या गप्पांमध्ये 'हा विषय' काढण्याचे प्रयत्न मी केले. अनेकदा केले. पण दरवेळी सगळं फिसकटलं. कदाचित, या विषयावर बोलण्याची माझी तयारीच नसावी मनापासून! इतर (मॉडर्न) आईवडिलांसारखे मुलांना सेक्सचे धडे देणं, खरंतर मला कधीच पटलं नाही. एखादा नवा ट्रेण्ड किंवा नव्या

फॅशनची चर्चा करावी इतक्या सहजपणे, उघडपणे घरामध्ये... मुलांबरोबर 'सेक्स'बद्दल बोलणं कितपत योग्य आहे, याबद्दल मला अजूनही शंका वाटते. खरंतर 'अशा चर्चा' करणं हे मॉडर्न कुटुंबांमध्ये सध्या बऱ्यापैकी 'फॅशनेबल'च झालंय.

'आम्ही आमच्या मुलांशी अगदी खुल्लमखुल्ला बोलू शकतो-' एकदा एक 'मॉडर्न' आई मला अभिमानाने सांगत होती, 'इट्स बेटर दॅट वे. तेच चांगलं असतं आजकाल! बॉयफ्रेण्डबरोबर असताना काय काय 'प्रिकॉशन' घ्यायला पाहिजे, ते मी माझ्या मुलीकडून पाठच करून घेतलंय चक्क!'

दुसरी म्हणाली, 'वी नो अवर चिल्ड्रन आर हॅवींग रेग्युलर सेक्स! उगीच लपवाछपवी कशाला करायची, नाही का?'

तिसरीने खांदे उडवले. ती म्हणाली, 'माझा मुलगा पंधरा-सोळा वर्षांचा झाल्यावर एके दिवशी मी त्याला सरळ सांगितलं, घराबाहेर पडताना कॉण्डोमचं एखादं पाकीट कायम खिशात ठेवत जा. या वयात कधी कुठली वेळ येईल सांगता येत नाही. उगीच भलती रिस्क घेऊ नकोस.'

– यातलं काहीही मी उगीच चढवून-बिढवून सांगत नाहीये. कदाचित, या 'तिघी' कोण; हे तुम्ही एव्हाना ओळखलंही असेल.

सॉरी, पण असले सल्ले माझ्याकडून कधी तुम्हाला मिळाले नाहीत. 'या बाबतीत मी फारच घाबरट असणार बहुतेक', अशी फाजील शंका तुम्हाला येईल कदाचित!

पण इतक्या नाजुक, अत्यंत खाजगी आणि शरीरापेक्षाही मनाशी संबंधित असणाऱ्या विषयावर इतक्या उघड उद्धटपणाने, निलाजऱ्यासारखं बोलणं म्हणजे त्या विषयातला सारा रोमान्स... सारा थरार संपवून टाकणंच नाही का?... मला तरी तसं वाटतं. त्यामुळे 'सेक्स' मधल्या सगळ्या नाजुक भावभावनांचा पार चुथडा होतो आणि 'सेक्स'ला केवळ एका यांत्रिक शारीरिक क्रियेची कळा येते. म्हणजे एखाद्या महागड्या जिम्नॅशियममध्ये जाऊन ठरलेला व्यायाम करावा, तसा सेक्स! आईने सांगितल्याबरहुकुम वागायचं! काळजी घेतली म्हणजे झालं.

... आणि दुसरी त्याहून महत्त्वाची गोष्ट म्हणजे 'खुल्या संवादा'च्या नावाखाली 'सेक्स' बद्दल इतक्या सहजपणे बोलणारे, 'दोन अधिक दोन बरोबर चार' अशा गणिती भाषेत वाढत्या वयातल्या मुलांना सेक्सचं चक्क प्रशिक्षण देणारे आईवडील, सहज गंमत म्हणून 'सेक्स' करून बघायला नकळत पाठिंबाच देत असतात. पाठिंबा आणि अगदी प्रोत्साहनसुद्धा!

याचा अर्थ काय होतो?

गो अहेड अॅण्ड हॅव युवर ओन प्लेजर्स... सगळी सुखं अगदी बिनधास्त

उपभोगा. फक्त नीट काळजी घ्या म्हणजे झालं. प्ले सेफ. आणि 'काळजी' कुठली?- तर 'न विसरता कॉण्डोम वापरा!'

जणू काही 'सेक्स' ही वाहनांच्या गर्दीतून रस्ता 'क्रॉस' करण्याएवढी अगदी कॅज्युअल गोष्ट आहे. थोडेफार नियम पाळावे, एवढंच!

... तुम्हा मुलांची पिढी कितीही 'मॉडर्न' असली, तरी 'सेक्स' हा विषय तुमच्याकरता इतका रूक्ष नसणार, असा माझा विश्वास आहे. 'सेक्स' म्हणजे केवळ दोन शरीरांनी एकमेकांशी करण्याचा व्यवहार असतो का? अजूनही तुमच्या भावनिक विश्वात प्रेमाला काही किंमत असेल; आणि गाढ प्रीतीच्या सुंदर पावलांनी हलकेच आयुष्यात आलेल्या शरीरसुखाची तुम्हालाही ओढ वाटतच असेल ना?... की असले रोमॅन्टीक विचार अजूनही जपून ठेवणारी मी एकटीच मूर्ख बाई उरलेय या जगात?

तुमच्या वयाची मुलं असलेल्या माझ्या एका जवळच्या मैत्रिणीशी मी या विषयावर बोलले. तीही वैतागलीच माझ्यावर. म्हणाली,

'असं कसं? तुला काय वाट्टेल ते वाटो, पण तुझ्या मुलांशी कधी ना कधीतरी तुला बोलावंच लागेल ना या विषयावर?'

– मी खरंच तसा प्रयत्न केला.

मनापासून

पुन्हा एकदा.

पण नेहमीसारखं याहीवेळी सगळं फिसकटलं. माझं पाठांतर वाया गेलं. प्रश्नोत्तरांचा क्रम मनात योजला होता, पण तिथवर जायची वेळच आली नाही.

मुलांशी 'सेक्स' बद्दल बोलायचं म्हणजे काय सांगायचं नेमकं?

'हे पहा मुलांनो, आय होप; की सगळी मजा करूनसुद्धा आपण प्रेग्नंट कसं राहायचं नाही किंवा मैत्रिणीला प्रेग्नन्ट करणं कसं टाळायचं, याबद्दल तुम्हाला सगळं ठाऊक असेलच...'

– असं? या शब्दात?

– खरंतर तेवढंच फक्त सगळ्यात महत्त्वाचं असतं ना?

आणि तेवढ्याच गोष्टीच्या काळजीने तरूण मुला-मुलींच्या आईबाबांची झोप उडते ना? मग उगीच कशाला बाकीचा फापटपसारा?

... मला हे मान्य नाही.

तुम्हाला माझी मदत हवी असेल, व्यक्तिगत स्नेहसंबंधांचा गुंता सोडवता सोडवता तुम्ही थकून गेला असलात; तर आय ॲम हिअर टु गाईड यु! पण शेजारच्या केमिस्टच्या दुकानात जाऊन कोणत्या ब्रॅण्डचे कॉण्डोम खरेदी करावेत; हे मी माझ्या मुलांना सांगावं अशी कुणाची अपेक्षा असेल; तर आय ॲम सॉरी!

अविवाहित मुलींनी गर्भनिरोधक गोळ्यांची पाकीटं फस्त करणं मला कोणत्याच अर्थाने मान्य नाही; आणि जो भेटेल त्याच्याशी केवळ घटकाभराच्या मौजमजेसाठी खुले शरीरसंबंध ठेवायला तर माझा सक्त विरोधच आहे.

... कारण या बेजबाबदार स्वैरपणाला व्यक्तिस्वातंत्र्याचं लेबल चिकटवणारी माणसं मला मूर्ख वाटतात. त्यांच्याशी कितीही वेळ वाद घालायला मी तयार आहे... पण वाट्टेल ते झालं तरी अखेरच्या श्वासापर्यंत मी माझ्याच मतावर ठाम राहीन; भले कुणी मला 'ऑर्थोडॉक्स... जुनाट' म्हणो!

... तुम्हा मुलांची मतं माझ्यापेक्षा वेगळी असतील, तर मात्र तुमच्याशी बोलणं मला अत्यावश्यक वाटेल. या विषयात तुम्ही पुरेसे सज्ञान आहात, हे मला ठाऊक आहे. तुमच्या खाजगी आयुष्यात मी ढवळाढवळ केली नसली, तरी 'नक्की काय चाललंय' यावर माझं बारीक लक्ष असतंच... आणि माझ्या नजरेतून फार काही सुटत नाही. तुमच्या आयुष्यात नव्याने येणाऱ्या नात्यांना, नव्याने येणाऱ्या प्रिय माणसांना भावनिक पातळीवर तुम्ही किती समंजस शहाणपणाने सामोरे जाता, हे माझ्या दृष्टीने सगळ्यात जास्त महत्त्वाचं आहे. या नात्याची शारीरिक बाजू तुम्ही जबाबदारीने सांभाळाल, तिथे माझ्या सल्लामसलतीची गरज तुम्हाला पडणार नाही, हेही मला ठाऊक आहे.

जुन्या नीतीमूल्यांच्या चौकटी गेल्या दहा वर्षांत इतक्या वेगाने उद्ध्वस्त होताना, इतक्या सहज फेकून दिल्या जाताना मी पाहिल्या; कधीकधी मला या स्वैरपणाचा त्रास होतो... मन:स्ताप होतो.

तुमच्या पिढीतल्या मुलांसाठी 'सेक्स' इतका सहज... आणि स्वस्तात उपलब्ध झालाय, की स्त्री-पुरूषांच्या नात्यामधे शरीरसंबंधांना काही किंमतच उरलेली नाही. जोडीदाराच्या मनात काय आहे, याचा थांगपत्ता लागण्याआधीच त्याचं/तिचं शरीर उपभोगता येऊ शकतं; इजन्ट दॅट सॅड?

'स्वत:च्या शरीराचा सन्मान' याबद्दल मी अनेकदा तुमच्याशी बोलले आहे. जोडीदाराच्या शरीराचा सन्मान हीदेखील आपलीच जबाबदारी असते... स्त्री-पुरूषांच्या नात्यामध्ये तर ते कर्तव्यच असतं.

आकर्षून घेणाऱ्या कुणाही अनोळखी शरीराला जाऊन बिलगणं आणि स्वत:चा कैफ भागवणं, म्हणजे 'सेक्स' नव्हे, हे नेहमी लक्षात ठेवा. शरीराची गरज असतेच; पण त्याहीपलीकडे काहीतरी असतं; आणि तेच जास्त महत्त्वाचं; जास्त शाश्वत असतं.

कुठल्याही 'कमिटमेन्ट' शिवायचा 'सेक्स' ही माझ्या दृष्टीने एक अमानुष, रानटी आणि निरर्थक गोष्ट आहे. त्याला कसला अर्थ नाही. त्यात आनंद देण्याची क्षमता नाही. जे काही असतं ते अर्धवट... अधुरं... आणि एकाकी!

आपल्या जोडीदाराच्या नजरेत आपल्याविषयी नक्की काय भावना दिसतात, हे नीटसं न बघताच या बिछान्यावरून त्या बिछान्यावर उड्या घेत शरीरांचा बाजार मांडणाऱ्या तरूण मुलामुलींची मला कीव करावीशी वाटते.

कुणी कुणी तोंड वेंगाडून विचारतात,

'प्रेमाचा आणि सेक्सचा काय संबंध?'

सेक्स ही निव्वळ शरीराची गरज असते आणि उगीचच या साध्या गोष्टीचा फार बाऊ करू नये, असं त्यांचं म्हणणं असतं.

हा उल्लूपणा मला बिल्कूल मान्य नाही.

अर्थात, माझं म्हणणं नीट ऐकून घेण्याइतपत 'पेशन्स' तुमच्यात असेल; तरच या चर्चेला काही अर्थ आहे. निदान आजतरी तुम्हाला माझे विचार जरा विचित्र (की जुनाट?) वाटतात; आणि या विषयाबाबतचे तुमचे आग्रह अतिरेकी (खरंतर किळसवाणेच) आहेत, असं माझं मत आहे.

तुमच्या पिढीने सगळ्याच बाबतीत प्रचंड गुंतागुंत करून ठेवलीय. कुणाचा पाय कुणाच्या पायात नाही, आणि कुणालाच काही कळत नाही अशी अवस्था आहे. मी असं म्हटलं म्हणजे तुम्ही सगळे माझ्या अंगावर धावून याल आणि तुमच्या आजोबांनी आमच्या तारूण्यात आमच्या पिढीलाही अशीच नावं ठेवली होती, याची मला आठवण करून द्याल, हे मला ठाऊक आहे.

– त्यात काही खोटं नाही.

आम्हीही असेच चेकाळलो होतो, वेड्यासारखं वागण्याचा हट्ट धरला होता आणि त्याबद्दल आमच्या आईवडिलांनी आमचे कान धरले होते, हे खरं आहे. पण तरी तुमच्यापेक्षा आमची अवस्था बरीच बरी होती. जुनी बंधनं आम्ही थोडी सैल करून घेतली होती हे खरं; पण तरीही 'सेक्स'च्या बाबतीत आमच्यासमोर 'लक्ष्मणरेखा' होती. ती पार न करण्याचे कायदे आम्ही बेमुर्वतखोरपणे तोडले नाहीत. आज हे ऐकताना तुम्हाला विचित्र वाटेल, पण 'चांगल्या घरातल्या मुली' आणि 'सुसंस्कृत मुलं' येताजाता एकमेकांबरोबर झोपायला हपापलेली नसत. शारीरिक संबंधांपर्यंत पोचणाऱ्या नात्याला काहीतरी अर्थ असे... 'कमिटमेंट'चा भक्कम पाया असे... आयुष्यभर एकमेकांना साथ देण्याच्या शपथा असत... आणि प्राणपणाने त्या पाळल्याही जात. कंटाळा आला की अंगावरचे कपडे काढून दुसरे चढवावे इतक्या सहजपणाने जोडीदार बदलत फिरण्याची फॅशन आमच्या काळात नव्हती.

'प्रॅक्टीस सेफ सेक्स... डार्लींग'– असले प्रेमळ सल्ले मी तुम्हाला देईन, अशा भ्रमात राहू नका.

पण तुम्हाला खरंच कधी माझा सल्ला हवा असेल, तर एवढं नक्की

सांगेन; की

जबाबदारीने वागा... शरीरांच्या बाजारापासून कटाक्षाने दूर रहा... नात्याचा सदैव आदर करा...

... आणि कधीही, कुणाचाही विश्वासघात करू नका.

तुमची,

ममा

....

मुंबई,

जानेवारी, ९९

प्रिय वन्ती आणि राधिका,

तुम्हा दोघींचाही 'पहिला प्रेमभंग' झाला... ते दिवस आठवतात?- मला आठवतात. कारण त्या दिवसांनी तुमच्याइतकंच मलाही दु:ख दिलं. इतक्या लहान वयातल्या माझ्या नाजुक कोवळ्या मुलींवर अगदी इतक्यातच या असल्या दु:खाचा डोंगर कोसळावा; हे मला सोसत नव्हतं. ज्यांच्यासाठी तुम्ही दोघी रडत होतात त्या दोघांबद्दल मला प्रेम नव्हतं; आणि सहानुभूती तर त्याहून नव्हती. तुम्हा दोघींच्या हृदयाला डसलेल्या इंगळ्या मला छळत होत्या. ज्यांच्यामुळे हा प्रसंग ओढवला, त्या तरूणांचाच पुढे पुढे मला तिरस्कार वाटायला लागला.

अवंतिका, तू तर कित्येक महिने गप्पगप्प... गुमसुम होतीस. अभ्यासात लक्ष लागत नव्हतं, खांदे झुकलेले... चेहरा सुकलेला आणि आत्मविश्वासाच्या, स्वाभिमानाच्या तर पार ठिकऱ्या उडालेल्या! तू अगदी गळून गेली होतीस. तुझ्या या अवस्थेला जबाबदार असलेल्या 'त्या' व्यक्तिला तू विसरण्याचा प्रयत्न करीत होतीस, आणि 'त्याला' शोधून काढून त्याचा खून करावा इतकं मी चिडले होते. तू मात्र स्वत:लाच दोष देत होतीस. एक संपूर्ण नवीन नातं घडवण्याचा अनुभव नव्हता, माणसाची नीट पारख नव्हती; म्हणून असं झालं, असे (योग्य) निष्कर्ष काढून वयाच्या जेमतेम अठराव्या वर्षी स्वत:चीच समजूत घालत होतीस. पहिल्या संतापाचा भर ओसरल्यावर मीही नीट विचार करायला लागले. आणि लक्षात आलं 'तो' तितकासा 'वाईट' नव्हता, 'बदमाष' तर नव्हताच नव्हता! त्याला सगळ्या गोष्टींची घाई होती आणि त्या घाईच्या भरात तुझ्यामधल्या निरागस अवखळपणाला तो 'बालीश' ठरवून मोकळा झाला. त्याच्या आणि तुझ्या 'तारा' जमल्या नाहीत; हे खरं!

– या घटनेला आता इतके दिवस झाले की तू तर हे सगळं विसरूनसुद्धा गेली असशील. काळाच्या ओघात मीही विसरले. 'तो' कुठेकुठे भेटतो; पण

पूर्वीसारखी आता माझ्या मस्तकात सणक जात नाही.

राधिका, तुझ्याहीबाबतीत तेच झालं.

द सेम स्टोरी.

अननुभव आणि माणसं ओळखता न येणं! (एकामागोमाग दुसरं येणारच ना आपोआप!)

तुम्ही दोघीही या 'फेझ' मधून जात होतात; तेव्हा काही न बोलता गप्प राहाणं ही माझ्यासाठी शिक्षाच होती. बोलता बोलता कधीतरी मी म्हणालेही होते तसं... तुमचं तुम्ही निस्तरा! पण माझ्या नजरेतून, वागण्या-वावरण्यातून माझा त्रागा लपून राहिला नाहीच. आपल्या नकळत आपली मुलं कसं वागतात, काय करतात याचा सुगावा आयांना बरोब्बर लागतो. त्या अननुभवी, कोवळ्या वयात ज्या मुलांनी तुमच्यावर मोहिनी घातली होती; त्या दोघांच्याही कपाळावर 'अनसुटेबल बॉय' असं स्पष्ट लिहिलेलं होतं. मला लगेच वाचता आलं, पण तुमच्या नजरेसमोर पहिल्या प्रेमाचा अंधार होता ना पसरलेला!

पहिल्या नजरेत मला जे कळतं, ते परोपरीने सांगूनसुद्धा तुम्हा दोघींना का पटत नाही, या विचाराने त्या काळात मी त्रासले होते. वैतागून गेले होते. माझ्या स्वत:च्या तारूण्यात मी किती पराक्रम गाजवले होते आणि किती वेड्यासारखी वेड्या धाडसांच्या मागे धावले होते; हे कसं कोण जाणे पण विसरून गेले मी. कदाचित, तुम्ही दोघी तुमच्या मनासारखं वागण्यासाठी माझ्याशी झगडा मांडून बसला होतात; त्यावेळी मागे वळून माझ्या स्वत:च्या भूतकाळाकडे बघण्याइतका वेळही नव्हता माझ्याजवळ!

मी पुन्हा पुन्हा कळवळून तुम्हा दोघींना तेच सांगत होते,

'तो मुलगा तुझ्या लायकीचा नाही, हे कसं कळत नाहीये तुला? या असल्या रिलेशनशिपमधून फक्त दु:खच मिळेल... मग रडत बसशील, स्वत:ला दोष देशील! त्यापेक्षा आत्ताच का नाही शहाणी होत? का नाही माझं ऐकत? जग पाहिलंय मी... कळतंय ना? माझा अंदाज चुकणार नाही.'

प्रेमात पडलेल्या प्रत्येक मुलीचे आईबाप तिला अगदी हेच सांगतात... याच शब्दात... आणि असंच कळवळून, जीव पिळवटून सांगतात.

... मी इतकी कशी वेड्यासारखी वागले? खरं तर, तुम्हा मुलींना तुमच्या बॉयफ्रेण्डपासून दूर करण्याकरता मी जितकी जास्त धडपडेन, जितका तीव्र विरोध करेन तेवढ्या तुम्ही अधिकच त्या मुलांच्या आहारी जाल हे मला समजायला हवं होतं.

मीही माझ्या तारूण्यात तशीच वागले होते. एखाद्या गोष्टीला जितका जास्त विरोध, तितकी ती गोष्ट करण्याची खुमखुमी जास्त!

... पण रागाच्या भरात यातलं काही मला सुचत नव्हतं. मी पुन्हा पुन्हा तीच चूक करत राहिले.

'पण का म्हणून तू स्वत:च्या हाताने स्वत:चं आयुष्य वैराण करायला निघालीयस? व्हाय डु यु वॉन्ट टु लर्न द हार्ड वे?'- तुम्हा दोघींनाही मी हाच प्रश्न विचारला होता.

रडून रडून थकलेली अवंतिका शेवटी वैतागून म्हणाली होती, 'कारण तुझ्या आयुष्यात काय घडलं, तू कशी वागलीस याचा माझ्याशी काही संबंध नाहीये, गगा. तुझी 'रेडीमेड' उत्तरं वापरून माझं आयुष्य नाही जगू शकत मी! माझा स्वत:चा मार्ग माझा मलाच शोधायला हवा!'

'पण का?'– मी आणखी वैतागले.

'व्हाय कान्ट यु ट्रस्ट मी? मला ठाऊकेय, आयुष्य काय असतं ते... कशी वागतात माणसं!'

– पुन्हा तेच. चुकीचे शब्द. चुकीचा युक्तिवाद.

आपल्या मुलांपेक्षा आपल्याला जास्त कळतं, असं सगळ्याच आईवडिलांना वाटत असतं... आणि अनेकदा ते खरंही असतं.

पण मुलांना असं 'आयतं शहाणपण' नको असतं, हे त्यांना कळत नाही. स्वत:चे निर्णय स्वत: घेऊन, स्वत:च्या चुकांची प्रायश्चित्तं भोगून त्यांना स्वत:साठी स्वत:ची उत्तरं शोधायची असतात.

तुम्ही मुली म्हणत होतात, ते बरोबरच होतं.

तुमचं आयुष्य तुमच्याच पद्धतीने उभं राहाणार, – माझ्या नाही!

मी हे शहाणपण शिकले खरी, पण बऱ्याच वर्षांनी! तुम्ही दोघी संकटात असताना, भावनिक कल्लोळांमध्ये गुंतून... गुरफटून गेलेल्या असताना तुम्हाला एकटं सोडणं; फार कठीण होतं माझ्यासाठी! मला तुम्हाला मदत करायची होती... तुमचं दु:ख कमी करायचं होतं...

आणि मी असहाय्य होते.

हाताची घडी, तोंडावर बोट... अशी!

अशावेळी मी काय करायला हवं होतं? माझ्याजागी माझी आई असती, तर ती कशी वागली असती?

... माझ्या आईने मला सल्ले दिले अधुनमधून... पण बाकी ती गप्प होती. अर्थात, तरीही माझं तारूण्य निभावून गेलं; कारण माझी सुखदु:ख 'शेअर' करणाऱ्या, मला सांभाळणाऱ्या दोन मोठ्या बहिणी होत्या. ज्यांच्याशी मोकळेपणाने बोलता येईल, अशा जीवाभावाच्या मैत्रिणी होत्या. तरीही मी वेड्यासारखी वागले, तेव्हा माझ्या आईने न बोलता मला आधार दिला. खरंतर माझी सगळीच

'सिक्रेटस्' तिला माहीत होती. कोवळ्या वयातली माझी प्रेमप्रकरणं तिच्यापासून लपून राहाणं शक्य नव्हतं. माझ्या मित्रांपैकी मुरूमांनी चेहरे भरलेल्या एक-दोन बावळट मुलांना ती भेटलीही होती.

... तिच्या आणि माझ्या 'ॲप्रोच' मध्ये फरक होता का?

अर्थात!

माझ्या आईने मला शहाणपण शिकवण्याचा प्रयत्न केला नाही... मला माझे गुण उधळू दिले... आणि तिला अपेक्षित असलेल्या निर्णयावर माझी मीच स्वत:हून पोचेपर्यंत शांतपणे वाट पाहिली.

... आणि मी मात्र संशयाने तुमच्या प्रत्येक हालचालीवर नजर ठेवली... कान कीटेस्तोवर आरडाओरडा केला... कारण तुमचे बॉयफ्रेण्डस् तुमच्या लायकीचे नाहीत, हे मला तुम्ही धडपणे प्रेमात पडण्याआधीपासून ठाऊक होतं. म्हणूनच शांतपणाने, त्रयस्थासारखं जे घडेल ते बघत राहाणं मला अशक्य झालं. तुमच्या बऱ्या-वाईटाची जबाबदारी होती माझ्यावर! तुम्हाला वाचवण्यासाठी मी आटोकाट प्रयत्न केला. इतक्या लहान वयात अपेक्षाभंगाचं, विश्वासघाताचं दु:ख तुमच्या वाट्याला येऊ नये म्हणून धडपडत राहिले.

... फक्त माझ्या वागण्याची पद्धत चुकली.

भावनेच्या भरात मी तुमचा अंत पाहिला... त्रासही दिला. तुमच्याजागी मी असते, तर मीही अशीच घुसमटले असते... रागाने उसळून उठले असते... नक्की!

आता जे झालं ते झालं.

जुनी जळमटं झटकून, जुने व्रण विसरून तुम्ही नव्या उत्साहाने, उमेदीने जगायला लागला आहात.

तुमच्या नव्या आयुष्यात पुन्हा 'नवी नाती' आली आहेत.

ॲण्ड बिलीव्ह मी, यावेळी जुन्या चुका न करता मी नीट जबाबदारीने वागेन.

कहाणी सुरू होतानाच, तिचा अंत कसा होणार; याचा विचार करायचा नाही जे घडेल ते घडू द्यायचं आणि आणि अज्ञातातल्या आनंदाला ढळ लावायचा नाही. असं आता मी ठरवलंय. तुमच्या मित्रांशी मी छान वागते, तुमच्या घडू घातलेल्या नात्याची चांगली बाजू न चुकता पाहाते. आता तुम्हीही पूर्वीइतक्या लहान राहिलेल्या नाहीत. उलट नवी परिस्थिती, नव्या जबाबदाऱ्या तुम्ही इतक्या प्रौढ समंजसपणे, शहाणपणाने हाताळता आहात; की कधीकधी माझाच विश्वास बसत नाही. आत्ताच्या या नात्यांचं भविष्य काहीही असलं तरी तुम्ही त्याला संपूर्ण सामर्थ्याने सामोऱ्या जाल, याची मला खात्री वाटते. अर्थात

माझ्या हातात 'रिमोट कन्ट्रोल' असता तर आजही मला आवडलंच असतं; पण अजूनतरी तो मोह मी निग्रहाने टाळला आहे.

तुम्ही दोघी खूष आहात... आणि तुमचे मित्रही! त्यांची 'त्या' दोघांशी तुलनाच होऊ शकत नाही.

परफेक्ट 'सुटेबल' बॉईज्?

– ते आता येणारा काळच ठरवेल. आत्ताच कशाला घाईने निष्कर्ष काढा?

आपल्या मुलांनी स्वत: निवडलेल्या जोडीदारांबद्दल सगळ्याच आईवडिलांना शंका वाटते. पण तरीही, माझी 'लेक्चर्स' आजकाल जवळ जवळ बंदच झालीयत, हे तुम्हीही मान्य कराल.

आता माझं मत मी माझ्यापाशीच ठेवते. तुमचा जोडीदार कसा असावा, कोण तुम्हाला सुखात ठेवील... तुमची काळजी घेईल हे माझं मला कळतं. तसं ते प्रत्येकच आईला 'आतून' ठाऊक असतं. पण तरीही माझी मतं तुमच्यावर न लादता तुमची 'खुषी' तुम्हाला शोधू द्यावी, असं मी ठरवलंय.

सगळ्यात महत्त्वाची एकच गोष्ट आहे.

– तुम्ही आनंदात राहणं!

त्याबाबतीत मात्र कोणतीही, कसलीही तडजोड करायला मी तयार नाही.

'खऱ्या प्रेमाचा झळाळ' चहेऱ्यावर उमटतो म्हणतात. माझा त्यावर विश्वास आहे. हे सुख ज्या दिवशी तुमच्या चेहेऱ्यावर दिसेल; त्याक्षणी मी स्वत:च तुमच्या नात्यामागे ठामपणाने उभी राहीन.

... बट सॉरी गर्ल्स!

अजूनतरी तुमच्या चेहेऱ्यांवर सुखाची चिन्हं उमटलेली मला दिसली नाहीत.

'नवरा' म्हणून कुणाची निवड करावी; असं मला विचाराल तर एक सांगेन... असा तरूण, जो बऱ्यापैकी जुन्या विचारांचा आणि 'ट्रॅडिशनल' आहे! त्याच्यामध्ये आदर्श जोडीदाराचे पुष्कळसे गुण असतात... परफेक्ट हजबन्ड मटेरियल!

... मी याच संस्कारात वाढले आणि यशस्वी झालेली लग्नं पाहिली; तीही पुष्कळशी याच पद्धतीची!

स्वयंपूर्ण... स्वाभिमानी... तुमच्यामागे खंबीरपणे उभा राहणारा... आयुष्यभर तुमची पाठराखण करणारा... 'स्त्री' म्हणून, एक स्वतंत्र व्यक्ती म्हणून तुमचा आदर करणारा उमद्या स्वभावाचा तरूण तुम्ही 'जोडीदार' म्हणून निवडावा, अशी माझी इच्छा आहे. एका संपूर्ण, अर्थपूर्ण आणि प्रदीर्घ काळ जिवंत राहाणाऱ्या, दिवसागणिक बहरू शकणाऱ्या नात्याची उभारणी करायची; तर त्याचा पाया कमीतकमी इतका तरी मजबूत हवाच. बाकी सगळ्या गोष्टी माझ्या

दृष्टीने फार महत्त्वाच्या नाहीत. दिसणं.. पैसा... ग्लॅमर... लाईफस्टाईल... यातलं सगळं, किंवा याहूनही जास्त कुणालाही स्वत:च्या कर्तृत्वाच्या जोरावर कमावता येऊ शकतं.

पण स्वभाव, वृत्ती, चारित्र्य याची परीक्षा सर्वात महत्त्वाची! ही परीक्षा घ्याल; तेव्हा तुम्हाला स्वत:च्याही चारित्र्याचा जाब द्यावा लागेलच.

अशावेळी काय कराल तुम्ही? काय निवडाल? कशाकडे पाठ फिरवाल? कशाच्या तुलनेत कशाला महत्त्व द्याल?

– तुम्ही योग्य तेच कराल.

आय ॲम कॉन्फिडन्ट!

पण मी माझ्या स्वभावातल्या खोड्यांचं काय करू? सतत बारीक नजर ठेवून असलेल्या, क्षणाक्षणाला परीक्षा पाहाणाऱ्या, बरं-वाईट ठरवणाऱ्या आणि कायमच 'रेड ॲलर्ट' वर असणाऱ्या माझ्यामधल्या 'आई' ची कशी समजूत घालू?

... ती तर असणारच.

चुकून कुणाचं पाऊल वाकडं पडलं, भलतंच कुणीतरी मध्येच घुसलं; तर मात्र तुमची खैर नाही. तुमच्या मित्रांनाही सांगा, 'सांभाळा' म्हणावं! तुम्हाला आवडो अगर नावडो, तुमच्या आयुष्याची घडी थोडीजरी विस्कटताना दिसली तरी मी तसं स्पष्ट सांगेन... आणि त्यावेळी आवश्यक असेल ती शस्त्रक्रिया अगदी निर्दय हट्टीपणाने करीन.

... आपल्यात अगदी जागतिक महायुद्ध झालं तरी बेहत्तर!

सो गर्ल्स, यु हॅव बिन वॉर्न्ड!

– नीट लक्षात ठेवा.

तुमची,

ममा

....

मुंबई,

ऑगस्ट '९९

प्रिय राणा आणि आदित्य,

कपाळावर आठ्या घालून, चेहरे पाडून, वैतागून माझ्यावर करवादू नका...

'ममा, आता आज लेक्चर नंबर सेव्हन्टी फोर? की नाईन्टी नाईन?'

... असले नेहमीसारखे फाजील अंदाज बांधून माझ्या भुवईचा कोन आणि माझ्या चेहेऱ्यावरचे आविर्भाव बघून मनातल्या मनात तुमची ती 'फेवरिट' गणितं

घालू नका... ('ममा वैतागलीय... रागावलीय... चिडलीय... म्हणजे आज लेक्चर नंबर एटी नाईन!')

... अर्थात, एव्हाना माझा मूड बघून तुम्ही तुमचा अंदाज बांधलाच असणार!,

की आज ममाला 'गर्लफ्रेण्ड' या विषयावर लेक्चर द्यायचंय.

यु आर ॲब्सोल्युटली राईट!

या विषयावर आपण अक्षरश: असंख्य वेळा बोललो आहोत. माझी मतं किती स्पष्ट आणि रोखठोक आहेत; हेही एव्हाना तुम्हाला चांगलंच ठाऊकेय. सध्याची फॅशन काहीही असली आणि तुम्हा मुलांना ते कितीही 'कॅज्युअल' वाटत असलं; तरी दर दोन महिन्यांनी गर्लफ्रेण्ड बदलण्याचा आजचा 'ट्रेन्ड' मला भयानक वाटतो. एकामागून एक आपल्या घरी येणाऱ्या आणि एकामागून एक परत जाणाऱ्या तरूण, सुंदर मुलींची परेड बघून मी तरी आता थकून गेलेय... थक्क तर झालेच आहे. इतक्या सहज 'गर्लफ्रेण्ड' म्हणून मुली मिळतात का रे आजकाल? की गर्लफ्रेण्ड ही टी-शर्ट सारखीच असते?... कंटाळा आला की दोन-चार आठवड्यात दिली टाकून आणि आणली दुसरी?... या धांदलीत कधी कधी तुम्ही मला जरा वेगळे धक्के पण देता.

'ममा, तुझ्या मते कोणत्या प्रकारच्या स्वभावाची, कशी स्त्री... विल मेक अस हॅपी?'

– असं एकदोनदा जरा गंभीरपणे विचारलं होतंत; आठवतं?... मग मीही अत्यंत गांभिर्याने, विचारपूर्वक तुम्हाला माझं मत सांगितलं होतं. 'आई' म्हणून काही बेसिक, महत्त्वाच्या गोष्टींचा आग्रह धरणं तर मला भागच आहे. 'ती मुलगी' सर्व दृष्टीनी तुम्हाला 'अनुरूप' असणं, हे माझ्याकरता जास्त महत्त्वाचं; पण निदान आजतरी अशा अनुरूपतेपेक्षा तिनं 'हॉट... इन् थिंग' असणं तुम्हाला 'मस्ट' वाटतं. तुम्हा दोघांच्या काही गर्लफ्रेण्डस्‌ना मी भेटले आहे, त्यांच्याशी गप्पाही मारल्या, जरा अंदाज घेतला; पण त्या लॉटपैकी एकीतही मला माझ्या भावी सुनेची पुसटशी सावलीसुद्धा दिसली नाही... हे वाचताना तुम्ही कदाचित खो खो हसाल... ऑर मे बी यु वोन्ट!

तुम्ही दोघेही जण आज ज्या मॉडर्न, नखरेल मुलींबरोबर डेटींग करत फिरत असता त्या सगळ्या एकेक करून तुम्हाला नकोशा होतील; आणि शेवटी 'जोडीदार' म्हणून तुम्ही बऱ्यापैकी पारंपरिक, शांत, सुस्वभावी मुलींची निवड कराल, अशी माझी खात्री आहे.

हीच 'भारतीय' परंपरा आहे, बाबा!

तुम्हाला आवडणाऱ्या मुला-मुलींबरोबर हिंडा-फिरा... मौजमजा करा; पण लग्नाची वेळ आली की मात्र खूप विचार करून, पारखून घेऊन कुणातरी 'घरेलू'

(आधुनिक संदर्भात, अर्थात) चेहेऱ्याची निवड करा!

घर-संसार आणि कुटुंबालाही तितकंच महत्त्व देणाऱ्या आणि 'करियर'ही सांभाळणाऱ्या महत्त्वाकांक्षी, कर्तबगार मुलींची तुम्ही निवड कराल, असा माझा अंदाज आहे... इन्टेलिजन्ट पार्टनर्स, हूज कंपनी यु विल एन्जॉय!

लांड्या कपड्यांमधल्या अल्ट्रा ग्लॅमरस, मॉडर्न, बालीश पोरीबाळींच्या ऐवजी साध्या सुंदर, आकर्षक पण अधिक मॅच्युअर आणि अधिक कर्तबगार मुलींची वर्दळ सध्या आपल्या घरात वाढलीय; हे लक्षात आलंय माझ्या.

'आता दिवस बदलले आहेत, तुझ्यावेळचा 'डेटींग गेम' संपला, ममा' हे तुम्ही जाता-येता मला ऐकवत असता. खरंच आहे.

आजकाल तुमच्यासाठी येणारे मुलींचे फोन कॉल्स घेण्याची बिनपगारी ड्युटी असलेली एक टेलीफोन ऑपरेटर आपल्या घरात काम करते... तुमची ममा!... म्हणजे मी! त्यामुळे मुली किती 'प्रोफेशनली' बोलतात, त्या स्वतःहून कसा पुढाकार घेतात; हे मला 'ऑन लाईन' समजू शकतं. हे खरंतर चांगलंच झालं पण एकूण या नाजुक विषयाला आलेली 'बिझनेस लाईक डिलींग'ची कळा मला अस्वस्थ करते. या भेटीगाठींमधला रोमॅन्टीक थरार तुम्हा मुलांना अनुभवता येणं यापुढे जवळपास अशक्य आहे, या विचाराने वाईटही वाटतं. ठराविक साच्यात बसवून बनवलेलं आणि वेष्टणावर 'एक्स्पायरी डेट' छापून घेतलेलं एक 'प्रॉडक्ट' अशी अवकळा तुमच्या पिढीच्या 'रिलेशनशीप'ला आलीय.

... पण तुम्ही मजेत असता.

दिवस बदलले की गर्लफ्रेण्ड बदलतात... जुन्या नात्याच्या आठवणींनी तुमच्या मनावर व्रण उठणं सोडाच, तुम्हाला साधं खरचटत सुद्धा नाही... एकेकाळी 'गर्लफ्रेण्डस्' असतात, त्या आज 'मैत्रिणी... जस्ट फ्रेण्डस्' होतात. आजच्या 'मैत्रिणी' अगदी उद्या-परवाच 'गर्लफ्रेण्डस्' म्हणून तुमच्याभोवती गोंडे घोळतात... कित्ती सोप्पं! सध्या जिकडेतिकडे हाच 'ट्रेण्ड' आहे म्हणे! असेल बापडा!

तुम्ही मजेत आहात.

मुली मजेत आहेत.

विचार करायला, हरवल्या नात्यांचा शोक करायला कुणाजवळच वेळ नाही.

सगळे मजेत आहेत... एकटी मी सोडून!

पण काळजी नका करू. मीही आता प्रेमाच्या दुनियेतले नवे नियम समजून घ्यायला लागले आहे. जुन्या, कालबाह्य गोष्टी विसरून 'नवं' काय ते शिकायचा

प्रयत्न करते आहे.

... कधी ना कधीतरी शिकेनच.

मग 'तुम्ही असे का वागता?' ते मी समजावून घेऊ शकेन.

... तोवर जरा धीर धरा, एवढंच फक्त!

हुश्श!

तुमची

ममा

....

मुंबई,

सप्टेंबर, '९९

प्रिय आदित्य,

बोस्टन युनिव्हर्सिटीत शिकत असताना; एका उन्हाळ्याच्या सुटीत तू चक्क एका अमेरिकन मैत्रिणीला आपल्याबरोबर भारतात घेऊन आला होतास; तुला आठवतं का रे? छान होती... सुंदर, सुस्वभावी!

– पण तू 'तिला' आपल्याबरोबर घेऊन येणार आहेस, या बातमीचा बॉम्ब फुटल्यावर घरात किती हलकल्लोळ उसळला, याची तुला कल्पना नसावी. किलाचंद कुटुंबाच्या सात पिढ्यांमध्ये कुणी असं वागलं नव्हतं; आणि तू... तू हे असं करावंस याचा सगळ्यांनाच जबरदस्त शॉक बसला होता. आपला इतका साधा, अबोल, भोला-भाला मुलगा, अमेरिकेत शिकायला गेला तरी कध्धी बदलणार नाही असंच सगळेजण गृहित धरून चालले होते. त्यातून तु तुझ्या आजी-आजोबांची परवानगी घेतली नाहीस, एका शब्दाने मला विचारलं नाहीस... 'ती माझ्याबरोबर भारतात येतेय' एवढं जाहीर करून फोन ठेवून दिलास!

'काय म्हणतील सगळे?'- या विचाराने तुझ्या आजीची झोप उडाली.

'एक अमेरिकन गोरी मुलगी आदित्यबरोबर आलीय आणि आपल्या घरात राहातेय हे कळणार नाही का लोकांना? 'ती कोण?' असं कुणी विचारलं; तर काय सांगणार आपण? ... आणि मुख्य म्हणजे ती राहील कुणाच्या खोलीत?... आणि झोपेल कुठे?... आपल्या घरातलं भारतीय जेवण... आवडेल का तिला? आणि मुख्य म्हणजे चार लोकं चार तोंडांनी बोलणार; कुणाकुणाला खुलासे देत बसणार आहोत आपण? 'ती आदित्यची 'फक्त मैत्रीण' आहे बरं' असं सांगून पटणार का आहे कुणाला? 'तुमचा काय संबंध?' असं म्हटलं म्हणजे चालत नाही. इथे, आपल्या भारतात सगळ्यांना सगळं सांगावं लागतं...

... अशा प्रतिक्रियांचा नुसता पूर उसळला होता. तुझ्या आजीने – 'बा'ने

एक आणखी महत्त्वाचा मुद्दा काढला. त्या म्हणाल्या, 'घरातल्या नोकरांना काय सांगायचं? त्यांच्या तोंडात तीळसुद्धा भिजायचा नाही. सगळीकडे 'गॉसिप' होईल!'

तुम्ही दोघे मुंबईच्या विमानतळावर उतरलात... आणि अख्ख्या घरावरचं चिंतेचं सावट जास्तच गडद झालं. एकीकडे तुझ्या घरी येण्याचं कौतुक, आणि दुसरीकडे तऱ्हेतऱ्हेच्या शंकाकुशंका!

'तू लग्न करणारेस का तिच्याशी?'

– बॅगा उघडून सगळं सामान लागायच्या आत कुणीतरी तुला स्पष्टच विचारलं.

तू वैतागून म्हणालास,

'डोन्ट बी रिडीक्युलस. मी शिकतोय अजून. आणि ती फक्त जवळची मैत्रीण आहे माझी... कळलं? हे लग्नाचं काय मध्येच?'

– पण तुझ्या या स्पष्ट उत्तराने कुणाचंही समाधान झालं नाही. एक तरूण मुलगा आणि इतक्या दूर देशातून त्याच्याबरोबर येणारी तरूण मुलगी 'फक्त मित्र' असू शकतात, यावर कुणाचा विश्वास बसणं शक्य नव्हतं. प्रश्न येतच राहिले... आडून आडून चौकशा होत राहिल्या. तू आधी शांतपणे उत्तरं दिलीस आणि शेवटी शेवटी वैतागून या विषयावर बोलणंच बंद करून टाकलंस.

साधारण आठवड्याभराने तुझ्या त्या मैत्रिणीचा घरातला वावर सर्वांना सरावाचा झाला. तिने एकूणच जरा नेटके, अंगभर कपडे घालावे म्हणून तुलाही बरीच धडपड करावी लागली. सतत आपल्याकडे रोखलेल्या इतक्या नजरांचा सामना करता करता एखादी मुलगी रागाने वेडी झाली असती; पण तुझ्या मैत्रिणीने चांगलाच धीर धरला आणि बऱ्यापैकी संयमाने परिस्थिती हाताळली.

तुझ्या आजीच्या मते 'ती' वयाने जरा जास्तच मोठीच होती, आणि (तुझ्यापेक्षा) बरीच उंच पण!

तू वैतागून म्हणालास, 'त्याचा काय संबंध?'

– बा बिचाऱ्या गप्प बसल्या.

मी 'तिच्या' एकूणच हावभावांबद्दल, बोलण्या-चालण्याच्या जरा तऱ्हेवाईक ढंगाबद्दल माझं मत व्यक्त केलं; तर तू माझ्याकडेही रागावून पाहिलंस.

– मीही गप्प बसले.

जेमतेम महिन्याभराचा तर प्रश्न आहे!

– आम्ही सगळेच मनातल्या मनात स्वत:ची समजूत घालत होतो.

'पण समजा, त्यांनी लग्न करायचं ठरवलं; आणि आदित्य तसा हट्टच धरून बसला तर?'

– 'बा'च्या मनात मात्र अजूनही शंकेची पाल चुकचुकत होतीच.

'बा, तसं झालं समजा; तर तेव्हा बघू आपण काय करायचं ते...' - मी 'बा' ची समजूत घातली.

खरं तर, मी फारशी काळजीत नव्हतेच. ...तुमची ही 'मैत्री', पुढच्या सेमिस्टरपर्यंत टिकणार नाही, हे मला आधीच पक्कं ठाऊक होतं.

– आणि खरंच तसं झालं.

घरातल्या सगळ्यांनी सुटकेचा श्वास सोडला; पण या एका घटनेने घरातलं वातावरण मात्र पार बदलून गेलं. तुझ्यागधल्या अंतर्बाह्य बदलाची स्पष्ट चाहूल लागलेलं घर नाही म्हटलं तरी भांबावून गेलं होतं. घरातल्या कुणाला काय वाटेल याची पर्वा न करता तुला योग्य वाटलं, पटलं ते तू करून दाखवलं होतंस. 'मी आता मोठा झालो... स्व-तंत्र झालो... यापुढे माझ्या आयुष्याचे निर्णय मीच करीन' असंही तू काही न बोलता जाहीरच करून टाकलं होतंस. हे सगळं पचायला, स्वीकारायला सोपं नव्हतं. आणि सगळं इतक्या अनपेक्षितपणे, अचानक झालं; की परवापरवापर्यंत लहानगा असणारा आपला आदित्य आपल्याही नकळत आता मोठा, जाणता झालाय ही वस्तुस्थिती घरावर येऊन अक्षरश: आदळलीच.

तुमची सुटी संपली. अमेरिकेला निघायची तयारी सुरू झाल्यावर तू मला म्हणालास,

'तू तिला गिफ्ट देशील ना जाताना?'

– मी दिली.

मुलगी खरंच गुणी होती. महिनाभर सगळ्यांच्यात नीट मिळून-मिसळून राहिली.

तरीही, ती एकदाची विमानात बसल्यावर आम्ही सगळ्यांनी 'हुश्श' केलंच.

मी बा ला म्हटलं, 'काळजी करू नका बा. त्यांचं प्रेमबिम काही टिकणार नाही फारसं.'

– शेवटी झालंही तसंच. फारशी डोकेदुखी, मनस्ताप न होता आपल्या घरातल्या एका नाट्यपूर्ण प्रसंगावर अखेर पडदा पडला.

नंतर विचार करताना आमच्या सगळ्यांच्या-अगदी माझ्यासुद्धा- वागण्याचं मलाच आश्चर्य वाटत राहिलं.

माझ्या एका जवळच्या मैत्रिणीने विचारलं,

'माय गॉड! तू कशी वागलीस तिच्याशी! तुला राग नाही का गं आला? आकांडतांडव नाही ना केलंस निष्कारण?'

– खरंतर मला तुझ्या त्या मैत्रिणीचा रागबिग येण्याचं काही कारण नव्हतंच...

आलाही नाही. एक-दोन दिवस तिच्याबरोबर वावरल्यानंतर मला तिचा अचूक अंदाज मात्र आला होता. ही मुलगी पूर्ण वेगळ्या वातावरणात, संस्कृतीत वाढलेली असताना तुला तिच्याबद्दल एवढा 'सॉफ्ट कॉर्नर' का असावा, याचंही कारण मी शोधून काढलं. लहानपणापासून अतिशय लाडाकोडात वाढलेला, बाहेरच्या जगाशी फारसा संबंध न आलेला तू एकाएकी निर्णय घेऊन वयाच्या जेमतेम विशीत एकटा अमेरिकेला गेलास... तिथल्या युनिव्हर्सिटीच्या अनोळखी, परक्या कॅम्पसमध्ये तुला ही मुलगी भेटली असणार. स्वभावाने भली होती. त्यामुळे तिच्या मैत्रीचा अंधूक धागा घट्ट पकडून तू त्या परक्या वातावरणाशी जुळवून घ्यायला शिकलास! ॲण्ड देन द होल थिंग स्टार्टेड! - तुमच्या 'मैत्री'च्या मुळाशी असलेली ही 'तात्कालिक आधारा'ची गरज ओळखणं फारसं कठीण नव्हतं.

– तरीही तू तिला आपल्याबरोबर भारतात घेऊन येणं, मात्र माझ्या आकलनाच्या पलीकडचं होतं. अर्थात, अमेरिकन संस्कृतीत ही गोष्ट फार नवीन नाही. 'थँक्स गिव्हींग विकएण्ड' किंवा 'फोर्थ जुलाय सेलिब्रेशन' साठी तरूण मित्र-मैत्रिणी एकमेकांच्या घरी जातात... मजा करतात. पण अशा संस्कृतीतली एक अमेरिकन मुलगी मात्र केवळ तुझ्या सहवासाच्या ओढीने हजारो मैलांचा प्रवास करून भारतासारख्या परक्या देशात यायला तयार होते; हे पचवणं जरा जडच होतं... माझ्यासाठी, कुटुंबातल्या सगळ्यांसाठीच! बा ची एक शंका मला अजून आठवते,

'अशी गोरी मड्डम घेऊन घरी येतोय तो; घरातल्या नोकरांना काय सांगायचं आपण? ते काय म्हणतील?'

... ती माणसं म्हणजे केवळ घरातले नोकर नव्हते. त्यांनी आपल्या अंगाखांद्यांवर तुला वाढवलं होतं.

... शेवटी बऱ्याच उलट सुलट चर्चांनंतर सगळ्यांनी तात्पुरते उपाय आणि उत्तरं शोधून ठेवली... काय वाट्टेल ते झालं तरी घराण्याच्या प्रतिष्ठेला धक्का पोचू नये म्हणून धडपडणं भागच होतं.

'अमेरिकेत काय वाट्टेल ते करा. इथे भारतात आल्यावर या घराण्याच्या शिस्तीनेच वागलं पाहिजे', असा बा चा रोखठोक, स्पष्ट आणि रास्त पवित्रा होता.

शेवटी सगळं सुरळीत पार पडलं. त्या महिनाभराच्या काळात कडक नजरांच्या पहाऱ्यात तुम्ही दोघं संयमाने, सभ्यतेने वागलात. तक्रारीला एवढीही जागा ठेवली नाहीत. विमानतळावर तुम्हाला 'बाय' करून घरी येतानाच खात्री होती ही मुलगी आदित्यबरोबर परत येईलसं वाटत नाही!

– आणि तसंच झालं.

कालपरवा सहज अल्बम चाळत बसले होते, तर एकदम 'तिचा' फोटो दिसला. म्हणून भराभर पानं उलटली. तुम्ही दोघेही खूष दिसता त्या फोटोंमध्ये. विशेषत: तू... रिलॅक्स्ड अँण्ड हॅपी!

तिच्याही मनात तिच्या 'भारत भेटी' च्या आठवणी असतीलच की! कित्येक पर्यटकांना जो कधीच दिसत नाही, असा खराखुरा... जिवंत भारत तिला पाहायला मिळाला. एका मोठ्ठ्या 'टिपीकल इंडियन' कुटुंबात ती महिनाभर राहिली. इथले सणवार... रीतीभाती... नातीगोती... हे सगळं तिला अनुभवता आलं. कुठल्याही महागड्या टूरिस्ट कंपनीने तिला 'असा' भारत कधी दाखवला नसता... हा अनुभव ती आयुष्यभर मनाशी जपून ठेवील. तिलाही आमची आठवण येईल.

... आणि तू?

तुझं आयुष्य तर किती बदललं त्यानंतर! पण अजूनही 'समर ऑफ नाईन्टी फाईव्ह' आम्हा सर्वांच्या लक्षात आहे... दॅट विल ऑल्वेज रिमेन स्पेशल... व्हेरी स्पेशल!

तुझी,
ममा

....

मुंबई
ऑगस्ट ९९

प्रिय अरूंधती,

दोन-चार महिन्यांपूर्वीची गोष्ट असावी. एका संध्याकाळी तू शाळेतून आलीस तीच मुळी वैतागून! तू चिडली होतीस, आणि खरंतर मनातून तुला फार लाजीरवाणं, विचित्र वाटत होतं... 'झालं काय?' म्हणून चौकशी केली तेव्हा तू सगळं सांगितलंस.

त्या दिवशी दुपारच्या सुटीत तुम्ही सगळ्याजणी सहज म्हणून शाळेच्या लायब्ररीत गेलात. तिथली पुस्तकं चाळता चाळता कुणालातरी 'शोभा डे' हे नाव दिसलं. 'अरूंधतीच्या ममाचं पुस्तक' म्हणून तुझ्या सगळ्या मैत्रिणींनी पुस्तकावर झडप घातली. ते पुस्तक म्हणजे माझी पहिली किंवा दुसरी कादंबरी असणार. सगळ्याजणी उत्सुकतेने पुस्तक चाळायला लागल्या आणि पानापानावरची स्त्री-पुरूष संबंधांबद्दलची मुक्त वर्णनं वाचून प्रत्येकीलाच धक्का बसला. बारा-तेरा वर्षांच्या कोवळ्या वयातल्या कुणालाही 'ती वर्णनं' विचित्र वाटणं स्वाभाविकच

होतं. शीऽऽ हे काय घाणेरडंऽऽऽ– मैत्रिणींच्या प्रतिक्रियांनी तुला ओशाळल्यासारखं झालं. लाजही वाटली.

तू प्रचंड संतापलेल्या, रडवेल्या स्वरात मला विचारत होतीस,

'ममा, हाऊ कुड यु राईट सच थिंग्ज? इतकं घाणेरडं कसं काय लिहू शकतेस तू?'

– तुझ्याशी मोकळेपणाने बोलण्यावाचून माझ्यापुढे दुसरा इलाज नव्हता.

'हे बघ अरूंधती, ते मोठ्या माणसांसाठी लिहिलेलं पुस्तक आहे. मुलांनी नसतातच वाचायच्या या असल्या गोष्टी!'- मी खुलासा करण्याचा प्रयत्न केला.

'असेल मोठ्या माणसांसाठी',- तू वैतागून खांदे उडवलेस. तुला माझं म्हणणं पटलेलं नाही हे उघड दिसत होतं, 'पण तरीही तू लिहूच कसं शकतेस असलं काहीतरी?'

– मी आणखी काही सांगत, समजावत राहिले.

पण तू माझं काहीही ऐकून घ्यायला तयार नव्हतीस.

तुला बसलेला धक्का जबरदस्त होता. एकतर आपल्या ममाने असलं काहीतरी 'घाणेरडं' लिहावं याचा राग आणि दुसरं म्हणजे सगळ्या मैत्रिणींच्यादेखत हे गुपित फुटलं याबद्दल वाटणारी लाज!

मी कितीही प्रयत्न केला, तरी या मन:स्थितीत तुझी समजूत पटणं शक्य नव्हतं. मी तो विषय तिथेच थांबवला. माझं लेखन तुला 'घाणेरडं' का वाटतं, ते तुझ्या नजरेतूनच तपासून पाहावं लागणार होतं. इतक्या लहान, नकळत्या वयात त्या लेखनातली गुंतागुंत, त्यातली भावना तुला समजावी अशी अपेक्षा कशी बाळगू मी? 'असल्या' विषयांची चर्चा सुरू झाली की भोचकपणे मधेमधे लुडबुडणाऱ्या बाकीच्या सगळ्या भावंडात तू जास्त 'सोवळी' असतेस हेही लक्षात आलंय माझ्या. 'असल्या' विषयांबद्दल उघडपणे बोलणं तुला आवडत नाही... अंगालगत चिकटणारे, तोकडे कपडे तू हातातसुद्धा घेत नाहीस... तुझ्या भाषेला अगदी संतापाच्या भरातसुद्धा असंस्कृत शिव्यांचा, फाजील शब्दांचा स्पर्श होत नाही... 'ओल्ड क्लासिक्स' आणि तुझी आवडती 'ॲडव्हेन्चर बुक्स' सोडून तुझं वाचनही 'अरबट चरबट' चवीची चावट पुस्तकं शोधत हिंडत नाही.

तुझ्या स्वभावाचा, आवडीनिवडींचा रस्ता ठरलेला आहे.

त्यावरून घरंदाज रूबाबात चालणं तुला आवडतं.

माझ्या कादंबरीतल्या 'त्या तसल्या' वर्णनांनी तुला ठेच लागली ती म्हणूनच! तुझ्या वयात असताना माझ्यावर हा असा प्रसंग आला असता, तर मीही बहुतेक तुझ्यासारखीच कळवळले असते.

सात-आठ दिवस तसेच जाऊ दिले.

मग तुझ्याशी बोलता बोलता हळूच मी 'पोर्नोग्राफी' चा विषय काढला. अश्लील वाङ्मय!

'वर्षा दोन वर्षात तू मोठी होशील, तुझं जग बदलेल, मग तुझ्या वर्गातलंच कुणीतरी तुला चोरून 'ब्ल्यू फिल्म' पाहण्याचा आग्रह धरील... फुटपाथवर स्वस्तात मिळणारी 'पिवळी' पुस्तकं आणि इंटरनेटवरच्या 'ॲडल्ट' साईटस्! आयुष्यातल्या एका टप्प्यात हे सगळं मनात घुसणं अपरिहार्य असतं, कधी ना कधीतरी ते घडतंच...' मी सांगत होते, पण तो विषय वाढवण्याची तुझी इच्छा नव्हती. म्हणालीस,

'असल्या गोष्टीत मला अज्जिबात इंटरेस्ट नाहीये!'

आज नसेल, पण उद्या...?

कधी ना कधी तरी तुझी उत्सुकता जागी होईल, सगळ्या गोष्टी समजून घ्याव्याशा वाटतील, लपूनछपून 'ब्ल्यू फिल्म्स' बघण्यातलं थ्रिल अनुभवावंसं वाटेल, तेव्हा?

तुझ्या वयाची असतानाच माझ्या हातात माझ्या आयुष्यातलं पहिलं 'चावट' पुस्तक पडलं होतं. असली पुस्तकं वाचायला काय, 'बघायला' सुद्धा बंदी होती; त्यामुळे उलट 'त्यात काय असतं?' याचं जबरदस्त थ्रिल! ही 'असली' पुस्तकं आमच्या घरात इकडे तिकडे पडलेली मी बघितली असती आणि त्यातलं एखादं हातात घेऊन माझ्या आईने त्याबद्दल माझ्याशी चर्चा-बिर्चा केली असती तर बाथरूमचं दार लावून 'चोरून' पुस्तक वाचण्याचा तो आयुष्यातला पहिला वहिला 'थरार' मला जन्मात अनुभवता आला नसता. सगळा 'चोरीचा' मामला, म्हणून त्या लपाछपीतली मजा!

बाल्कनीच्या अंधाऱ्या कोपऱ्यात जाऊन, संडास-बाथरूममधे दारांच्या कड्या लावून अशी खूप पुस्तकं अधाशासारखी वाचली. त्यात काय लिहिलंय ते वाचता येई, पण पुष्कळसा अर्थ कळत नसे. चित्रंही पुन्हा पुन्हा तीच दिसतात का काय, असा भास होई.

– काही दिवसांनी मला उबग आला.

पुढे पुढे मग चोरून 'ब्ल्यू फिल्म' बघण्यातलीही मजा संपली. हे सगळंच प्रकरण कंटाळवाणं, हास्यास्पद वाटायला लागलं. माझी ही फाजील चोरी तुझ्या आजीने समजा चुकून 'पकडली असती' आणि 'असल्या घाणेरड्या गोष्टींकडे पुन्हा फिरकलीस तर खबरदार!' असं जोरदार लेक्चर ऐकावं लागलं असतं; तर मात्र पिवळी पुस्तकं, ब्ल्यू फिल्ममधला माझा 'इंटरेस्ट' आणखी काही दिवस तरी नक्की टिकला असता.

हे सगळं नीट समजून घे, अरूंधती.

तुझ्या वयात सगळ्या गोष्टींची प्रचंड उत्सुकता असते. सगळंच्या सगळं आपल्याला समजलं पाहिजे, असा मनाचा हट्ट असतो.

सगळं म्हणजे अगदी.. 'सेक्स'सुद्धा!

पण सभ्यता आणि सुसंस्कृततेच्या नावाखाली आपल्या समाजात इतकी मूर्ख बंधनं करकचून आवळलेली आहेत, की तुझ्या वयात 'सेक्स' बद्दल मोकळेपणाने बोलणं जवळजवळ अशक्यच! पण अशा अनैसर्गिक झाकाझाकीने मुलांची उत्सुकता झाकता येत नाही. मग अर्ध्या वयातली मुलं आपापसात बोलतात. कुणालाच धड काहीच माहीत नसतं; त्यामुळे अर्धकच्ची, काल्पनिक आणि अनेकदा चुकीची, अतिरंजीत माहितीच याच्याकडून त्याच्याकडे सरकत राहते. मग मुलं स्वत:च गोंधळतात, कोड्यात पडतात. पण आईवडिलांशी बोलून आपल्या मनातल्या शंका निवारून घेण्याइतकी हिंमत, आत्मविश्वास नसतो, आणि अर्थात तसं स्वातंत्र्यही! हा 'संवाद' होऊ शकला, तर चुकीच्या... अवास्तव... अतिरंजीत कल्पनांपासून आणि मुख्य म्हणजे त्यातून 'सेक्स' बद्दल निर्माण होणाऱ्या भीतीपासून किंवा अगदी फाजील, आचरट आकर्षणापासूनसुद्धा मुलांना वाचवता येईल.

पण समाजातल्या चालीरितींचा पगडा आजही इतका जबरदस्त आहे, की तुझ्या वयातल्या मुलांना अजूनही 'सेक्स' बद्दल मोकळेपणाने बोलण्याची, प्रश्न विचारण्याची लाज वाटते.

आजकाल अनेक शाळांमधे 'सेक्स एज्युकेशन' सुरू झालं असलं, तरी ते फारच वरवरचं आणि अगदीच प्राथमिक असतं. 'बाळ कसं जन्माला येतं?' हे समजावून सांगण्यापलीकडे काही होत नाही. माणसाच्या लैंगिक गरजा, त्या गरजांचं शारीरिक-मानसिक महत्त्व आणि अपरिहार्यता यबद्दल कुणीही बोलत नाही.

... मग 'सेक्स' ही काहीतरी 'घाणेरडी, गलिच्छ' गोष्ट आहे, असा गैरसमज मनात घेऊनच मुलं वाढतात.

अंधारात, दार-खिडक्या लावून, चोरून लपून सेक्स करतात; म्हणजे ते 'पाप' असलं पाहिजे, असंही मुलांच्या मनात रूतून बसतं.

... आणि आयुष्यातल्या एका सुंदर, सदृढ विषयाबद्दलची ही पापभावना पुढे मरेपर्यंत पाठलाग करते.

त्यामुळे नकळत का असेना, माझ्या कादंबरीतले 'ते घाणेरडे, गलिच्छ उतारे' तू वाचलेस; हे बरंच झालं.

'हे बघ अरूंधती, तू लहान होतीस ना खूप तेव्हा तुझ्या ममाने लिहिलेली ही काही पुस्तकं...' असं सांगून माझ्या 'कर्तबगारी'ची ओळख करून देण्याची

जिम्मेदारी मलाच घ्यावी लागली असती, तर नाही म्हटलं तरी जरा अवघडच झालं असतं.

आता तू 'ते' वाचलंच आहेस; तर मी 'असं' का लिहिलं, कधी आणि कुणासाठी लिहिलं हे तुला समजावणं थोडं सोपं जाईल... अर्थात अगदी आत्ता नाही. जेव्हा तू या संवादाला तयार असशील मनापासून; तेव्हाच! मानवाच्या लैंगिक जीवनाकडे, निखळ आनंद देणाऱ्या 'सेक्स'कडे तुला अत्यंत स्वच्छ, उमद्या नजरेने पाहाता यावं, मोकळ्या उत्सुक मनाने त्याबद्दल जाणून घेत तू मोठी व्हावीस, असं मात्र मला मनापासून वाटतं. मी कितीही नजर ठेवली तरी तू इंटरनेटवर सर्फींग करताना कधी ना कधी 'त्या... तसल्या' साईटस्‌चं अश्लील जग उघड्यावाघड्या रूपात तुझ्यासमोर उलगडणारच!... अशावेळी काय करशील तू?

गोंधळलेल्या, धास्तावलेल्या मनाने तुझ्या (तुझ्याहून गोंधळलेल्या) मैत्रिणींशी सल्लामसलत करून अधिक बुचकळ्यात पडण्यापेक्षा तू थेट माझ्याकडे यावंस. 'हा विषय आपण ममाशी बोलू शकतो' असा विश्वास तुला वाटावा, एवढीच माझी अपेक्षा आहे.

बऱ्याच आईवडिलांचा स्वत:चाच गोंधळ इतका असतो, की 'या' बाबतीत मुलांशी न बोललेलंच बरं म्हणून ते 'प्रतिष्ठित सुसंस्कृत'तेच्या नावाखाली चक्क पळ काढतात. 'सेक्स' बद्दल उघडपणे बोलायची लाज वाटत असते, ती वेगळीच. मुलांनी विचारलेल्या अशा अवघड प्रश्नांचा खुला सामना करायला घाबरणाऱ्या समाजात 'सेक्स... बिक्स तसलं काही नसतंच!' म्हणून झाकाझाक करून अंग झटकून टाकण्याचीही प्रथा आहेच. घरी नीट उत्तरं मिळत नाहीत म्हणून शाळेत 'असे' प्रश्न विचारण्याचं धाडस करणाऱ्या मुलांनाही 'फाजील... आचरट' अशी लेबलं लावून शिक्षक झिडकारतात. अडचणीचा विषय नको म्हणून मुलांना तत्क्षणी गप्प बसवण्यासाठी वापरलेले असले शब्द पुढे आयुष्यभर मुलांच्या मानगुटीवर बसतात. तुझ्या वर्गात अशीच 'फाजील' ठरवली गेलेली एक मुलगी इतकी शरमिंदी झाली, की पुढे बोलण्याचाच आत्मविश्वास गमावून बसली... आठवतं?

या नाजुक विषयाचा सामना करायला आपण इतके का घाबरतो? नीट जबाबदारीने हाताळलं, तर नाजुक काचेचं भांडंसुद्धा व्यवस्थित वापरतोच की आपण!

तुझ्या वयातल्या मुलांसाठीच बनवलेले हॉलीवुडचे सिनेमे बघताना, त्यात एखादा 'किसींग शॉट' आला की तू किती पटकन् चेहरा लपवतेस हे मी अनेकदा पाहिलंय. 'प्रिटी वुमन' किंवा 'देअर इज समाथिंग अबाऊट मॅरी'

असले सिनेमे पाहताना, तू आसपास नाहीयेस ना याची आम्हीही (नकळत) खात्री करून घेतोच. अशा सिनेमांमधले अनेक 'नाजुक' संदर्भ तुझ्या वयात कळणं शक्य नसतं. त्यातले विनोद, काही विशिष्ट प्रकारची दृश्यं पाहून नकळत्या वयात स्त्री-पुरूष संबंधांबद्दलची घृणाच मनात बसण्याची शक्यता असते.

प्रत्येक गोष्टीचं एक वय असतं, यावर माझा विश्वास आहे. अगदी पोर्नोग्राफी... अश्लील पुस्तकं आणि सिनेमे 'एन्जॉय' करण्याचंसुद्धा!

त्या वयात तू जाशील, या गोष्टींचा अनुभव घेशील; तेव्हा केवळ तात्पुरत्या मनोरंजनासाठी निर्माण केला गेलेला हा 'मालमसाला' असतो आणि त्याला तेवढीच, तात्पुरतीच किंमत द्यावी; हे तू पक्कं लक्षात ठेव म्हणजे झालं.

मुलांच्या मनातल्या स्वाभाविक, नैसर्गिक औत्सुक्याच्या सीमा पार होतात आणि बाकी सगळे उद्योग सोडून फक्त 'ते' आणि 'तेवढंच' बघत राहावं अशा ओंगळवाण्या विकृतीने मुलांची मनं पछाडली जातात, तेव्हा मात्र आईवडिलांनी काळजी करायला हवी.

योग्य वेळी योग्य ती मदत आणि दृष्टिकोन मिळाला, तर या अर्ध्या वयातल्या अवघड टप्प्यातून मुलं सुखरूप पार होतात. 'प्ले बॉय' सारखी मासिकं चोरून पाहण्यासाठी धडपडणाऱ्या मुलांना 'फाजील' ठरवून प्रश्न सुटत नाही. खरंतर अशावेळी आईवडिलांनी फार मोठा बाऊ केला, की मुलं जास्तच हट्टी होतात... शेफारतात. त्याऐवजी मुलांचं लक्ष आकर्षून घेईल असा दुसरा एखादा पर्याय त्यांना देणं उत्तम! 'प्ले बॉय' मधल्या 'सेंटर फोल्ड' पेक्षा जास्त इंटरेस्टींग असं काही हाताशी असेल; तर मुलं तसल्या 'फाजील' मासिकांकडे कदाचित ढुंकूनही बघणार नाहीत.

अर्थात, अनावृत्त मानवी शरीराचं सौंदर्य 'अश्लील'च असतं, असं मानणारी दूषित नजर ही सुद्धा एक विकृतीच असते.

आपल्या घरात खूप दुर्मिळ पेंटींग्जचा संग्रह आहे. मी आणि डॅडींनी हौसेने जमवलेल्या त्या पेंटींग्जमधे 'न्यूड' कलाकृतीही बऱ्याच आहेत. अशा कलेचा कधी स्पर्शही न अनुभवलेली तुझ्या वर्गातली मुलं 'ती' पेटींग्ज बघून कशी हबकून गेली होती, ते मला अजून आठवतं.

'शीऽऽऽ काय घाणेरडं आहेऽऽ याकऽऽऽ'

–अशी त्यांची कुजबूज आणि एकमेकांकडे चोरून पाहात तोंड लपवून खिदळणं तुझ्या नजरेतून सुटणं शक्य नव्हतं. तू लाजेने अक्षरशः अर्धमेली झालीस. खरंतर तुला स्वतःलाही 'ती' पेटींग्ज कधीच आवडली नाहीत.

'व्हाय डु यु ॲण्ड डॅडी लाईक सच डर्टी थिंग्ज? बाकीच्यांच्या घरात

पानाफुलांची चित्रं भिंतीवर लावतात, आपणही तसंच काहीतरी लावलं तर काय बिघडेल? ही घाणेरडी चित्रं कशाला हवीत?' – असा वैताग करून 'ती चित्र काढून टाकू' म्हणून तू कितीदा माझी विनवणी केली असशील...

शक्ती बर्मनने काढलेल्या माझ्या सर्वात आवडत्या 'ब्लू न्यूड' पेटींग वरून तुझ्या एका टीचरची नजर हटता हटत नव्हती. तुझ्याही ते लक्षात आलं. तू वैतागून म्हणालीस,

'व्हाय डोन्ट वी हँग क्लोथ्स ओव्हर दॅट नेकेड लेडी?'

– चित्रातल्या त्या विवस्त्र तरूणीला कपडे घालण्याची तुझी सूचना ऐकून मी हसत सुटले...

...आता तुला त्या विवस्त्र पेंटींगजा पूर्वीइतका त्रास होत नाही. 'ती' पेंटींग्ज काढून टाक भिंतीवरून म्हणून गेल्या खूप दिवसात तू माझ्यामागे लकडा लावलेला नाहीस. तरीही परवा सहज बोलता बोलता 'अनावृत्त, नग्न मानवी शरीराच्या आकृतीमध्ये कसं एक वेगळं, छुपं सौंदर्य असतं' हे मी तुला सांगायला लागले, तर माझं वाक्य मधेच तोडून तू पटकन् म्हणालीस, 'प्लीज ममा, आय डोन्ट केअर व्हॉट यु थिंक... पण मला असली घाणेरडी चित्रं मुळीच आवडत नाहीत.'

... तुझी नजर अजून कोवळी आहे, अरूंधती.

पण दिवस जातील... संदर्भ बदलतील... तू मोठी होशील; मग तुला स्वत:लाच 'त्या' पेटींगमधलं सौंदर्य समजायला लागेल.

तोवर मी घाई करणार नाही.

मायकेलेंन्जोलोचा जगप्रसिद्ध 'डेव्हीड' तुझ्या नजरेला पडणार नाही, असा लपवून ठेवीन... ओके?

लव्ह,

ममा

....

मुंबई,

ऑगस्ट ९९

प्रिय राधिका आणि अवंतिका,

काल रात्री 'फादर ऑफ द ब्राईड' मी चौथ्यांदा बघितला, आणि... चौथ्यांदा रडले.

विचित्र आहे,

मान्य!

हॉलीवुडची एक टिपीकल, कमर्शियल फिल्म बघताना मला हे असं धो धो रडू येण्याचं, खरं तर काय कारण?

...पण हॉलीवुडचे सिनेमे कितीही धंदेवाईक आणि 'गल्ल्या'वर नजर ठेवून चलाखीने बनवलेले असले; तरी प्रत्येकाच्या मुळाशी काही ना काही सत्यांश असतो...

असतोच!

आपल्या बावीस वर्षांच्या मुलीच्या लग्नाच्या तयारीत गढून गेलेले स्टीव्ह मार्टीन आणि डायना कीएटॉन बघताना त्यांच्याजागी मला आमचेच चेहरे दिसत होते. अखंड चर्चा, खरेदीच्या याद्या, आमंत्रणांची धावपळ आणि या सगळ्या हव्याहव्याशा उत्सवी, उत्साही धामधुमीत मनाला कुरतडत राहाणारं एक अटळ सत्य- लाडाकोडात वाढलेली आपली लाडकी लेक आता परक्या घरी जाणार... दिसेनाशी होणार!

कुठल्याही आईच्या मनात सुखदु:खाचं तुफान उठवणारा हा मिश्रकल्लोळ मी अजूनतरी अनुभवलेला नाही... पण खरंच, 'तो क्षण' येईल तेव्हा? काय होईल माझं?

गेली वर्षानुवर्षं 'लग्न' या विषयावर आपण अक्षरश: इतक्यांदा बोललो... तुमच्या वेगवेगळ्या (तत्कालीन) मित्रांची नावं घेऊन मी तुम्हाला अखंड चिडवलं... तुम्ही क्षणात उसळून 'नाहीऽऽऽ' चा गजर केलात... एखाद्या चुकार क्षणी लाजून नजरा झुकल्या आणि चेहेऱ्यावरची खुशी लपवण्याचा व्यर्थ प्रयत्न करत तुम्ही खुबीने विषय बदललात...

लाखो रूपयांचा चुराडा करणाऱ्या खर्चिक लग्न समारंभांचा मला किती तिटकारा आहे, हे तुम्हाला चांगलं ठाऊकेय. त्यावरून आपले वादही झाले अनेकदा.

अवंतिका, तुला अगदी मोठ्ठ्या धामधुमीत केलेलं लग्न आवडणारेय. 'ममा, चांगलं आठ, दहा दिवस मस्त सेलिब्रेट करू आपण-' हे तू कित्तीदा सांगत असतेस.

अरूंधतीला तर तिच्या लग्नात चक्क हिंदी सिनेमाच प्रत्यक्षात घडवायचाय... अगदी 'हम आपके है कौन' स्टाईल! संगीत... मेहेंदी... कॉकटेल पार्टी... सगळं अगदी साग्रसंगीत! एकदा बोलता बोलता अरूंधतीने तिच्या मनातली ही 'ख्वाईश' मला सांगितली आणि जबर धक्का बसून मी उडालेच,

'अरूंधतीऽऽऽ अगं बाई माझ्या, वेडी आहेस का तू?'

– माझी ती किंचाळी घरात सगळ्यांना अजून आठवत असेल.

लग्न...? इतकी उधळमाधळ करून?

– एकटी राधिका या विषयावर बोलायला फारशी उत्सुक नसते. आयुष्यभर एकटीनेच मजेत राहण्याचा तिचा (आजतरी) पक्का इरादा आहे. पण तिला 'तसं' कुणी नक्की भेटेल आणि सुरूवातीला फक्त स्वत:च्या करियरचाच विचार करणाऱ्या तरूण मुली पुढे आनंदाने संसार थाटतात; तेच राधिकाचंही होईल, हे नक्की!

विवाहाचा समारंभ साधासाच पण पवित्र आणि अर्थपूर्ण असावा, असा आग्रह मी आजन्म धरीन, कारण विवाहसंस्कारातल्या मांगल्यावर माझी श्रद्धा आहे. त्या मांगल्याचा बाजार मांडून स्वत:च्या श्रीमंतीचा बडेजाव मिरवणाऱ्या भपकेबाज समारंभात माझा जीव गुदमरतो. अगदी जवळचा मित्रपरिवार आणि कुटुंबियांच्या साक्षीने विवाहाच्या छोट्या, आटोपशीर पण सुंदर, मंगलमय सोहोळ्याची कल्पना मला जास्त आवडते. चैनचंगळ आणि धांगडधिंग्यापेक्षा प्रियजनांच्या सहवासातले मंत्रोच्चार आणि पंचपक्वानांचा दरवळ कधीही श्रेष्ठच!

काही वर्षांपूर्वी कसलीही ओळखदेख नसताना एक बड्या उद्योगपतीकडून त्याच्या घरातल्या लग्नाची निमंत्रपत्रिका मिळाली; तेव्हा मी आश्चर्याने उडालेच होते. जो कुणी ती पत्रिका घेऊन आमंत्रणाला आला होता, त्याला शेवटी मी विचारलंच,

'मी कधी जन्मात भेटले नाही या माणसाला. मला कसं काय हे आमंत्रण?'

'तो' बिचारा प्रामाणिक होता. मला म्हणाला,

'हे पहा मॅडम, आम्हा प्रत्येकाला ठराविक 'कोटा' वाटून दिलाय. अमुक एक पत्रिका प्रत्येकाने वाटायच्याच. मी तुम्हाला ओळखतो, माझ्या यादीत तुमचं नाव होतं. ही पत्रिका! लग्नाला नक्की या!'

... आजही मी अशा श्रीमंतांघरच्या लग्नांना जाते ('सोसायटी वेडींग्ज') तेव्हा तिथली प्रचंड उधळपट्टी पाहून माझं डोकं उठतं. डोळे दिपवणारा श्रीमंती दिमाख... खाण्यापिण्याची रेलचेल... आणि हे सगळं कशाकरता? तर जेमतेम ओळख असणाऱ्या – नसणाऱ्या हजारो लोकांनी आपले ठेवणीतले कपडे आणि हिऱ्यामोत्यांचे दागिने मिरवायला यावं, पाण्यासारख्या वाहणाऱ्या विदेशी दारूत यथेच्छ डुंबावं, नाचावं, बागडावं, पंचतारांकित मेजवानीवर आडवा हात मारावा, आणि यजमानाच्या पैशाने ऐष करून वर त्याच्याच कुचाळक्या करत मध्यरात्री घरोघर जावं... सकाळी उठलं की मामला खतम! आणि या असल्या तमाशासाठी अक्षरश: कोट्यवधी रुपये खर्चायला लोकं तयार असतात.

का?

खोटी प्रतिष्ठा!

नो, थँक यु गर्ल्स!

– ही असली मूर्ख हौस मला परवडणं शक्य नाही. तुमच्या लग्नात आपण सगळं नव्याने आखू.

'कीप इट सिंपल ॲण्ड कीप इट शॉर्ट!' – एवढाच माझा एककलमी आग्रह आहे.

पैसेच खर्च करायचे असतील, तर गोरगरीबांच्या मुखी गोडाधोडाचा घास घाला... एखाद्या हुशार मुलाच्या शिक्षणाची जबाबदारी घ्या... त्यातून मिळणारं कृतार्थ समाधान तुम्हाला आयुष्यभर पुरेल.

पण कृपया, तिसऱ्या कुणावर तर 'इम्प्रेशन' मारण्याकरता मनमानी खर्चाचे घाट घालू नका. अर्थात, तुमच्या होऊ घातलेल्या जोडीदारालाही हा विचार मनापासून पटायला हवा.

तुमच्या लग्नाची वेळ येईल; तेव्हा तुम्ही स्वत:हून त्या समारंभातलं पावित्र्य जपण्याचा रास्त आग्रह धरावा, अशी माझी इच्छा आहे.

अर्थात,

धमाल तर आपण करूच!

गाणी... गप्पा... मेंदी... खरेदी... याशिवाय लग्नघराला तोरण लावण्यात काय मजा? सगळे विधी अगदी साग्रसंगीत, तुमच्या मनासारखे होतील पण या सगळ्या धावपळीत, मौजमस्तीत, त्या महत्त्वपूर्ण संस्काराचं गांभीर्य मात्र तुम्ही जीव तोडून जपलं पाहिजे. हाताला हात लावून सांगितलेले विधी मुकाट करत राहण्यापेक्षा गुरूजींनी म्हटलेल्या प्रत्येक मंत्राचा अर्थ तुम्हाला समजावा, विवाहसंस्कारात आवश्यक मानल्या जाणाऱ्या ज्या शपथा तुम्ही देवाब्राह्मणांच्या साक्षीने उच्चाराल; त्यातलं गांभीर्य तुम्हाला जाणवावं, अशी माझी इच्छा आहे.

धार्मिक विधीऐवजी 'रजिस्टर्ड मॅरेज'चा पर्याय तुम्हाला अधिक आवडला, तरीही माझी हरकत नाही. पण प्लीज, आरडाओरडा आणि धांगडधिंगा करणाऱ्या कर्कश्श, बेगडी, श्रीमंती समारंभांचा वेडा हट्ट धरू नका.

तुम्हा प्रत्येकाचा विवाह सर्वांच्या सदैव लक्षात राहील, असा देखणा, अर्थपूर्ण असावा... त्या समारंभांचा दरवळ या घरात अखंड लहरत राहावा... दोन-तीन दिवसांच्या फिल्मी सर्कशीवर लाखो रूपये उधळून टाकण्यापेक्षा त्याच पैशांमधून तुमचे नाव संसार उभे राहावेत... नवं आयुष्य सजावं... एवढीच माझी इच्छा आहे.

कालच्या त्या सिनेमातल्या वधुपित्याची– स्टीव्ह मार्टीनची वेदना मला नेहमीच 'माझी' वाटत आली आहे. लेकीचं लग्न धुमधडाक्यात व्हावं म्हणून हात सैल सोडून वारेमाप खर्च करत सुटलेल्या पत्नीवर कातावलेला, तिला आवर घालण्याकरता धडपडणारा सिनेमातला स्टीव्ह माझ्यासारखाच तर आहे.

पण त्याहून मला जास्त स्पर्शून गेले, ते लग्नाच्या आदल्या संध्याकाळी त्याने आपल्या लाडक्या लेकीबरोबर घालवलेले चार विसाव्याचे क्षण! लग्न होऊन सासरी निघालेल्या मुलीशी गप्पा मारता मारता वडिलांना तिचं लहानपण आठवतं; आणि मग दोघंही त्या सुंदर आठवणींमधे रमून जातात. एक छोटुशी मुलगी... वडिलांचं बोट धरून उभं राहायला शिकणारी... हळूहळू मोठी होते आणि तिच्याबरोबर त्या दोघांचं नातंही विस्तारत... घट्टमुट्ट होत जातं. स्टीव्हच्या नजरेसमोरून सरकणाऱ्या ब्लॅक अ‍ॅण्ड व्हाईट फोटोंच्या मालिकेतून एका सुंदर नात्याचा हा नि:शब्द प्रवास दिग्दर्शकाने अतिशय नाजुक धाग्यांनी गुंफला आहे. 'फादर ऑफ द ब्राईड' बघताना दरवेळी त्या मुलीच्या फोटोंमध्ये मला तुमचे चेहरे दिसतात.

...आणि मग अश्रू आवरणं मुश्कील होतं.

वाटतं, खरंच आपल्यावर ही वेळ येईल तेव्हा काय करू आपण?

... आणि उत्तर सापडत नाही.

तुम्ही मुली माझ्या नजरेसमोरून एकाएकी अदृश्य व्हाल, दुसऱ्याच कुणाच्या तरी घरी राहायला जाल, याची साधी कल्पनासुद्धा मला करता येत नाही.

... पण तरीही कधी ना कधीतरी तो निरोपाचा क्षण येणारच.

त्या क्षणाला कशी सामोरी जाईन मी?

वील आय बी रेडी टु कीप माय चीन अप अ‍ॅण्ड स्माईल थ्रू द टीअर्स?

अश्रूंना बांध घालून हसतमुखाने आशीर्वाद देत तुमची पाठवणी करता येईल मला?

– कुणास ठाऊक!

तो दिवस फार लांब नाही.

युवर्स 'सेन्टी

ममा

....

मुंबई,

ऑगस्ट ९९

प्रिय अवंतिका, राधिका, राणा आणि आदित्य,

एकदोनदा तुम्हा मुलींकडून 'तो' प्रश्न माझ्या दिशेने येऊन गेला,

'ममा, इज मॅरेज वर्थ इट?'

लग्न करणं खरंच आवश्यक आहे? गरजेचं? आणि अगदी अपरिहार्य?

मीही चतुराईने त्या प्रश्नाचा बॉल पुन्हा तुमच्याच कोर्टात ढकलत आले,

'तुम्हाला काय वाटतं?'

... मग या यक्षप्रश्नावर दीर्घकाळ आपल्या चर्चा रंगल्या. उलटसुलट मुद्दे मांडले गेले. त्यातूनच मी तरूण पिढीच्या मनात डोकावून पाहू शकले.

मला काय वाटतं सांगू?

प्रश्न विश्वासाचा आहे.

तुमचा लग्नावर विश्वास असेल तर ते आवश्यक, अपरिहार्य आहे... विश्वास नसेल तर मग मात्र त्या वाटेला न जाणंच इष्ट!

'तडजोड' या लोकप्रिय शब्दाचा मला राग येतो.

लग्नासारख्या विषयाच्या बाबतीत तर फारच.

कुणाही स्वतंत्र वृत्तीच्या स्वयंपूर्ण माणसाला या शब्दाचा उच्चार करायलासुद्धा मनापासून आवडत नाही. कोण स्वेच्छेने, आनंदाने 'तडजोड' करील? मग कशाकरता उगीच आटापिटा?

'तडजोड करा, लग्न टिकेल' असा सल्ला मी जन्मात कुणाला देणार नाही हे तर खरंच; पण 'हम आपके है कौन' स्टाईल लग्नाच्या रोमॅन्टिक फॅक्टऱ्यांचाही मला राग येतो.

तुम्ही मुलं आता मोठी आहात. जाणत्या वयातली आहात. 'यशस्वी लग्ना'साठी कोणकोणत्या गोष्टींची आवश्यकता असते, हे एव्हाना तुम्हालाही सापडायला लागलं असेल.

मला विचाराल, तर एक गोष्ट नक्की लागते.

– हार्ड वर्क!

प्रचंड कष्ट!!

तुम्ही म्हणाल, आपण लग्नाबद्दल बोलतोय, इथे एखादं धरण नाही बांधायला घेतलेलं; 'कष्ट' कसले?

पण तरी माझं ऐका,

कष्टांना पर्याय नसतो.

आणि तुमच्या पिढीची 'तडजोडी' इतकीच 'कष्टां'नाही तयारी नसते.

तुमच्या वयातल्या बऱ्याच जणांचा 'संयम' नावाच्या गोष्टीशी कधी संबंधच आलेला नसतो. त्यांना कोणत्याही कष्टांविना जराही धक्के-बिक्के न बसता अगदी सरळ, सुरळीत चालणारं लग्न हवं असतं.

– हे शक्य नाही.

एवढी अक्कल तर तुम्हालाही असते, पण मान्य कोण करणार?

एका मुलाच्या प्रेमात अगदी गळ्याइतकं बुडून, डुंबून झाल्यावर त्याच्याशी(च) लग्न करणाऱ्या तुमच्या एका मैत्रिणीने अक्षरशः वर्षाच्या आत घटस्फोट घेतला.

का? तर तिचं ड्रायव्हिंग त्याला आवडत नव्हतं आणि 'त्यावरून जाता येता तो मला घालूनपाडून बोलतो' म्हणून! शेवटी गाडी रिव्हर्स घेण्यावरून त्यांच्यात भांडण पेटलं आणि एका 'पार्कींग लॉट' मधेच लग्न संपलं. मी सहज माझ्या एका तरूण मैत्रिणीला ही घटना सांगितली... वाटत होतं, तिला गंमत वाटेल; तर पठ्ठी म्हणाली, 'मग? काय चुकलं त्या मुलीचं? जो माणूस ड्रायव्हींगसारख्या गोष्टीवरून तिला छळतो, तो उद्या अक्षरश: प्रत्येक बारीक सारीक गोष्टीत उच्छाद मांडू शकला असता. अशा कद्रू, किचकट माणसाबरोबर आयुष्य घालवणं कुणाला आवडेल? त्यापेक्षा वेळेत तिने त्याला रामराम ठोकला, हे उत्तम झालं. शहाणी आहे.'

– मी पाहातच राहिले.

आणि 'पॉईंट आहे' म्हणून गप्पही बसले.

अवंतिका स्वभावाने भावुक, हळवी आहे. तिला स्वप्नं आवडतात.

अवंतिकाला वाटतं, पांढऱ्या घोड्यावरून खरंच कुणीतरी एक राजपुत्र येईल... आणि आपलं पुढचं आयुष्य एखाद्या परिकथेसारखं छान... सुंदर असेल. खरंच ती तेवढी भाग्याची असेल; तर येईलही असा कुणीतरी साता जन्मांचा जोडीदार!

राधिका स्पष्टवक्ती आहे. आणि अवंतिकापेक्षा जरा जास्त प्रॅक्टीकल. 'अकारण माझ्यावर दादागिरी गाजवणाऱ्या हुकुमशहा माणसाबरोबर मी सात जन्म काय, एक क्षणही राहू शकणार नाही.' असा तिचा जाहीरनामा आहे. सध्या जवळपास सोळा-सतरा तास ती कामाकरता घराबाहेर असते. या विचित्र वेळापत्रकात 'लग्न' कोंबण्यापेक्षा आपलं 'स्वातंत्र्य' तिला अधिक प्यारं आहे. एकदा म्हणाली,

'माझ्या या वेळी-अवेळी घराबाहेर पडण्यावरून कटकट न करणारा आणि माझ्या कामाचं महत्त्व समजू शकणारा कुणी भेटला तरच मी लग्नाचा विचार करीन. त्यातून तो माझ्याच प्रोफेशनमधला असला, तर मग तोही माझ्याइतकंच काम करेल. म्हणजे मग एकमेकांच्या वेळा पाळण्यावरून उगीच धुसफूस नको.'

मी थक्क होऊन आश्चर्याने विचारलं,

'अगं बाई, तुला नवरा हवाय की नुसता वर्क-पार्टनर?'

– तर राधिका शांतपणाने म्हणाली,

'हे बघ ममा, इट्स डिफरन्ट फॉर अवर एज ग्रुप. संध्याकाळी पाच वाजता नट्टापट्टा करून नवऱ्याची वाट बघत बसण्याचे दिवस गेले आता. त्या 'गृहलक्ष्मी प्रकरणात मला इंटरेस्ट नाही. मला माझं व्यक्तिमत्त्व आहे. माझं करियर आहे. मी स्वयंपाक करीन, पण माझ्याबरोबर त्यालाही करावा लागेल. आणि आम्ही नवरा-बायको असलो तरी त्याचा तो स्वतंत्र... माझी मी स्वतंत्र. आय डोन्ट

वॉन्ट टु बी आन्सरेबल टु एनी वन. मला माझ्याच मनासारखं जगायचंय.'

तुम्हा मुलींना माझी 'ती' फिल्ममेकर मैत्रीण चांगली ठाऊक आहे. तिचं लग्न त्यावेळी नुकतंच मोडलं होतं. असं का झालं असावं, याची चर्चा सुरू असताना मी म्हटलं,

'स्वत:च्या करियरसाठी धडपडतेय ती. त्या दोघांकडे एकमेकांना भेटण्याइतका काय, एकमेकांकडे पाहाण्याइतकाही वेळ नव्हता. 'विकएण्ड मॅरेज' बरं, अशी परिस्थिती झाली होती. अगदी शनिवार-रविवारीसुद्धा ती कुठल्यातरी आऊटडोअर शूटींगला गेलेली असे आणि हा घरात. घरात धुणीभांडी करणारी बाईसुद्धा त्याला त्याच्या बायकोपेक्षा जास्त वेळा भेटली असेल.'

अवंतिका पटकन म्हणाली, 'खरंतर त्याने तुझ्या त्या बिझी मैत्रिणीपेक्षा धुणंभांडीवाल्या बाईशीच लग्न करायला हवं होतं.'

लग्नानंतरचं सहजीवन हा कधीच सोपा प्रवास नसतो. खड्डे असतात, काटेकुटे रक्तबंबाळ करतात. जीवघेण्या अपघातात कपाळमोक्षसुद्धा होतो.

भांडणांचे मुद्दे अक्षरश: असंख्य.

पैसा, मुलंबाळं, दुखावलेला स्वाभिमान, जखमी अहंकार, मालकी हक्क... असंख्य! सगळं मनातल्या मनात साचलेलं असतं. धुमसत असतं आणि 'टी. व्ही.चा रिमोट कंट्रोल कुणाच्या हातात असावा?' असल्या प्रश्नावरुन सुरू झालेल्या साध्या वादातून बघता बघता भांडण पेटतं. 'तो' चकमकीचा क्षण ओळखता आला आणि वेळीच स्वत:ला रोखणं जमलं; तर पुढची जाळपोळ टाळता येते... नाहीतर मग हातात नुसती राख!

एकोणीसशे नव्वदच्या दशकात वाढणाऱ्या तारूण्याला 'स्व-तंत्रते'चं विलक्षण आकर्षण आहे. त्याला नात्यामधून आलेल्या हक्कभावनेचा, सत्तेचा स्पर्श झाला; की ते 'स्वातंत्र्य' उद्दाम होतं... आणि मग लग्न म्हणजे सत्तेचा खेळ नव्हे, अहंकाराची बाजी नव्हे, याचाच विसर पडतो.

वापरून वापरून गुळगुळीत झालेले शब्दच परत वापरायचे, तर लग्न ही 'देवघेवी'च्या मूळ तत्त्वावर आधारलेली एक व्यवस्था आहे, हे कधी विसरू नका.

काही देण्याची तयारी असेल, तरच काही मिळेल!

आणि दुसरं म्हणजे 'मी' पणा...

तो जरा बाजुलाच ठेवलेला बरा.

'मी... माझं... माझ्यासाठी' हे प्रकरण फार वर्चस्व गाजवायला लागलं; तर दुसऱ्या 'मी' शी त्याची टक्कर होणार, चकमक उडणार हे नक्की!

'... पण माझं लग्न झालं, म्हणून आता जुन्या मित्रांना भेटायचंसुद्धा नाही;

हा कुठला न्याय?'

– घरात झालेल्या जबरदस्त भांडणाने मनातून हादरलेल्या नववधु हा प्रश्न हटकून विचारतात.

आणि लग्नानंतर पहिल्यांदाच मित्रांबरोबर 'बॉईज् नाईट आऊट' पार्टीला गेलेले नवविवाहित तरूण, घरी परतल्यावर फटाके वाजले की तोच प्रश्न पडून भडकतात.

– यावरही आपण अनेकदा बोललो.

'गाझे हवक' या विषयाबाबत तुम्ही मुली जरा जास्त आग्रही असता, हेही माझ्या नजरेतून सुटलेलं नाही.

खरंतर हा अतिशय खाजगी आणि म्हणूनच अतिशय गुंतागुंतीचा, नाजुक मुद्दा आहे. हे प्रश्न समोर येण्याअगोदरच प्रत्येक जोडप्याने त्यावरची उत्तरं शोधून ठेवली पाहिजेत. एकमेकांची 'लाईफस्टाईल' विचारात घेऊन काही बंधनं घातली... स्वीकारली पाहिजेत.

उदाहरणार्थ मी.

मी माझ्या संसारासाठी, टु बी स्पेसीफिक माझं 'लग्न' नीट चालवण्यासाठी स्वत: ठरवलेले काही नियम इतक्या लक्षपूर्वक पाळते की तुम्हीही अनेकदा थक्क होता.

डॅडी घरी असताना मी एकही फोन घेत नाही, अगर त्या वेळी माझ्या मिटींग्ज ठरवत नाही.

– एक अतिशय साधी गोष्ट. पण ती मी वर्षानुवर्षं कटाक्षाने सांभाळली आहे.

हे काही मी दिलीपच्या सांगण्यावरून ठरवलेलं नाही. आम्हा दोघांना एकमेकांबरोबर जो काही वेळ मिळतो; त्यावर माझ्या व्यावसायिक कामांनी, भेटीगाठींनी अतिक्रमण करू नये, असं मलाच वाटतं, म्हणून!

मी जेव्हा दिलीपबरोबर असते, तेव्हा फक्त त्याच्याचबरोबर असणं मला आवडतं म्हणून!

याचा अर्थ आम्ही कधी भांडलो नाही का?

अनेकदा.

अगदी कडकडून भांडलो. आरोप-प्रत्यारोप झडले. रूसवेफुगवे तर कित्तीदा झाले.

आमचं नातं अत्यंत अवघड वाटा-वळणांनी गेलं. मृत्युच्या कड्यावर जाऊन पोचलं. आम्ही दोघे द्वेषाने, मत्सराने पेटलो. मतभेदांनी एकमेकांपासून दुरावलो. महिनोन्महिने धुसफूस धुमसत राहिली. अबोला झाला. यातल्या काही प्रसंगी मी

तुमच्याशी मनमोकळं बोलले. अनेकदा मिटल्या ओठांनी एकटीच सगळं सोसत राहिले.

... पण दिवस गेले... दुरावा सरला तसं आमच्या नात्यावरचं मळभ हटलं. पुन्हा ताजीतवानी, सुंदर, स्वच्छ, उबदार उन्हं पडली.

– हेच लग्न!

यातलं सुखही 'अमर' नसतं, आणि दु:खही!

कायम राहणारी, सदैव टिकू शकणारी अशी एकच गोष्ट कुठल्याही लग्नात असते;

एकमेकांबरोबरचं नातं अखंड टिकवून ठेवण्याची इच्छा!

ही इच्छा बळकट असेल, तरच कसोटीच्या प्रसंगांमधूनही लग्न तरून जातं.

दोघांमधे सगळं उत्तम चाललेलं असताना लग्न हवंसं वाटणं स्वाभाविक; आणि सोपं!

चिघळलेलं नातं सावरता सावरता थकून गेलेल्या विझल्या मनात सगळी बंधनं झुगारून देण्याची उर्मी पेटणं, हेही स्वाभाविक आणि सोपंच!!

सुखदु:खांच्या या जंजाळामागे दडलेली 'भावना' शेवटी महत्त्वाची!

तुम्हाला एकमेकांबद्दल किती मनापासून काय वाटतं, नातं टिकवण्यासाठी त्या नात्याच्या मुळाशी रक्त... अश्रू... घाम ओतण्याची तुमची तयारी आहे का आणि या सगळ्या प्रक्रियेत एक 'व्यक्ती' म्हणून तुम्हाला काय मिळणार; या प्रश्नांची उत्तरं कधी ना कधीतरी शोधावी लागतातच.

ज्या लग्नात कुणा एकाचा अगर दोघांचाही श्वास घुसमटतो; ते लग्न स्वत:च गुदमरून मरून जातं.

पण अगदी परिपूर्ण, आनंदी, सुदृढ नात्यामध्येसुद्धा काही सीमारेषा आखाव्या आणि सांभाळाव्या लागतात. मोठ्या आनंदासाठी छोट्या छोट्या सुखांचा, आग्रहांचा त्याग करावा लागतो.

तुमच्यासाठी... माझ्यासाठी... आपल्या सगळ्यांसाठी डॅडींनी कितीदा पडतं घेतलं, स्वत:ला किती बदललं हे तुम्हाला चांगलं ठाऊक आहे. ज्या माणसाशी मी लग्न केलं, तो हाच का? असा प्रश्न पडावा; इतका आज दिलीप बदलला आहे. स्वत:च्या तापट स्वभावाचे कंगोरे घासून अधिक मृदु, मुलायम झाला आहे. त्यालाही माझ्याबाबतीत हेच वाटत असणार. त्याने स्वत:ला बदललं, दुसऱ्याच्या वर्मी लागेल असं तिखट, खोचक बोलण्याच्या माझ्या सवयीला मी मुरड घातली. इतक्या वर्षांच्या सहवासाने आता आम्ही एकमेकांच्या गरजा ओळखायला परस्परांना सामावून... सांभाळून घ्यायला शिकलो आहोत.

आज तुमच्या पिढीला या संयमाची, समजुतीची साधी ओळखसुद्धा उरलेली नाही. जेमतेम विशीतली मुलं-मुली हौशीने लग्न करतात आणि 'एकत्र राहण्याचा' खरा अर्थ समजला म्हणजे गुदमरून जातात. त्यांना बांधून, कोंडून घातल्यासारखं वाटायला लागतं. त्यातून जोडीदार हट्टी, दुराग्रही असेल तर परिस्थिती आणखीच असह्य होते... आणि मग हे ओझं पेलवू न शकणारं नातं तडकतं.

आजकाल अगदी तरुण... जवळ जवळ कोवळ्या वयातच लग्नाचा एक 'ट्रेन्ड' आहे. अशा लग्नांच्या भिंती अवघ्या काही महिन्यात ढासळताना दिसतात. सगळंच 'व्यक्तिगत आयुष्य' मग अक्षरशः उघड्यावर पडतं.

सुदैवाने तुम्ही मुलं या सगळ्या गुंत्याचा नीट विचार करू शकता. तुम्ही तुमचे जोडीदार काळजीपूर्वक निवडाल, अशी आशा करायला वाव आहे. 'लग्न' या आयुष्यातल्या सगळ्यात महत्त्वाच्या निर्णयाबाबतच्या बऱ्यावाईट गोष्टींबद्दल मी अनेकदा मोकळेपणाने तुमच्याशी बोलले आहे.

योग्यवेळी तुमचा निर्णय घ्या.

'लग्न' हा आयुष्यातला एक हिस्सा असतो, अख्खं आयुष्य नव्हे; हे कधी विसरू नका.

'करियर'चा ध्यास घेऊन विचारपूर्वक एकट्या राहिलेल्या, पण पहिल्यावहिल्या कर्तृत्वाचा थरार ओसरून गेल्यावर 'आता पुढे काय?' या विचाराने वयाच्या चाळीशीत 'एकट्या पडलेल्या' निराश स्त्रिया मी पाहिल्या आहेत.

... आणि लग्न न करण्याच्या निर्णयाबद्दल स्वतःची पाठ थोपटणाऱ्या, स्वतःच्या मनासारखं मस्त आनंदात जगणाऱ्या स्त्रियाही माझ्या मैत्रिणी आहेत. जगातली वाट्टेल ती सुखं आणून समोर हजर केलीत; तरी कशाच्याही बदल्यात आपलं 'एकटेपण' सोडायला तयार नसलेले हे सुखी जीव भाग्यवान खरेच!

पण अवंतिका आणि राधिका,

तुम्हा दोघींनाही कुठल्यातरी एका टप्प्यावर लग्न करावंसं नक्की वाटेल.

आज कदाचित ही कल्पनाही तुम्हाला नकोशी होईल... लग्नातले गुंते, नंतरच्या जबाबदाऱ्या, तडजोडी, प्रसंगी स्वतःचं मन मारणं, मत गुंडाळून ठेवणं, वर्षानुवर्षं त्याच... एकाच माणसाबरोबर राहणं... त्याच त्या सवयी, तेच ते वाद... आणि रोज उठून तेच ते रूटीन!... कोण करणार हे सगळं?

राईट? आय नो!

तुमच्या वयात मीही लग्नाच्या (जुनाट) कल्पनेने अशीच वैतागत असे. त्यावेळी मला प्रत्येक क्षणी काहीतरी नवं हवं होतं... नवी माणसं, नवे अनुभव, नवी एक्साईटमेन्ट... रोज नवा थरार आणि नवा कोरा आनंद!

... पण तरीही वेळ आली, तेव्हा मी निर्णय घेतला. त्याक्षणीही पश्चातापाची

भावना नव्हती आणि आज इतक्या वर्षांनी?

... देअर आर नो रिग्रेटस् ॲट ऑल!

वैताग आला... कुरकुर झाली... दुसऱ्याचं आयुष्य स्वत:शी जोडून घेतानाचा खडखडाट, तोही होताच! पण आता काट्याकुट्यांची ती वळणं पुष्कळ मागे पडली आहेत.

... आज मी शांत आहे, आणि सुखी!

हे सुख कधी ना कधी तुमच्याही वाट्याला येईल.

... आणि त्या क्षणी लग्नाचा खरा अर्थ तुम्हाला कळेल. एक व्यक्ती म्हणून तुम्हाला फुलण्याचा अवसर देणारी, खूप काही शिकवून जाणारी, सुखाचा प्याला काठोकाठ भरणारी आणि दु:खाच्या एकाकी क्षणी डोळे पुसणारी एक सुंदर व्यवस्था म्हणून तुम्ही लग्नसंस्थेकडे पाहायला शिकाल. त्यातूनही तुमचा जोडीदार तुमच्या मनाजोगा असेल, तुमच्या प्रवासात तोही तुमच्याबरोबरीने सहभागी होईल, सुख वाटून घेईल, दु:खाच्या क्षणी कुशीत घेईल, तुमचं यश मन:पूर्वक साजरं करील आणि अपयशाच्या प्रसंगात खंबीरपणे पाठीशी उभा राहून तुम्हाला दिलासा देईल; तर हा प्रवास आणखी सुंदर... परिपूर्ण होत जाईल.

... तुम्हा दोघींनाही असं कुणीतरी जीवाभावाचं माणूस भेटावं, त्याने तुमचा हात हाती घ्यावा... आणि परीकथेतल्या पऱ्यांप्रमाणे जगाच्या अंतापर्यंत तुम्ही सुखाने संसार करावा.

एवढीच माझी देवाजवळ प्रार्थना आहे.

तुमची,

ममा

....

मुंबई,

जून, ९९

प्रिय मुलींनो,

कधीकधी वाटतं, तुमचं वय तुमचा अनुभव आणि तुमची समजून घेण्याची कुवत लक्षात न घेता अनेक प्रौढ, गुंतागुंतीच्या विषयांवर मी तुमच्याशी जरा जास्तच मोकळेपणाने बोलत असते. आपल्यातलं हे असलं बोलणं चुकून दिलीपच्या कानावर पडलं तर लगेच मला हटकतो,

'वाट्टेल त्या विषयांवर मुलींशी काय बोलत असतेस तू?'

'व्हाय नॉट? काय बिघडलं?'- मी लगेच माझा मुद्दा काढते, 'मुली आता

मोठ्या झाल्या. त्यांना समजायला नकोत का सगळ्या गोष्टी?'

– तरी दिलीप ऐकत नाही. माझी समजूत घालत तो म्हणतो,

'हे बघ, मुली मोठ्या झाल्या. तू काय सांगतेस ते शब्द त्यांना कळतील; पण म्हणून त्याचा संदर्भ, त्याचा अर्थ कळेल का? त्यांनी असं काय आयुष्य बघितलंय? कशाच्या आधारावर त्या मतं बनवतील त्यांची स्वत:ची? तू जे सांगतेस, त्याचा आत्ता काही उपयोग आहे का त्यांना?'

– दिलीप म्हणतो ते खोटं नाही.

खरंतर आम्ही आधुनिक आया या सापळ्यात कधी आणि कशा अडकतो, हे आमचं आम्हालाही कळत नाही.

मुलींशी मोकळेपणाने बोलायच्या नादात आम्ही हेच विसरून जातो, की या मुलींचं आयुष्य अजून सुरू व्हायचंय... ते 'त्यांच्या' मताप्रमाणे, मनाप्रमाणे जगण्याचा अवसर त्यांना मिळायला हवा. माझ्या मुलींनी माझ्या दृष्टिकोनातून पाहू नये, माझ्या विचाराने बरं-वाईट ठरवू नये; त्यांनी त्यांच्यासारखं जगायला हवं. 'आई' म्हणून त्यांच्या जगण्यात अशी आगंतुक ढवळाढवळ करण्याचा आपल्याला अधिकार नाही.

दुर्दैवाने आपण सगळेच एका विचित्र, चमत्कारिक कालखंडात जगतो आहोत. नकळत्या वयात नको त्या गोष्टी मुलांच्या मनात घुसतात. त्यापासून मुलांना वाचवण्यासाठी धडपडावं, तर गुंता अधिकच घट्ट बसतो. मुलांनी ज्याबद्दल ऐकलं नाही, जे त्यांना माहीत नाही, टी. व्ही. वर पाहिलं नाही; असं आजकाल खरंच काही शिल्लक असतं का, याबद्दल मला शंका वाटते.

कधीकधी माझ्या मैत्रिणी घरी येतात. त्यांच्या अत्यंत खाजगी प्रश्नांबद्दल आमच्यात चर्चा होते. तुम्ही मुली आसपास वावरता आहात, आमच्या गप्पांमधले तपशील ऐकता आहात, हे लक्षातही येत नाही. 'ती' मैत्रीण तिच्या कुजलेल्या, नासलेल्या वैवाहिक आयुष्याची कहाणी सांगत असते. नवऱ्याचा बाहेरख्यालीपणा... हिचे 'मित्र'... विश्वासघात... संशय... फसवणूक... आर्थिक व्यवहारातले घपले... खोटं बोलणं... दारू पिऊन मध्यरात्रीचे तमाशे... शारीरिक संबंधातल्या गलिच्छ मागण्या... आणि घाणेरडं, भयंकर असं कितीतरी!

तुम्ही ते ऐकता.

ती मैत्रीण गेल्यावर मला त्याबद्दल विचारता.

तुम्ही अधलंमधलं, संदर्भहीन असं काहीतरी ऐकलेलं असतं; त्यामुळे तुमच्या प्रश्नांना नक्की काय उत्तर द्यायचं हे समजत नाही.

काय करायचं नक्की?

मानवी आयुष्यातलं एक गलिच्छ, नागडं सत्य तुम्हाला सांगून टाकायचं?

की 'इट्स नन ऑफ युवर बिझनेस' म्हणून तुम्हाला गप्प बसवायचं?

... हे मला कधीच नीट ठरवता येत नाही.

मग विश्वासाने माझ्याजवळ मन मोकळं करायला आलेल्या त्या मैत्रिणीचा विश्वासघात केल्याचं पाप माथी येणार नाही, इतपत काळजी घेऊन मी तुम्हाला थोडं काही सांगायचा प्रयत्न करते.

अनेकदा आमच्या मित्र-मैत्रिणींच्या खाजगी आयुष्याबद्दल असंच काहीतरी उघडंवाघडं तुम्हाला तिसऱ्याच कुणाकडून तरी कळतं. मग तुम्ही माझ्याकडे त्याबद्दलचे खुलासे मागता. 'हे खरं आहे का?' असा थेट प्रश्न विचारता... याही प्रसंगात नेमकं काय करायचं, हे मी अजून ठरवू शकलेली नाही.

खरं तर सांगावं लागणार;

पण किती खरं?

तुम्ही मुली तारूण्याच्या उंबरठ्यावर उभ्या आहात. तुमच्या मनाशी कोवळी, रोमॅन्टीक स्वप्नं आहेत. झोपाळ्यावाचून झुलायच्या या नाजुक वयात, नात्यांच्या दोऱ्या तुटून छिन्नविच्छिन्न झालेल्या लग्नांची कुरूप दुनिया कोणत्या अधिकाराने मी तुमच्यासमोर उघडी करू? त्या दुनियेतली नागडी माणसं पाहून तुमच्या नजरा विटल्या, नात्यांच्या अस्तित्वावरचा तुमचा गाढ विश्वास आत्ताच तडकला तर?

... की हे सगळं सांगायलाच हवं तुम्हाला?

खोट्या भ्रमात राहून तरी काय फायदा? तारूण्याच्या वाटेवरल्या फुलांच्या सड्याखालचे खड्डे आत्ताच दिसले; तर निदान तुमचा कपाळमोक्ष होणं तरी वाचेल!

– या द्विधावस्थेतून मार्ग काढणं सोपं नाही.

पण शहरी मध्यमवर्गीयांमधे भिनत चाललेलं कोरड्या भावनशून्यतेचं आणि अनुभवाने निब्बर झालेल्या छद्मी उपहासाचं विष तुमच्यापर्यंत पोचू नये, म्हणून माझ्यापरीने मी धडपडत असते. तुमची स्वप्नं जिवंत राहावीत... सूर्यास्ताच्या किरणांचा आणि फुलांच्या कोवळ्या श्वासांचा स्पर्श तुम्हाला अनुभवता यावा... आवडलेल्या कवितांनी तुमच्या अंगावर रोमांच फुलावेत... स्पर्शाचा थरार तुम्हाला अनुभवता यावा... सिनेमातल्या कृत्रिम दु:खाने रडण्याइतकी संवेदनशीलता तुमच्यात जिवंत असावी आणि जीव ओतून प्रेम करता यावं; असं मला फार वाटतं. मनमोकळं रडता येणं, हे दुबळेपणाचं नव्हे, मनाच्या जिवंतपणाचं लक्षण असतं, यावर आज... इतके उन्हाळेपावसाळे पाहिल्यावरही माझा पहिल्याइतकाच विश्वास आहे.

... इतक्यातच शहाण्या, कणखर होण्याची घाई करू नका. पुढे आयुष्यभर

शहाणपणाचा आव आणून आणि कणखर होऊनच जगावं लागतं. आजुबाजूला बघाल, तर मोडून पडलेल्या नात्यांच्या भग्न अवशेषांचे ढिगारे दिसतील. आपल्या ओळखीच्या नात्यांना अशी भंगाराची अवकळा आली, तेव्हा 'कुणाचं कुठे चुकलं' याचे तर्क लढवत आपण तासन्‌तास चर्चा केल्या आहेत. त्याहीवेळी तुम्हाला त्या ढिगाऱ्यापलीकडल्या सुंदर सहजीवनाकडे, परिपूर्ण मैत्रीकडे पाहाता यावं म्हणून मी आटापिटा करीत राहिले आहे. सगळ्याच नात्यांच्या नशिबी असा घृणास्पद अपमृत्यू नसतो; हे तुम्हाला पटावं म्हणून तडफडत राहिले आहे.

आधुनिक आयुष्यातल्या ओंगळवाण्या नात्यांची धुणी चौकाचौकात अशी वाळत घातलेली दिसत असताना तरूण मनांचं ताजं कोवळेपण जपणं सोपं नाही. तरीही ते करायला हवं;

कारण दुःख, वेदना हा आयुष्याचा अपरिहार्य भाग असला; तरी त्याहीपलीकडे काही असतं. त्यासाठी, त्याबरोबर जगायला आपण शिकलं पाहिजे. जगण्याच्या बाजारात सगळीच नाणी खोटी नसतात यावर आजही तुम्हा मुलींचा विश्वास आहे. त्याची पाळंमुळं घट्ट रूजायला हवीत. खरं प्रेम, आनंद देणारं लग्न आणि विश्वास... कमिटमेन्ट या गोष्टी आजही असतात बाळांनो, त्या तुमच्याही हाती लागू शकतात. टी. व्ही. वरून स्वार्थ, द्वेष, मत्सर आणि विश्वासघाताचं दळण दळणाऱ्या भयानक गोष्टींचा रतीब चोवीस तास चालू असला, तरी सगळी नाती इतकी विषारी नसतात, प्रत्येक लग्नाच्या नशिबी वेदनेचा शिक्का नसतो; याचा कधीही विसर पडू देऊ नका. माणसामधल्या माणुसकीवर, चांगुलपणावर विश्वास ठेवून जगणं हा बावळटपणा नव्हे; त्या विश्वासातूनच सारी दुःखं सोसायची ताकद मिळू शकते.

कुठलंही नातं कितीही परिपूर्ण असलं, तरी त्यालाही वेळप्रसंगी हादरे बसतात, अनपेक्षित आव्हानांशी टक्कर घ्यावी लागते हे खरं आहे. पैसा, संपत्ती, हक्क, अधिकार, जीवनमूल्यं, ठाम आग्रह, मतभेद, नैतिक हट्ट अशा अनेक गोष्टींचा सामना करताना चकमक झडते, ठिणग्या उडतात. नात्याचे असे लचके तुटायला लागले की सारा खेळ संपायला फार वेळ लागत नाही. पण दोन्ही माणसं समजुतदार असली, वेळीच जागी झाली; तर बुडू घातलेली नौकाही यशस्वीपणे तुफानातून पार नेता येऊ शकते... तशी इच्छा आणि जिद्द मात्र हवी.

कळीचा शब्द एकच आहे,

संयम.

आणि जखमेवरच्या खपल्या काढत जाणारा काळ बहुतेकांना समजुतीने वागणं शिकवतो.

हे सगळं मी कित्तीदा तुमच्याशी बोलले, माझ्या मनातल्या काळज्या तुमच्याशी शेअर केल्या; प्रत्येकवेळी मला मिळालेल्या शहाण्या, समजुतदार प्रतिसादाने माझ्या मनावरचं ओझं हलकं होत गेलं. अनेकदा माझा स्वत:चा तोल गेला; तेव्हा माझेच शब्द मला ऐकवून तुम्ही मला सांभाळलंत. मला न दुखावता माझ्या मनातल्या गुंत्याची गाठ उकलून हलकेच दोऱ्याचं एक टोक माझ्या हातात दिलंत. तुम्हाला असं 'मोठं होताना' बघताना कित्येकदा मी आनंदाने रडले आहे.

काही वर्षांपूर्वीपर्यंत माझ्या स्वभावात विलक्षण हटवादीपणा होता. वाद घालण्याची खुमखुमी होती. समोरच्या माणसाला काय वाटेल याचा विचार न करता मी मनात येईल ते फाटकन बोलून मोकळी होत असे. या स्वभावामुळे मी तुम्हा सगळ्यांना दुखावलं, आणि स्वत:ही आतल्या आत झुरत, धुमसत राहिले. रागावून, अबोले धरून, स्वत:सकट सर्वांना छळून प्रश्न सुटत नसतात हे लक्षात आल्यावर मी थोडी भानावर आले. आता मागे वळून पाहाताना दु:ख देणारे, टोचणारे, स्वत:चीच लाज वाटायला लावणारे असे अनेक प्रसंग आठवतात... आणि प्रत्येकवेळी त्यातून बाहेर पडण्याकरता तुम्ही मला किती मदत केली; हेही आठवतं... कृतज्ञ, कृतार्थ वाटतं.

निराशेने भरलेल्या अंधाऱ्या बोगद्यातून ज्या ज्या वेळी मला जावं लागलं, त्या त्या क्षणी तुमचे हात माझ्या हातात होते.

आजही तो प्रेमाचा स्पर्श मला आठवतो...

तुम्ही माझ्यासाठी केलेली धडपड आठवते...

... आणि कृतज्ञतेने डोळे भरून येतात.

मे यू हॅव इक्वली वण्डरफुल डॉटर्स ऑफ युवर ओन सम डे...

थँक यु,

ममा

....

मुंबई,

एप्रिल ९९

प्रिय बच्चेकंपनी,

'आपला काहीही संबंध नसताना रस्त्यावरच्या एखाद्या भांडणात, मारामारीत मध्यस्थी करायला जाणं' (किंवा शुद्ध मराठीत 'नाक खुपसणं...) यावर चहाच्या टेबलाभोवती इतक्यांदा आपल्या चर्चा रंगल्या आहेत. तरीही 'तो' प्रश्न उरतोच, 'असलं काहीतरी आपल्या नजरेसमोर चालू असताना आपण हातावर हात ठेवून

शुंभासारखे गंमत बघत उभे राहू शकतो का? असं अलिप्त राहाणं योग्य आहे का?

आदित्य आपल्या गुरख्याच्या मुलाबरोबरच वाढला. दोघांमधे जेमतेम वर्षभराचं अंतर. एकमेकांना चिकटलेल्या सयामी जुळ्यांसारखे कायम दोघे पाठीला पाठ लावून असत. खेळणं एकत्र. जेवणखाण एकत्र. संक्रांतीच्या दिवसात पतंगांचा अख्खा सरंजाम जमवण्याकरता रात्रंदिवस धडपडणं आणि घराच्या गच्चीवर जाऊन शेजारच्या मुलांच्या पतंगांची काटाकाटी करत धुडगुस घालणं... हे तर दरवर्षी चाले. पुढे दोघे मोठे झाले आणि वेगवेगळ्या रस्त्यांना लागले. मोती सिंगने अचानक लग्न करून एक अगदी कोवळ्या वयातली लहानखुरी मुलगी 'बायको' म्हणून घरी आणली, आणि आदित्य 'बिझनेस ॲण्ड फायनान्स' मधली डिग्री घेण्याकरता परदेशात गेला.

लग्नानंतर जेमतेम वर्षभरातच मोतीसिंगच्या घरी पाळणा हलला. त्याचा तो गुटगुटीत हसरा मुलगा बघून सगळे खूष झाले... त्याची बायको सोडून. ती कायम नाराज दिसे. तिच्या नजरेत कसलीतरी विचित्र भिती बसली होती. नजर कायम खाली झुकलेली... चेहरा उतरलेला! एकदा सहज आदित्यला विचारलं तर तो म्हणाला, 'आय डोन्ट नो ममा, पण मोतीसिंगचं आणि तिचं एकमेकांशी पटत नसणार बहुतेक.' नंतर कधीतरी अवंतिका बोलता बोलता म्हणाली, 'ममा, ती एवढीशी काटकुळी मुलगी कसं सगळं सहन करते कोण जाणे! हा मोतीसिंग रोज उठून तिला लाथाबुक्क्यांनी तुडवतो अक्षरश:! ती गरोदर होती तेव्हासुद्धा हा धुमाकुळ चालूच होता.'- अवंतिकाने सांगितलेले काही भयंकर प्रसंग ऐकून तर मी हबकलेच. चारचौघांच्या देखत मारझोड तर नेहमीचीच होती, पण मोतीसिंग आपल्या बायकोला दोन वेळचं धड जेवणसुद्धा जेवू देत नसे. अंगावर पिणाऱ्या मुलाची ती काटकुळी आई; अशा उपासमारीने तिला कुठून दूध येणार आणि त्या पोराचं तरी पोट कसं भरणार? निदान त्या मुलासाठीतरी आपल्या बायकोला नीट खाऊपिऊ घातलं पाहिजे, एवढीसुद्धा अक्कल मोतीसिंगला नव्हती.

हे सगळं ऐकून मी वैतागलेच. अवंतिकाला म्हटलं, पुन्हा त्यांच्या घरातून मारझोडीचा आवाज ऐकलास की सरळ तू तिथे जा, आणि मोतीसिंगला चांगला खडसावून जाब विचार. बायकोला मारहाण करतो म्हणजे काय?

जेमतेम आठवडाभरातच ती वेळ आली.

भल्या सकाळी मोतीसिंगच्या बायकोच्या किंचाळ्यांनी जागी झालेली अवंतिका बाल्कनीत धावली. कॉमन नळावर कपडे धुवायला गेलेल्या आपल्या बायकोला लाथाबुक्क्यांनी तुडवणारा मोतीसिंग तिला वरून दिसत होता. अवंतिका तशीच

खाली गेली आणि मोतीसिंगच्या अंगावर ओरडली. आपण जे करतोय त्याची लाज वाटणं तर दूरच. उलट संतापलेला मोतीसिंग त्याच अवतारात गर्रकन मागे वळला आणि अवंतिकाला म्हणाला.

'तुम चुप बैठो । ये हमारे घरका मामला है । तुम कौन होती हो बीचमें दखल देनेवाली?'

अवंतिकाने चिडून पोलिसांना बोलावण्याची धमकी दिली. तर मोतीसिंगने उलटा तिच्याच अंगावर हात उगारला.

या घटनेनंतर आठ-पंधरा दिवसात मोतीसिंगची बायको आपल्या मुलाला बरोबर न घेता घरातून चक्क पळून गेली... सुटली एकदाची! चिवटपणाने आणखी काही दिवस नवऱ्याची मारहाण सोसत राहिली असती, तर मोतीसिंगने एखादे दिवशी तिला ठार मारलं असतं.

मोतीसिंग त्याच्या बायकोला इतक्या क्रूरपणाने का छळत होता, त्याचं कारण आपल्यापैकी कुणालाच शेवटपर्यंत कळू शकलं नाही. पण काय वाट्टेल ते झालं, तरी आपल्या नजरेसमोर एक असहाय्य, दुबळी बाई तुडवली जातेय, आणि आपण हात बांधून उभे आहोत असं होता कामा नये. कधीच होता कामा नये.

हे एक उदाहरण झालं.

असे कितीतरी प्रसंग.

त्यावरून आपल्यात कितीदा चर्चा झाल्या. अशा 'तिसऱ्यां'च्या भांडणात मधे पडावं का? की 'आपला काय संबंध?' म्हणून मुकाट पाठ फिरवून निघून जावं? बाजू घ्यावी का? न्यायनिवाडे करावेत का?... आणि अन्याय होणाऱ्या माणसाच्या पाठीमागे उभं राहून आपल्याला जमेल तेवढं, आपल्याच्याने होईल तेवढं करावं का?

– हे तर करावंच.

दिसायला किती का छोटं असेना, पण जरूर करावं.

कठीण असतं.

अनेकदा त्यातून फक्त मनस्तापच पदरी पडतो. पण तरीही 'निष्क्रीय बघे'पणापेक्षा हा मनस्ताप केव्हाही परवडला. अन्यायाला वाचा फुटली पाहिजेच. मग तो कुणावरही का होत असेना!

वर्ष-दीड वर्षापूर्वीची घटना असेल.

अरूंधती, आनंदिता आणि त्यांच्या काही मैत्रिणींना बरोबर घेऊन मी सिनेमाला निघाले होते. गाडीतून जाता जाता आपल्या घराशेजारच्याच रस्त्यावर आपला नेहमीचा भंगारवाला दिसला. सिग्नलजवळच्या चौकात आरडाओरडा

करत एका बाईला (अर्थात, त्याची बायको) अक्षरशः तुडवत होता. तिकडे लक्ष जाऊन तो माणूस ओळखू येईपर्यंत सिग्नल सुटला आणि ट्रॅफिकमधे उभी असलेली आमची गाडी पुढे सरकली. मी पटकन ड्रायव्हरला म्हटलं, 'पुढल्या चौकातून गाडी वळव. आपण पुन्हा मागे येऊ.'

ते ऐकून गाडीत मुलांची चुळबुळ सुरू झाली.

'बट आन्टी... वी विल गेट लेट फॉर द मुव्ही'- कुणीतरी नाराजीने म्हणालं.

'सो व्हॉट? झाला उशीर तर होऊ दे. त्या बाईला आपण मदत नको का करायला? लेट्स गो बॅक अ‍ॅण्ड स्टॉप द फाईट!'

- आम्ही अख्खा रस्ता पार करून तिथे पोचेतो तांबारलेल्या डोळ्यांच्या त्या क्रूर माणसानं लोळागोळा झालेल्या आपल्या बायकोला एका टॅक्सीत कोंबलं... आणि बघता बघता ते निघूनही गेले. भोवती हीऽऽऽ गर्दी जमलेली. सगळे नुसते बघे. त्यातल्या कुणालातरी मी संतापून विचारलं, 'लाज नाही वाटत? एक बाई तुमच्यादेखत असा मार खाते; आणि तुम्ही तमाशा बघत नुसते उभे राहाता?'

त्याने वैतागून खांदे उडवले. म्हणाला,

'क्या करे मॅडम, मर्द और औरतके बिचका मामला है!'

- गाडीतल्या मुलांना हा धक्का नवीन होता. आनंदिताची एक मैत्रीण रागाने म्हणाली, 'असं कुणी भांडत असेल ना रस्त्यात, तर माझी ममा नेहमीच ते भांडण सोडवायला जाते. हे लोक असे कसे गप्प उभे राहातात?'

'चलता है! लोक असेच असतात. पीपल आर लाईक दॅट ओन्ली'- कुणीतरी 'गंभीरपणे' तिची समजूत घातली.

खरं आहे.

लोक बहुतेकदा 'असेच' असतात.

पण असं हात बांधून गप्प राहिलं म्हणजे प्रश्न सुटतात? आपली जबाबदारी टाळता येते?... समजा, चुकून 'अशी' वेळ आपल्यावरच आली आणि तेव्हाही भोवती जमलेली गर्दी मुकाट तमाशा बघत उभी राहिली; तर?

... आणीबाणीच्या प्रसंगात मदतीचा हात पुढे करणं, हे आपल्यापैकी प्रत्येकाचंच कर्तव्य आहे. मी जे सांगतेय ते कदाचित प्रवचन दिल्यासारखं वाटेल, गुळगुळीत आणि अर्थहीन भाषणबाजी वाटेल; पण त्यातला मुद्दा महत्त्वाचा नाही का?

लुक अ‍ॅट द वे, वी आर लिव्हींग टुडे!

सगळ्या घरांची आणि मनांची दारं बंद! कुणा तिसऱ्यासाठी ऐनवेळच्या मदतीची शक्यता जवळपास शून्यच! दिवसेंदिवस आपण इतके निब्बर, निलाजरे

आणि बहिरे होत गेलो; तर पुढे...? आज तिसऱ्याच कुणाच्या गळ्याशी लागलेली तलवार कधी ना कधी आपल्याही डोक्यावर लटकणार आहे; हे विसरू नका.

शाळेत असं काहीही घडलं, की मदतीला धावणाऱ्या मोजक्या मुलांमधे अरूंधती सर्वात पुढे असते. वर्गात नव्यानेच आलेल्या मुलीला छळणाऱ्या गँगपासून तिला सोडवणं असो की ग्राऊंडवर धावताना पडलेल्या कुणासाठी 'फर्स्ट एड बॉक्स' आणायची धावपळ असो; तिथे अरूंधती असतेच. अशावेळी खरंतर बाजुला राहून गंमत बघणं तिलाही काही अशक्य नसतं, पण ती पटकन पुढे होते... ॲण्ड आय ॲम प्राऊड ऑफ हर!

आपली जबाबदारी टाळून डोळ्यांवर झापडं ओढून पुढे निघून जाणं, योग्य नव्हे.

रस्त्यावर रक्ताच्या थारोळ्यात पडलेल्या जखमी माणसांना तिथेच मरायला सोडून देऊन आपली 'अर्जन्ट अपॉईन्टमेन्ट' गाठणं हा गुन्हा आहे.

ज्याने त्याने समाजसेवेचा ठेका घेऊन घोषणाबाजी करीत रस्त्यावर उतरण्याची गरज नसते.

... फक्त एक करा.

'अशी' वेळ येईल, तेव्हा माणसांशी निदान माणसांसारखं वागण्याचा प्रयत्न करा

शक्य असेल ती मदत करा. जमेल तेवढी धडपड करा... आणि त्याबदल्यात कशाचीही अपेक्षा धरू नका.

नाहीतर भलतंच काहीतरी होऊन बसेल.

मुलामुलांच्या भांडणात मार खाणाऱ्या एका छोट्या मुलाला कुणीतरी मध्ये पडून सोडवलं; तर त्या मुलाने गर्रकन् मागे वळून आपल्या 'उपकारकर्त्याच्या'च कानशिलात एक भडकावून दिली आणि वर विचारलं, 'तुम्हाला काय गरज होती मध्येच नाक खुपसायची?'

कळलं?

कधी कधी जरा गोंधळात पडणारी
तुमची
ममा

....

मुंबई,
सप्टेंबर '९९

प्रिय मुलींनो,

हा अतिशय नाजुक, त्रासदायक, गुंतागुंतीचा विषय आहे. त्याबद्दल मी कितपत मोकळेपणाने तुमच्याशी बोलू शकेन, कोण जाणे!... पण हे बोलणं अवघड असलं, तरी टाळता येणार नाही...

अलीकडे मी 'ऑनलाईन कौन्सिलींग' सुरू केलंय. तुम्हाला माहिती आहेच. या संदर्भात मला येणाऱ्या काही ई-मेल्स तुम्ही वाचल्याही असतील. 'काही'... म्हणजे?

वेल, लेट मी पुट इट धीस वे...

माझ्या 'इन बॉक्स' मधल्या सगळ्या ई-मेल्स तुम्ही वाचलेल्या नाहीत... का?

कारण मीच त्या तुमच्या नजरेपासून दूर ठेवत आले.

का?

तर, त्या मेल्स वाचून तुमच्या मनात जे प्रश्नांचं वादळ उभं राहील, त्याला कसं तोंड द्यायचं, हे मला अजून नीटसं समजलेलं नाही.

विषय खरंच नाजुक, अवघड जागीच्या दुखण्यासारखा आहे. म्हणून त्याबद्दल बोलायलाच हवं... कधी ना कधी... नक्कीच!

मग आजच का नको?

म्हणून हे पत्र...

तुम्ही लहान मुलींच्या लैंगिक शोषणाबद्दल ऐकलं असेल... निदान अवंतिका आणि राधिकाने तरी नक्कीच! स्वत:च्याच वडिलांकडून फसवल्या गेलेल्या, घाणेरड्या शारीरिक बळजबरीने कुस्करल्या गेलेल्या अबोल, निष्पाप शाळकरी मुलींच्या किती दुर्दैवी कहाण्या! वडील, काका, मामा... किंवा अगदी मोठा भाऊ... घरात नेहमी येणारे नातेवाईक... अशा विश्वासाच्या माणसांनी रात्रीच्या अंधारात कोवळ्या मुलींच्या शरीरांशी केलेले गलिच्छ चाळे! आणि गुपचूपपणे हे सगळं सोसताना उद्ध्वस्त झालेलं, चुरगाळलेलं, रक्ताळलेलं बालपण!

ह्या सगळ्यावर विश्वास ठेवणं इतकं कठीण आहे; की हा असला घाणेरडा डाग लावून घेण्यापेक्षा 'आमच्याकडे असं नसतंच काही' अशी झाकाझाक करून जगभरातल्या सगळ्या संस्कृती हात झटकून मोकळ्या होतात.

– पण हे असतं.

घडतं.

हे सगळ्यांना ठाऊक आहे.

शारीरिक भावनांची जाणीवही न झालेल्या निरागस वयातल्या कोवळ्या मुली स्वत:च्या रक्तामांसाच्या नातेवाईकांच्या वासनांची शिकार होतात... आणि आपल्या शरीराशी नक्की काय खेळ चाललाय ते न समजून घाबरून गप्प बसतात. हे घाबरणं इतकं भयंकर असतं की अनेकदा या मुली स्वत:च्या एका विचित्र जगात स्वत:ला चक्क कोंडून घेतात... आणि त्यातून बाहेर पडणं मुश्कील असतं. आपल्याच कुटुंबात, घरात, अगदी आसपास वावरणाऱ्या 'त्या' माणसाच्या दहशतीने धास्तावलेल्या या मुलींचं पुढचं अख्ख आयुष्यच अनामिक भीतीने लोळागोळा होऊन जातं.

हे सगळं इतकं त्रासदायक आणि खरंतर घाणेरडं, गलिच्छ आहे; की तुम्हा मुलींसमोर हा विषय काढायची हिंमतच कधी झाली नाही. वाटायचं, आपल्या मुलींच्या कोवळ्या, निरागस मनात कशाला हे नसतं विष पेरा?- पण वाळूत मान खुपसून जगाकडे पाठ फिरवणाऱ्या आणि स्वत:चीच फसवणूक करून घेणाऱ्या शहामृगाचा आव आणला, म्हणून वास्तव बदलत नसतं, हे मी कसं विसरू?

लहान मुलींच्या कोवळ्या शरीरांशी असे खेळ होतात.

जवळचे, रक्ताचे नातेवाईकच ही घाणेरडी कृत्यं करतात.

– हे खरं आहे.

दुर्दैवाने या जाळ्यात तुमचा पाय फसला, चुकून एखाद्या क्षणी कुणी तुमच्याशी कोणत्याही अर्थाने संशयास्पद वागलं आणि अगदी क्षणभरासाठी का होईना, पण तुम्हाला त्रास झाला... किळस आली... तशी नुसती शंका जरी आली;

तरी न घाबरता मोकळेपणाने बोला

एवढंच मला तुम्हाला सांगायचंय.

जिथे असाल तिथून ताबडतोब बाहेर पडा, आणि जे झालं, त्याबद्दल कुणाही मोठ्या, जबाबदार, ओळखीच्या व्यक्तीला तातडीने सांगा.

खरं सांगा.

न घाबरता, न लाजता सांगा.

प्रश्न केवळ शारीरिक बळजबरीचा नाही,

एखादा स्पर्श तुम्हाला आवडला नाही, त्या स्पर्शाची किळस आली, नकोसा वाटला, कुणीतरी मुद्दाम केलेला वाटला, तर तिथल्या तिथे मोठ्ठ्या आवाजात 'त्या' माणसाला तशी स्पष्ट जाणीव द्या. तुमच्या शरीराचा सन्मान ही तुमची जबाबदारी आहे. घाबरून, लाजून किंवा संकोचापोटी तुम्ही सहन करत राहाल तर तुमचा त्रास कदाचित कधीच संपणार नाही.

मोठ्या कुटुंबांच्या अवाढव्य खटल्यात, कधी न पाहिलेल्या पण जवळच्या नातेवाईकांच्या गोतावळ्यात अशा तऱ्हेची असभ्य, नकोशी लैंगिक बळजोरी सहन करावी लागण्याच्या शक्यता बऱ्याच जास्त असतात. 'कुटुंबाची प्रतिष्ठा' या भारदस्त नावाखाली यातल्या गुन्हेगारांना संरक्षणही मिळतं. रानटी, वासनांध पुरूषांची पापं दडवून ठेवणारी कसली डोंबलाची प्रतिष्ठा? मुली घाबरून गप्प बसतात, म्हणून या नराधमांचं फावतं!

स्पीक अप ॲट ऑल टाइम्स.

मोठ्या आवाजात स्पष्ट बोला. तुमच्या विश्वासाचा, निरागसतेचा फायदा घेऊ पाहाणाऱ्या कोणालाही कधीही माफ करू नका... मग तो कुणीही असो!

'नकोसा स्पर्श' तुम्हाला आपोआप ओळखता येईल.

तत्क्षणी बोला.

दुसऱ्याला काय वाटेल याचा अजिबात विचार न करता बोला.

शरीर तुमचं आहे... तुमचं स्वत:चं, मौल्यवान!

त्याच्याशी नको ते खेळ, चाळे करण्याची मोकळीक कुणालाही मिळता कामा नये.

अनेकदा बंद दाराआड कुजबुज होते. बाहेर कळलं तर लोक काय म्हणतील या भीतीने, 'समाजातून आपल्याला वाळीत टाकलं जाईल,' या धास्तीने असली रहस्यं घरातल्या घरात गिळली जातात. ज्या मुलीचा लैंगिक छळ झाला, तिचं नाव बाहेर फुटलं, तर पुढे तिला त्रास होईल म्हणून वडीलधाऱ्यांना काळजी वाटते. 'तिच्याशी लग्न कोण करील?'- हा प्रश्न सगळ्यांनाच गप्प बसायला भाग पाडतो.

... या सगळ्या झाकाझाकीने गुदमरून गेलेलं कोवळं आयुष्य घुसमटतं. त्या मुलीला स्वत:चाच राग येतो, आपल्याच शरीराची लाज वाटते. अपराधीपणाच्या भावनेचं ओझं पुढे आयुष्यभर तिच्या मानगुटीवरून उतरत नाही. जे झालं, ते सांगणार कुणाला? बोलणार कुणाशी?

– अशी अवस्था तुमच्यावर स्वप्नातसुद्धा येता कामा नये.

कोणतीही परिस्थिती उद्भवली, तरी हाक मारण्याचा अवकाश; मदत नक्की मिळेल अशा विश्वासाने तुम्हाला प्रत्येक क्षणाचा सामना करता यायला हवा.

परवाच माझी एक मैत्रीण तिच्या स्वत:च्या मुलीवर गुदरलेल्या प्रसंगाबद्दल सांगत होती. आई-बाबांना कळलं तर त्यांना काय वाटेल, या भीतीपोटी ती एवढीशी मुलगी कित्येक दिवस असा छळ सोसत राहिली. 'तो' माणूस जवळचाच. नात्यातला. तोंड दाबून बुक्क्यांचा मार. इतकं भयंकर, लाजीरवाणं रहस्य

मनातल्या मनात सोसत, सहन करत राहण्याचा ताण शेवटी असह्य झाला आणि ती छोटी मुलगी संतापाने अक्षरश: उभी फुटली. त्या छोट्याशा कुटुंबात हा हादरा जबरदस्त होता. द्वेष, रागाच्या आगीत जळणाऱ्या, अपमानाच्या भावनेने वेड्यापिशा झालेल्या आणि आपल्या स्वत:च्या मुलीवर 'असा' प्रसंग यावा या जाणीवेने गोठून गेलेल्या, बधीर झालेल्या त्या कुटुंबाला त्यातून सावरण्याकरता आता किती वर्षं लागतील देव जाणे!

...आणि ती छोटीशी, गोड छोकरी!

हा डागाळलेला भूतकाळ घेऊन कशी जगेल?

- या जगात अशी हजारो दुर्दैवी कुटुंबं असतील.

महत्त्वाचा मुद्दा एवढाच, की तुम्ही त्यांच्यापैकी एक होऊ नका.

घाबरून गप्प बसू नका.

तसं झालं, तर 'तो' गुन्हेगार सहीसलामत सुटेल; आणि आपली 'शिकार' चालूच ठेवील.

'तो' कुणीही असला, तरी तुम्ही हिंमत करून त्याच्याकडे बोट दाखवाल... प्रॉमिस मी टु फाईट बॅक! तोच एक सभ्य, सुसंस्कृत मार्ग आहे.

स्वत:ला वाचवा.

आणि

बाकीच्या मुलींनाही!

तुमची,

ममा

नेट नॅनीज् आणि सायबर जिप्सीज्...

अरुंधती

मुंबई,
मार्च ९९

डार्लिंग अरूंधती,

'सिनियर स्कूल' मधला नव्या टर्मचा पहिला दिवस आठवतो तुला?

त्या दिवशी दुपारी रोजच्यासारखीच मी तुमची वाट बघत डायनिंग टेबलावर बसले होते. तेवढ्यात तू स्वयंपाकघरातूनच ओरडून - नेहमीसारखंच - काहीतरी जाहीर केलंस. मला वाटलं तू म्हणतेयस,

'आय ॲम अ रेक् (Wreck) टुडे'

रेक?

मला काही कळेना. लिहिता लिहिता वर बघत सहज हसून म्हटलं,

'रेक्? हु रेक्ड यु? कुणी बुवा केली तुझी दुर्दशा?'

- तू पाय आपटत माझ्यासमोर येऊन उभी राहिलीस. भुवया उंचावून, डोळे मोठ्ठे करून तुझा तो नेहमीचा 'टीन-एजर लुक' माझ्याकडे टाकलास आणि खांद्यावर लटकावलेला एक नवाकोरा झळझळीत पितळी बिल्ला दाखवत म्हणालीस,

'नॉट रेक मा, आय सेड आय ॲम माय क्लास रेप... रेप... रेप... म्हणजे रिप्रेझेन्टेटीव्ह! कळलं? लक्ष कुठे असतं तुझं?'

- खरं सांगू?

माझं लक्ष होत नीट. मी ऐकलं होतं... फक्त ते 'रेप... रेक...' काय ते ठिकसं कळलं नाही.

आपण काय बोलतोय त्याकडे ममाचं् लक्ष नसतं, ही तुझी नेहमीची तक्रार असते. ती खरीही आहे. कधीकधी हातातून निसटणाऱ्या डेडलाईन्स गाठण्याच्या नादात मी इतकी अडकलेली असते, मागे राहून गेलेल्या लेखनाचं एवढं दडपण असतं मनावर; की कधीकधी खरंच लक्ष नसतं माझं. कान असतात तुझ्या बोलण्याकडे; पण मनात काहीतरी तिसरंच चालू असतं. त्यामुळे बोललेले शब्द ऐकू येतात नुसते, कळत काही नाही. सॉरी अरूंधती, पण मी तरी काय करू अगं?

... मी तुझ्या त्या नव्या बिल्ल्याचं मनापासून कौतुक केलं, आणि आपण जेवायला बसलो.

जेवता जेवता तू 'सिनियर स्कूल' मधल्या तुझ्या पहिल्या दिवसाबद्दल सांगत होतीस. पहिल्या दिवशीच्या 'इन्ट्रॉडक्टरी प्रोग्रॅम' मधे टीचरनी तुम्हा मुलीमुलींमध्ये एक खुली चर्चा घेतली. विषय होता 'ओव्हर प्रोटेक्शन.' बाकीच्या दोन मुलींबरोबर तू बोलायला उभी राहिलीस. टीचरना सांगितलंस, तुझे आई-वडील 'ओव्हर प्रोटेक्टीव्ह' आहेत, ते तुला मुलांशी बोलू देत नाहीत.

... हे प्रकरण पहिल्यांदाच माझ्या कानावर पडत होतं.

पेरेन्टस् डीड नॉट 'अलाव्' टु टॉक टु बॉईज?

– या विषयावर आपल्यात कधी साधं बोलणं झाल्याचंही मला आठवेना. बिल्डिंगमधल्या मुलांमधे तुला स्वत:लाही कधी 'इंटरेस्ट' नव्हता. बोलणं सोडा, तू त्यांच्याकडे ढुंकुन बघायलाही तयार नसायचीस.

... आणि डीड नॉट 'अलाव' टु टॉक?

– खूप विचार केल्यावर अखेर एकदाची माझी ट्युब पेटली. कित्येक महिने तू भुणभूण लावल्यावर अखेर तुझ्या परीक्षेच्या आरापारा आपण घरात इंटरनेटचं कनेक्शन घेतलं. तुला कशाकरता त्याची एवढी तहान लागलीय, याचं मलाही आश्चर्य वाटत होतं.

घरातल्या कम्प्युटरवरून 'लॉग इन' झाल्याच्या पहिल्या रात्री इंटरनेटच्या महाजालात दोन-चार हौसेमौजेचे फेरफटके मारून झाल्यावर आम्ही सगळे पांगलो आणि कित्येक वर्षांच्या भुकेल्या माणसासमोर पंचपक्वानांचं ताट यावं; तशा असोशीने तू की बोर्डवर अक्षरश: तुटून पडलीस. एवढ्या घाईघाईत तू काय करतेयस ते बघायला म्हणून मी पाय न वाजवता हलकेच तुझ्या खुर्चीमागे येऊन उभी राहिले. पण तू त्या झगमगत्या स्क्रीनमधे इतकी बुडून गेली होतीस, की तुला माझी चाहुलसुद्धा लागली नाही.

स्क्रीनवरच्या आकृत्या भराभर बदलत होत्या.

एकेक नवी 'विण्डो' उघडून तू आत आत चालली होतीस. शेवटी तीन अक्षरं उमटलेली दिसली –

I C Q

– त्याच्या आसपासची काहीतरी चित्रविचित्र सांकेतिक चिन्हं समजून घेण्याकरता तुझी मान उंचावलेली... नाक जवळपास कम्प्यूटरच्या स्क्रीनला चिकटलेलं... तू तोंडातल्या तोंडात काहीतरी पुटपुटत होतीस... भुवया उंचावलेल्या... नजर थेट रोखलेली... श्वास तेज!

... पुढच्याच क्षणी तुझी बोटं विलक्षण वेगाने समोरच्या की-बोर्डवर नाचायला लागली.

'Hi. I am Heat Wave' - तू लिहिलंस.

'Hi. Call me Octopus' - तिकडून कुणीतरी तुला आपलं नाव सांगितलं.

नंतरची दहा मिनिटं तू त्या कोणा 'ऑक्टोपस'शी चक्क गप्पा मारत होतीस.

तुझा तो उसळता उत्साह बघून मी थक्क झाले.

'कुणाशी चॅटींग करतेयस?'- माझा टिपीकल 'मदर स्पेशल' आवाज न

वापरण्याचा आटोकाट प्रयत्न करीत मी सहज विचारावं तसं विचारलं.

तू भर्रकन् मागे वळलीस.

'मॉमऽऽ-' तुझा पारा एकदम वाढला, 'तू का पण इथे उभी आहेस? यु आर नॉट सपोज्ड टु बी हिअर.'

'व्हाय नॉट?'

- तू एव्हाना पारच वैतागली होतीस.

'ममा, हे सगळं तू नसतं वाचायचं. आमचं मुलामुलांच्यातलं आहे गं ते! आय डोन्ट वॉन्ट यु टु रीड ऑल धीस स्टफ.'

'ओ. के.' - मी आणखी काही न बोलता तिथून निघून गेले.

कधी कधी मला तुझी फार दया येते अरूंधती. किती वैतागत असशील तू! एकतर मी... सतत तुझ्यावर नजर रोखून असणाऱ्या परमपूज्य (वगैरे) 'माताजी! (तुम्हा मुलांच्या भाषेत... 'माताजी'... राईट?)- आणि दुसऱ्या बाजुला चार मोठी भावंडं! त्यांच्या दृष्टीने 'तू' म्हणजे एक गोचीच! तुला लहान बहिणीसारखं वागवावं तरी पंचाईत, आणि 'मोठी' म्हणून स्वत:च्या ग्रुपमधे येऊ द्यावं तरी पंचाईत!

...तिसरी आनंदिता

तुझ्या 'मोठं' होण्याकडे बारीक नजर लावून बसलेला तुझा शत्रू नंबर एक!

आनंदिता तुझ्यामागे सारखी शेपूट चिकटल्यासारखी लुडबुडत असते आणि ती असली म्हणजे... नथिंग, बट नथिंग, रिमेन्स अ सिक्रेट! अरूंधती 'असं' म्हणाली, अरूंधतीने 'अमुक' केलं हे अवघ्या अडीच मिनिटात ममापर्यंत पोचवणारा अल्ड्रामॉडर्न इन्फर्मेशन ब्युरो!

आनंदिता जेमतेम दहा वर्षांची आहे. पण तिला सारखं तुझ्याबरोबरीने... तुझ्यासारखंच... तस्संच... सेम सेम... जगायचं असतं. तू करतेस त्या प्रत्येक गोष्टीत तिला लुडबुड करायचीच असते. आपल्याला वगळलेलं, 'लहान आहेस अजून' म्हणून दूर ठेवलेलं तिला अजिबात आवडत नाही. त्यातून तू चलाखीने थोडीशी 'प्रायव्हसी' मिळवायला धडपडलीस, की आनंदिताला पटकन् ते समजतं... ती असेल तश्शी धावत येते; मग तिचा पिच्छा सोडवणं अशक्यच!

'हीट वेव्ह' आणि 'ऑक्टोपस' च्या गप्पा आनंदिताच्या नजरेतून सुटणं अर्थातच शक्य नव्हतं. त्याहून वाईट म्हणजे तिने हळूच सगळं वाचलं, आणि तत्क्षणी ती 'माताजीं'कडे धावली...

टु रिपोर्ट एव्हरीथिंग टु माताजी!

'ममाऽऽऽ अरूंधती ना, मुलांशी चॅटींग करतेऽऽ'

– 'आपण नाही बुवा त्यातले' असा पावित्र्याचा जबरदस्त आव आणून

आनंदिताचं रिपोर्टींग सुरू झालं.

'आपल्याकडे इंटरनेट नव्हतं ना, तेव्हा ती तिच्या मैत्रिणींकडे जायची, आणि मग सगळ्या मिळून मुलांशी चॅटींग करायच्या माहित्येय?'

– माझ्याखेरीज आणखी कुणाला ऐकू जाऊ नये अशा हळू आवाजात आनंदिताने आणखी एक गुपित फोडलं.

या सगळ्या लपवालपवीत तू किती गुदमरून, वैतागून जात असशील हे लक्षात येऊन खरं तर मला तुझंच वाईट वाटलं. तो विषय मी तिथेच थांबवला.

नंतर कधीतरी सहज विचारलं,

'चॅटरूममधे तुझ्याशी गप्पा मारतात, ते कोण गं?'

'अगं इथलीच असतात ती मुलं ममा... आमच्याच ग्रुपमधली'- तू पटकन् खुलासा केलास.

'पण बोलता काय एवढं तासन्तास?'

'हेच... म्हणजे स्कूल, म्युझिक, सिनेमे... बास, एवढंच!'- चुळबुळत्या, अस्वस्थ नजरेने तू धाडकन् विषय संपवलास.

मीही फार काही विचारलं नाही.

तुझ्याएवढी असताना म्हणजे जेमतेम बारा-तेरा वर्षांच्या वयात कशी होते मी?... सहज मनात विचार आला, आणि मन भूतकाळात शिरलं.

मीही तुमच्यासारखीच 'फक्त मुलींच्या' शाळेत शिकले. माझे आईवडील भारी 'जुनाट' होते, आणि 'मुलांशी बोलणं' या नुसत्या कल्पनेलासुद्धा सक्त मनाई होती. मुलांशी बोलणं घरात बेकायदेशीर मानलं जाई, त्यामुळे प्रत्यक्षात मुलांशी बोलण्याची भारी हौस! त्याकरता सगळ्या संस्कृतीरक्षक नजरा चुकवून आम्ही मुली अक्षरश: वाट्टेल ते करायला तयार असायचो.

'ते' वय कधी मागे सरलं, आणि आई-बाबांच्या हातातली 'ती काठी' माझ्या हातात कधी आली, कळलंही नाही.

– मी स्वत:च्याच डोक्यात एक टपली मारली, आणि तू चॅटींग करताना 'हेरगिरी' बंद, असं ठरवून टाकलं!

या वयात 'मुलांशी बोलणं' खरंच थ्रिलींग असतं.

असतंच!

– मी काहीच करत नाहीये, हे बघितल्यावर आनंदिताचा मात्र धीर सुटला.

'हे काय? तू शिक्षा नाही करणार अरूंधतीला?'

'कशाबद्दल?'

'अगं ती मुलांशी नाही का बोलत? विसरलीस का तू?'- आनंदिताने पुन्हा आठवण करून आपलं 'कर्तव्य' बजावलं.

'मुलांशी बोलल्याबद्दल खरंच तिला करायची शिक्षा?' मी तिलाच उलटा प्रश्न केला.

'मला कसं माहिती असणार?' क्षणभर थांबून आनंदितानं विचारलं, 'अवंतिका दीदी कधीपासून बोलायला लागली मुलांशी?'

' हे तू अवंतिका दीदीलाच का नाही विचारत?'- मी हसून तिला सुचवलं.

पण आनंदिता गंभीरच होती.

'इट्स नॉट द सेम थिंग ममा! अवंतिका आणि राधिका दिदीच्या शाळेतच नव्हती का मुलं? त्या तर लहानपणापासूनच बोलत असणार ना मुलांशी!'

- तो विषय तिथेच थांबला.

पुढे तुझं चॅटींग रोज सुरू झालं, तरी मला राग येईपर्यंत तू कधीच अतिरेक केला नाहीस. रात्रीचं जेवण झालं की एका हातात घड्याळ बांधून तू कम्प्यूटर उघडून बसणार हे जवळजवळ ठरूनच गेलं. घड्याळाचा काटा साडेदहावर गेला की कुणी न सांगता, न ओरडता तू स्वत:हून 'लॉग ऑफ' होणार आणि कम्प्यूटर टेबल नीट आवरून झोपायला जाणार, हेही पुढे माझ्या सवयीचं झालं.

तू, तुझा कम्प्युटर, पलीकडला तो 'ऑक्टोपस' आणि अर्थातच शेजारी चिकटून बसलेली आनंदिता! तू टाईप करत असलेलं प्रत्येक अक्षर डोळे मोठ्ठे करून गुपचूप वाचणारी! खरंतर 'आपल्यालाही चॅटींग करता आलं असतं तर?' म्हणून मनातल्या मनात हळहळणारी... आणि 'मी कुठेय अजून टीनएजर? आय विल हॅव टु वेट फॉर थ्री मोअर इयर्स' म्हणून स्वत:च स्वत:ची समजूत घालणारी!

खरं सांगू?

आपल्या ओळखीच्या, घरी नेहमी येणाऱ्या-जाणाऱ्या मुलांशी तू केलंस नेटवरून चॅटींग, तर माझी मुळीच हरकत नाही. पण चॅटरूममधे भेटणाऱ्या कोण कुठल्या ऐऱ्यागैऱ्या मुलांबरोबर गप्पांची चटक तुला लागली, तर मात्र मला काळजी वाटेल. गप्पा मारण्याचा, मैत्री करण्याचा हा मार्ग नव्हे. ते कोण असतील, काय बोलतील, काय विचारतील यावर तुझा - माझा कुणाचाच कन्ट्रोल असणार नाही. त्यातून काही भलतं होऊन बसलं म्हणजे?

आजकाल तू संध्याकाळी खाली बागेत खेळायला जातेस; तेव्हा तुमच्या मुलामुलींच्या ग्रुपमधे 'टीनएजर' मुलांचे थोडेसे फुटलेले, खरखरीत घोगरे आवाज ऐकायला येतात. त्यांच्याबरोबर तुम्ही मुली गप्पा मारता, हसता, खिदळता, ते मला मनापासून आवडतं. याआधी आठवतं? तुम्ही मुली आपापला ग्रुप करून बागेच्या एका कोपऱ्यात गप्पा मारत, एकमेकींच्या नोट्स देत-घेत बसायचात... आणि दुसऱ्या कोपऱ्यात मुलांच्या खेळांचा धांगडधिंगा चालायचा. अलीकडे

तुमचे दोन्ही ग्रुप्स एकमेकांमध्ये मिसळलेले दिसतात. तुमच्या एकत्र गप्पा होतात, चेष्टामस्करी चालते. कधीकधी हलक्या आवाजात तुमच्यापैकी कुणीतरी घातलेली एखादी 'प्रौढ' शिवीसुद्धा मला वर बसल्या बसल्या अचूक ऐकू येते. प्रत्येकाचा आवाज, प्रत्येकाचे ॲक्सेन्ट, तुमच्यामधले चेष्टेचे आणि वादाचे विषय... हे सगळं माझ्या कानावर पडत असतं. आजकाल संध्याकाळ व्हायच्या आतच कपडे बदलून, तयार होऊन खाली बागेत पळण्याची तुझी धडपड माझ्या नजरेतून सुटली असेल असं समजू नकोस... पण तुझ्यामधला हा नवा बदल, नवा उत्साह मला आवडतो. आय थिंक इट्स व्हेरी स्वीट!

आजकाल तू तुझे कपडे जरा जास्त काळजीपूर्वक निवडतेस, केसांवरून कंगवा फिरवायला तुला दहा-बारा मिनिटं जास्त लागतात, बेडरूममधल्या आरशात जाता येता डोकावतेस, हे सगळं माझ्या लक्षात आलंय.

... आणि आपली सर्वात छोटी बहाद्दर गुप्तहेर आनंदिता असतेच तुझ्या मागावर!

परवा मला म्हणाली,

'ममा, अरूंधती ना बहुतेक कुणाच्यातरी प्रेमात पडलीय. आय थिंक, शी इज हॅविंग अ क्रश!'

– हे नुसतं ऐकल्यावर तू प्रचंड आकांडतांडव केलंस. इतकं, की आनंदिता घाबरलीच.

खरं आहे का गं?

तुला कुणाबद्दल वाटतं तसं? असेल तर मला सांग अरूंधती, आय वुड लव्ह टु हिअर इट फ्रॉम यु!

तुला वाटतं, तितकी मी जुनाट, कर्मठ, ओल्ड फॅशन्ड नाहीये राजा!

अगं, मीही केव्हातरी होतेच तेरा वर्षांची आणि त्या वयात प्रेमातही पडले होते.

... चक्क दोनदा!

अजूनही 'त्या' आठवणींचे रोमांच माझ्या मनाशी ताजे आहेत.

सो, प्लीज डोन्ट वरी.

हे 'इंटरनेट प्रकरण' माझ्यासाठी अजून नवं, अनोळखी आहे ना, म्हणून मी तुला 'त्या' मुलांबद्दल इतके खोदून खोदून प्रश्न विचारत असते. ज्यांचे चेहरे कधी पाहिले नाहीत, ज्यांच्याशी साधी ओळख नाही आणि ज्यांना 'ऑक्टोपस' सारखी भीषण नावं असतात, त्यांचा विश्वास कसा धरायचा?

... पण माझ्याही मागच्या पिढीतल्या माझ्या आईबाबांना हळूहळू माझ्या लांबलचक 'फोनकॉल्स'ची आणि त्यांच्यापासून लपवलेल्या गुलाबी चिटोऱ्यांची

सवय झालीच होती ना एकेकाळी, तशी मलाही तुझ्या या इंटरनेटवरल्या चॅटींगची सवय होईल. पण थोडा धीर धर!

– अर्थात तरीही 'धोक्याचा कंदिल' घेऊन मी तुझ्या पुढ्यात उभी असेनच. अनोळखी मुलांशी 'चॅटींग' कितीही थरारक, रोमांचक असलं; तरी 'निष्काळजी थरार' काय उपयोगाचा?

...म्हणून तर जाता येता कुणालाही लक्ष ठेवता येईल, अशा ठिकाणीच आपला कम्प्युटर आहे. तुम्हा मुलींच्या बेडरूममधे नव्हे.

तू तुझ्या त्या 'ऑक्टोपस'शी गप्पा मारत असताना माझी चाहुल लागलीच कधी, तर लगेच संतापू नकोस. शांत राहा.

तुझ्याच 'आवडत्या' भाषेत सांगायचं तर

जस्ट चील!!

तुमच्या काय गप्पा चालल्यायत यापेक्षा तुझ्या स्पेलींग्जकडे आणि व्याकरणाकडेही मला आता लक्ष ठेवावं लागणार आहे.

'Wassup? Nuthin Kewl? I am feeling gr 8 2day Luv. ya'

म्हणजे काय? सांगशील?

जाऊ दे नाहीतर!

मी जरा जास्तच नाक खुपसतेय का?

तुझीच

ममा

....

मुंबई,

सप्टेंबर '९९

प्रिय मुलांनो,

मी सारखे स्वत:ला, तुम्हाला प्रश्न विचारत असते, तुम्ही मला विचारता, आपण एकमेकांना विचारतो... हे तर नेहमीचंच आहे. या सगळ्या नेहमीच्या गुऱ्हाळातून एक 'ब्रह्मसत्य' तरी माझ्या हाती नक्की गवसलंय-

'मुलांना कसं वाढवावं?- याबद्दल कोणतीही ठराविक नियमावली अस्तित्वात नाही. 'फॉर्म्युला' नाही. परीक्षेत हमखास यशाची खात्री देणारी 'अपेक्षित उत्तरं किंवा मॉडेल आन्सर्स' नाहीत. असतात ते फक्त प्रश्न. आणि ते आईवडिलांबरोबर मुलांनाही त्या त्या वेळीच सोडवावे लागतात.

हे मुलांसाठी चांगलं, ते वाईट, असं तर मुळीच करू नये, तसं तर कधीच बोलू नये; असं कुणी छातीठोक विश्वासाने सांगायला लागलं, तर त्या बालबुद्धीच्या

माणसाकडे चक्क दुर्लक्ष करावं.

स्त्रियांसाठीच्या मासिकांमध्ये 'अमुक ताईचा' अगर 'तमुक मावशीचा सल्ला' असे लोकप्रिय कॉलम्स असतात त्यात वाढत्या वयातल्या मुलांच्या आयांना 'पोलीटीकली करेक्ट' सल्ले देणारी गोडगुलाबी, गुळगुळीत भाषा वाचून अनेकदा माझ्यावर बेशुद्ध पडण्याची वेळ येते.

तरूण मुलं असलेल्या कुठल्याही, कुणाच्याही घरी गेलं की अर्ध्या-पाऊण तासांच्या रंगलेल्या गप्पांमध्ये इरून फिरून तेच प्रश्न अगदी हटकून टपकतात.

'तू तुझ्या मुलांना अमुक अमुक स्वातंत्र्य देतेरा का? किती लिमिटपर्यंत?'

'आणि लेट नाईट पार्ट्यांचं काय?'

'रागाच्या भरात तुझा पण हात कधी उठतो का मुलांवर?'

'आणि त्यांनी चुका केल्या तर...? आधी तू ओरडतेस, रागावतेस की समजावून सांगतेस काय चुकलं ते?'

राग आलेला असताना तो आलेला नाही असं दाखवून मुलांशी खरोखरच समजुतीने वागता येतं का?'

मुलांना 'दिलेलं स्वातंत्र्य' कुठे संपतं, आणि 'स्वैरपणा' नक्की कुठून सुरू होतो?'– याची सीमारेषा ठरवता ठरवता स्वत:च अखंड भांडत राहणारी तरूण जोडपी तर रोज मला भेटत असतात.

– खरं सांगायचं, तर हे प्रश्न आहेतच.

पण त्यांना ठराविक उत्तरं नाहीत.

त्या त्या वेळच्या परिस्थितीनुसार प्रत्येक प्रश्नाचं उत्तर शोधावं लागतं, ते दरवेळी वेगवेगळं येतं आणि हे उत्तर शोधण्याची 'रीत' अक्षरश: रोजच्या रोज बदलते.

'आतून' जे योग्य वाटेल तसं वागावं... आणि स्वत:च्या विचारांशी, मूल्यांशी प्रामाणिक राहावं!

'फॉलो युवर इन्स्टिंक्ट ॲण्ड बी सिन्सियर इन युवर ॲप्रोच'- हा याबाबतीतल्या यशाचा एकमेव मूलमंत्र आहे. मुलांशी 'असं' वागावं आणि 'तसं' वागू नये अशी 'प्रिस्क्रीप्शन्स' जाता येता फाडत राहणाऱ्या तथाकथित तज्ज्ञ सल्लागारांमुळे सध्या मुलांची आणि आईबाबांची दोघांचीही विचित्र गोची होऊन बसली आहे.

'आजकालच्या मुलांशी ना आवाज चढवून बोलू नये हेच बरं, काय त्यांच्या मनाला लागेल; आपल्याला कसं कळणार?'- माझ्या मैत्रिणी हे असलं काहीतरी आपापसात बोलत असतात.

'एकदा का मुलं मोठी झाली, की किती समजावून सांगा त्यांना; काही उपयोग नसतो!'

– नॉन्सेन्स!

कुणी ठरवला हा नियम?

जोवर मुलं आईवडिलांबरोबर त्यांच्याच घरात राहतात, आईवडिलांवर अवलंबून असतात तोवर त्या घराची शिस्त पाळणं मुलांवर बंधनकारक असतंच. अशावेळी मुलांची मनमानी चालू न देता योग्यवेळी त्यांचा कान धरण्याचा अधिकार आईवडिलांना असतो आणि त्यांनी तो अवश्य बजावला पाहिजे. मग मुलं वयाने कितीही मोठी असली, तरी बेहत्तर!

आपल्या घरातली परिस्थिती फार वेगळी नाही. अनेकदा मी संतापून घर डोक्यावर घेतलं, तुम्हा (मोठ्या) मुलांशी अखंड वाद घातले, भांडणं पेटली... 'घरातला बॉस कोण?'- असल्या मुद्द्यांवरून घरात अक्षरश: महायुद्धं झाली. मी चुकले असेन; पण नमले नाही. तुम्हाला वाटेल, काळ बदलला... जग इतकं पुढे गेलं... असं असताना ममाला काय एवढी हौस 'बॉस' म्हणून मिरवायची?... आता तर काय, सबकुछ चलता है! आईवडिलांनी केवळ ते 'आई-वडील' आहेत म्हणून हिटलरशाही गाजवायचे जुनाट दिवस गेले आता!

सॉरी!

हे सगळं इथे... या घरात मुळीच चालणार नाही.

घर हे घर असतं. होस्टेल नव्हे किंवा बेल वाजवल्यावर कमरेत वाकून चोवीस तास 'रूम सर्व्हिस' पुरवणारं फाईव्ह स्टार हॉटेलही नव्हे! जेवणाच्या वेळा थोड्याफार मागे-पुढे होऊ शकतात, तुमच्या मनमानीने त्या 'बदलत' नाहीत. कामासाठी बाहेर पडणाऱ्या मुलांनी ऐनवेळी फोन करून 'आपण आज जेवायला घरी येऊ शकणार नाही' हे सांगणं, मी एकवेळ समजू शकते पण 'तो फोनही' न करणाऱ्याला या घरात क्षमा नाही. हा तुमच्या 'व्यक्तीस्वातंत्र्या'वरचा घाला नसून घरी जेवायला तुमची वाट पाहाणाऱ्या माणसाच्या भावनांचा विचार त्यात महत्त्वाचा आहे. अलीकडे अगदी अखेरच्या क्षणी बाहेर जेवायला जायचा मूड येतो, पार्ट्या ठरतात, हे मला ठाऊक नाही असं समजू नका...

फाईन!

पण घरी फोन करायला जेमतेम काही सेकंद लागतात. आणि पार्टीची कितीही घाई झाली असली तरी किमान तेवढा वेळ तरी प्रत्येकाजवळ असतोच.

पहाटे सूर्य उगवल्यानंतर किती वेळ अंथरूणात लोळत पडायचं, त्याला आमच्या काळात काही मर्यादा होती. कितीही उशिरापर्यंत अभ्यास केला, रात्रभर गप्पा रंगल्या तरी सकाळी सात वाजता प्रत्येकाने चहाच्या टेबलाशी हजर असलंच पाहिजे, हा आमच्या घरातला नियम होता. मला सकाळी उठायचा

(पहिल्यापासूनच) कंटाळा; त्यामुळे मला आईबाबांकडून थोडीशी सूट मिळे, पण माझ्या भावंडांच्या नशिबी तेवढंही सुख नव्हतं. दुपारी झोपलं तर सुस्ती येते, अंगात आळस भिनतो म्हणून मुलांसाठी नो वामकुक्षी! त्यातून आईबाबांच्या शब्दात सांगायचं तर 'भलत्या वेळी' (उदाहरणार्थ, संध्याकाळी दिवेलागणीला) झोपणं तर अब्रह्मण्यम! अशक्यच! 'दमायला झालंय' या सबबीखाली जाता येता अंथरूणात शिरून डुलक्या काढल्या असत्या, तर आईबाबांनी आम्हाला घरातून अक्षरश: हाकलूनच दिलं असतं.

रात्रीचे बारा ही संचारबंदीची वेळ असे. त्यानंतर घरात एकदम सक्तीची सामसुम. आम्ही मुलांनी अनेक दिवस विनवण्या केल्या, खूप आर्जवं केली; तेव्हा कुठे आम्हाला प्रत्येकाला एकेक स्वतंत्र 'लॅच की' मिळाली होती. पण रात्रीचे बारा वाजले, की बाबा दरवाजाच्या आतली भलीमोठी साखळी लावून टाकत. त्यानंतर घरी येणाऱ्यांना मग बेल वाजवण्याशिवाय (आणि बाबांच्या संतप्त नजरेस पडण्याशिवाय) दुसरं गत्यंतरच नसे.

आमच्या तरूणपणातली मुंबई (तेव्हाची 'बॉम्बे') आजच्यापेक्षा फारच सुखी, शांत आणि कितीतरी सुरक्षित होती. तरीही आम्हाला बारापूर्वी घरी परतावं लागे. आज तुम्हाला घरी यायला उशीर झाला की माझा जीव टांगणीला लागतो तो 'तुम्ही सुरक्षित तर असाल ना?' या काळजीपोटी! मी तेवढ्यासाठीच तुमच्या कानीकपाळी ओरडत असते. तुम्ही वैतागून म्हणता, 'उगीच कटकट नको करू गं ममाऽऽ'

– ती 'कटकट' नसते.

'काळजी' असते;

हे कधी समजणार तुम्हाला?

'शिस्त'– या नुसत्या शब्दाचासुद्धा अनेकदा मुलांना तिटकारा वाटतो. कोणे एके काळी वापरात असलेला हा शब्द आता सरळ भंगारात घालावा, असं अनेकांना वाटतं.

मला नाही.

प्रत्येकाच्या जगण्याला– मग ते कितीही अत्याधुनिक, कितीही 'स्व-तंत्र' असो - 'शिस्त' हा हवाच! आजच्या बेपर्वा, मोकाट जमान्यात उधळलेल्या मुलांना शिस्तीचे कासरे लावून खेचणं अत्यंत आवश्यक आहे.

दुपार उलटून जाईस्तो झोपा काढायच्या आणि नंतर... स्वयंघोषित सुट्टी?

'ममाऽऽ गिव्ह अस अ ब्रेक. श्वास घेऊ दे जरा...' तुम्ही कधीकधी रागाने गुरगुरता.

ब्रेक?

तुमचा 'वीकएण्ड' मध्यरात्री एक वाजल्यानंतरच सुरू होतो, हे मला चांगलं ठाऊकेय.

'पण ममा, त्याच्याआधी कुणीच भेटत नाहीऽऽ'– तुमचा हा खुलासा नेहमीचाच.

तेही खरं आहे.

बट आय फाईंड इट कम्प्लीटली क्रेझी!

आज मी तुमच्यावर चिडते.

पण माझ्या तरूण वयात मी कधीकधी रात्री दहा वाजता घराबाहेर पडत असे; तेव्हा माझ्या आईबाबांनाही असाच, माझ्यासारखाच त्रास झाला असणार; हे मला आत्ता कळतं!

पण संतापण्यावाचून दुसरं काय करणार मी? माझ्याकडे कुठे दुसरा काही पर्याय आहे?

जुन्या चौकटी मोडा, जुनी वेळापत्रकं अडगळीत फेका, जुने नियम बदला म्हणून कानीकपाळी ओरडणारी आजची मुलं त्यांच्या 'मॉडर्न' आईबाबांना स्पष्टच विचारतात,

'कमॉन, आता बदला! कुठल्या जुन्यापुराण्या जगात राहाता तुम्ही?'

– हा प्रश्न मीही अनेकदा ऐकला आहे. तो विचारतानाचे तुमचे त्रासिक, वैतागलेले चेहरे माझ्या नजरेसमोर आहेत.

... म्हणूनच बघता बघता उद्ध्वस्त होणाऱ्या, तुटुनफुटून जाणाऱ्या, ताबा सुटलेल्या बेभान गतीने धावत जाऊन अखेर कपाळमोक्ष होणाऱ्या तुमच्या मित्रमैत्रिणींच्या तरूण आयुष्यांचा कचरा भोवती विखुरलेला पाहाताना मला नेहमी एक प्रश्न पडतो,

हीच का ती मजा?

ज्याकरता तुम्ही तुमच्या आईवडिलांशी इतके तावातावाने भांडता?

बेभान मौजमजेच्या नावाखाली तुमच्याही आयुष्याचं हे असंच काहीतरी झालेलं तुम्हाला चालेल?

– हा कळीचा प्रश्न विचारला, की तुम्ही पुन्हा एकमेकांशी नजरानजर करत गप्प बसता.

सुदैवाने एका महाभयंकर राक्षसाशी सामना करण्याच्या सध्याच्या 'राष्ट्रीय' दिव्यातून मी वाचले.

– ड्रग्ज!

तुमच्यापैकी कुणाच्याही बाबतीत हा प्रश्न कधी मला सोडवावा लागला नाही. पण तशी वेळ आलीच असती; तर कुणाचीही गय न करता मी तुमचं

मुटकुळं बांधून 'ड्राईंग आऊट क्लिनिक' मध्ये तुमची रवानगी केली असती हे नक्की!

मी नेहमी सांगते. जाता-येता सांगत असते,

वेट. देअर इज अ टाइम फॉर एव्हरी थिंग. वेळ येईल; तेव्हा जरूर त्या त्या क्षणाची मौज लुटा. पण अधाशीपणाने एकदम सगळं आयुष्यच ओरबाडून घेण्याची घाई कराल, तर एखादे दिवशी पुढे जगण्याचाच कंटाळा येईल.

– हे तत्त्वज्ञान तुम्हाला घीसंपीटं, जुनाट वाटतं.

पण पंचविशी गाठायच्या आत सगळं करून रावरून-उपभोगून बसलेले 'तरूण म्हातारे' मी पाहिले आहेत.

पंचविशीत सारं संपलेलं.

खतम!

असल्या चिपाड झालेल्या तारूण्याची कल्पना तुम्ही करू शकता?

ज्या वयात माणसाने स्वप्नांच्या दिशेने पहिली भरारी घेण्यासाठी पंख पसरायचे; त्या वयात भुरूभुरू पेटणाऱ्या गवतासारखं सगळं जळून खाक!

– तुमच्या पिढीला प्रत्येक गोष्टीची भयंकर घाई झालीय.

सगळं कसं चुटकीसरशी हवं... इन्स्टंट!... यश, पैसा, सुख, थरार... सगळं एका मिन्टात!

... हे जमलं तुम्हाला, तर ठीक! उत्तमच!!

पण या धावपळीला सुरूवात करण्यापूर्वी पायाखालचा रस्ता नीट निरखून बघा. आधी उर फुटेस्तो जोरात धावलेल्या आणि मधूनच अदृश्य झालेल्या असंख्य पावलांच्या खुणा तुम्हाला दिसतील... पुढचा कपाळमोक्ष तुमचा नसू दे, म्हणजे झालं.

तुमची,

ममा

....

मुंबई,

सप्टेंबर '९९

प्रिय मुलांनो,

काही दिवसांपूर्वी 'टाईम्स ऑफ इंडिया' मधला एक रिपोर्ट वाचून माझे हातपाय बधीर व्हायची वेळ आली होती. मुलांमधली अस्वस्थता समजू न शकणाऱ्या संवेदनशून्य पालकांच्या कानशिलात खाडकन चपराक हाणणाऱ्या त्या रिपोर्टमध्ये सध्याच्या मध्यमवर्गीय तरूण मुलामुलींची मन:स्थिती वर्णिलेली

होती. आपल्या एकटेपणाची असह्य वेदना बोलून दाखवणाऱ्या चौदा-पंधरा वर्षांच्या मुलामुलींच्या मुलाखती घेऊन 'टाईम्स' च्या प्रतिनिधीने लिहिलेल्या त्या बातमीतली एक मुलगी मी अजून विसरू शकले नाही. ती म्हणाली होती, 'घरी जाऊच नये असं मला वाटतं. घरी जाऊन तिथल्या कटकटी सहन करण्यापेक्षा आणि ममी-डॅडीच्या शिव्या खाण्यापेक्षा, मार खाण्यापेक्षा आयुष्यभर घराबाहेर राहिलेलं काय वाईट?'

शिव्या? आणि शारीरिक मारहाण?

कोणतेही आईवडील आपल्या मुलांशी असं कसं वागू शकतात?... त्याहीपुढे जाऊन विचार करायचा, तर कोणाही शिकल्यासवरल्या माणसांना असं अमानुष, क्रूर वागताना शरम नाही वाटत स्वत:ची?

... बहुदा नाही.

एरवी जेमतेम विशी-बाविशीतल्या त्या मुलीने आपल्या उद्ध्वस्त, अस्वस्थ आयुष्याची कहाणी सांगणारं असं विधान जाहीरपणे कशाला केलं असतं?

असंस्कृत, असभ्य भाषेचा मला किती तिटकारा येतो, हे तुम्हा सगळ्यांना ठाऊक आहे. तुम्ही निदान चारचौघात तरी आपल्या जीभेला लगाम घालणं एव्हाना शिकला असाल, इतपत आशा बाळगायला काही हरकत नाही.

'पण ममा, हल्ली चालतं सगळं. आजकाल सगळीच मुलं 'असं' बोलतात. त्यात काय एवढं?' असा तुमचा युक्तिवाद, आणि त्यावर माझं ठाम उत्तर-

'बाकीचे काय करतात त्याच्याशी मला काही घेणं नाही. तुम्ही 'स्लँग' म्हणून जिचं कौतुक करता, तसली भाषा मला आपल्या घरात चालणार नाही.'

- या संवादांचे नाट्यप्रयोग आपल्यामधे अनेकवेळा रंगले आहेत.

आदित्य, राणा, अवंतिका किंवा राधिका फोनवर बोलत असतात, तेव्हा त्यांच्या तोंडून अनवधानाने निसटलेले 'तसले' शब्द कधीकधी माझ्या कानावर पडतात, पण त्याकडे दुर्लक्ष करणं आजकाल मला बरं जमतं. मी काही हातात छडी घेऊन बसलेली खवचट हेडमास्तरीण नाही; गंमत मलाही समजते पण तरीही धाकट्या दोघींच्या प्रत्येक शब्दाकडे माझे तिखट कान लागलेले असतातच.

गेल्यावर्षीच्या उन्हाळ्यात सुट्टी संपवून गोव्याहून परत येताना अरूंधती आणि आनंदिता काही नवे शब्द शिकून आल्या. आमच्याबरोबरच्या दुसऱ्या कुटुंबातला एक मुलगा जरा अतीशहाणा होता. त्याच्याकडून दोघींना ही विशेष 'गिफ्ट' मिळाली असणार!

आम्ही मुंबईला परत आलो.

एके दिवशी दुपारी मुली घरात खेळत होत्या. अचानक अरूंधती खुसखुस हसत सुटली न् म्हणाली,

'ए गोट्या बघ गोट्याऽऽ... बॉल्स!'

आपण काही चुकीचं नाही ना ऐकलं म्हणून सहज तिला विचारलं,

'काय गं? काय म्हणालीस? व्हॉट वॉज दॅट?'

'नथिंग... नथिंग-' तिने चपापून पटकन सारवासारव करायचा प्रयत्न केला.

– पण आनंदिता होतीच तिथे.

ती कुठली गप्प राहाते?

भुवया उंचावून, डोळे विस्फारून माझ्याजवळ येत ती हळूच म्हणाली,

'ममा, आपण गोव्याहून परत आलो ना, तेव्हापासून अरूंधती हे असं घाण घाण बोलायला शिकलीय.'

मी अरूंधतीला बाजूला घेऊन शांतपणे तिला विचारलं. 'तू वापरलास; त्या शब्दाचा अर्थ काय, माहितीए का तुला?'

– अरूंधतीने उत्साहाने मान हलवली.

'येस. माहितीए. इट मिन्स स्क्रोटम. मुलगे असतात ना त्यांची 'गंमत.' अशीच असते- गोट्यांसारखी! बॉल्स!!'

- मी फीट येऊन बेशुद्ध पडायचीच बाकी होते.

स्क्रोटम?

या नखाएवढ्या पोरीने कुठे ऐकला हा शब्द?

– तेवढ्यात टेबलाशी धावत जाऊन अरूंधती दुप्पट उत्साहाने तिचं बायॉलॉजीचं जर्नल घेऊन आली होती.

भराभर पानं उलटून तिने एक आकृती मला दाखवली. म्हणाली, 'हे बघ. गोट्या म्हणजे हे!'

- तोवर मी स्वत:ला जरा सावरलं होतं.

तिला म्हटलं, हे असले शब्द अश्लील असतात. मुलींनी वापरायचे नसतात.

'इट्स व्हल्गर अरूंधती! चांगलं नाही असं बोलणं!'

- अरूंधतीला पुन्हा एकदा खुसुखुसु हसायला येत होतं. आनंदिताही आली, आणि मग आम्ही तिघीही चक्क हसत सुटलो. नंतर खूप वेळाने काहीशी गंभीर होत अरूंधती म्हणाली,

'पण ममा, तू तर आम्हाला साधं 'ओ, शीट्!' पण म्हणू देत नाहीस. तो किती कॉमन वर्ड आहे अगं! सगळी मुलं वापरतात बिनधास्त! दॅट्स नॉट फेअर.'

... मग मी तिला चक्क काही पर्याय सुचवले. तिने पुन्हा तिचा जुना बाणा भात्यातून काढाला.

'ममा, तुझ्या काळात हे असले शब्द वापरणं घाण वाटत असेल लोकांना!

पण आता सवय नाही का झालेली? वी डोन्ट फाईन्ड एनीथिंग राँग विथ देम! एवढं काय त्यात घाणेरडं?'

नंतर काही महिन्यांनी त्याहून भयंकर अशा एका शब्दावर आम्ही ठेचकाळलो.

द *'एफ'* वर्ड!

मोठी मुलं जातायेता 'तो' शब्द वापरताना मी ऐकत होते. ते कानाला खटकत होतं, आणि धाकट्या दोघींचे कान टवकारलेले असताना तर रागाने टेलिफोन आपटताना सुद्धा 'फ×× यु!' म्हणून वैतागाने पुटपुटणं धोक्याचं होतं. असल्या शब्दांचं मुलांना आकर्षण असतंच! वरून कुणी रागावलं तर 'मी कुठे म्हटलं? सकाळी दिदी म्हणत नव्हती का, मी तिची कॉपी करतेय; बास!' म्हणून स्वत:चं अंग झटकायला धाकट्या मुली मोकळ्या!

... हे जेव्हा फार झालं तेव्हा गप्पांच्या ओघात अरूंधती - आनंदिताकडून कळलं, की आजकाल वर्गात सगळ्याच मुली 'तो' शब्द बिनधास्त वापरतात. ग्रुपमध्ये 'इम्प्रेशन' पडतं ना, म्हणून! कित्ती मज्जा येते... मग सगळ्याच मुली खूप हसतात... वगैरे!

- इट वॉज लेक्चर टाईम अगेन!

छोट्या मुलांनी अशी घाणेरडी भाषा वापरू नये. असं मनापासून वाटत असेल; तर स्वत:च्या जीभेवर पक्का ताबा असणं महत्त्वाचं! माझ्या सुरूवातीच्या पुस्तकांमध्ये पानापानांवर अक्षरश: ओळीओळीत 'अशा' शब्दांची भरपूर पेरणी आहे हे मान्य! पण ती भाषा त्या विशिष्ट संदर्भात होती, हे लक्षात घ्या. आधीच वैतागलेल्या, चिडलेल्या कुटुंबाशी भांडण करून स्वत:चं 'स्वातंत्र्य' सिद्ध करण्याच्या खुमखुमीचा वेडा काळ सोडला, तर एरवी कधीही मी स्वत: असभ्य भाषा वापरली नाही. तुमच्या वयात असताना, इव्हन अ‍ॅज अ टीएजर. आई-बाबांच्या देखत चुकूनही कधी 'असले' शब्द उच्चारले नाहीत. शाळेत धांगडधिंगा केला, हे मात्र खरं! काहीतरी बेधडक, बिनधास्त बोलून वर्गातल्या शामळू मुलामुलींची टर खेचणे, हा आमचा आवडता उद्योग होता. पण त्यातलं पहिलं थ्रिल संपल्यावर पुढे मग आपोआपच माझा ग्रुप सुधारत गेला. तुमच्या आजीआजोबांच्या तोंडी अगदी रागाच्या, वैतागाच्या भरातदेखील कधी शिवी आलेली मी ऐकली नाही. आम्ही मुलांनी खूप उपद्व्याप केले, आईबाबांनी रागावून घर डोक्यावर घेतलं, अगदी कडाक्याची भांडणंसुद्धा झाली. पण दोघांच्या तोंडून कधी 'नको तो शब्द' निसटून गेला, असा अक्षरश: एकही प्रसंग मला आठवत नाही. इतक्या आदर्श पालकत्वाचा दावा करण्याइतपत माझी पात्रता नाही, हे मान्य! पण माझ्यावर 'शिवराळपणा'चा आरोप कुणी करू शकणार नाही.

स्वत:च्या आईवडिलांचा, त्यांच्याबरोबर एका घरात एकत्र रहावं लागण्याचा

अक्षरश: तिरस्कार करणाऱ्या एका विशीतल्या मुलीला मी विचारलं, 'असं का?'

तर ती उदास चेहऱ्याने म्हणाली,

'खरं सांगू? मला माझ्या आईवडिलांच्या घाणेरड्या बोलण्याची लाज वाटते. माझ्या मित्रमैत्रिणींसमोरसुद्धा मला अगदी वाट्टेल ते घालूनपाडून बोलतात. त्यांना एकमेकांशीसुद्धा धड बोलता येत नाही. सारख्या शिव्या देतात; आणि मी समोर असेल तर मग मलापण... इट्स डिस्गस्टींग! मला नाही ऐकवत.'

शिव्या? स्वत:च्या मुलीला?

डोळ्यात पाणी आणून ती दुर्दैवी मुलगी मला सांगत होती.

'समजा माझी चूक झाली, त्याबद्दल त्यांना काही सांगायचं असलं तरी इतक्या घाणेरड्या भाषेत बोलतात! जातायेता माझ्यावर टीका. शिव्याशाप अगदी तळतळाटसुद्धा! मला त्यांचं तोंडसुद्धा बघावंसं वाटत नाही.'

– आपल्याही घरात भांड्यांवर भांडी आपटली. रडारडी, रूसवेफुगवे, आरोप-प्रत्यारोप, अगदी कडाक्याची भांडणंसुद्धा अनेकदा झाली.

– पण आपण कधी मर्यादा सोडून वागलो नाही. एकमेकांना शिव्याशाप दिले नाहीत.

कितीही संताप आला, तरी सभ्यता न सोडणं, सुसंस्कृतपणाची पायरी न ओलांडणं हेच खरंतर माणूसपणाचं लक्षण असतं. तुम्ही कोणीही असा, लहान असा अगर मोठे; पण किमान 'माणूस' असण्याची 'प्रतिष्ठा' प्रत्येकालाच सांभाळता यायला हवी. कधीकधी मनातल्या मनात पायरी सुटते, तोलही जातो; पण अशावेळीच तुम्ही स्वत:ला किती रोखू शकता याची परीक्षा होत असते. घराच्या चार भिंतींमध्ये तर प्रत्येकावर अशा वेळा येतात, सारी बंधनं तुटू पाहातात, तरी सांभाळायला हवं. कितीही चिडवलं, चिथावलं गेलं तरी ओठातले निदान काही शब्द ओठातच गिळता यायला हवेत.

– माझा तोल जातो.

अनेकदा जातो.

पण नंतर माझ्याच वागण्या बोलण्याची मला लाज वाटते. अशा प्रत्येक वेळी मी मोकळेपणाने माझी चूक कबूल केली आहे. तुमची क्षमा मागितली आहे. तुम्हीही अनेकदा चुकता. मग माझ्याजवळ येऊन पाणावल्या नजरेने 'सॉरी' म्हणता.

... या सगळ्यात महत्त्वाची जबाबदारी खरंतर आईवडिलांचीच असते. प्रत्येक प्रसंगात ते कसे वागतात, यावरच मुलांची वर्तणूक ठरते. जातायेता शिव्याशाप ऐकणाऱ्या मुलांना 'ती भाषा' पुढे सवयीची होते आणि मग कशाचंच काही वाटेनासं होतं.

'ते आम्हाला शिव्या घालतात तेव्हा चालतं, मग आम्ही काय घोडं मारलंय?'- असं मुलांनी म्हटलं, तर दोष कुणाला द्यायचा?

कुणाच्याही रागाचा पारा चढला की मला अस्वस्थ वाटायला लागतं. रागाने आक्रसलेल्या भुवया, तांबारलेले डोळे, पिळवटणारे चेहरे पाहून माझा श्वासच घुसमटतो. माझंही असंच काहीतरी होत असणार, आणि रागाच्या भरात अनेकदा होत असणार.

... तर?

यापुढे माझा आवाज चढताना जाणवला, डोळ्यातून आगीचे लोळ येताना दिसले, कपाळावरची शीर तडकताना दिसली; की कुणीतरी मला जरा थांबवा. सांगा येऊन सरळ, 'ममा कुल डाऊन! पारा चढतोय तुझा!'

- आय विल कन्सीडर इट अ फेवर!

खरंच... बरं वाटेल मला.

तुमची,

ममा

....

मुंबई,

सप्टेंबर '९९

प्रिय मुलांनो,

यु आर गोईंग टु हेट धीस लेटर!

तुम्ही वैतागणार आहात हे पत्र वाचून; ते लिहायच्या आधीच ठाऊकेय मला.

कारण?

कारण, या पत्रात तुमच्या एका अत्यंत आवडत्या-सर्वाधिक आवडत्या- वस्तुबद्दल मी बोलणार आहे.

- टेलिफोन!

या एका विषयावरून आपल्या घरात किती जागतिक महायुद्धं झाली असतील; मोजणं मुश्कील!

मीही फोनच्या प्रेमात आहे,

उगीच कशाला नाकबूल करू?

– दरवेळी फोनची रिंग वाजली; की माझा हात किती चपळाईने रिसिव्हरकडे जातो हे तुम्हालाही ठाऊकेय.

पण ते सोडा.

आज एका वेगळ्याच विषयाबद्दल मला बोलायचंय.

माझ्या दृष्टीने टेलिफोन ही आधुनिक काळातली एक अत्यंत उपयुक्त वस्तू आहे. माझ्या घराच्या बंद दारापलीकडल्या जगात काय चाललंय याच्याशी माझा थेट संपर्क जोडून देणारी एक 'लाईफलाईन! कामाशी संबंधित गोष्टींसाठीच मी जास्तीत जास्त फोन वापरते. पण हेही खरं की कधीकधी 'रिलॅक्स' व्हावंसं वाटलं, तर टेलिफोनवर गप्पा मारायला मला आवडतात. तासन्तास एकाच जागी बसून लिहून लिहून कंटाळा आला आणि पाच-दहा मिनिटांचा ब्रेक घ्यावासा वाटला, की गी उठून फोनपाशी जाते. आजोबांशी, डॅडींशी, तुम्हा कुणाशी किंवा मग एखाद्या मैत्रिणीशी चार शिळोप्याच्या गप्पा मारल्या की मला पुन्हा उत्साह येतो. मानेचे ताणलेले स्नायू थोडे सैलावतात; आणि ताजीतवानी होऊन मी पुन्हा टेबलाशी लिहायला येते.

टेलिफोनवर बोलण्याच्या माझ्या विचित्र वेडापायी माझे आईबाबा किती त्रासून, वैतागून जात; ते मी अजून विसरले नाही. शाळा/कॉलेजातून घरी आल्या क्षणी टेलिफोनवर झडप घालून पुन्हा तासन्तास मित्रमैत्रिणींशी बोलण्यासारखं काय एवढं महत्त्वाचं असतं, हे त्यांना कधीच कळत नसे. टेलिफोनवर कित्तीऽऽऽऽ बोलायचो आम्ही. आई-बाबांना वेड लागायची वेळ येई. उगीचच काहीतरी फालतू गप्पा छाटायला आणि हा हा हू हू करून खिदळायला टेलिफोन वापरणं म्हणजे पैशाची, वेळेची उधळपट्टी आहे; असं त्यांचं स्वच्छ मत होतं.

तुम्ही म्हणाल, यात नवीन काय सांगतेस? इतिहासाची पुनरावृत्ती होताना बघतोच आहोत आम्ही!

– पण तुमच्या-माझ्या 'ऑन लाईन' तारूण्यात एक महत्त्वाचा फरक होता.

– फोनची जागा!

माझ्या आईबाबांच्या घरातला फोन पॅसेजमध्ये ठेवलेला असे. म्हणजे घरातल्या सगळ्यांच्या वावराच्या, सार्वजनिक जागी! कुणीही जाता. पाहू, ऐकू शकेल अशा ठिकाणी. त्यामुळे कुजबुजत्या आवाजात 'खाजगी' गप्पांना आणि साताठ मिनिटांपेक्षा जास्त बोलायला मनाईच होती. त्यातून आमच्या घराची रचनाच अशी होती, की कितीही हळू आवाजात बोललं तरी आई-बाबांच्या खोलीपर्यंत सगळीकडे सगळ्यांना बरोब्बर ऐकू जाई. त्यामुळे माझ्या टेलिफोन वेडावर आपोआप निर्बंध आले. एरवी आठ-दहा मिनिटांचे माझे कॉल्स अर्धा पाऊण तास अगदी मज्जेत चालले असते. तरी बरं, त्या काळात आजच्यासारखी 'कॉल वेटींग'ची सुविधा नव्हती. कॉर्डलेस टेलिफोन्स, प्रत्येकाच्या खोलीत स्वतंत्र एक्स्टेन्शन; किंवा चक्क स्वतंत्र लाईन अशी ऐष तर आम्हाला स्वप्नातसुद्धा कधी पाहायला मिळाली नाही. तरीही दरवेळी टेलिफोनचं बिल बघून माझ्या

बाबांचा पारा चढत असे. तुमचे डॅडी नाही का वैतागत आपल्यावर; सेम!

'टेलिफोन कसा वापरावा?'- याबद्दल काही नियम आखून घराला शिस्त लावण्याचा मी आजवर अक्षरश: अनेकदा प्रयत्न केला, आणि दरवेळी मला मुकाट हार मानावी लागली. आपापल्या खोलीत बिछान्यात लोळत पडलेली मुलं कानाला कॉर्डलेस चिकटवून तासन्तास मित्रमैत्रिणींशी गप्पा मारतायत; आणि बाहेर आईवडिलांना वाटतं, 'अभ्यास चाललाय! - या आधुनिक 'चित्रा'चा मला सं-ता-प येतो. चौदा पंधरा वर्षांच्या आतल्या इवलुटिवलु मुलांना आजकाल 'टेलिफोन प्रायव्हसी' हवी असते, हे ऐकून माझं डोकं चढतं. ज्यातत्यात नाक खुपसणं आणि मुलांवर कडेकोट पहारे बसवणं मलाही मान्य नाही; पण इतक्या लहान नकळत्या वयातली मुलं कुणाशी बोलतात, काय आणि किती वेळ बोलतात, त्यांच्या आयुष्यात नक्की काय चाललंय; हे त्यांच्या आईवडिलांना ठाऊक नको?

म्हणून तर फोन आला की कॉर्डलेस घेऊन, बाथरूममध्ये पळणाऱ्या अरूंधती-आनंदिताला कित्तीदा माझी बोलणी खावी लागली आहेत.

बाथरूममध्ये फोन?

– अशक्य!

प्रत्येक गोष्टीची काही वेळ, जागा असते की नाही? आणि बाथरूम हे फोनवर बोलण्याचं ठिकाण नक्कीच ना-ही.

माझ्या या असल्या शिस्तीची बंधनं फारच काचायला लागली की तुम्ही चिडता.

'अगं पण ममा, माझ्या सगळ्याच मित्र मैत्रिणी बाथरूममध्ये घेऊन जातात कॉर्डलेस! त्यात काय वाईटेय? वेळ किती वाचतो; विचार कर ना!'

– सॉरी! हे भलतं तर्कशास्त्र मला पटणं अशक्य आहे.

कुणाला कुणी किती वाजता आणि कशासाठी फोन करावा; याला काही सभ्य, सुसंस्कृत मर्यादा असतात. त्या पाळणं आपल्या घरात प्रत्येकासाठी 'मस्ट' आहे.

पहाटे दोन वाजता फोन?

– आणि तोही जस्ट टु से, हॅलो, हाऊ आर यू?

नामंजूर!

रात्री साडेदहा-अकरा वाजल्यानंतर फोन करणाऱ्या तुमच्या मित्रमैत्रिणींच्या अंगावर मी गुरगुरते; असा तुमचा (रास्त) आरोप आहे.

– मान्य!

त्यात चुकीचं, आक्षेपार्ह असं काहीही नाही.

अशा अवेळी मला आणि डॅडींना सुद्धा कुणाचे फोन येत नाहीत. तुम्हा मुलांना काय अशी 'इमर्जन्सी' असते? कुणाच्याही घरी कारण नसताना रात्रीबेरात्री फोन करू नये, इतरांना अकारण 'डिस्टर्ब करू नये; हे खरं म्हणजे तुमच्या मित्रमैत्रिणींनाच कळायला हवं.

'पण मग आमच्या रूममधे घेऊया ना फोनचं एक्टेन्शन! मग बाकीच्यांना त्रास होण्याचा काय संबंध?' – ही मागणीही अरूंधती आणि आनंदिताने केली.

नामंजूर!

एकतर फोनवर कुणाशी, कितीवेळ, काय बोलावं; याचं भान ठेवण्याइतपत तुमचं वय जाणतं नाही आणि दुसरं म्हणजे तुम्ही कुणाशी काय बोलता, यावर लक्ष कोण ठेवणार?

तुम्ही मुली लहान असलात, तरी तुम्हालाही थोडीशी 'प्रायव्हसी' हवी असते; हे मान्य!

...बट ओन्ली अप टु अ पॉईंट!

त्यालाही काही मर्यादा आहे.

उद्या निनावी फोन करून कुणी तुमचा छळ मांडला, घाणेरडं... बिभत्स बोलून तुमचं मन:स्वास्थ्य हिरावलं; किंवा उगीचच अनावश्यक फोन करून तुम्हाला त्रास द्यायला सुरूवात केली तर मग मी काय करू?

अरूंधती, तुझ्या मैत्रिणींचे आईबाबा त्यांना 'कुणाही अनोळखी मुलांशी गप्पा मारण्याची परवानगी' किती सहज देतात, हे तू एकदा कौतुकाने सांगत होतीस. यावर माझी प्रतिक्रिया काय होते, याची तुला उत्सुकता होती. मी तुला विचारलं,

'डु यु वॉन्ट टु स्पीक टु स्ट्रेंजर्स? कुणीही असो, मुलगा किंवा मुलगी; तुला बोलायचंय का अनोळखी मुलामुलांशी?'

तू पटकन नाही म्हणालीस.

आणि तो विषय तिथेच संपला.

तेही दिवस येतील मुलींनो! जेव्हा तुम्हाला मुलांचे फोन येतील... तुमच्याशी दोन शब्द बोलण्याकरता कुणीतरी मनापासून झुरेल!

जरूर!

पण तोवर तुम्ही मोठ्या झालेल्या असाल. स्वत:चे निर्णय स्वत: घेण्याइतक्या समजूतदार झाला असाल. तुमच्या दिदींना आणि दादांना येतात ना 'तसे' फोन? त्यांना कुठे हटकते मी?

पण मोठ्या मुलांना इतपत स्वातंत्र्य असलं, तरी बाकीच्या नियमांमधून मात्र त्यांना सवलत नाही.

ज्याच्या-त्याच्या खोलीत एक्स्टेंशन?

- नाही.

सहज गंमत म्हणून लॉंग डिस्टन्स कॉल्स?

- नो! नॉट ॲट ऑल!!

बाथरूममध्ये कॉर्डलेस विसरून येणं?

- अक्षम्य!

आणि कुठलीही 'इमर्जन्सी' नसताना, रात्री-बेरात्री फोन?

- नामंजूर!

आपल्या घराची रचना जरा लक्षात घ्या. अवेळी आलेले फोन घरातल्या नोकरांनाच घ्यावे लागतात. दिवसभराच्या कामाने थकून गेल्यानंतर त्यांना रात्री नीट झोप नको? मध्यरात्री एका पार्टीतून दुसऱ्या क्लबमध्ये जाता जाता 'जस्ट टु से हाय' म्हणून कुणीतरी तुम्हाला केलेले फोन या थकल्याभागल्या माणसांनी धडपडत उठून का बरं घ्यावेत?

अरूंधती आणि आनंदिताच्या अनेक मित्रमैत्रिणींना त्यांच्या लाडक्या, प्रेमळ आईबाबांनी मोबाईल फोन्स घेऊन दिलेले मी बघतेच आहे. दहा-बारा वर्षांच्या वयात स्वत:चा स्वतंत्र मोबाईल!

'खूप सोईचं पडतं हो!'- ते 'प्रेमळ' आईबाबा आनंदयुक्त अभिमानाने सांगतात, 'मुलं कुठे आहेत, कशी आहेत; याचा 'ट्रॅक' ठेवता येतो ना सतत! टेन्शन नाही.'

अनेक कुटुंबातल्या ड्रायव्हर्सकडे सुद्धा आजकाल याच कारणास्तव मोबाईल फोन दिले जातात.

- जस्ट टु कीप ट्रॅक, यु नो!

'मुलांना उगीच वाट नाही बघावी लागत ना! एक फोन केला, की ड्रायव्हर गाडी घेऊन हजर!'

– छान!

अरूंधती आणि आनंदिता मैत्रिणींबरोबर कुठेतरी प्रवासाला चालल्या होत्या; तेव्हा 'याच कारणासाठी' (जस्ट टु कीप ट्रॅक, यु नो!) मी माझा मोबाईल फोन दोघींकडे देऊन ठेवला होता.

- पण फक्त दोनदा!

तेही अपरिहार्य अपवाद म्हणून!

त्यावेळी आनंदाने, अभिमानाने आणि 'आपण मोठ्ठे, जबाबदार' झाल्याच्या भावनेने चमकलेले दोघींचे डोळे मला अजून आठवतात.

मोबाईल्स नुकतेच आले होते; तेव्हा एकदा गाडीतून कुठेतरी जाताना

आनंदिताने मला गळ घातली होती- 'ममाऽऽ एकच कॉल! प्लीजऽऽऽ'

मी खूष होऊन तिला मोबाईल दिला.

चालत्या गाडीत त्या अत्याधुनिक हॅण्डसेटवरची नाजुक बटणं दाबून मैत्रिणीशी बोलायला मिळाल्याचा थरार छोट्या आनंदिताच्या दृष्टीने खूपच रोमांचक होता. ती उत्साहाने नुसती उसळत होती.

तिचा तो आनंद मी पटकन् ओळखू शकले.

मी लहान असताना आमच्या घरात बाबांनी पहिल्यांदा 'टोस्टर' नावाची जादुई वस्तू आणली; तेव्हा कळ दाबली की पुटकन् वर येणारा टोस्ट बघून मीही अशीच थरारून गेले होते.

... आणि आईने आम्हा सगळ्यांना एकेक टोस्ट करण्याची परवानगी देऊन खूष करून टाकलं होतं.

त्या काळात परीक्षा जवळ आली, की आम्ही आईबाबांजवळ नवी पेनं आणि खोडरबरांसाठी हट्ट धरायचो.

तुम्ही मुलं आज सीडी रॉम्स आणि इंटरनेटचं नवं कनेक्शन मागता.

– चालेल! एकदम मान्य!

पण फोनचे नियम पाळावेच लागतील. चालेल?

युवर टेक्नो-चॅलेन्ज्ड,

ममा

....

मुंबई,

जून '९९

प्रिय मुलींनो,

या विषयावर आपण अनेकदा बोललोय. इतक्यांदा, की तुम्ही कंटाळलाच असाल.

तरी पुन्हा एकदा हा विषय आला, तो आज सकाळी माझी मुलाखत घ्यायला आलेल्या एका पत्रकाराच्या निमित्ताने! तिने मला उत्सुकतेने विचारलं,

'तुम्ही स्वयंपाक करायला कुठे शिकलात? आणि केवढ्या होतात तेव्हा?'

मी थोडा विचार करून तिला म्हटलं,

'माझ्या आईच्या स्वयंपाकघरात. दहा-बारा वर्षांची असेन तेव्हा!'

त्या पत्रकार मैत्रिणीचा विश्वासच बसेना.

म्हणाली, 'खरंच? इतक्या लहान वयात तुमच्या आईने शिकवला स्वयंपाक?'

'नाही गं बाई', मी तिला समजावत म्हणाले,

'स्वयंपाक शिकवला म्हणजे हात धरून पोळ्या लाटायला, फोडणी घालायला

नाही शिकवलं आईने. पण आम्ही तिघी बहिणी स्वयंपाकघरात तिला मदत करायचो. भाजी चिरणं, ताक घुसळणं, कधीतरी एखादी कोशिंबीर करणं, ताटंवाट्या घेणं अशी छोटी छोटी कामं आईने आम्हाला वाटून दिली होती. ती रोज करावीच लागत. त्यातूनच आम्ही शिकलो.'

– आता पुन्हा चिडू नका माझ्यावर.

आणि '... मी मुलगी आहे म्हणून!' स्टाईलची तुमची ती स्त्री-वादी भाषणंही नका देऊ परत! स्वयंपाक केला म्हणजे लगेच कुणी 'रांधा, वाढा, उष्टी काढा' वाली गरीब बिचारी गृहिणी होत नसते; कळलं?

मला विचाराल, तर स्वयंपाक करता येणं ही एक व्यक्तिगत शिस्त आहे आणि आनंदही! स्वत: स्वयंपाक रांधून इतरांना खाऊ घालण्यात किती विलक्षण समाधान असतं, ते स्वयंपाकघरात पायसुद्धा न ठेवलेल्या कुणाला कसं कळणार?

अशोकमामा उत्तम स्वयंपाक करतो.

तुमचे डॅडी करतात.

दोघांनाही स्वयंपाकघरात रमायला आवडतं. एखादा पदार्थ उत्तम करणं, हे ऑफिसातल्या कामाइतकंच महत्त्वाचं, चॅलेंजिंग वाटतं.

लहानपणी अशोकला साधा चहासुद्धा करता येत नसे; आज तो कसल्या कसल्या डिशेस् बनवून मित्रमंडळींना चक्क पार्ट्या देऊ शकतो.

पण तुम्हाला मात्र घरातलं स्वयंपाकघर कुठे आहे, हे निदान ठाऊक असलं तरी पुरे! स्वयंपाक राहिला दूर, ऐनवेळी भूक लागली तर काहीतरी च्याऊमाऊ करून खाण्याइतकाही उत्साह तुम्ही कधी दाखवलेला मला आठवत नाही. आपल्याला साधं ऑम्लेटसुद्धा करता येत नाही, यात तुम्हाला कसली फुशारकी वाटते कोण जाणे? कधी विचारलं, तर चक्क हात झटकून मोकळ्या होता. हळूहळू घरातल्या कामाला, स्वयंपाकाला नोकरचाकर मिळणं मुश्कील होत जाईल; तेव्हा काय कराल तुम्ही? आणि लग्न करून स्वत:चे संसार थाटाल तेव्हा?

'तेव्हाचं तेव्हा बघू काय करायचं ते. आत्तापासून कशाला तुझी कटकट?'- हे उत्तर ऐकून आता मी थकलेय.

आम्ही लहान असताना, स्वयंपाकघरातून अशी सुटका करून घेणं आम्हा मुलींना शक्य नव्हतं. मला जर तुमच्याइतकं स्वातंत्र्य असतं, तर मी सुद्धा त्या वयात चुलीजवळ फिरकलेही नसते कदाचित! आमच्या घरात आईबरोबर वरकामाला एक मोलकरीण होती; तरीसुद्धा आम्हा मुलींना वाटून दिलेली कामं आमची आम्हाला करावीच लागत.

म्हणून तर आजसुद्धा मी शर्टला सुंदर इस्त्री करू शकते. भांडी घासू शकते.

कपडे धुवू शकते. एकही सुरकुती न पाडता सुंदर अंथरूण घालू शकते. कचरा काढणं, फरशी पुसणं, धुतलेले कपडे व्यवस्थित झटकून नीट वाळत घालणं, (वाटतं तितकं सोपं नसतं बरं ते!) पुऱ्या तळणं, फीश फ्राय करणं... हे सगळं उत्तम करू शकते. उद्या अगदी वर्षभराची पापड-लोणची करायची वेळ आली, तरी मी हातपाय गाळून बसणार नाही. तुम्हाला वाटेल कदचित, की ममा जरा जास्तच तिखटमीठ लावून सांगतेय!

बट, नो माय डियर गर्ल्स!

हे सगळं मला खरंच करता येतं.

अजूनही येतं.

आपल्या घरातल्या या गोष्टी करण्यात कुठलाही कमीपणा नसतो, स्त्री म्हणून छळवाद किंवा अपमान नसतो हे कधी विसरू नका. घर कसं सांभाळावं आणि चालवावं हे प्रत्येकालाच यायला हवं.

आजच्या या आधुनिक, इन्सन्ट युगात स्वत:ला मॉडर्न समजणाऱ्या नव्या पिढीला घरात इकडची काडी तिकडे करण्याएवढीची अक्कल नसते आणि त्याहून संतापाची गोष्ट म्हणजे त्याबद्दल कुणाला साधी शरमसुद्धा वाटत नाही.

'मला साधा कुकरसुद्धा लावता येत नाही' हे उलट अभिमानाने सांगणाऱ्या विशी-बाविशीतल्या मुली भेटतात, तेव्हा हसावं का रडावं ते मलाच कळत नाही.

किती दयनीय आहे ही गोष्ट!

किती करूणास्पद!

मला खरंच कीव करावीशी वाटते या मुलींची.

तुम्ही उभारलेलं तुमचं घर... पण त्या घराला तुमचा लळा नाही, त्या घरातल्या वस्तूंवरून मायेने हात फिरवण्याचं सुख तुमच्या नशिबात नाही.

काम संपलं की घरी यायचं. जेवलं, झोपलं की आंघोळ; कपडे करून पुन्हा बाहेर?

हे घर की होस्टेल? – खरंतर होस्टेललासुद्धा किमान काही नियम, काही शिस्त असते.

आपल्या घरी एकट्या आनंदिताला स्वयंपाकघरात लुडबुड करायला आवडते. ओव्हनमध्ये केक-बिस्कीटं करणं, सॅलडसाठी भाज्या चिरणं तिला आवडतं. मीही तिला कायम प्रोत्साहन देत असते. स्वयंपाकघर हा काही आपल्याला 'निषिद्ध' प्रदेश नाही, त्याच्या दारावर काही 'नो एन्ट्री'ची पाटी टांगलेली नाही; हे तुम्हा सगळ्यांनाही कधीतरी कळावं अशी माझी इच्छा आहे. कधीकधी स्वयंपाकघरात एखादी चक्कर टाकून निदान कुठे काय ठेवलेलं असतं ते बघून,

समजून घ्यायला काय हरकत आहे? तुमच्यातल्या दोघींना दही फार आवडतं. अगदी जीव की प्राण! पण दही कसं विरजतात ते निदान ऐकलं तरी आहे? समजा, मी तुम्हाला स्वयंपाकघरातून चिमुटभर जिरं आणायला सांगितलं; तर जिरं कशाला म्हणतात आणि ते कुठे ठेवलेलं असतं हे कळेल तुम्हाला?

मला वेळ असेल आणि हौस आली की मी स्वत: अनेकदा स्वयंपाकघरात जाऊन कसले कसले प्रयोग करते; हे तुम्ही बघताच. एखादा पदार्थ बिघडला तरी फार नाकं न मुरडता कौतुकाने खाता.

तुम्ही निदान कधीतरी माझ्यामागे गॅसजवळ यावं. मी काय करते ते नुसतं बघावं... एवढं केलं तरी पुष्कळ! तुम्हाला सक्तीने समोर बसवून स्वयंपाकाचे धडे देण्याची हिंमत नाही बाबा माझ्यात! - आणि खरंतर गरजही नसते असं हात धरून शिकवण्याची! आवड असेल, तर सवड काढता येते आणि शिकताही येतं. स्वत:चं स्वत:च! कधी भांडीकुंडी हाताळावी, मिसळण्याचा डबा उघडून पाहावा, मसाल्यांचे वास घेऊन बघावेत, कधी नुसती कणीक भिजवावी... पुढे सगळं आपोआप जमतं!

काय सांगावं?

कधीतरी तुम्ही स्वत:हूनच माझ्याकरता चारी ठाव स्वयंपाक रांधाल, आणि पोटभर खायला घालून मला आश्चर्याने थक्क करून टाकाल!

– त्या क्षणाची मी आयुष्यभर अगदी उत्सुकतेने वाट पाहीन.

पण तोवर एक प्रश्न विचारू?

'हळद' म्हणजे काय असतं नेमकं?

बिया असतात? शेंगा? रस? मसाला? पानं? पावडर? की ट्यूबमधलं क्रीम?

काय असतं?

- अचूक उत्तर कळवा, आणि तुमच्या आवडत्या पदार्थाचं बक्षीस मिळवा!

सर्वात आधी उत्तर सांगणाऱ्यास दोन केक्स किंवा आईस्क्रीम्स आणि चार पिझ्झा एक्स्ट्रा!

- गो फॉर इट!

त्वरा करा! बक्षीस योजना फक्त मर्यादित काळासाठी उपलब्ध!

तुमची,

ममा

जीव तुटतो कारण...

रणदीप

मुंबई,
मे '९९

प्रिय अरूंधती आणि आनंदिता,

आपल्या घरी खूप वर्षं काम करणारा, अत्यंत विश्वासू आणि खूप प्रेमळ असलेला आपला ड्रायव्हर विनायक हे जग सोडून गेला, तो दिवस आठवतो?

... मला खात्री आहे; तो क्षण तुम्ही आयुष्यभर नाही विसरू शकणार.

विनायक खरंतर आपला ड्रायव्हर... पण तो घरातलाच होता, आपला होता! कित्येक वर्षं आपल्या घरातली सगळी कामं ठरल्यावेळी होत राहिली, आपल्या कुणालाही कसलीही काळजी करावी न लागता आपलं घर अक्षरश: घड्याळाच्या काट्यावर शिस्तीने चालत राहिलं; कारण विनायक! अरूंधती, तू लहान असताना तर इतकं छळलंस बिचाऱ्याला तरी विनायकचा जीव होता तुझ्यावर! आणि आनंदिता, तुला हसवण्यासाठी तर वाट्टेल ते करायला तयार असायचा विनायक.

जवळपास अख्खं एक वर्ष आपण विनायकला कणाकणाने मरताना पाहिलं. तो दर क्षणी मरणाच्या दाढेत खेचला जातोय, हे सुरूवातीला खरंतर लक्षातही आलं नाही कुणाच्या! उलट तो बारीक झाला एकाएकी, तर आपण त्याची केवढी चेष्टा केली. 'पोटाची ढेरी कमी झाली, आता हिरो दिसतोस तू विनायक!' म्हणून त्याला चिडवत राहिलो. मग अचानक त्याचे उरलेसुरले केसही गळायला लागले, तेव्हा 'काहीतरी इन्फेक्शन असेल' म्हणून त्याला औषधी शाम्पू आणून दिला. हळूहळू त्याला दिवसाउजेडी सुस्ती यायला लागली. दरवाजे बंद करून गाडीत झोपून राहातो आणि खिडकीच्या काचेवर टकटक करूनही उठत नाही पटकन म्हणून त्याच्या अंगावर ओरडलोसुद्धा आपण! एरवीही विनायक तसा 'हळुबाई' होता; पण आता तर तो अक्षरश: पाय ओढत चालायला लागला. पंधरा वीस पायऱ्यांचा जीना चढून आला, तरी त्याला धाप लागे. तुम्ही आपल्या टिफीनमधून दिलेला खाऊ विनायक खाईनासा झाला; तेव्हा मात्र दोघींना पहिल्यांदा त्याच्या आजारपणाची शंका आली.

विनायक स्वत: तसा खवैय्या! तुमच्या डब्यातले पदार्थ आनंदाने खायचा. 'ममाला सांगू नका हं' म्हणून तुम्हाला कोकाकोला, चुईंगम, चॉकलेटस् विकत घेऊन द्यायचा. सणासुदीच्या दिवसात तर स्वत:च्या मुलींसारखे तो तुमचे लाड करायचा; आठवतं? प्रत्येक सणाला तो तुम्हा दोघींना त्याच्या घरी घेऊन जाणार, काय काय गंमतीजंमती खायला घालून तुम्हाला खूष करून टाकणार हे अगदी ठरलेलं होतं. त्याचं हे निर्व्याज प्रेम बघून माझं मन भरून येई. आपण सगळे जणू त्याच्या स्वत:च्याच कुटुंबाचा भाग होतो, इतक्या आपलेपणाने

विनायक वागायचा. खरंतर तो स्वत:च्या घरापेक्षा आपल्याच घरात जास्त वेळ राहिला असेल, आणि आपल्या सर्वांमध्ये त्याचा जीवही जास्त गुंतलेला होता.

तुम्हा दोघींचा जन्म झाला; तेव्हा घर ते हॉस्पिटल ही धावपळ विनायकने केली आणि नेहमीपेक्षा जास्त काळजीपूर्वक गाडी चालवत तोच दुपट्ट्यात गुंडाळलेली तुमची इवली इवली मुटकळी घरी घेऊन आला. पुढे तुम्हाला पोलिओचे डोस देण्याकरता डॉक्टरांकडे नेणं, प्ले स्कूलमधल्या पहिल्या दिवशी तुमची समजूत घालून घालून, तुमचे डोळे पुसून तुम्हाला शाळेत सोडणं... या प्रत्येक वेळी विनायक गाड्याबरोबर होता. तुमच्या वाढदिवसांच्या प्रत्येक पार्टीची तयारी विनायकनेच केली. धाप लागेस्तो स्वत: फुंकून फुंकून फुगे फुगवले. केकवर लावण्याकरता आणायच्या मेणबत्त्या मी विसरले; तर ऐनवेळी अक्षरश: धावतपळत जी. डी सोमाणी स्टोअर्समध्ये जाऊन विनायक त्या घेऊन आला. त्याला तुमच्या सगळ्या मित्रमैत्रिणींची नावं ठाऊक होती, त्यांचे पत्ते तोंडपाठ होते, अगदी प्रत्येकजण किती हट्टी आहे, कोण किती दंगामस्ती करतं हेही त्याला माहिती होतं.

विनायक गाडी चालवत असला, की कधी कुणाला कसलं टेन्शन वाटलं नाही. माझा तर त्याच्या ड्रायव्हिंगपेक्षाही 'माणूस' म्हणून त्याच्या नि:स्पृह प्रामाणिकपणावर स्वत:पलीकडे जास्त विश्वास होता. माझे अतिशय किंमती दागिने छोट्यामोठ्या दुरूस्तीसाठी तोच आपल्या ज्वेलर्सकडे घेऊन जात असे. अक्षरश: लाखभर रूपयांची कॅश बँकेतून आणण्याकरता विनायकच्या हाती बेअरर चेक देताना मला कधी क्षणभरही कसली धास्ती वाटली नाही. आजी आजारी होती, तेव्हा तिला ठरल्यावेळी डॉक्टरांकडे चेकअपला नेणं, आजोबांना दातांच्या डॉक्टरकडे नेऊन आणणं, कुणाचे कपडे नक्की कुठल्या लाँड्रीत टाकले आहेत आणि ते कधी मिळणार हे लक्षात ठेवणं, घरातलं संपलं उरलं पाहणं, सगळी बिलं वेळच्या वेळी चुकती होतील यावर नजर ठेवणं हे सगळं विनायक अगदी चोख करायचा. सुरुवातीला हाताने लिहिलेले माझे लेख ठिकठिकाणच्या संपादकीय ऑफिसांमध्ये पोचवायला त्यालाच जावं लागे; त्यामुळे माझ्या एखाद्या कॉलमची 'डेडलाईन' उलटून गेलीय; हेही त्याला बरोब्बर समजायचं... आणि तोच मला आठवण करून द्यायचा.

विनायकच्या आजाराची तीव्रता समजल्यावर तो आता फार दिवसांचा सोबती नाही हे स्पष्ट झालं. 'त्याच्याशिवाय आपलं कसं होणार?' या विचाराने पहिल्यांदा माझे हातपाय गळाले. आणखी एक महत्त्वाची गोष्ट म्हणजे विनायक गाड्याशी माझ्या भाषेत–मराठीत– बोलायचा. तो गेल्यावर काय?... ही कल्पनासुद्धा माझ्यासाठी अक्षरश: असह्य होती. विनायकलाही ते आतून कुठेतरी जाणवलं

असावं. तरीही त्याने पर्यायी व्यवस्था म्हणून एका हिंदी माणसाला माझ्यासमोर आणून उभं केलं! आपल्या मृत्युनंतरही या घरातलं आपलं स्थान कायम राहावं, आपण ज्यांच्यावर प्रेम करतो मनापासून त्या माणसांना आपली आठवण यावी; म्हणून तर विनायकने 'हा असा' पर्याय शोधला नसेल?... बहुतेक!

हॉस्पिटलमधे दाखल व्हायच्या आधी तो आपल्या सगळ्यांचा निरोप घ्यायला घरी आला. म्हणाला, 'ही आपली शेवटची भेट, मॅडम. आता काही मी या दुखण्यातून उठत नाही.'

विनायकचा तोल जात होता. एकेकाळच्या गोलगरगरीत शरीराची सुकून पार काठी झालेली. डोळे खोल गेलेले. गालावर पांढुरक्या दाढीचे खुंट... आपल्या हसतमुख गंमत्या विनायकची ही अशी अवस्था? त्याला ओळखणंसुद्धा खरंतर मुश्कील होतं. अंगात मुरलेल्या तापाने त्याची पार रया गेली होती. चेहरा ओढला होता. हात पाय सुरकुतून पांढरे फटक पडले होते. त्या अवस्थेत विनायकने त्याच्या हातातली एक मळकी, जाडजूड फाईल मला दाखवली. तो स्वत: काही बोलला नाही, पण फाईलमधल्या प्रत्येक मेडीकल रिपोर्टवर त्याचं भवितव्य स्पष्ट लिहिलं होतं- मृत्यू! विनायकच्या हातात शेवटचे काही दिवस उरले होते.

रोज सकाळी घरी येऊन एका ठरलेल्या डायरीत माझ्याकडून दिवसभराची कामं नोंदवून घ्यायची, आणि आवश्यक तर स्वयंपाकाच्या बाईंबरोबर बाजारात जायचंच हा विनायकचा रिवाज! त्याने 'त्या' शेवटच्या दिवशीही 'ती' डायरी आठवणीने मागून घेतली. म्हणाला, 'आज मी लिहितो 'कामं'' पुन्हा कोण जाणे अशी संधी मिळेल की नाही?'- त्याचा आवाज खोल गेला होता. डायरीत कामं लिहून घेणारा हात कापत होता. रडवेला होऊन विनायक म्हणाला, 'हे बहुतेक शेवटचंच! पुन्हा मी कुठला भेटतो तुम्हाला?'

– तुम्ही कुणीही घरी नव्हतात. तुमच्या आठवणीने विनायकला रडू फुटलं आणि तो कोसळलाच. मी पुढे होऊन त्याला जवळ घेतलं.

'माझं मरण दिसतंय मला, मॅडम'– हमसाहमशी रडत विनायक निर्वाणीचं बोलत होता, 'संपलं माझं आयुष्य. डॉक्टर म्हणतात; यापुढे कसला इलाज नाही.'- स्वयंपाकाच्या बाई, बाकीचे नोकर... विनायकला शेवटचा निरोप देताना सगळ्यांनाच रडू फुटलं होतं. मीही माझे अश्रू आवरत कसंबसं त्याला गप्प केलं. म्हटलं, 'असा खचून जाऊ नकोस. उरलेले दिवस आनंदाने जग. धीराने घे सगळं!'

– बोलता बोलता विनायकने मला त्याची शेवटची इच्छा सांगितली. म्हणाला, 'मी खूपदा विमान बघितलं. पण एकदा तरी विमानात बसायची माझी

इच्छा आता तशीच राहणार. मला बघायचं होतं एकदा, की कसा असतो विमानाचा प्रवास...'

विनायकचे काही नातेवाईक अहमदाबादला असतात हे मला ठाऊक होतं. मी त्याला म्हटलं, 'तू थोडा बरा हो मग आपण विमानाने अहमदाबादला जाऊ. मी स्वत: तुला घेऊन जाईन.'- मनातल्या मनात मी ठरवून टाकलं. लवकरात लवकर दोन रिटर्न तिकीटं बुक करायची आणि विनायकला अहमदाबादला नेऊन आणायचं. इतकी साधी शेवटची इच्छा... आपण विनायकला याहून कितीतरी जास्त देणं लागतो.

...पण त्या दिवशी शेवटचा निरोप घेऊन विनायक गेला, तो परत आलाच नाही.

आपण त्याला हॉस्पिटलमधे भेटायला गेलो होतो. तर स्वत:चं आजारपण विसरून विनायक तुम्हा दोघींची काळजी करत होता. तुम्ही त्याच्या खाटेजवळ उभ्या होतात तर त्याने तुम्हा दोघींसाठी दोन प्लॅस्टीकच्या खुर्च्या मागवल्या. त्याही परिस्थितीत धाकट्या बहिणीला खाली पिटाळून तुमच्याकरता काहीतरी कोल्ड्रींक आणून घेतलं.

विनायकच्या खंगलेल्या चेहेऱ्यावर मृत्युचा अशुभ झाकोळ मला स्पष्ट दिसत होता. त्याही परिस्थितीत विनायकचा शांतपणा बघून मी आतून हादरले. विनायकने सगळा धीर एकवटून प्रसन्नपणे मृत्यला सामोरं जायचं ठरवलं असावं. त्याचा तो शांत स्वीकार हृदय पिळवटणारा होता. मी न राहवून त्याच्या कपाळावरून हात फिरवला. कपाळ थंडगार पडलं होतं. काळ्या वर्तुळांच्या आत खोल ओढले गेलेले विनायकचे निस्तेज डोळे त्या स्पर्शाने भरून आले. माझे अश्रू रोखणं खरंच खूप मुश्कील होतं. सुया टोचून टोचून चाळण झालेले विनायकचे दोन्ही हात त्यांच्या दोन्ही बाजूंना मलूल पडले होते.

जीभ सुजलेली... घसा सुकलेला आणि तोंड कोरडंठाक! विनायकच्या तोंडून शब्द फुटत नव्हता. त्याची ती अवस्था पाहाताना मला 'तो' विनायक आठवला. 'आपला' विनायक! – हसरा, आनंदी, तुम्हा मुलांशी दंगामस्ती करणारा... आणि विसराळू विनू! आपण सगळे किती चिडवायचो त्याला; तरी काही गोष्टी विनायकला जाम म्हणजे जाम आठवत नसत. मग तो भलतंच काहीतरी ठोकून द्यायचा. राधिका नेहमी जायची त्या 'पेव्हमेन्ट क्लब'चं कठीण नाव लक्षात राहायचं नाही म्हणून विनायक त्याला चक्क 'टेबलक्लॉथ' म्हणायचा. इतकी वर्षं त्याने मुंबईत गाडी चालवली, या शहरातल्या गल्ल्या न् गल्ल्या त्याला तोंडपाठ होत्या; तरी मुंबईतल्या रस्त्यांची नावं कध्धी विनायकच्या लक्षात राहिली नाहीत... हे सगळं आठवून मला हसू येत होतं,

आणि समोर लोखंडी खाटेवर, मळकं लाल ब्लँकेट पांघरून पडलेला अशक्त, विझलेला माणूस तोच... विनायकच... आहे यावर विश्वास बसत नव्हता.

मृत्युशय्येवर असतानाही विनायकच्या मनातलं प्रेम मात्र तसंच्या तसं होतं. मी कुठलंही कोल्ड्रींक पीत नाही हे लक्षात ठेवून त्याने माझ्यासाठी शहाळ्याचं पाणी आणायला सांगितलं. त्याला मी थांबवणार होते; पण पुढच्याच क्षणी मी माझा हात मागे घेतला. माझं प्रेमाने आगतस्वागत करण्याची त्याची अखेरची इच्छा मोडावीशी वाटत नव्हती.

तेवढ्यात डॉक्टर आले... भिंतीवर लटकवलेल्या पॅडवरच्या नोंदी वाचून त्यांनी विनायकची चौकशी केली. डॉक्टर त्याच्याशी प्रेमाने, काळजीने वागत होते. ते बघून त्याही परिस्थितीत मला बरं वाटलं.

डॉक्टरांमागे बाहेर जाऊन मी विनायकच्या प्रकृतीची चौकशी केली. ते म्हणाले, 'आता दवाखान्यात ठेवण्याचा काही उपयोग नाही. त्याला घरी नेलं तर बरं!' मग त्याची बहीणही म्हणाली, 'तेच बरं.'- विनायकचे शेवटचे दिवस त्याच्या स्वत:च्या घरी जाऊ द्यावेत असं ठरलं आणि आपण निघालो.

विनायकचा निरोप घेताना तुम्ही दोघीही हमसाहमशी रडलात... विनायकही!

एकीकडे सरकारी दवाखान्याच्या त्या अंधाऱ्या, कोंदट वॉर्डातून आपण कधी बाहेर पडू असं तुम्हाला झालं होतं... आणि दुसरीकडे विनायक!

पण त्याला भेटायला गेल्या क्षणापासून आजुबाजूच्या वातावरणाने तुम्ही मनातून हबकला होतात. अस्वच्छ जमिनीवर फाटक्या चटया अंथरून झोपलेले कण्हणारे, खोकणारे रोगी... त्यांच्या जखमा... हातापायांना घातलेली प्लास्टर्स... रडवेल्या, अस्वस्थ चेहेऱ्याने आजुबाजूला उभे असणारे नातेवाईक... हे असलं भयंकर दृश्य! शिवाय सरकारी दवाखान्यातले ते चित्रविचित्र आवाज आणि पिवळट, अशक्त प्रकाशात घोंघावणारा मृत्युचा वास!– तुम्ही दोघी घाबरला होतात.

आपण विनायकचा निरोप घेऊन त्या दवाखान्यातून बाहेर आलो, गाडीत बसून घरी निघालो तरी कुणी बोलत नव्हतं. इच्छाच नव्हती.

– आनंदिताला राहवेना.

मला बिलगून रडवेल्या आवाजात तिने विचारलं,

'ममा, विनायक खरंच मरणार आता?'

– तिच्याशी खोटं बोलावंसं मला वाटेना. मी मान हलवून 'हो' म्हटलं.

घराच्या दिशेने धावणाऱ्या गाडीच्या खिडकीतून बाहेर बघत अरूंधती गप्प होती.

तेवढ्यात खुदुखुदु हसत आनंदिता म्हणाली, 'ममा, तू विनायकची नवी

हेअरस्टाईल बघितलीस? टकलूऽऽ हू: हू:'

– सहन न होणारं टेन्शन झुगारण्याचा आनंदिताचा तो प्रयत्न बघताना माझ्या डोळ्यात पाणी आलं.

अरूंधती वैतागली.

आनंदिताला गप्प बसवीत रागाने म्हणाली,

'ते असं कसं बोलू शकतेस आनंदिता? बिचारा विनायक! किती आजारी आहे तो. पाहिलंस ना?'

– मी मध्ये पडून विषय बदलला.

तासाभरात आपण घरी पोचलो.

त्यानंतर जेमतेम सातआठ दिवसांनीच अखेर ती बातमी आली.

विनायक गेला.

त्या असह्य वेदनांमधून सुटला बिचारा, म्हणून मी मनातल्या मनात देवाला हात जोडले. सरकारी दवाखान्यातल्या कुबट, बेवारस खाटेवर कुजत पडण्याऐवजी स्वत:च्या घरी, नातेवाईकांच्या गराड्यात विनायक शांतपणे मृत्युला सामोरा गेला.

...एकच गोष्ट माझ्या मनाला लागून राहिली,

त्याची शेवटची इच्छा मी पूर्ण करू शकले नाही. विमानात बसायचं त्याचं स्वप्न शेवटी अधुरंच राहिलं.

...त्याआधीच त्याचा आनंदी, प्रेमळ आत्मा अखंड अवकाशात उडून गेला... मुक्त झाला!

विनायक, असशील तिथे सुखी राहा. आता तर तू नक्षत्रांच्या दुनियेत विहार करत असशील. मुंबईहून अहमदाबादला जाणारं विमान त्या नक्षत्रांच्या जवळपासही नाही पोचू शकत... कधीच नाही!

तुमची,
ममा

....

मुंबई
मार्च '९९

प्रिय मुलांनो,

धर्म.

इतका महत्त्वाचा विषय आपल्या आयुष्यातला, आणि चर्चेला घेतला तर

इतका कठीण!- अशक्यच जवळ जवळ!

'मुलांनो, माझ्या पुढ्यात बसा बरं जरा. आपण धर्माविषयी चर्चा करू! इट्स टाइम टु डिस्कस गॉड!'- असं समजा मी म्हटलं, तर किती विचित्र वाटेल.

पण 'देव' हा विषय माझ्याइतकाच तुम्हालाही महत्त्वाचा वाटतो, हे ठाऊकेय मला. वयाच्या कोणत्याही टप्प्यावर, कोणत्याही बौद्धिक पातळीवरच्या माणसाच्या मनात 'देव आहे की नाही?' या प्रश्नाचा भुंगा असतोच असतो.

खरंच, देव असतो का?

कसं सांगणार?

कुणाही श्रद्धाळू, आस्तिक माणसाला हा प्रश्न विचारला, तर तो म्हणेल, 'अर्थात असतो.'- एवढंच नव्हे तर देवाच्या निर्विवाद अस्तित्वाचे दाखलेही देईल.

त्या अर्थाने मी कधीच 'आस्तिक' नव्हते.

आजही नाही.

तरीही, माझ्या मनातला संभ्रमाचा गोंधळाचा भुंगा पुन्हा तुमच्याही मनात शिरावा असं मला वाटत नाही, हे मात्र खरं.

'ममा, तू देव मानतेस का?' हा प्रश्न तुमच्यापैकी प्रत्येकाने कधी ना कधी मला विचारलेला आहे. तुम्हाला माझ्याकडून एकच उत्तर अपेक्षित असतं, 'नाही!'

– नाही!

लोकं मानतात, त्या अर्थाने माझ्या मनात देवाला मान्यता नाही, हे खरं. मी श्रद्धाळू नाही. भाविक नाही. रोज प्रार्थना करत नाही. उपासतापासांवर तर माझा मुळीच विश्वास नाही. एकवीस पांढरे बुधवार किंवा सोळा सोमवार करण्याच्या बदल्यात मी कधी देवाकडून काही मागितलेलं नाही. एखाद्या देवीच्या मस्तकी सोन्याचा मुकुट वाहण्याचा नवस मी आयुष्यात कधी बोलले नाही. अगदी खरं सांगायचं तर 'देव आहे की नाही?' या मुलभूत प्रश्नाला चक्क बगल देऊन मी माझं माझं आयुष्य जगत आले. कधी गांभिर्याने विचारच केला नाही. एखाद्या देवावर असती आपली श्रद्धा, तर आयुष्य सोपं गेलं असतं कदाचित, असं वाटलंही कधीमधी; पण ते तेवढंच! आता मात्र आयुष्याच्या या टप्प्यावर 'मी देव मानते का?' या प्रश्नाचं रीतसर उत्तर तुम्हाला देण्याची आणि त्यामागचं कारणही स्पष्ट करण्याची जबाबदारी माझ्यावर येऊन पडली आहे. पण तुम्हाला देण्याआधी मला स्वत:शीच या प्रश्नाचं उत्तर शोधून पाहायला आवडेल.

माझं वय वाढतं आहे, तसतसा माझ्यातला एक महत्त्वाचा बदल मला

जाणवतो. कशावर तरी पक्का विश्वास असणं, ही माझी आजची मानसिक गरज आहे. पूर्वी मी अशी नव्हते. खरं सांगायचं तर आयुष्याला इतका जबरदस्त वेग असताना, क्षणभर थांबून विचार करण्याची गरज कधी पडली नाही. जगायच्या त्या घाईगडबडीत देव, प्रार्थना, पूजापाठ, मंत्रोच्चार, देवळात जाणं या सगळ्याला वेळ तरी कुठे होता?

– तरीही मी या सगळ्या वातावरणात वाढले.

अजूनही मला अगरबत्तीच्या मंद गंधाची आठवण येते, पूजेच्या पितळी घंटेचा नाजूक किणकिणाट कानात वाजतो, परीक्षेला जाताना जीभेवर ठेवलेल्या तुळशीच्या पानाची तुरट चव मी अजून विसरले नाही. माझ्या लहानपणी आमच्या स्वयंपाकघरातल्या छोट्या देव्हाऱ्यात गणपतीची एक तसबीर होती आणि चंदनाच्या लाकडात कोरलेली एक सुंदरशी मूर्ती! तसबीरीसमोरच्या छोट्या ताम्हनात पंचधातुचा लंगडा बाळकृष्ण ठेवलेला असे. (तो आज आपल्या अलिबागच्या घरातल्या देव्हाऱ्यात आहे.) रोज सकाळी आंघोळ झाली, की कमरेला ओला पंचा गुंडाळून बाबा स्वयंपाकघरात यायचे. आई भाजी-आमटीला फोडण्या देत असायची. बाईच्या भांड्यांच्या आवाजाने कहर मांडलेला असायचा तरी त्या सगळ्या कलाकलाटाकडे दुर्लक्ष करून बाबा डोळे मिटून, पायातल्या स्लीपर्स काढून देवापुढे उभे राहात ... आणि प्रार्थना करीत. त्यांच्या या दिनचर्येत अगदी आजही बदल झालेला नाही. देवापुढे प्रार्थना झाली की ते तसेच त्यांच्या खोलीत जात आणि शुद्ध मंत्रोच्चार करीत पोथी वाचीत.

जास्वंदीची लालबुंद टपोरी फुलं आणि हिरव्यागर्द एकवीस दुर्वांची जुडी असा देखणा हार गणपतीला घातल्याखेरीज आमच्या घरची देवपूजा कधीच पूर्ण झाली नाही. आम्हा मुलांना आईबाबांनी कधी सक्ती केली नाही, पण देखणी पूजा झालेल्या, सुगंधाने घमघमणाऱ्या देव्हाऱ्यात चांदीच्या निरंजनातून तुपाची वात लागली, की हात आपोआप जोडले जायचे. एरवी अख्ख्या घरात आम्हा चौघा (तऱ्हेवाईक) मुलांचा अक्षरशः धुडगूस असे, पण आईचं स्वयंपाकघर मात्र विलक्षण शांत असे. त्या काहीशा अंधाऱ्या पण आरशासारख्या लख्ख आणि गारेगार खोलीमध्ये एक अनाम, गूढ असं आकर्षण होतं. परीक्षेला जाताना मी दरवेळी देवाला नमस्कार करूनच घराबाहेर पडत असे. ऐनवेळी धावा करून देव माझ्या मदतीला धावून येणार नाही, हे मनातून ठाऊक असलं तरी 'उगीच कशाला चान्स घ्या?' म्हणून जाताजाता एक नमस्कार; एवढाच त्या वयातल्या श्रद्धेचा अर्थ होता.

अरूंधती, तू मात्र दरवेळी परीक्षेला जाताना एक छोटीशी गणपतीची मूर्ती न विसरता बरोबर नेतेस, हे मला ठाऊक आहे. तुला कुणीही हे सांगितलेलं

नाही, पण तुझी अबोल श्रद्धा! गेल्या वर्षी परीक्षेच्या वेळी तुझ्या मैत्रिणींच्या हे लक्षात आलं, तेव्हा त्यांनी तुझी टिंगल उडवली होती, आठवतं?... 'देव येणारेय का तुझे पेपर लिहायला? अभ्यास केला असशील चांगला, तर मिळतील मार्क! नाहीतर नाही मिळणार; सिंपल! देवाचा काय संबंध इथं?' - या प्रश्नांना उत्तरं न देता आल्यामुळे तू चिडलीस आणि संध्याकाळी घरी येऊन मला हे सगळं सांगताना शेवटी रडलीस. तुला जवळ घेऊन मी म्हटलं,

'तुझा आहे ना विश्वास? तू जरूर घेऊन जा तुझी गणपतीची मूर्ती. त्या मूर्ख मुली काय म्हणतात, तिकडे लक्षच नको देऊस.'

तू खूष होऊन मान हलवलीस, तेव्हाही तुझ्या नजरेतला गोंधळ मला स्पष्ट दिसत होता.

मी माझ्या कागदांवर पहिल्यांदा 'ओम्' काढते, म्हणून तूही तुझ्या उत्तरपत्रिकेवर 'ओम्' काढायला लागलीस. आधी तुला त्यात नुसती गंमत वाटत असावी, पण हळूहळू ते तुझ्या मनातल्या श्रद्धेचं प्रतिक होत गेलं.

एके दिवशी तुझ्या मनातला प्रश्न तू मला स्वच्छच विचारलास.

'ममा, दरवेळी नवं पुस्तक लिहायला घेताना त्याच्या पहिल्या पानावर तू 'ओम्' का काढतेस? त्यामुळे 'क्लीक्' होतं का गं तुझं पुस्तक?'

मी म्हटलं, असं एका वाक्यात नाही सांगता येणार! लहानपणी आम्हाला बुद्धीची देवता असलेल्या सरस्वतीची शाळेत पूजा करायला सांगत. 'सरस्वती' म्हणून एक विशिष्ट प्रकारची आकृती पाटीवर काढायची असे. आमच्या घरात एकट्या कुंदाला ती काढता येई. पाटीवर टेकवलेली पेन्सील न उचलता कुंदा अतिशय देखणी सरस्वती काढायची. आम्ही सगळे लहान असताना दिवाळीच्या पहिल्या दिवशी अभ्यंगस्नानानंतर कुंदा पाटी-पेन्सील घेऊन बसे. बाबा आम्हाला सगळ्यांना आपापली वह्या-पुस्तकं आणायला सांगत आणि मग त्यांच्या मार्गदर्शनाखाली सूर्योदयापूर्वी आंघोळ करून, नवे कपडे घालून आम्ही सरस्वतीची पूजा करायचो. त्यावेळचा तो सुंदर संस्कार अजूनही माझ्या मनात खोलवर कुठेतरी रूजलेला आहे. आजही प्रत्येक नवा प्रोजेक्ट सुरू करताना मला ती पूजा आठवते; आणि नकळत माझे हात जोडले जातात. आणखीही काही गोष्टी आहेत. त्याला 'श्रद्धा' म्हणा अगर 'अंधश्रद्धा', पण मला त्या करायला आवडतात. मी माझ्या प्रत्येक पुस्तकाची पहिली प्रत गणपतीला वाहून नमस्कार करते. त्या पुस्तकाच्या यशासाठी आशीर्वाद मागते. नव्या पुस्तकाचं लेखन सुरू करण्यापूर्वी डोळे मिटून प्रार्थना करते. अर्थात माझी ही भक्ती शुद्ध स्वार्थापोटी असते हे मान्य! आपल्याला काहीतरी मिळावं या हेतूने केलेली प्रार्थना!

अनेकदा मनात आलं की अगदी सहज देवाला हात जोडले जातात.

अरूंधती, तूही अशीच मनापासून प्रार्थना करतेस. देवासमोर उभं राहायला तुला आवडतं. रात्री झोपण्यापूर्वी न चुकता तुझे हात जोडले जातात. मी मात्र नीट लक्षात ठेवूनही रात्रीची प्रार्थना अनेकदा विसरते. जप करणं मला आवडतं. मी तसा प्रयत्नही केला खूपदा, पण माझं मन काही केल्या एकाग्र होत नाही. जप करणं, ध्यानधारणा, मेडीटेशन या प्रांतात माझ्या अस्वस्थ मनाने मला कधीही साथ दिलेली नाही. मी स्वत:ला शांत करू पाहाते, एकाग्र करू पाहाते, पण माझ्या डोक्यात एकाचवेळी इतक्या गोष्टी चालू असतात; की ते मला जमत नाही.

...अर्थात हा अस्थिर, अविश्वासाचा वारसा तुम्ही पुढे चालवावा अशी मात्र माझी इच्छा नाही. तुम्ही स्वतंत्र विचार करावा आणि आपापला निर्णय स्वतंत्रपणाने घ्यावा असं मला वाटतं. आमच्या लहानपणी घरात रोज देवाची पूजा व्हायची. उदबत्तीचा गंध दरवळायचा. तुमच्या लहानपणाला या भक्तीच्या सुगंधाचा स्पर्श कधीतरी क्वचित मुहूर्ताने होतो. तुमच्या प्रत्येक वाढदिवशी मी तुम्हाला आग्रहाने देवळात घेऊन जाते, आणि दरवर्षी नवरात्रात आपण सगळे सार्वजनिक दुर्गापूजेच्या उत्सवात सहभागी होतो, एवढंच!

दरवर्षीची दुर्गापूजा तुमच्या डॅडींकरता किती महत्त्वाची असते, हे मला ठाऊक आहे. नवरात्रातल्या अष्टमीला आपल्या घरी मोठ्ठी आरती होते. आपण सगळे जण नवेकोरे कपडे घालून मनोभावे दुर्गेला नमस्कार करतो. छान वाटतं! मुंबईतल्या बंगाली समाजाशी दुर्गापूजेच्या निमित्ताने वार्षिक भेटीगाठी होतात. ओळख होते. कायम राहते. जपावीशी वाटते... आणि एका एकत्वाच्या भावनेने आपण सगळे एकमेकांशी जोडले जातो.

दुर्गापूजेच्या दिवसात घरातल्या एकूणच वातावरणात एक विलक्षण पवित्र असा रोमांचक थरार असतो. पेटत्या निखाऱ्यांवर दरवळणारा धूप... झेंडूच्या गेंदेदार फुलांच्या केशरी माळांची श्रीमंती, राजस तोरणं... पूजा सांगणाऱ्या गुरूजींचे धीरगंभीर मंत्रोच्चार... आणि अखेरीस लक्ष दिव्यांनी उजळणाऱ्या आरतीमध्ये घुमणारे ढोलाचे घुमारे... झांजांचा मधुर कल्लोळ... हे सगळं मला विलक्षण आवडतं. भुरळ घालतं. माझ्या आयुष्यात वर्षातून एकदाच येणारा हा धार्मिक श्रद्धेचा एकमेव पण सुंदर अनुभव! त्यातल्या एखाद्या क्षणी त्या अनाम शक्तीचं अस्तित्त्व पुसटसं मनाला स्पर्शून जातं... आणि थरार उठतो. त्या क्षणाची मी वाटही पाहात असते आसुसून; आणि कधीकधी भूल घालणाऱ्या त्या दुनियेत पाऊल ठेवायची भीतीही वाटते.

या सगळ्यावर तुम्ही विश्वास ठेवा, म्हणून मी कधीही आग्रह धरणार नाही. पण डॅडींच्या आणि माझ्या जगण्याचा एक अविभाज्य, अपरिहार्य भाग असलेली

ही अदभुत दुनिया तुम्ही निदान अनुभवावी असं मात्र मला जरूर वाटतं. आम्ही याच वातावरणातले संस्कार घेऊन लहानाचे मोठे झालो. तुम्हाला त्यापासून वंचित का ठेवायचं?

आपल्या घरी अरूंधतीच्या वाढदिवशी न चुकता सत्यनारायणाची वार्षिक पूजा होते. हे सगळं तुम्ही पाहाल, अनुभवाल आणि नकळत स्वत: ते करायला लागालही कदाचित! माझं तेच तर झालं. माझ्या लहानपणी मी हे सारं अनुभवलं नसतं; तर क्षणभराच्या मन:शांतीसाठी काय करावं हे मला कधीच कळलं नसतं. अगदी शिस्त म्हणून, घराचा रिवाज म्हणून प्रार्थना म्हटली; तरी त्यातल्या शब्दांची ताकद आपलं काम करतच असते, असं तुमचे आजोबा मला नेहमी सांगत आले. आज मी त्याचा अनुभव घेते आहे. दरवर्षी मी आणि डॅडी आमच्या कुलदेवतेच्या– गोव्याच्या मंगेशीच्या दर्शनाला जातो. गेल्या अनेक वर्षांच्या या रिवाजाने दरवर्षी अधिक नव्या, अधिक वेगळ्या आनंदाचं, समाधानाचं दान माझ्या पदरात टाकलं आहे... तिथे गेल्यावर नक्की काय वाटतं, ते कदाचित मला शब्दात सांगता नाही येणार; पण दरवर्षी आम्ही गोव्याला जायला उत्सुक असतो; हे मात्र खरं !

तुमचे डॅडी रोज सकाळी उठल्यावर दिवस सुरू करण्याआधी प्रार्थना करतात. आपल्या घरातल्या देव्हाऱ्यात सर्व धर्माच्या दैवतांना स्थान आहे. हिंदू धर्मातल्या जवळपास सगळ्या देवतांबरोबरच पारशी पिएस्ता, एक सुंदरशी बुद्धमूर्ती, येशू ख्रिस्ताची क्रूसावरची प्रतिमा, एकशेआठ मण्यांची जपमाळ आणि पितळी बैठकीवरला शंख हे सारं डॅडी रोज सकाळी (पुन्हा) नीट मांडतात... आणि या सगळ्या देवतांना मन:पूर्वक नमस्कार करतात. प्रार्थनेला उभी राहिलेली त्यांची मूर्ती पाहात राहावीशी वाटते. आपल्या स्वर्गस्थ आईवडिलांचंही ते दिवसातून दोनदा स्मरण करतात. त्यांची श्रद्धा माझ्या पळपुट्या, अर्धवट विश्वासापेक्षा कितीतरी पक्की आणि गहन आहे.

...तरीही दिवस बदलतील, मी अधिक मोठी होईन, रोजच्या धावपळीतून काहीशी बाजूला होईन तसतसा श्रद्धेचा, विश्वासाचा आधार मला अधिक हवासा वाटेल. मनात खोलवर दडून असलेल्या माझ्याच अगम्य व्यक्तिमत्त्वाची मलाच कदाचित नव्याने ओळख पटेल... कोण जाणे!

...पण तुम्हा मुलांनी तुमच्यासमोरच्या रस्त्यानेच विश्वासाने चालत जावं, हे बरं!

देवाचं अस्तित्व नाकारावं, प्रश्न विचारावेत खुलासे मागावेत, वाद घालावेत, मुद्द्या-पुराव्यांचा आग्रह धरावा... तोच शिकण्याचा, समजून घेण्याचा खरा एकमेव मार्ग आहे.

कोण जाणे,

पुढे कधीतरी हाच प्रश्न घेऊन आपण पुन्हा एकदा चर्चेला बसू; तेव्हा आपल्याकडे नवी, वेगळी उत्तरं असतील... आणि ती समजून घेताना आपण सगळेच चमकून एकमेकांकडे बघू...

वोन्ट दॅट बी वण्डरफुल?

तुमची,

ममा

....

मुंबई,

प्रिय मुलांनो,

मला जरा मदत करता?

एक अगदी अत्याधुनिक 'व्हेरी यंग ॲण्ड इन्' कन्सेप्ट समजून घेताना मी थोडी चक्रावून गेलेय.

कुठली कन्सेप्ट?

– ती तर तुम्हीही वापरत असता जाता येता.

'गिव्हींग स्पेस टु यु!'

तुम्हाला तुमचं तुमचं... सुटं सुटं जगू देणं!

तुम्हाला तुमचा स्वत:चा अवकाश देणं!

म्हणजे जरा सोप्या भाषेत काय?

तर, येताजाता तुमच्या आयुष्यात अधेमधे न तडमडणं.

– पण मला सांगा, कुठल्याही आईवडिलांना हे कसं करता येईल?

तुमचं आयुष्य हे माझं आयुष्य आहे, असं मला तरी अगदी ठामपणे वाटतं. तुमच्या आयुष्यातून किती स्वत:ला ओढून काढण्याचा प्रयत्न केला; तरी मला नाही जमत ते. आणि कसं जमणार? तुमच्या प्रत्येकाच्या जगण्यातल्या प्रत्येक क्षणामधे सहभागी असणं, ही 'आई' म्हणून गरज आहे माझी.

आय वॉन्ट टु बी इन्व्हॉल्ड - येस, इन एव्हरीथिंग!

– हा वेडा आग्रह माझाच असतो; आणि त्याबद्दल माझं मलाच अपराधीही वाटतं अनेकदा.

'मुलांच्या टाळक्यावर किती लादतेस तू स्वत:ला? मुलांना वैताग नसेल का येत तुझ्या या मध्येमध्ये तडमडण्याचा?' असं मी मलाच विचारते, आणि विचारात पडते.

खरंच?

वैतागता तुम्ही माझ्यावर?

ममाची कटकट होते तुम्हाला?

– तुम्ही सगळे तसे जरा जास्तच स्पष्टवक्ते आहात. खरंच माझ्यामुळे तुमचा श्वास घुसमटला असता तर तुम्ही कधी ना कधी ओरडला असतातच,

'गेट ऑफ माय केसऽऽऽ ममाऽऽऽ'

– पण हे शब्द मी अजूनतरी सुदैवाने ऐकलेले नाहीत.

तरीही, मी तुमच्या आयुष्यात अधेमधे तडमडत राहते, हे खोटं नाही. तुम्हा मुलांकडून ही 'स्वत:साठीच्या स्पेस'ची मागणी ऐकली, त्याबद्दल हट्ट... आग्रह जाणवला की दरवेळी मला माझं तरूणपण आठवतं.

त्या काळात एका घरात, एका छपराखाली राहाणाऱ्या कुटुंबामध्ये 'प्रायव्हसी... एकांत' या संकल्पनेला मुलांच्या संदर्भात थारा नसे. आपण सगळे एका कुटुंबाचा भाग आहोत; आणि आपल्या आपल्यात एकमेकांपासून काय लपवायचं?– या संस्कारात आम्ही वाढलो. विचार, वेळ, भावना, सुखदु:ख यातलं काहीच कुणाचं एकट्याचं नसे; त्यावर सगळ्यांचा अधिकार होता, आणि अर्थात सहभागही!

आम्हा तिघी बहिणींसाठी घरात एक स्वतंत्र खोली होती. पण त्या खोलीच्या दाराला आतून कडी घालण्याला आम्हाला कध्धी परवानगी मिळाली नाही, हे आज तुम्हाला खरं वाटेल?

'कडी घालण्याची काय गरज?'

– आजोबा रागाने विचारत.

'शाळकरी मुली तुम्ही; असं काय आहे तुमच्याजवळ बाकीच्यांपासून लपवण्यासारखं? कड्या कसल्या घालता?'

– एकदोनदा मी हिंमत करून त्यांच्याशी बोलण्याचा प्रयत्न केला. म्हटलं की, थोडी प्रायव्हसी...

'प्रायव्हसी?'- ते एकदम कडाडलेच– 'मूर्खासारखी वाट्टेल ते बरळू नकोस. मुलांना कशाला लागते प्रायव्हसी? तुमच्या खोलीत काय चालतं, ते सगळं खडान्खडा आम्हाला समजायला हवं... कळलं? नसते नखरे कराल, तर मार खाल!'

बाकीच्या अनेक वादविवादांसारखा त्याही विषयाचा तुकडा तोडून बाबा मोकळे झाले.

आणि आम्हीही पुढे कधी 'प्रायव्हसी'चा हट्ट धरला नाही.

आम्हाला या सगळ्या बंधनांचा त्रास व्हायचा, रागही यायचा, पण मुकाट सारं मान्य करण्याखेरीज दुसरा काय पर्याय होता? आईबाबांशी वाद न घालणं... एवढंच आमच्या हाती होतं.

आमच्या काळात आम्हा मुलांना 'प्रायव्हसी'चं आकर्षण होतंच; पण 'स्पेस' हा अगदीच नवा शब्द आहे. पहिल्यांदा ऐकला तेव्हा जरा हडबडलेच होते. पुढेपुढे तर तुम्ही, तुमचे मित्र-मैत्रिणी, म्युझिक चॅनेल्सवर चोवीस तास पटरपटर करणारी 'बच्चे' कंपनी कुणीच या 'स्पेस' शिवाय बोलेनासंच झालं. प्रत्येकाला स्वत:च्या 'स्पेस' ची ही इतकी तहान एकाएकी का लागावी, कोण जाणे!

व्हॉट इज धीस 'स्पेस' थिंग?

सिक्रेटस्?

'स्पेस' हवी म्हणजे नक्की काय हवं? स्वत:शी गुपितं स्वत:पाशीच जपण्याचं, त्यांच्यासह जगण्याचं मुक्त स्वातंत्र्य?

तसं असेल, तर मी थोडंफार तरी समजून घेऊ शकेन. कारण माझ्याही तरूणपणात माझीही काही 'सिक्रेटस्' होतीच! फार नसतील महत्त्वाची, पण होती!- ती मी जीवापाड सांभाळली आणि त्यांच्या खाजगीपणाचा थरारही अगदी पुरेपूर अनुभवला. आईबाबांना त्याबद्दल कधी काळजी वाटायचा प्रश्नच नव्हता, कारण माझी 'सिक्रेटस्' त्यांना कधी कळलीच नाहीत. खरं तर माझं ते 'सिक्रेट' प्रकरण इतकं बालीश, बाळबोध होतं; की त्या बिचाऱ्या सिक्रेटस्‌चा कुणालाच त्रास बिस नाही झाला.

...पण तुम्ही जिथे वाढता आहात, ते जग एवढं सरळ, सोपं उरलेलं नाही.

माझ्या आईबाबांच्या घरात एकमेव टेलिफोन होता; तोही घरातल्या बैठकीच्या खोलीत. आपलं बोलणं बाकी कुणी ऐकू नये असं वाटत असेल तर रिसिव्हर तोंडाला लावून अक्षरश: कुजबुजणे एवढा एकच मार्ग होता... मी तेवढंच फक्त करू शकले.

तुम्हा मुलांना ज्यांचे फोन येतात, त्यातल्या बहुतेकांना मी ओळखते. तुम्ही फोनवर एकमेकांशी काय बोलता याकडे कान लावून बसायला मला वेळ नसला तरी 'नक्की काय चाललंय' याचा अंदाज मला येतोच. पत्रांचंही तसंच! मी तुमची पत्रं कधीही उघडून वाचत नाही. पण सगळं टपाल पहिल्यांदा माझ्याच हातात येत असल्यामुळे पाकीटांवरून माझी नजर फिरतेच; आणि तेवढं मला पुरेसं असतं. खरंतर ज्यात त्यात नाक खुपसून फाजील चौकशा करणं मला अजिबात आवडत नाही, आणि आपल्यात तेवढा मोकळेपणा असल्याने सुदैवाने तशी वेळही माझ्यावर कधी येत नाही.

पण खरं सांगू?

कधीकधी एखादा 'नवा' तरूण आवाज तुमच्यापैकी कुणालातरी 'खास' फोन करतो; आणि पलीकडे मी आहे हे लक्षात आल्यावर त्याची (किंवा तिची) बोबडी वळते... दॅट आय एन्जॉय अ लॉट! मस्त!! माझ्या तरूणपणात माझ्यावर

मरणारे रोमियो माझा नुसता आवाज ऐकण्याकरता आमच्या घरी फोन करायचे; आणि बाबांनी रिसिव्हर उचलून त्यांच्या खास खर्जातल्या आवाजात नुसतं 'हॅलो' म्हटलं की घाबरगुंडी उडून फोन चक्क ठेवून द्यायचे; त्याची आठवण होते.

– आणि हसून हसून मुरकुंडी वळते.

माझ्यापासून लपवून तुम्ही जपलेली 'सिक्रेटस्' पुढे तुम्हालाच त्रासदायक होणार नाहीत ना, या काळजीने माझा जीव धास्तावलेला असतो हे खरं. कदाचित मी अतिशयोक्तीही करत असेन, पण तशी भीती मनात असते मात्र.

'काय चाललंय?'

'व्हेअर आर यु गोईंग?'

'परत कशी येणार? किती वाजेपर्यंत येशील?'

– असे प्रश्न मी जाता-येता विचारत असते; ते तुमच्या मध्ये तडमडायची मला हौस आहे म्हणून नव्हे; तर तुमची काळजी वाटते म्हणून.

रात्री तुम्हाला उशीर झाला, तर तुम्ही सुखरूप घरी पोचेपर्यंत मी जागी असते, हे तुम्हाला ठाऊक आहे. आदित्य, वन्ती, रणदीप आणि राधिका या माझ्या सवयीने नेहमी वैतागतात. म्हणतात, 'ममा, अगं आम्ही मोठे झालो आहोत तू काय आम्हाला कुक्कुली बाळं समजतेस का अजून? किती दिवस अशी काळजी करत बसणारेस?'

किती दिवस?

खरं सांगू?

– मी जीवंत असेपर्यंत!

पण कधीकधी तुमच्या आयुष्यात जरा जास्तच ढवळाढवळ होतेय काळजीपोटी हे लक्षात येतं माझ्या; आणि मी स्वत:ला आवरू पाहाते.

पण ते तेवढ्यापुरतंच!

आपण खूप बोलतो.

सतत बोलतो एकमेकांशी.

इतक्या गप्पा क्वचितच एखाद्या कुटुंबात होत असतील. एकेकदा तर अख्ख्या दिवसभरात दहादा फोनवरून बोलणं होतं आपलं, तर घरी परतल्यावर चिक्कार गोष्टी असतातच उरलेल्या.

तुमच्या मावश्यांना माझ्या या विचित्र सवयीचा वैताग येतो. आपली बडबड ऐकून 'कान किटले' म्हणतात. कुंदाने मला एकदा विचारलंही होतं,

'कित्ती बोलतेस तू अगं? इजन्ट इट अ साईन ऑफ इन्सिक्युरिटी? तुला भीतीबीती वाटते का? की मुलं आपल्यापासून दुरावणार तर नाहीत ना, या

विचाराने अस्वस्थ असतेस?'

मी म्हटलं,

'नो वे! इट इज अ साईन ऑफ गुड कम्युनिकेशन. माझा माझ्या मुलांशी उत्तम संवाद आहे.'

– खरंच मला वाटलं तसं.

अजूनही वाटतं.

ठरवून दिलेल्या वेळापत्रकानुसार जवळच्या नात्यांमधला संवाद बांधून घालता येत नाही. घड्याळाच्या काट्यांकडे बघून प्रेम करता येतं का माणसाला?

'हे पहा मुलांनो, तुमच्याकरता सव्वा दहा ते साडेदहा अशी वेळ राखून ठेवलीय मी. तेवढ्या वेळात काय असेल ते बोला; नाहीतर मग संध्याकाळी सातपर्यंत वेळ नाही', असा हुकुमनामा मी जन्मात कधी काढू शकणार नाही.

तुम्ही उत्साहाने मला काहीतरी सांगत-विचारत असता; त्या प्रत्येक वेळी माझं तुमच्याकडे अगदी संपूर्ण लक्ष असतंच, असं मात्र नाही. कधी मी कामात बुडालेली असते, चुकलेल्या 'डेडलाईन'चा ताण मनावर घेऊन लिहिण्यात गर्क असते, डोक्यात कसलातरी किडा वळवळत असतो; पण हे तुम्हाला कसं कळणार?

काही झालं तरी मी तुमची आई आहे आणि या जगात माझ्यासाठी तुमच्याहून जास्त महत्त्वाचं असं काही नाही... अगदी माझं स्वतःचं लेखनसुद्धा!

आज संध्याकाळचीच गोष्ट.

मी कामात होते, आणि अचानक आनंदिताचा फोन. घाबऱ्याघुबऱ्या अवस्थेत ती रडायलाच आली होती जवळपास. तिला घरी आणायला गेलेला नवा ड्रायव्हर काय बोलतोय; हे आनंदिताला समजत नव्हतं. खरंतर घरी येता येता माझा एक महत्त्वाचा निरोप पोचवण्याचं काम मीच त्याला सांगितलं होतं. पण तो जाऊन येईस्तो गजबजलेल्या रस्त्यावर पार्क केलेल्या गाडीत एकटीने त्याची वाट बघत बसण्याच्या नुसत्या कल्पनेनेच आनंदिता घाबरली होती.

'आय ॲम स्केअर्ड, ममा... मी नाही एकटी इथे बसणार!'

– ती कळवळून फोनवर विनवत होती.

मी ड्रायव्हरला म्हटलं, माझं ते काम गेलं खड्ड्यात; तू आनंदिताला घेऊन तडक घरी ये.

आनंदिताला घरी आलेली बघेस्तो माझ्या जीवात जीव नव्हता.

पंधरा-वीस मिनिटात माझ्या कॉलमचा मजकूर घेऊन जायला 'टाईम्स'चा माणूस येईल; त्याच्याआत हातातलं लेखन पुरं झालं पाहिजे हे समजत होतं... घड्याळाचे काटे पुढे धावत होते; तरी मी एक शब्दही लिहू शकले नाही.

– अखेर आनंदिताच्या आधीच तो शिपाई आला, आणि आनंदिता सुखरूप घरी पोचल्यावर तब्बल तासाभराने माझा लेख घेऊन गेला.

माझ्या आईच्या आयुष्यातही धावपळ होती, तिलाही माझ्यासारखंच वेळापत्रक सांभाळावं लागे, पण सकाळचा नाश्ता आणि दोन वेळच्या स्वयंपाकाचं! तिचं कुटुंब हीच तिच्या आयष्याची, तिच्या स्वतःच्या जगण्याची सर्वोच्च... आणि अर्थातच एकमेव 'प्रायॉरिटी' होती. चोवीस तासातल्या कोणत्याही क्षणी ती आम्हा मुलांसाठी उपलब्ध असे... स्वयंपाकघरात, ती जिथे कुठे कामात असेल तिथे, अगदी आईबाबांच्या बेडरूममध्ये जाऊनसुद्धा आपण वाट्टेल तेव्हा आईच्या कुशीत शिरू शकतो; ही खात्री कोवळ्या वयात किती महत्त्वाची असते; हे दुर्दैवाने तुम्ही नाही समजू शकणार. तिच्या स्वयंपाकघरातली कामं खोळंबलेली असताना आम्ही मुलं फार आगेमागे घोटाळत असलो की आईला कधी कधी वैतागही यायचाच; पण रागावून ती आमच्यावर ओरडल्याचं मात्र आठवत नाही.

माझी आई माझ्याकरता प्रत्येक क्षणी उपलब्ध असू शकत होती; तर मग माझ्या मुलांसाठी मी का नाही?

माझ्या उमलत्या वयात माझ्या आईने मला जे दिलं; तेच मलाही माझ्या मुलांना देता यावं म्हणून मी धडपडत असते;

आणि माझी मुलं?

त्यांना हवी असते त्यांची 'स्पेस.'

मोकळेपणा... स्वातंत्र्य!

ठीक आहे बाबांनो! एखादे दिवशी खरंच मी तुम्हाला देईन मोकळं सोडून. हवं तेवढं 'स्वातंत्र्य', हवी तेवढी 'स्पेस'...

मग बघू काय होतं ते?

चालेल?

हुश्श!

ममा

....

मुंबई,

सप्टेंबर ९९

प्रिय राधिका आणि अवंतिका,

आता अगदी कोणत्याही दिवशी (खरं सांगायचं तर अगदी कोणत्याही क्षणी) तुम्ही माझ्याजवळ याल, आणि 'विवाहबद्ध' होण्याचा तुमचा मनोदय व्यक्त कराल...

मग घरात धुमधाम उडेल...

लगीनघाई सुरू होईल!

मी मनातल्या मनात स्वत:ची तयारी करायला सुरूवात केलीय खरी; पण 'त्या' एका क्षणाला मी कशी सामोरी जाईन, कोण जाणे!

'लग्न' या विषयावर आपण अक्षरश: असंख्य वेळा बोललो असू. काही गोष्टींबद्दल आपलं एकमत आहे, पण त्याहून जास्त गोष्टींबद्दल खरंतर मतभेदच! तुम्ही दोघीही मनमोकळ्या आणि स्पष्टवक्त्या आहात. स्वत:चं मत नेहमीच तर्कशुद्ध रितीने आणि ठामपणाने मांडता. राधिका, तू जरा जास्त आधुनिक, पुरोगामी आहेस; आणि अवंतिका त्यामानाने पुष्कळशी पारंपरिक वळणाची... सौम्य! तुमच्या स्वभावांमध्ये, विचारांमध्ये इतका टोकाचा फरक असला, तरी लग्न ही गंमत नव्हे. ती जन्मभराची बांधिलकी असते यावर मात्र तुम्हा दोघींचाही विश्वास आहे.

'घर' उभं करायचं आणि सुरळीत चालवायचं; तर त्याच्या मुळाशी असणारं 'नातं' भक्कम हवं, त्यावर दोन्ही जोडीदारांचा विश्वास हवा; आणि दोघांच्या एकत्रित सुखाकरता व्यक्तिगत आनंदांना मुरड घालण्याची तयारी हवी!

गेल्या काही वर्षांत तुमच्या आगेमागे घोटाळणाऱ्या, तुमच्यावर जीव जडवून बसलेल्यांपैकी निदान काही राजपुत्रांना मीही भेटले... पण खरं सांगू? त्यांच्यापैकी कुणीच मला मनापासून आवडलेला नाही. आपल्या मुलींवर अतिरेकी माया करणाऱ्या आणि 'उसके लिए कोईऽऽ अच्छा नही है' असे येताजाता उसासे टाकणाऱ्या फिल्मी आईसारखं मी काय बोलतेय; असं तुम्हाला वाटेल कदाचित!

नो बडी इज गुड इनफ फॉर माय बेबी-जान!

खरंतर तसं नाही.

'गुड इनफ' पट्टी हातात घेऊन माझ्या भावी जावयांची 'लायकी' मोजणं मला तितकंसं मान्य नाही.

मी स्वत:लाच विचारते, तोही फक्त एकच प्रश्न–

'विल धीस मॅन मेक माय डॉटर हॅपी? हा माणूस माझ्या मुलीला आनंदात ठेवील? तिची नीट काळजी घेईल? तिला सुखी करील?... सन्मानाने वागवेल?'

– एवढीच परीक्षा!

सॉरी,

आजवर मला भेटलेले (किंवा तुम्ही भेटवलेले) एकजात सगळे नमुने या परीक्षेत नापास झाले आहेत.

आईच्या 'नजरे'ला माणसं पटकन ओळखता येतात. (ती 'नजर' अनेकदा गोते खाऊ शकते, हेही मला मान्य आहे.) पण आपल्या मुलीला नक्की काय

हवंय, याचा अंदाज आईला असतो. एकदा मुलगा 'तिच्यायोग्य' आहे की नाही हे जोखताना त्याच्या व्यक्तिमत्त्वातला आत्मविश्वास, निष्ठा, प्रामाणिकपणा हे सारे गुण तराजूत घ्यावेच लागतात. मला आणखीही एक गोष्ट महत्त्वाची वाटते... कष्ट करण्याची तयारी!

– हे खरे निकष!

बाकी सगळं केकवरच्या नक्षीदार आयसिंगसारखं! आकर्षक, नजरेला सुखावणारं, शोभेचं!

तुम्ही तुमचे जोडीदार निवडाल; तेव्हा वरवरच्या दिखाऊ भुलाव्याला फशी पडू नका ('ओ ममाऽऽ ही इज सोऽऽऽ क्यूटऽऽऽ कित्ती हसवतो मलाऽऽऽ')

अत्यंत नाट्यपूर्ण रितीने अवंतिकाचं प्रियाराधन करणाऱ्या एका कोवळ्या प्रियकराने असाच माझा जीव टांगणीला लावला होता... मध्यरात्री सुगंधी फुलांचे भलेथोरले गुच्छ! ऐन ट्रॅफीक जॅममधली 'प्रपोजल्स'! दुपारी बाराच्या रणरणत्या उन्हात कविता!... आणि छापील घिस्यापिट्या विनोदांची अखंड पेरणी करणारं खुसुखुसु बोलणं!! एकदा तुम्ही दोघं मिळून कुठल्यातरी पार्टीला निघत होतात तेव्हा 'तो' पटकन् म्हणाला, 'वी लुक सोऽऽऽ गुड टुगेदरऽऽ' तुला आठवतं अवंतिका?

... हे सगळं 'दिखाऊ' होतं.

वरवरचं, कचकड्याचं... म्हणूनच निरूपयोगी!

– अशी माणसं एका नजरेत ओळखता यायला हवीत. तुम्ही मुली इतक्या सुरळीत, सुरक्षित वातावरणात वाढला आहात; की तुमच्या नजरेला 'ती' परीक्षा नाही करता येत. म्हणून म्हणते, माझं जरा ऐका! माझ्या 'अनुभवी' नजरेतून! काही सुटणार नाही कधीच! पण तुम्हाला माझ्या या 'नजरानजरीचा' त्रास होतो. तुम्ही म्हणता, आमचं आम्हाला काय ते ठरवू दे.

तेही काही चुकीचं नव्हे.

तुमच्या वयात मीही तुमच्या आजीला हेच सांगत असे, 'माझं मला काय ते ठरवू दे.'

– तरी वस्तुस्थिती कशी बदलेल?

तुम्हाला काय हवंय?

विश्वासाने ज्याच्या हाती हात देता येईल, जो तुमच्यावर जीवापाड प्रेम करील, तुम्हाला एक 'स्वतंत्र व्यक्ती' म्हणून वाढू देईल... असा जोडीदार!

आज तुम्ही दोघीही आत्मविश्वासाने जीवनाला सामोऱ्या जाऊ इच्छिणाऱ्या स्वतंत्र, स्वयंपूर्ण आणि सुंदर तरूण स्त्रिया आहात. कुणीही भुरट्या माणसाने यावं आणि केवळ 'नवरा' या नात्याने तुमच्यावर अधिकार गाजवावा, हे तुम्हाला

पटणं, रूचणं शक्य नाही. तुमचं आयुष्य आज तुम्ही तुमच्या पद्धतीने जगता आहात. आनंदात आहात. अनेक तरूण तुमच्या निकट वर्तुळात आले. त्यातले काही आवडले, काही आपसूक गळले... किंवा निग्रहाने दूर सारले.

अवंतिका, तुझ्या आयुष्यात नव्याने आलेलं एक सुंदर नातं मूळ धरताना, मोहोरताना मी पाहाते आहे. परवा मला म्हणालीस,

'खरं सांगू ममा, आय ॲम हॅपी, ही इज हॅपी. आम्ही दोघेही खूष आहोत. सध्या एवढंच पुरे... हो नं?'

खरंच!

– आत्ताच 'निर्णया'ची घाई कशाला हवी?

'ती वेळ' तिच्या पायांनी येईलच आपसूक!

तोवर तुम्हा मुलींनी पोट भरून मुक्त श्वास घ्यावा. प्रवास करावा... जग पाहावं... सर्व तऱ्हेच्या माणसांमध्ये वावरावं... मोकळ्या मनाने सर्वांना भेटावं... जगण्याचे सारे रंग पाहावेत; आणि मग 'आपला जोडीदार कोण?' याचा निर्णय करावा, असं मला वाटतं.

'लग्न' म्हणजे केवळ सुख नव्हे.

'लग्न' म्हणजे एकाचवेळी असंख्य जबाबदाऱ्या यशस्वीपणे पेलण्याची कसरत...

आणि 'तो' शब्द वापरणं मला फारसं आवडत नाही; पण लग्न म्हणजे 'त्याग' सुद्धा!

लग्नानंतर नाती बदलतात, माणसं आणि 'प्रायॉरिटीज्' बदलतात... सुख आणि दु:खाच्या, आनंद आणि भीतीच्या कल्पनासुद्धा बदलतात!

हे सगळं नीट पेलायचं, तर व्यक्तिमत्त्वात समंजस समजूतदारपणा आणि किमान प्रगल्भता हवीच. कसोटीच्या क्षणी 'शांत' राहण्याचं कसब हवं.

कितीतरी 'तरूण लग्नं' डोळ्यादेखत तुटताना आपण पाहिली आहेत. जेमतेम विसाव्या-बाविसाव्या वर्षी गळ्याइतक्या प्रेमात बुडून लग्न करून बसलेल्या तुमच्या काही मैत्रिणी एक-दोन मुलांना बरोबर घेऊन माहेरी परत आल्याचंही आपण पाहिलं आहे... म्हणजे जेमतेम पंचविशी गाठण्याआधीच आयुष्याला पूर्णविराम! त्या सगळ्याजणी आता पस्तावतात. भावनिक- मानसिक तयारी नसतानाच संसारात पडण्याची घाई केल्याबद्दल स्वत:लाच दोष देतात.

– तुमचं आयुष्य सुरू होण्यापूर्वीच त्यावर असा 'पूर्णविराम' लागू नये, म्हणून काळजी घ्या.

नीट विचार करा.

स्वत:ला पुरेसा वेळ द्या!

... आणि ज्या क्षणी तुम्हाला तुमचा राजपुत्र भेटेल, तुमच्या प्रियकराच्या नजरेत तुम्हाला 'ती चमक' दिसेल, त्या क्षणी संपूर्ण श्रद्धेने आणि विश्वासाने तुमचा निर्णय घ्या!

– माझे आशीर्वाद सदैव तुमच्या पाठीशी असतील...

तुमची,
ममा

....

गोवा,
मार्च '९९

डियर लिट्ल वन,

म्हणजे तूच... आनंदिता! कितीही मोठी झालीस, तरी माझ्यासाठी सदैव तू माझी छोटुकलीच राहशील नं!... माय लिट्ल वन!!

एके दिवशी तुझे टप्पोरे डोळे विस्फारून, अत्यंत उत्सुकतेने तू मला विचारलं होतंस,

'व्हेन विल यु डाय ममा? तू कधी मरणार? इन युवर स्लीप? ऑर हॉस्पिटल? टेल मी ममा, व्हेन विल यु डाय?'

- आठवतं?

माझ्या काळजाचा ठोकाच चुकला. तुझ्या या प्रश्नावर काय बोलावं नक्की ते मला सुचेचना.

हा असला भलता अभद्र प्रश्न, तू इतक्या काळजीने आणि गांभिर्याने विचारत होतीस, की खरं सांगते, माझा थरकाप झाला.

क्षणभराने स्वत:ला सावरून विचार केला– मध्येच ही मरणाची गोष्ट कुठून आली?

तेव्हा माझ्या सगळं नीट लक्षात आलं.

आपल्या घरातला पहिलावहिला कुत्रा– मार्शिॲनो– नुकताच गेला होता. इतका देखणा, सुंदर कुत्रा; पण बघता बघता आजाराने जमिनीला खिळला, आणि आपल्या डोळ्यादेखत गेला. घरातल्या या पहिल्या मृत्यूचं दुःख सोसताना आपण सारेच कळवळलो... पण तू आणि अरूंधती– तुम्ही दोघी मनातून पार हादरला होतात. आयुष्याचं क्षणभंगुरत्व काय असतं; हे आयुष्यात पहिल्यांदाच अनुभवताना बसणारा हादरा सोपा नसतो. मार्शिॲनोला विसरणं तुम्हाला शक्य नव्हतं. मरणं म्हणजे संपून जाणं, नष्ट होणं हे स्वत:ला समजावताना तुम्ही दोघी

भेदरून गेला होतात.

अरूंधती गप्प होती.

आणि तुला रोज नवे प्रश्न पडत होते.

'मार्शिॲनो मेला हे कळलं मला. पण तो परत कधी येणार?'

तुझ्याएवढ्या लहान मुलीला 'कधीच नाही' हे खरं उत्तर देण्याची माझी हिंमत नव्हती. 'कधीच नाही' म्हणजे काय, हे कसं समजावणार होते मी तुला? म्हणून म्हटलं,

'तो पुन्हा नाही दिसणार आपल्याला, आनंदिता!'

'कारण तो आजारी होता, म्हणून मग तो मेला... हो ना? पण तो बरा झाला की नाही का येणार आपल्या घरी?'

'नाही येणारा, राजा! आपला मॉर्शिॲनो आता कसा परत येईल?'

'का पण?'

'कारण तो मेला... ही इज डेड!'

'ते माहितीये मला. तो मेला, पण परत का नाही येणार?'

'कारण तो देवाच्या घरी गेला, आनंदिता!'

'ते पण माहितीये मला... आता तो देवाला भेटला की झालं ना? मग येईल तो परत आपल्या घरी.'

'असं कसं होईल?'

'का नाही होणार?'

'कारण तो आता कायमचा गेला देवाच्या घरी, जे असे कायमचे जातात, ते परत नाही येत.'

– माझं हे उत्तर ऐकून तू क्षणभर थांबलीस... मनाशीच काहीतरी विचार केलास आणि एकदम अचानक मला विचारलंस,

'ममा, मग तू पण अशीच देवाच्या घरी जाशील?'

'आय डोन्ट नो...' मी हलकेच म्हटलं.

'व्हाय डोन्ट यु नो?'

'कारण, ते कुणालाच ठाऊक नसतं.'

'कुणालाच का नसतं ठाऊक?'

'कारण ते फक्त देव ठरवतो.'

'मग देवाला ठाऊक असतं का?'

'हो. देवाला ठाऊक असतं.'

'मग आपण सरळ त्यालाच जाऊन विचारलं तर?'

'तो कुणालाच सांगत नाही. ते देवाचं 'स्पेशल सिक्रेट असतं!'

'पण देवाला कशाला 'सिक्रेटस्' हवी असतात?'

'ते मी कसं सांगू, आनंदिता? खरंच, मला नाही ठाऊक...'

'पण मी विचारलं ना देवाला, की माझ्या ममाचं 'सिक्रेट' तू काय ठरवलंयस, तर तो नक्की सांगेल मला. आय विल आस्क हीम टुनाईट, व्हेन विल माय ममा डाय?'

'ओ के. तू विचार देवाला. पण मग मला सांगशील ना, देव काय म्हणाला ते?'

'मी नाही सांगणार तुला, ममा... इट विल देन बी माय सिक्रेट!'

– मी हसून विषय बदलला आणि हुश्श केलं. पण तुझ्या दृष्टीने विषय संपला नव्हता.

नंतर जेमतेम महिनाभरात मार्शिॲनोचा वाढदिवस आला. जिवंत असता, तर तो दोन वर्षांचा झाला असता.

त्या दिवशी पुन्हा तू विचारलंस,

'तो इतका छोटा होता; एवढ्यातच कसा मेला? मी विचारलं देवाला की इतक्या लवकर का बोलावलंस त्याला तुझ्या घरी; पण देव काहीच नाही बोलला माझ्याशी!'

– मग मी तुझी समजूत घातली–

मार्शिॲनो आजारीच होता जन्मल्यापासून; त्याला फार त्रास न होता तो लवकर गेला हे बरं झालं उलट!

सगळं नीट समजल्यासारखा गंभीर चेहरा करून तू म्हणालीस,

'आय होप, यु ऑल्सो डाय विदाऊट पेन... पण आत्ता नव्हे. तू खूप मोठी झाल्यावर, आणि मी पण खूप खूप मोठ्ठी झाल्यावर...'

मी तुला कुशीत घेऊन खूप वेळ तशीच बसून राहिले.

आश्चर्य म्हणजे, तुझ्या डोक्यात माझ्या मरणाचा विचार आलाच कसा, म्हणून क्षणभरही मला वाईट वाटलं नाही. अस्वस्थ नाही झाले मी फारशी, पण तुझ्या कोवळ्या मनात अकाली गरगरणाऱ्या प्रश्नांची काळजी मात्र वाटली. जे अपरिहार्य आहे; ते तू कसं आणि किती समजू शकशील; याचा मला अंदाज नव्हता येत. तुला कशी मदत करावी तेही नव्हतं समजत.

कधी ना कधीतरी मी अखेरचा श्वास घेईन, आणि तरीही तुझं आयुष्य पुढे चालू राहील, आनंदिता... हाच जगाचा नियम आहे. तो कुणीच नाही बदलू शकत.

आपल्या घरात किंग टुट्स आला, तरी मार्शिॲनोची आठवण येतेच की नाही आपल्याला? दोघांवरही आपलं सारखंच प्रेम आहे! वी लव्ह देम बोथ-बट

डिफरन्टली! – हो ना?

- सुदैवाने तुझे 'इंटरेस्ट' भराभर बदलत गेले आणि तुझे प्रश्नही!

अलीकडे खूप दिवसात 'व्हेन विल यु डाय ममा?'- हा प्रश्न तू मला विचारलेला नाहीस.

कारण, कदाचित त्याहीपेक्षा दुसऱ्या एका घटनेने तुझं मन हादरून गेलंय- 'टायटॅनिक' मधल्या लिओनार्दो डी कॅप्रियोचा मृत्यू!

स्टील अलाईव्ह, युवर्सओन्ली

ममा

....

मुंबई,

जुलै ९९

प्रिय राधिका आणि अवंतिका,

यावर्षी पहिल्यांदाच तुम्ही दोघींनी उन्हाळ्याच्या सुट्टीचं स्वतंत्र 'प्लॅनिंग' केलंत, आणि दोघीही एकेकट्या फिरायला गेलात.

राधिका, गेल्या अनेक वर्षांची इच्छा पूर्ण करण्याच्या उत्साहाने तू भूतानला गेलीस; आणि अवंतिका तू लंडनची ट्रीप ठरवलीस.

माझ्या दृष्टीने हे केवळ 'सुट्टीचं प्लॅनिंग' नव्हतं; तर तुमच्या माझ्या नातेसंबंधातल्या एका महत्त्वपूर्ण बदलाची नांदी होती! तुम्ही दोघी आता मोठ्या झाला आहात, तुम्हाला तुमची स्वतंत्र मतं आहेत आणि ती अंमलात आणण्याच्या स्वातंत्र्याइतकाच आत्मविश्वासही आहे... यापुढे 'सुट्टीत काय करायचं? कुठे जायचं?' हे तुमचं तुम्ही ठरवणार... तुम्हाला आमची गरज उरणार नाही; हे सगळं अचानक माझ्या लक्षात आलं; आणि मी क्षणभर थबकलेच.

एका बाजूला तुमच्या 'स्वतंत्र होण्याचा' आनंद आणि दुसरीकडे स्वत:ला तुमच्यापासून तोडून घेताना होणाऱ्या वेदना- अशा कात्रीत मी सापडले होते.

... खरंतर 'ती वेळ' आलीच असती एवीतेवी!

तुम्ही दोघीही वयाची विशी ओलांडलेल्या जाणत्या, समजूतदार मुली आहात... तुम्हाला तुमच्या मित्रमैत्रिणी आहेत, आवडीनिवडी आहेत. तुमचा वेळ आनंदात कसा घालवावा याबद्दल तुमची स्वतंत्र मतं आहेत... असणारच! 'सुट्टी सुरू झाली की आता मुलांना कशात गुंतवावं?'– या प्रत्येक आईला छळणाऱ्या जागतिक प्रश्नातून निदान तुमच्यापुरती तरी माझी सुटका झाली आहे.

'ममाऽऽऽ आय ॲम गेटींग बोऽऽ अऽऽऽ र्डऽऽऽ'- या आरोळ्यांचं काय

करायचं आणि उन्हाळ्याची सुटी सुरू झाल्याक्षणी घरात एकाएकी उभ्या राहाणाऱ्या युद्धजन्य परिस्थितीचा सामना कसा करायचा, याच्या चिंतेने मला सळो की पळो करून सोडणारे, माझी अक्षरश: झोप उडवणारे 'ते दिवस' गेले आता... हुश्श!

भूतान आणि लंडनचा प्रवास तुम्ही एकेकटीने पार पाडल्यावर आता एक गोष्ट नक्की– यापुढे तुमच्या प्रत्येक प्रवासाचं सगळं नियोजन तुम्ही स्वत: करणार. खरंतर याही वेळी तुम्ही ज्या आत्मविश्वासाने भराभर सगळ्या गोष्टी चोख पार पाडल्यात; ते बघून मला मनापासून तुमचं कौतुक वाटलं. कधी निघायचं, कुठे जायचं हे तुमचं तुम्ही ठरवलंत, ट्रॅव्हल एजन्टशी चर्चा केल्यात, स्वस्तात स्वस्त तिकीट मिळवण्याकरता सगळ्या एअरलाईनच्या ऑफिसांमध्ये फिरून आलात, कुठे राहाणार, कधी परत येणार हे स्वत:चं स्वत: ठरवलंत,

ॲन्ड यु जस्ट 'इन्फॉर्मड्' अस, की

'आम्ही चाललोय.'

फक्त 'माहिती'... 'परवानगी' नाही.

खोटं कशाला सांगू?

पहिल्यांदा वाईटच वाटलं.

या मुलींनी स्वत:च कसं सगळं ठरवलं? आपल्याला साधं 'विचारलं' सुद्धा नाही?

सुरूवातीला मी थोडी खळखळही केली.

एकेकट्या जाताय... तरूण मुलींनी असं एकटं फिरणं, तेही परक्या देशात; किती धोक्याचं आहे... वगैरे!

– पण तुम्ही दोघींनीही मला नीट समजावलं.

आणि चक्क बॅगा भरायला घेतल्या.

माझी 'परवानगी' (हवी असलीच समजा, तर) ही केवळ 'औपचारिकता'च उरलीय, हे माझ्या लक्षात आलंच होतं.

लंडन आणि भूतानहून तुमचे फोन आले.

आपण उत्साहाने गप्पा मारल्या.

फोनवरच्या तुमच्या नुसत्या आवाजातूनसुद्धा पहिल्यावहिल्या स्वातंत्र्याचे मुक्त झरे झुळझुळ धावताना मला ऐकू येत होते. 'तुझी आठवण येते ममा...' असं तुम्ही दोघीही म्हणालात; पण ते मला वाईट वाटू नये म्हणून होतं; हे सहज समजलं.

– तरीही आवडलं.

राधिका, तू आवंतिकाच्या आठवडाभर आधी भूतानहून परत आलीस. तुझ्या कल्पनेपेक्षाही प्रत्यक्षात मिळालेल्या विलक्षण सुंदर अनुभवाने तू अक्षरश:

थरारून गेली होतीस! बरोबर नेलेल्या मैत्रिणीच्या 'हॅन्डीकॅम' मध्ये तू पाहिलेला, अनुभवलेला क्षण न् क्षण साठवून आणला होतास; नंतर त्यातून तू भूतानवर एक छोटीशी फिल्मच बनवलीस.

अवंतिका, लंडनहून परत येताना तुझ्या बॅगेत अक्षरश: शेकडो फोटोंचे गठ्ठे तयार होतेच; पण त्या संस्मरणीय प्रवासातला प्रत्येक दिवस बारकाईने टिपणारी, नोंदवून ठेवणारी डायरीसुद्धा तू उत्साहाने लिहिली होतीस.

– पण या सगळ्याहून मला तुमचं कौतुक वाटलं ते एका गोष्टीकरता.

घरातल्या प्रत्येकासाठी तुम्ही दोघींनीही छोटीशी का असेना, एकेक वस्तू आणली होती; आणि या 'भेटी' खरेदी करताना प्रत्येकाच्या स्वभावाचा, आवडीनिवडीचा अगदी बारकाईने विचारही केला होता. सिरॅमिकच्या छोट्या, देखण्या वस्तू मला खूप आवडतात हे लक्षात ठेवून राधिका, तू माझ्याकरता भूतानहून केवढ्या गंमतीजंमती आणल्या होत्यास. छोटुकला टी-सेट, अॅश ट्रे, फुलदाणी आणि बाथरूम अॅक्सेसरीज्‌चा एक देखणा सेट!

अत्याधुनिक गॉगल्सवर माझा फार जीव आहे हे न विसरता अवंतिका, तू तर लंडनहून माझ्याकरता अत्यंत महागड्या ब्रॅण्डचे गॉगल्स आणलेस आणि स्वत:च आनंदाने फुलून येत मला म्हणालीस, 'ममा, हे गॉगल्स फक्त तिकडले फिल्म स्टार्सच घालतात!-' आणखीन एक प्रिय वस्तू तू लंडनमधून माझ्याकरता आणलीस– कॉफी!

– या सगळ्या वस्तूंमध्ये तुमचं प्रेम होतंच साठलेलं, पण त्याहून जास्त मला भावली ती तुम्हा दोघींची इन्व्हॉल्व्हमेन्ट!

एखाद्या माणसासाठी तुम्ही कोणती भेटवस्तू निवडता, यावरून तुम्ही त्या माणसाला किती 'जवळून ओळखता' हे सहज पारखता येतं. अशी 'भेट' निवडण्याकरता पैशापेक्षाही महत्त्वाचा असतो; तो त्या खरेदीसाठी खर्च केलेला वेळ! केवळ खिशात खुळखुळणाऱ्या पैशाच्या जोरावर 'आपल्या' माणसाला 'प्रिय' वाटणारी वस्तू नाही विकत घेता येत!

तुम्हा दोघींकडे तर जास्तीचे पैसेही फार नव्हते. जे होते ते तुम्ही स्वत:साठी खर्च करणार असं गृहीत होतं; आणि योग्यही होतं! परदेशात फिरायला गेलेल्या तरूण मुलीला खरेदीचा मोह पडणं अगदी स्वाभाविक आहे. हातात असलेले पैसे तुम्ही सहज स्वत:साठी खर्च करू शकला असतात, पण तसं न करता घरातल्या प्रत्येकाच्या आवडीनिवडीचा विचार करून तुम्ही सगळ्यांसाठी सुंदर सुंदर वस्तू आणल्यात– मला खूप मनापासून तुमचं कौतुक वाटलं.

आय रियली अॅप्रीशिएटेड द इफोर्ट अॅण्ड सॅक्रीफाईस!

– मी वापरलेल्या शब्दाची तुम्हाला गंमत वाटेल, कदाचित रागही येईल.

तुम्ही म्हणाल, ‘त्यात कसला आलाय त्याग?’

– पण मुलींनो,

तरूण वय केवळ ‘स्वार्थ’ जाणतं.

या वयात स्वत:च्या आनंदाखेरीज, सुखाखेरीज दुसरं काही सुचत नाही... फारसं महत्त्वाचं वाटत नाही.

तुमच्याजवळचे सगळे पैसे तुम्ही स्वत:च्या खरेदीकरता वापरले असते, हॉटेलींगवर उधळले असते. कदाचित आणखी कितीतरी ऐष केली असती.

– पण हा तारूण्यसुलभ मोह टाळून तुम्ही घरातल्या प्रत्येकाच्या आनंदाचा विचार केलात, हे किती महत्त्वाचं!

मी अजूनही ते ‘फिल्म स्टार्स स्पेशल’ गॉगल्स घातले नाहीत. पण अवंतिका, तुझी ममा तुला अजूनही एवढी ‘ग्लॅमरस’ वाटते हे जाणून मला खूप बरं वाटलं...

आणि राधिका, तू दिलेल्या वस्तू मी आपल्या मुंबईच्या आणि अलीबागच्या-दोन्ही घरात नीट जपून ठेवल्या आहेत... तुझ्या प्रेमाची ती रीत सतत माझ्या नजरेसमोर राहावी म्हणून!

थँक यु गर्ल्स, अँण्ड इटस् गुड टु हॅव यु बॅक!

तुमची,
ममा

....

मुंबई,
जुलै ९९

राणा आणि आदित्य,

का कोण जाणे, पण या विषयावर... या अशा पद्धतीने तुमच्याशी बोलताना अवघडल्यासारखं वाटतंय खरं! तुमच्या मोठ्या बहिणींशी मला हव्या त्या विषयावर, मला हव्या त्या आवाजात अगदी थेट बोलताना हा असला प्रॉब्लेम मला कधी जाणवला नाही, पण तुमच्या बाबतीत मात्र मी थोडीशी अडखळते... ‘ऑकवर्ड’ होते. हे सगळं वाचून तुम्ही खो खो हसत सुटाल, हेही मला ठाऊक आहे. पण तरीही थोडं चाचरायला होतंच! तुम्ही टिंगल कराल, टवाळी उडवाल अशी भीतीही वाटते कधीकधी...

तुम्ही दोघेही चांगले सव्वीस आणि तेवीस वर्षांचे... स्वत:चा नोकरीधंदा सांभाळणारे स्वतंत्र, स्वयंपूर्ण तरूण आहात! तुम्हाला तुमचं स्वत:चं जगणं आहे... स्वत:ची खाजगी दुनिया आहे. त्या दुनियेत डोकावण्याची चुकार संधी

कधीतरी मला मिळते... पण तुमच्या आयुष्यातले पुष्कळ झरोके, खिडक्या माझ्यासाठी 'बंद' असतात, हेही मला ठाऊक आहे. माझ्या या विधानावर राधिका आणि अवंतिका खो खो हसतील कदाचित; पण त्या दोघींच्या आयुष्यातली खडान्‌खडा माहिती मला असते (हसा... हसा मुलींनो! गो अहेड... ॲण्ड लाफ). तशी तुमची नाही... नाहीच!

तुम्हा दोघांच्या जगण्याचा विचार मनात आला की वाटतं, किती सुदैवी आहात तुम्ही... किती नशिबवान... पण तरीही तुमच्या भविष्याची काळजी वाटत राहतेच.

हे पत्र लिहित असताना तुमच्याच एवढे– तुमच्याच वयाचे हजारो भारतीय सैनिक कारगीलच्या सीमेवर युद्धाची होळी खेळताहेत, याची जाणीव माझ्या मनातून पुसत नाही... रोज उठून टी. व्ही. च्या पडद्यावर दिसणारी युद्धाची, तिथल्या विध्वंसाची दृश्यं आणि रात्रंदिवस घिरट्या घालणाऱ्या मृत्युची तलवार शिरावर घेऊन लढणाऱ्या जवानांचे कोवळे चेहरे पाहताना काळजात कळ उठते... मातृभूमीसाठी प्राणांची बाजी लावणाऱ्या आपल्या शूर जवानांच्याजागी मला तुमचे चेहरे दिसत राहातात; आणि वाटतं, या तरूण जवानांच्या कुटुंबियांना, त्यांच्या आईला केवढ्या मोठ्या दिव्यातून जावं लागत असेल... हा जीवघेणा ताण कशाच्या बळावर सोसत असतील ही माणसं...

फ्लाईट लेफ्टनंट नचिकेत शत्रूच्या हाती पकडला गेल्याची बातमी पहिल्यांदा ऐकली, त्या क्षणी त्याच्या आईचा विचार मनात येऊन माझ्या काळजात धस्स झालं. आपला मुलगा शत्रूसैन्याच्या ताब्यात पाकिस्तानात डांबून पडला आहे हे ठाऊक असतानाचे ते काही भयाण दिवस नचिकेतच्या आईने कसे काढले असतील? एका न्यूज चॅनेलला मुलाखत देताना ही शूर स्त्री म्हणाली होती, 'मुझे कोई डर नहीं है! आय ॲम प्राऊड ऑफ माय सन!'– तरीही हा प्रसंग कसा सोसला असेल तिने?

तिचा तो खंबीर चेहरा माझ्या नजरेसमोर तरळत राहिला.

देशभरातली सारी माणसं सुखाने झोपत असतानाच्या 'त्या' भयाण रात्री तिने जागून काढल्या असतील... काळजातली कळ मिटली नसेल. डोळ्यातलं पाणी खळलं नसेल! फ्लाईट लेफ्टनंट नचिकेत माझाच मुलगा असता तर?- या कल्पनेनेही अंगावर शहारे येत होते... रडू फुटत होतं. नंतर कित्येक महिने ते दोन चेहरे माझ्या नजरेसमोरून हलले नाहीत...

'आय ॲम प्राऊड ऑफ माय सन' असं अभिमानाने सांगणारी, अख्या देशाचं मन जिंकून घेणारी नचिकेतची आई... आणि पाकिस्तानच्या कब्जातून सुखरूप सुटका झाल्यावर हसतमुखाने मातृभूमीला अभिवादन करणारा फ्लाईट

लेफ्टनंट नचिकेत!

... फेर धरून नाचणाऱ्या त्या दोन प्रतिमांनी मला अक्षरश: झपाटून टाकलं होतं... भारतीय हवाई दलाच्या त्या लढाऊ विमानात फ्लाईट लेफ्टनंट नचिकेतऐवजी तुमच्या दोघांपैकी कुणी असतं तर?

– या विचाराने मी अजूनही अस्वस्थ आहे.

अनेक विषयांवर, प्रश्नांवर गेल्या काही वर्षांत आपण बोललो... वाद घातले... पटवून दिलं... समजावूनही घेतलं. स्पर्धा करणं, तुलना करणं मलाही कधी पटलं नाही. पण खरंतर तुम्ही दोघेही तसे सुदैवी!–

रूबाबदार देखणं व्यक्तिमत्त्व, उत्तम प्रकृती, उत्तम नोकऱ्या, ... इव्हन गुड गर्लस्!

–यु हॅव गॉट इट ऑल!

हे सगळं मिळालं तुम्हाला!

कधीकधी भीती वाटते... हे सगळं फार लवकर तर नाही झालं? सगळं अगदी सरळ... सोपं आणि फार कष्ट न करता तसं बऱ्यापैकी सहज?

– असल्या काही शंका काढल्या की तुम्ही दोघेही वैतागून मला गप्प बसवता.

काही बाबतीत मी जरा अतिरेकच करते, असा तुमचा आक्षेप असतो.

आयुष्यातली इथवरची सुखं मिळवायला आम्हालाही आमच्या परीने किती कष्ट करावे लागले, कसं झगडावं लागलं, हे तुम्ही मला पटवून देता. ते मी तरी कसं नाकारीन?

ऑफिसात रात्री उशिरापर्यंत काम करताना मी तुम्हा दोघांना पाहिलंय. स्वतंत्रपणे महत्त्वाचे निर्णय घेताना तुम्ही किती ताणतणावातून गेलात, हेही मला ठाऊक आहे. राणा, 'आपल्याला ॲडव्हर्टायझिंग मध्येच करियर करायचंय' हे तुला अगदी शाळा-कॉलेजात असतानापासून ठाऊक होतं. आणि आदित्य, तुझ्या तर रक्तातच 'बिझिनेस' होता!

कोणाही आईवडिलांना धास्ती वाटावी, इतक्या कोवळ्या वयात 'स्वातंत्र्याचं ऐलान' करून तुम्ही एकेकटे जगायला बाहेर पडलात... आणि आम्हा दोघांची कसलीही मदत न घेता संपूर्णपणे स्वत:च्या बळावर, स्वत:च्या हिंमतीवर आज इथवर येऊन पोचलात!

'अमेरिकेत शिकायला जाणं' हा आदित्यचा ध्यास होता, आणि घरातल्या प्रत्येकाला या निर्णयाचं महत्त्व पटवून देऊन तो खरोखरच अमेरिकेला गेला. ग्रॅज्युएशन पूर्ण झाल्याच्या दुसऱ्या दिवशीपासून राणा नोकरी शोधायला घराबाहेर पडला, आणि त्याने स्वत:च्या मनाजोगी नोकरी स्वत:च; तीही झटपट मिळवली.

मुलं अशी अतिरेकी स्वातंत्र्यवादी असली की आईवडिलांना ज्यातत्यात नाक खुपण्यावाचून, संशय घेण्यावाचून गत्यंतरच नसतं.

आम्हीही तेच केलं... काळजी! आम्हाला वाटे, राणा मूर्खपणा तर नाही करणार? ... आज चार साडेचार वर्षांनतर वाटतं, राणाने 'त्या' वेळी हट्टाने जे केलं, ते बरोबरच होतं... योग्य होतं. तुमच्याच भाषेत सांगायचं, तर

यु गाईज् आर ऑल सेट!

– खरं आहे.

यु आर ऑल सेट... बट व्हॉट नेक्स्ट?

पुढे काय?

तुमच्या दोघांच्याही आयुष्यात मुलींची ये-जा बऱ्यापैकी आहे. काही 'सिरियस इन्व्हॉल्व्हमेन्टस्' काही 'कॅज्युअल रिलेशनशिप्स'... बरोबर? या दोन शिक्क्यांमधली कुतरओढ सोसणाऱ्या तुमच्या नात्यांबद्दल मी अनेकदा नाराजी व्यक्त केली. आपल्यात वादही झाले. हे 'सिरियस' आणि 'कॅज्युअल' प्रकरण माझ्या समजुतीपलीकडचं असलं; तरी आजकाल तुम्हा मुलामुलींमध्ये जे काय असतं; त्यात निदान थोडीफार तरी 'कमिटमेन्ट' असावी अशी वेडी आशा मला अजून वाटते.

तुम्ही बेफिकीरीने सांगता;

'थिंग्ज हॅव चेंज!'

– ते तर मलाही मान्य आहे. बदलत्या जगातली, संदर्भातली 'नाती' जुनीपुराणी कशी राहतील?- तीही बदलणारच.

पण इतकी?

बघता बघता तुमच्या आयुष्यात येणाऱ्या आणि बघता बघता निघूनही जाणाऱ्या डझनावारी मुली रोज उठून माझ्या घरातून ये-जा करतात आणि तुम्ही म्हणता,

'वी आर फ्रेण्डस्! गुड फ्रेण्डस्!'

– या असल्या उत्तरांना नेहमीच हिंदी सिनेमातल्या नटनट्यांच्या लबाड सारवासारवीचा वास येत असतो. प्रेमप्रकरणाचं किटाळ झटकण्याची वेळ आली की 'वी आर फ्रेण्डस्' म्हणून मोकळं व्हायचं...

जुन्या 'गर्लफ्रेण्डस्' किती सहजपणे तुमच्या 'मैत्रिणी' होतात आणि तुमच्या नव्या 'गर्लफ्रेण्ड' सकट तुम्ही किती सहजपणे एकमेकात मिसळू शकता... जुन्या भावनांच्या चौकटी मोडून किती बेमालूमपणे नव्या नात्यांच्या नव्या बेरीज वजाबाक्यांशी जुळवून घेता; ते बघताना मात्र मी थक्क होते; हे कबूल करायला हवं.

ही तुमची चपखल गणितं मला समजत नाहीत. मला त्या मुलींची काळजी वाटते. तुम्ही म्हणता, 'कशाला उगीच 'त्यांचा' विचार करण्यात वेळ वाया घालवतेस? त्यापेक्षा दुसऱ्या कशाचीतरी... दुसऱ्या कुणाची तरी काळजी कर!'

'तारूण्यातला मुग्ध प्रणय... प्रेम... हा इतका गंमतीचा खेळ नव्हे' म्हणून मी जाता येता तुम्हाला सुनावते, तर तुम्ही म्हणता, मुलींनाही तेच हवं असतं... मजा! जस्ट फन!

खरंच?

– माझा नाही विश्वास.

अजून काही वर्षांनी हा खेळ संपेल, आयुष्यभराची सहचारिणी... जोडीदार निवडण्याची वेळ येईल. 'ती' कशी असावी? – याबद्दल तुमच्या मनात काही निश्चित कल्पना नक्कीच असणार. जबाबदारीने निर्णय घ्यावा लागेल, पुढे त्या निर्णयाची जबाबदारीही उचलावी लागेल... तेव्हा? तेव्हा काय कराल तुम्ही?

तुमच्या पिढीला अजून स्वतःचंच 'व्यक्तिमत्त्व' नीटसं गवसलेलं नाही. वरवर तुम्ही मंडळी कितीही 'कुऽऽऽल' दिसत असलात, तरी त्या मुखवट्याआड काय उकळतंय, असुरक्षिततेच्या भावनेने 'तुमच्या आत' कसं थैमान घातलंय, हे सहज ओळखता येतं. इतक्या 'इन्स्टन्ट' गोष्टींची चटक लागलेली असताना जन्मभराचे बंध कसे गुंफणार तुम्ही? आणि कसे सांभाळणार?

इतक्या मुली आल्या आणि गेल्या; त्यांच्यापैकी एकीच्याही नजरेत मला 'ती चमक' दिसली नाही. तुम्हालाही नसणार दिसली, म्हणून तर आजवरचे सारे डाव आपखुषीनेच अर्ध्यावर मोडले... कधी कधी वाटतं, लग्नानंतरच्या घटस्फोटापेक्षा हे बरं! ... खरंच!!

परहॅप्स, आय शुड टीच मायसेल्फ टु रिलॅक्स!

– जरा शांत राहायला शिकलं पाहिजे आता... हे खरंय, की मी फार टेन्शन घेते.

पण काय करू?

या असल्या विषयांवर तुमच्या बहिणींशी 'हार्ट टु हार्ट' बोलणं सोपं असतं माझ्याकरता, पण तुम्हा दोघांचं काय करू मी?

– मी चक्क गप्प बसते.

आणि मग मनातल्या मनात कल्पनांचे खेळ सुरू होतात. हाती असलेल्या तपशीलाच्या जोरावर मी तऱ्हेतऱ्हेचे अंदाज बांधते, स्वतःलाच गणितं घालून उत्तरांसाठी धडपडते... मग सुरू होतो माझ्या पिढीतल्या तमाम आयांचा लाडका खेळ.

फील इन द ब्लॅन्क्स!

– रिकाम्या जागा भरा!

लोक मला धीर देतात. मित्रमंडळी म्हणतात, आभार मान परमेश्वराचे, तुझी मुलं ड्रग्ज नाही घेत! हे केवढं भाग्य! लुक अॅट ऑल दी अदर कीडस् दीज डेज!'

अशावेळी मी थकून श्वास टाकते.

आपली मुलं ड्रग अॅडीक्ट झाली नाहीत, म्हणून परमेश्वराचे आभार मानण्याची वेळ एका आईवर यावी?

– तुमच्या पिढीच्या अवस्थेवर किती भयंकर 'कॉमेन्ट' आहे ही! दुखणारी नस अचूक दाबावी आणि सणसणत धावणारी कळ थेट मेंदूपर्यंत जावी; तशी!

व्हर्च्यू बाय डिफॉल्ट!

पावित्र्य... पण चुकून सांभाळलं गेलेलं!

ड्रग्जच्या जाळ्यात पाय नाही अडकले म्हणून सद्‌गुणी... सद्वर्तनी!

– पण माझ्या कसोट्या इतक्या सोप्या नाहीत.

हे खरं, की अनेकदा मी तुम्हाला टाकून बोलले, माझा 'अधिकार' वापरून... आवाज चढवून तुम्हाला गप्प बसवलं! – आणि हेही खरं, की अनेकदा मी तुम्हाला समजून घेऊ शकले नाही!

– पण तरीही एक गोष्ट कायम होती... सदैव राहील,

तुमच्याबद्दलची काळजी आणि सदिच्छा!

तुम्ही दोघांनीही आपापलं आयुष्य सन्मानाने, समाधानाने जगावं, आनंदात राहावं; एवढंच फक्त!

तुम्ही किती बढत्या मिळवता, किती पैसा अगर पुरस्कार मिळवता याच्याशी मला घेणं नाही. कुणाही आईची असते; तेवढीच माझी इच्छा आहे– मुलभूत मूल्यांशी कोणतीही तडजोड न करता तुम्ही तुमच्या परीने आयुष्याशी यशस्वी लढा द्यावा, सुखी व्हावं! स्त्रियांना सन्मानाने, आदराने वागवावं आणि वंचितांविषयी करूणा बाळगावी.

... एवढं करत राहाल; तोवर मी रोज रात्री सुखाने झोपू शकेन.

खरं सांगू?

तुमच्या पिढीची मला इतकी काळजी का वाटते?

कारण पैसा आणि भौतिक सुखाच्या पलीकडे तुमच्या आयुष्यात नक्की कशाला महत्त्व आहे; ते मी अजूनही नीट समजावून घेऊ शकलेली नाही.

कदाचित, तुम्हालाही नसेल माहीत!

... तेवढं एकदा शोधून मला सांगाल, तर मग मी शांत बसेन, चुकूनसुद्धा तुमच्या पायात पाय अडकवायला मध्येमध्ये येणार नाही.

– प्रॉमिस!

पैशाच्या मागे तुम्ही वेड्यासारखे धावणार नाही, एवढं फक्त सांगा!

... बाकी सगळं माफ!!

सदैव काळजी आणि संशयात बुडालेली,

तुमची,

ममा

....

पुणे,

सप्टेंबर ९९

प्रिय छोट्ट्या मुलींनो,

पश्चिमेकडून आलेल्या आणि केबलच्या वायरमधून आता अगदी आपल्या घराघरात घुसलेल्या 'बे वॉच' सारख्या 'फाजील' सिरियल्स लहान मुलांना बघू द्याव्यात की नाहीत, यावर माणसं इतका प्रचंड गोंधळ का घालतात, हे मला अजूनही नाही कळलेलं!

– पण डोळे विस्फारून, घसे ताणून आणि कपाळावर आठ्यांची जाळी पसरून त्याबद्दल जागतिक चिंता करणाऱ्या त्रस्त आया मात्र मला अक्षरश: रोजच्या रोज भेटतात.

'येस, माय कीडस् वॉच इट समटाईम्स!'– असं मी उघडपणे म्हटलं की आजुबाजूच्या स्त्रिया विचित्र नजरेने चमकून माझ्याकडे बघतात... आणि

'माझ्या मुली बघतात तसल्या सिरियल्स; पण त्यांना फार काही नाही आवडत त्यातलं. त्यापेक्षा मग 'स्मॉल वण्डर' मस्त!'- असा पुढला तपशील सांगितला की 'आदर्श मातृत्वा'च्या या असल्या चिंधड्या उडणं सहन न होऊन अनेक जणी माझ्या अंगावरच येतात धावून...

'म्हणजे काय? तुझ्यादेखत तुझ्या मुली या असल्या घाणेरड्या सिरियल्स बघतात? माय गॉड! टी. व्ही. बंद नाही का टाकायचा करून! श्शी! घाणेरडं काहीतरी... ऑल दोज 'नंगा' पिपल किसिंग-विसिंग... यॅक!'

– या संवादानंतर मी हसून बाजुला होते.

आणि 'त्या' आया 'किती विचित्र, बेजबाबदार बाई आहे' अशा कुऱ्यात तोंडं वाकडी करून निघून जातात.

माझ्यासारखी स्त्री आपल्या छोट्या मुलींना अशा घाण घाण सिरियल्स टी. व्ही. वर पाहूच कशी देते?

– आणि त्यातून 'बे वॉच तर मी पण बघते मुलींबरोबर!' अशी कबुली मी देऊन बसले की बॉम्बगोळाच!

खरं तर आपणा तिघींनाही 'बे वॉच' आवडत नाही. ती सिरियल 'बोअर' असल्याबाबत आपलं अगदी एकमत झालं, आणि तिथून पुढे आपण 'बे वॉच' च्या वाट्याला गेलो नाही.

मुलांना जे पाहावंसं वाटतं ते पाहू द्यावं, चांगल्या वाईटाचा निर्णय मुलं स्वत:च करतात; यावर विश्वास ठेवायलाच अनेक चिंताग्रस्त पालक तयार नसतात. त्याहून कहर म्हणजे त्यांचा भोचकपणा! आपली मुलं बघतात त्या प्रत्येक दृश्यावर, बोलतात त्या प्रत्येक शब्दावर आणि करतात त्या प्रत्येक विचारावर 'आई-बाप' या नात्याने आपला 'कंट्रोल' असलाच पाहिजे, असा अनेकांचा भीषण हट्ट असतो. मुलांवर 'लक्ष असणं' अर्थातच महत्त्वाचं आणि आवश्यक; पण असा 'कब्जा'?– त्यातून टी. व्ही. च्या रिमोट कन्ट्रोलवर तर आधुनिक पालक झडपच घालून असतात सदैव!- अशा बळजबरीने मुलांना दाबून ठेवलं; की कधी ना कधी त्यांचं मन अनिर्बंध उसळी मारणार हे पक्कं ओळखून असावं.

– आरडाओरडा करून चिडीचुप्प बसवण्याऐवजी अशा अवघड विषयांबद्दल तुम्हा दोघींशी सरळ गप्पा मारणं मला जास्त सोपं वाटतं.

मनं मोकळी होतात, संशयाचं धुकं हटतं, मुलांच्या छुप्या औत्सुक्याला योग्य उत्तरं देता येतात आणि मुख्य म्हणजे नाजुक जागीच्या दुखण्यासारख्या अवघड विषयाचा निचरा होऊन जातो.

दहा आणि चौदा वर्षांच्या वयात तुम्हा दोघींनाही स्वत:ची मतं असतात, स्वत:चे 'स्वतंत्र' विचार असतात... मला फक्त ऐकायचं काम उरतं!- आणि ते मी अतिशय उत्सुकतेने करते.

सहज गंमत म्हणून चॅनेल बदलता बदलता कधीतरी आपण 'बे वॉच' वर थांबलो, आणि ती सिरियल बघायला लागलो. अधलेमधले एपिसोडस बघायचो आपण. त्यातल्या मुलींनी घातलेले बोटभर स्वीमसुटस् अरूंधती, तुला अजिबात आवडले नाहीत. तू म्हणालीस, 'किती निर्लज्ज आहेत या सगळ्याजणी!' त्यावर आनंदिता, तू खुदुखुदु हसलीस आणि हळूच म्हणालीस, 'आय थिंक द मेन आर शेमलेस टू. त्यातले पुरूष पण तसेच दिसतात... निर्लज्ज!'

– मी काही बोलले नाही,

पण 'बे वॉच' बघताना दर दोन मिनिटांनी तुम्ही डोळे मिटून ओंजळीत चेहरा लपवता हे माझ्या लक्षात आलं होतं.

आनंदिता डोळे मिटत होती ती तुझ्याकडे बघून, अरूंधती! टी. व्ही. च्या पडद्यावर काय दिसतंय; यापेक्षा तू करतेस तस्संच करण्यात तिला मज्जा वाटत होती.

शेवटी मी विचारलं, 'हे काय? डोळे का झाकता असे?'

तुम्ही हसून म्हणालात, 'लाज वाटते... श्शी! काय हे?'

– मलाही हसू आलं.

तुमच्या नजरेतलं अवघडलेपण मला अनोळखी नव्हतं.

आपल्या संस्कृतीत नग्नता आणि स्त्री-पुरूषांच्या उघड, निलाजऱ्या स्पर्शाला सन्मानाचं स्थान नाही. अगदी नवरा-बायकोनेसुद्धा मुलांच्या देखत मर्यादेने वागावं, असा आपल्याकडचा संकेत आहे. माझ्या आईबाबांनी एकमेकांना इतका उघड स्पर्श केलेला, परस्परांना जवळ घेतलेलं मीही कधी पाहिलं नाही. या गोष्टी व्यक्तिगतरित्या, अत्यंत एकांतात केल्या जाव्या असा सर्वमान्य दंडक आहे.

म्हणून तर टी. व्ही. च्या पडद्यावर किंवा क्वचित प्रत्यक्षात स्त्री-पुरूषांची अशी शारीरिक जवळीक बघताना अडनिड्या वयातल्या मुलींना लाज वाटते... अवघडल्यासारखं होतं... कदाचित आकर्षण वाटत असावं मनातल्या मनात आणि औत्सुक्यही! नक्की काय ते सांगणं कठीण आहे... अनावश्यकच खरंतर! तुम्ही दोघी पंधरा-सोळा वर्षांच्या व्हाल; तेव्हा तुमचा तुम्हालाच या गुंत्याचा अर्थ उलगडेल, तोवर पुष्कळ वेळ आहे.

बाकी काही असो, 'बे वॉच' बघणं किंवा न बघणं हा निदान आपल्या घरात तरी फार महत्त्वाचा 'इश्यू' राहिलेला नाही, एवढं नक्की! सुरूवातीला उत्सुकता म्हणून थोडेस एपिसोडस् बघितल्यानंतर तुम्हालाच इतका कंटाळा आला, की तुम्ही दोघी चुकुनही त्या बोटभर रूंदीचे चिंधीएवढे कपडे नेसलेल्या निर्लज्ज स्त्री-पुरूषांच्या वाट्याला म्हणून गेला नाहीत.

पण सुरूवातीलाच मी मोठ्ठं आकांडतांडव करून तुमच्या 'बे वॉच बघण्या'वर सक्तीची बंदी लादली असती तर खात्रीने सांगते, तुम्ही दोघींनी शेजारीपाजारी जाऊन... चोरून लपून... वाट्टेल ते करून ती सिरियल पाहिलीच असती. 'ममा पाहू देत नाही, असं आहे तरी काय या सिरियलमध्ये?'– या उत्सुकतेने तुम्हाला स्वस्थ बसू दिलं नसतं, आणि त्याहीपेक्षा महत्त्वाचं म्हणजे माझी नजर चुकवून ती सिरियल बघण्यातलं 'थ्रिल' तुम्हाला कदाचित त्या सिरियलपेक्षाही जास्त 'एक्सायटींग' वाटलं असतं.

– माझ्याकडे इतक्या घुश्शाने पाहू नका. 'माऽऽ आम्ही असं कसं वागू? हाऊ कुड यु थिंक लाईक दॅटऽऽऽ'– असे खुलासे तर अज्जिबात करू नका... कारण तुमच्याएवढी असताना मी अश्शीच वागले आहे.

– अर्थात, आपल्या मुलांच्या कोवळ्या मनावर टी. व्ही. वरून दिसणाऱ्या अनेक गोष्टींचे काय परिणाम होतील, याबद्दल जाणत्या आईवडिलांची तीव्र

चिंता मला समजू शकते.

भारतातली 'केबल क्रांती' अजून नवी आहे. त्या केबलमधून जे जे काही आपल्या घरात येतं, त्याचा मुलांवर नेमका काय परिणाम होतो; हे आपल्याला अजून खात्रीलायकपणे सांगता येत नाही... कारण आपण अशा 'परिणामांचा' सामनाच आजवर केलेला नाही. तुम्हा मुलांच्या पिढीवरच पहिला प्रयोग होतो आहे. तुम्ही अक्षरश: 'गिनी पिग' आहात. आज तुमच्या नजरेपुढे जी चित्रं नाचतात, त्याचे परिणाम आणखी दहा-वीस वर्षांनी समाजासमोर येतील. माझ्या वयाच्या आईवडिलांची पिढी आजतरी हतबल आहे. जे चाललंय ते निमूट स्वीकारण्याखेरीज दुसरा पर्याय उरलेला नाही. एक उपाय मात्र आहे– गप्प बसण्याऐवजी मुलांशी उघडपणे बोलावं आणि बळजबरीने झाकपाक करण्याऐवजी मनात जे असेल, ते अलगद वर येऊ द्यावं! –मुक्त हसून अवघड प्रसंगातला ताण थोडा तरी हलका करावा.

काही नाजुक विषय नजरेआड करण्याऐवजी मुलांसमोर सहज मजेमजेत, गंमतीने त्यांचा उल्लेख करण्याची युक्ती ज्या पालकांना जमली, त्यांनी निम्मी लढाई जिंकलीच समजावं! पामेला ॲण्डरसनने सिलिकॉन इम्प्लान्ट करून आपल्या उभार छातीचं सौंदर्य भलतंच वाढवलं, त्याबद्दल आपण किती गप्पा मारल्या होत्या... आठवतं?

– अर्थात, हा विषय म्हणजे गंमत नव्हे.

आपण सारेच टी. व्ही.च्या पडद्यावर जे जे काही पाहातो; त्याबद्दल मलाही काळजी वाटतेच. तुम्ही दोघीही अत्यंत नाजुक, विलक्षण संवेदनक्षम अशा अडनिड्या वयात आहात. या वयात मुलांचं मन स्पंजसारखं असतं. जे दिसेल; ते टिपलं जाणार! ऐकू येईल, ते शोषून घेतलं जाणार!

त्यातही दिलासा देणारी गोष्ट एवढीच, की बाकीच्या आया आपल्या मुलांनी जे जे पाहू नये म्हणून अखंड धडपडत असतात, ते ते सारं तुम्ही बघता... पण तुम्हालाच त्याचा पटकन् कंटाळा येतो. मी काही सांगण्याआधीच तुम्ही वैतागून चॅनल बदलता, कारण समोर जे काही दिसत असतं; त्यात तुमच्या नजरा खिळवून ठेवण्याची ताकदच नसते.

– 'या विषयाचा यशस्वीपणे मुकाबला करण्याचा एकमेव खात्रीशीर मार्ग', असं काही कुणी शोधायला जाईल; तर ते शक्य नाही. मग जे सगळ्यात सोप्पं ते बहुतेक आईवडील करतात- मुलांच्या टी. व्ही. पाहाण्यावर सक्त बंदी!

– मग हे वेडगळ पहारे चुकवून मुलं एकतर घरातून बाहेर सटकतात आणि शेजाऱ्यांच्या टी. व्ही. ला नाक लावून बसतात... किंवा मग आईवडिलांचं पाऊल घराबाहेर पडलं रे पडलं की त्या झगमगत्या छोट्या पडद्यावर हावरटासारखी

तुटून पडतात. 'साब' आणि 'मेमसाब' पार्टीसाठी म्हणून घराबाहेर पडल्यावर मुलांवर दादागिरी करून त्यांच्याकडून शेजारच्या व्हिडिओ पार्लरमधून ब्ल्यू फिल्मस्च्या कॅसेटस् आणवून घेणाऱ्या मोलकरणींच्या हकीकतीही मी ऐकल्या आहेत.

– असा लपाछपीचा खेळ सरू झाला, की मुलांच्या मनात आणखी एक राक्षस उभा राहू लागतो.

– अपराधीपणाची भावना!

आपण आईबाबांपासून काही गोष्टी लपवतो आहोत, त्यांच्याशी खोटं बोलतो आहोत या भावनेतून येणारा ताण मुलांना अनेकदा असह्य होतो... आणि तसंच गुदमरलेल्या अवस्थेत जगावं लागतं.

'टी. व्ही. वरचा अमुक एखादा शो, अमुक एखादी सिरियल बघूच नका' म्हणून तुमच्यावर जबरदस्ती करण्याऐवजी 'जरूर बघा, पण त्याबद्दल माझ्याशी बोला...' असा आग्रह मात्र मी धरीन. आपण बोललो, तरच तुमच्या मनातला गुंता मला वेळीच समजेल, आणि निरगाठी बसायच्या आतच तो सोडवता सुद्धा येईल. एखाद्या 'तसल्या' सिरियलविषयी तुम्हाला फारच औत्सुक्य वाटत असेल, तर आपण तिघी मिळून टी. व्ही. समोर बसू... काय?

'बे वॉच' असो, किंवा इतर कोणतीही सिरियल, त्यातल्या विषयावर आपले कधी मतभेद झाल्याचं मला फारसं आठवत नाही.

या असल्या कार्यक्रमांवर मी सडकून टीका केली, त्यातला मूर्खपणा तुम्हाला दाखवून दिला, वाद घातले, तुमच्या प्रत्येक प्रश्नाला न कंटाळता सविस्तर उत्तरं दिली; पण कधीही कोणताही कार्यक्रम बघण्यावर 'बंदी' मात्र घातली नाही.

इंटरनेटवरच्या पोर्नोग्राफीक साईटस् हा आधुनिक पालकांच्यादृष्टीने आणखी एक चिंतेचा विषय. पण आपल्या घरातला कम्प्युटर आमच्या बेडरूमसमोरच्या मोकळ्या पॅसेजमध्येच ठेवलेला असल्यामुळे त्याही बाबतीत तुम्ही भलत्यावेळी भलतं 'सर्फींग' कराल; याची शक्यता तशी फारशी नाहीच!

– खरंतर 'पहाऱ्या' पेक्षा 'विश्वास' महत्त्वाचा!

तुम्ही मुली तेवढ्या जबाबदार आहात आणि स्वत:च्या मर्यादा ओळखून त्या स्वेच्छेने सांभाळता आहात, यावर माझा विश्वास आहे. हातात सेन्सॉर बोर्डाच्या कात्र्या घेऊन तीक्ष्ण नजरेने तुमच्या कोवळ्या आयुष्यात कापाकापी करणं मला असंस्कृत वाटतं.

त्यापेक्षा काय बरं-काय वाईट हे तुमचं तुम्ही ओळखायला शिकलात, तर मला जास्त आवडेल.

... तेवढ्या तुम्ही शहाण्या आहात, हेही मला ठाऊकेय... हो नं?

तुमची

ममा

....

मुंबई,

फेब्रुवारी ९९

प्रिय वन्ती,

'मॉडेलिंग' चा कीडा तुझ्या डोक्यात वळवळत होता... कॅमेऱ्यासमोर उभं राहण्याच्या कल्पनेने तू अक्षरशः थरारून गेली होतीस; ते दिवस आठवतात?

– फार लवकर संपले,

हुश्श!

खरंतर जे झालं, ते कधीतरी होणार हे नक्कीच होतं.

सतरा वर्षांचं वय, सुंदर चेहरा, देखणं... प्रसन्न व्यक्तिमत्त्व... रोज उठून घरी अक्षरशः चालत येणाऱ्या 'लठ्ठ' ऑफर्सचा 'टाळणं अशक्य' असा मोह... आणि त्याहून महत्त्वाचा हातातला हुकुमाचा एक्का- 'माझ्याएवढी असताना तू पण मॉडेलिंग केलंच होतंस ममा. सो, व्हाय कान्ट आय?'

आता गळ्याचा तात सैल झाल्यावर कबूल करते, – ते सगळे दिवस मी फार काळजीत काढले.

सुदैवाने, मानेवर बसलेल्या मॉडेलिंगच्या भुताचा कब्जा तूच हलके हलके सोडवत गेलीस आणि शेवटी सुटलीस म्हणून बरं! नाहीतर माझं काय झालं असतं, कुणास ठाऊक!

मी मनातून नाराज... अस्वस्थच होते, पण 'मॉडेलिंग' या विषयावर तुझ्याशी फार वाद घातले नाहीत, विरोध करण्याचं तर त्राणही नव्हतं फारसं! 'नाही' न म्हणता मी जाणुनबुजून चार हात दूर राहिले... पण तुझा स्वतःचाच इंटरेस्ट हळूहळू मावळत गेला. 'मॉडेलिंग' पेक्षा जास्त 'एक्सायटींग' पर्याय तुला सापडत गेले आणि तू स्वतःहूनच बाजूला झालीस.

दर सेकंदाला टपरटपर करत निरर्थक वटवटत राहाणाऱ्या 'क्वीजें'च्या उल्लू टोळीत सहभागी व्हायचं नाही, हेही तुझं तूच ठरवलंस आणि आलेल्या कित्येक ऑफर्स धुडकावून लावल्यास.

... तरीही मधला काही काळ माझी झोप उडाली होती हे खरं.

'मॉडेलिंग'च्या दुनियेतल्या लखलखत्या, ग्लॅमरस रस्त्यांवर कसे जीवघेणे खड्डे असतात आणि धोक्याची वळणं असतात; हे तुला समजावण्याकरता माझा

आटापिटा चालला होता. आणि माझ्याकडे अविश्वासाने एकटक बघत तू सारखी विचारत होतीस, 'पण ममा, तू गेलीसच ना त्या रस्त्यावरून? तुझं काय वाईट झालं आयुष्यात? जे तू सहज करू शकलीस, ते मला जमणारच नाही कशावरून? व्हाय डु यु थिंक, आय वोन्ट बी एबल टु कोप?'

– मी परोपरीने तुला समजावत होते,

आता काळ बदललाय. मॉडेलिंगमध्येही पहिले दिवस नाही राहिलेले. मी पहिल्यांदा उभी राहिले कॅमेऱ्यासमोर, त्याला तब्बल तीस वर्षं उलटली आता. त्या काळात रिकाम्या वेळातला 'इंटरेस्टींग टाईमपास' म्हणून आम्ही मुली मॉडेलिंगमध्ये लुडबुडत असू. आमच्या खिशात आजच्याइतके पैसे खुळखुळत नव्हते हे खरं, पण आजच्याएवढे ताणतणाव नव्हते आणि दुसरीला पायाखाली चिरडून स्वत: पुढे जाण्याकरता वखवखलेली हिंस्त्र स्पर्धाही नव्हती.

आज काय अवस्था आहे?

'जरा पाहा तुझ्या आजुबाजूला'– मी जीव तोडून तुला समजावत होते.

'आजच्या मॉडेल्स जी दिव्यं पार करतात, जसं जगतात, ज्या पद्धतीने वागतात; ते जमेल तुला? खाण्यापिण्यावरची कडक नियंत्रणं, दिवस दिवस अक्षरश: उपास काढण्याची सक्ती, चेहेऱ्यावर सदैव थापलेलं जाडजूड मेकअपचं रोगण, वाट्टेल त्या वेळी उठून धावतपळत विमानं गाठणं आणि गुरासारखं बेदम राबणं... शिवाय पुढचं कॉन्ट्रॅक्ट मिळेस्तो डोक्यावर टांगती तलवार.... हे, असं भीषण आयुष्य; तेही जेमतेम सतराव्या वर्षी?'

आपण सुट्टीकरता म्हणून गोव्याला गेलो होतो. तिथे गेल्या गेल्या कळलं, की आपण उतरलो होतो त्याच हॉटेलमध्ये 'हॉट शॉट' कॅमेऱ्याच्या कॅम्पेनचं शूटिंग चाललंय. त्या कॅम्पेनचा सुप्रसिद्ध फोटोग्राफर माझा जुना मित्र. मला सहज म्हणाला, 'अवंतिकाचे काढू का फोटो?... जस्ट कॅज्युअल पिक्चर्स?'

– अचानक चमकलेल्या तुझ्या नजरेतलं 'उत्तर' मला स्पष्ट दिसत होतं. तुझा हिरमोड करावा, असं खरंच मला वाटलं नाही.

आय सेड 'येस'!

'घाबरू नकोस... शूटिंगच्या वेळेस मी अजिबात तिकडे फिरकणार नाही', असा दिलासा मी स्वत:हून दिल्यावर तू पंख लावून उडायचीच फक्त बाकी होतीस.

भारतातला ख्यातनाम 'स्टाईल-गुरू' प्रसाद बिडप्पा आपल्या सर्वांचाच जानी दोस्त. सुदैवाने तोही सुट्टीकरता म्हणून गोव्यात आला होता. तू थेट प्रसादला गाठलंस आणि 'मी येईन तुझ्याबरोबर... डोन्ट वरी' असं आश्वासन घेऊनच तू त्याच्याकडून परत आलीस.

प्रसादही खूष झाला... कारण तुझ्या डोक्यात वळवळणारा मॉडेलिंगचा कीडा माझ्याइतकाच त्यालाही चांगला ठाऊक होता. मला म्हणाला, 'काळजी करू नकोस. मॉडेलिंग ही काय झगझग असते; हे तिचं तिला एकदा कळलं की वन्ती पुन्हा पाऊल नाही ठेवणार तिकडे! मी सांगतो, आपल्याला काही तापच नाही तिला समजावण्याचा. ती स्वत:च 'नको' म्हणते की नाही बघ! यु नो, हाऊ अवर वन्ती इज... धीस इज क्लियरली नॉट फॉर हर!'

– प्रसाद वॉज ॲब्सोल्युटली राईट!

नव्या नवलाईच्या पहिल्यावहिल्या शूटिंगहून तू परत आलीस तीच मुळी वैतागून... चेहरा पाडून! भारतातल्या जगप्रसिद्ध फोटोग्राफरकडून फोटो काढून घेण्याचा तो अनुभव तुला फारच कंटाळवाणा वाटला होता.

'आधी का नाही सांगितलंस ममा, की हा प्रकार इतका बोअरिंग असतो ते!' - तू आल्या आल्या कुरकूर केलीस... मी मनातल्या मनात खूष!! चला, एक डोकेदुखी परस्पर थांबली. फोटोग्राफीमधल्या तज्ज्ञ माणसांनीच न सांगता माझं काम करून टाकलं होतं!

मुंबईला परत आल्यावर तुझे ते 'पहिलेवहिले फोटो' वाजतगाजत घरी आले.

त्यातला एकही फोटो तुला थोडासुद्धा आवडला नव्हता.

'आय लुक ऑफुलऽऽ ममाऽऽ'- तू रडकुंडीलाच आली होतीस, 'इट डझन्ट लुक लाईक मीऽऽ'

– खरंच होतं.

फोटोतली मुलगी कुणी तिसरीच वाटत होती. हा अर्थातच मेकअपचा करिश्मा! तो रंग चेहेऱ्यावर चढला, की कोणाही व्यक्तीचं व्यक्तित्व पार बदलून जातं. त्या व्यक्तीला स्वत:लाही ओळखता येऊ नये; इतका या जादुटोण्याचा असर घडतो.

– पहिला धक्का जरा ओसरल्यावर तू थोडी भानावर आलीस.

'लायटींग थोडं जास्त झालं असेल का गं ममा? त्याने इन्फॉर्मली केलं ना शूट, तिथे कुठे होती सगळी मॉडर्न इक्विपमेन्टस्? ना?'

'बहुतेक...' मनात वाजलेली धोक्याची घंटा कानाआड करून मी त्रोटक उत्तर दिलं.

'आणि खरं सांगू, त्या फोटोग्राफरशी माझा 'रॅपो'ही नव्हता जुळला फारसा... म्हणूनही झालं असेल हे असं! ना?'– तुला आणखी एक कारण सुचलं, तशी मी धास्तावले.

'ना? ममा?'

'बहुतेक... तसंही असेल म्हणा!'

'आय शुड टेक अनदर क्रॅक ऑन इट'– तुझा चेहरा एकाएकी उजळला. उत्साहाने उसळत तू म्हणालीस,

'ममा, प्लीजऽ प्लीजऽऽ प्लीजऽऽऽ गौतम मामाशी बोल ना! प्लीज ममा! तो जर का माझे फोटो काढणार असेल तर मी काहीही... काहीही अगदी वाट्टेल ते करायला तयार आहे. ममा प्लीजऽऽऽ विचारशील त्याला?'

– मी निश्चिंतपणे मान डोलावली.

केव्हाही उद्‌भवू शकणाऱ्या या भावी प्रसंगाची नांदी वाजण्यापूर्वीच मी आणि गौतमने (राजाध्यक्ष) एकमेकांशी बोलून जय्यत बंदोबस्त लावून टाकला होता.

तू जेमतेम चौदा वर्षांची होतीस; तेव्हाच 'अवंतिकाला मॉडेलिंगच्या ऑफर्स येणार... आणि पुढे काय काय होणार' याचे स्पष्ट इशारे गौतमने मला देऊन ठेवले होते.

'वॉच आऊट'... जाणत्या नजरेने तुझं 'भवितव्य' अचूक टिपणारा गौतम एकदा म्हणाला, 'अवंतिका विल बी स्पॉटेड! तिच्यावर नजर पडणारच कधी ना कधी, मग 'ऑफर्स' घेऊन एजन्सीची माणसं रात्रंदिवस घिरट्या घालायला लागलीत. आत्तापासूनच विचार करून ठेव आणि तिचाही जरा अंदाज घे एकदा!'

मी तेव्हाच त्याला माझा स्पष्ट नकार ऐकवला.

गौतमलाही तेच अपेक्षित होतं.

'यु आर राईट', तो स्वतःच 'हुश्श' करून मला म्हणाला, 'इट्‌स नॉट फॉर अवर गर्ल! पण तरी तिला स्वतः एकदा अनुभव घेऊ दे. 'करते' म्हणाली, तर अडवू नकोस. तिच्या डोक्यात घुसलंच मॉडेलिंगचं खूळ; तर तिला स्वतः त्यात बुचकळून बाहेर येऊ देणं; हाच तिला 'मॉडेलिंग' पासून दूर ठेवण्याचा उत्तम मार्ग आहे.'

त्या दुपारीच मी गौतमला फोन केला. त्याला म्हटलं, 'अवंतिकाला पोर्टफोलीओ करायचाय तिचा. कधी पाठवू?'

गौतम हसला. म्हणाला,

'लगेच!'

– याहीवेळी गौतममामाच्या कॅमेऱ्यासमोर तुला एकटीला उभं राहायचं होतं. मला म्हणालीस, 'ममा प्लीजऽ तू नको ना येऊस!'

– गौतमला ही आयडिया उलट आवडली.

मला म्हणाला,

'काळजी करू नकोस... आय विल टेक ग्रेट पिक्चर्स! काम करता करता मी गप्पापण मारीन तिच्याशी. या फिल्डमधले माझे भलेबुरे अनुभव ऐकवीन. लेट्स सी!'

– गौतमने आपला शब्द पाळला.

गौतममामा काय काय सांगत होता, ते घरी आल्या आल्या तत्क्षणी तू माझ्या कानावर घातलंस.

– फोटो अप्रतिमच आले.

... दे वेअर जस्ट फॅब्युलस!

माझी एवढीएवढ्डीशी मुलगी किती मोठी झाली, हे त्या देखण्या फोटोग्राफ्समध्ये बघताना माझाच माझ्या नजरेवर विश्वास बसत नव्हता... एक अतीव देखणी, सुकुमार तरूणी गौतमने आपल्या कॅमेऱ्यात बंदिस्त केली होती... तुझ्या नजरेतले नेमके क्षण अचूक टिपले होते.

– तुझा वैताग मात्र कायम होता.

'मला नाही आवडत माझे फोटो... आय हेट मायसेल्फ इन फोटोग्राफ्स! या फोटोतली ही इतकी देखणी मुलगी मी नाहीच्चेय!'...

– गौतमने माझ्याकडे बघून डोळे मिचकावले. आम्ही दोघेही त्या क्षणी प्रचंड खुष होतो.

तू जन्मात कधी 'मॉडेलिंग'च्या फंदात पडणार नाहीस; याची खात्री पटवायला 'तुझा वैताग' पुरेसा होता. एरवी गौतमने काढलेल्या फोटोंचे अप्रतिम रिझल्ट बघून तू नाचत सुटली असतीस... 'ग्लॅमर वर्ल्ड' मध्ये झगमगणारं स्वतःचं नाव पाहायला आसुसली असतीस.

– पण सुदैवाने तसं झालं नाही.

'फेमिना'च्या कव्हरवर तुझा पहिला (आणि एकमेव) फोटो छापला गेला, तेव्हा तू जेमतेम वीसेक वर्षांची होतीस. ते कव्हर बाजारात आलं, 'फेमिना' चे अंक स्टॉलवर झळकले; त्याच क्षणी 'मॉडेलिंग' मधला तुझा उरलासुरला उत्साहही मावळला.

'त्या' कव्हरवर आपण 'मूर्ख... आणि विचित्र' दिसतो; म्हणून तू हिरमुसून बसलेली असताना मित्रमैत्रिणींचे फोन सुरू झाले... सगळीकडून अभिनंदनाचा प्रचंड वर्षाव झाला; तशी तुझी कळी खुलली!

– पण ते तेवढ्यापुरतंच!

'फेमिना'च्या मागोमाग आलेल्या 'मॉडेलिंग'च्या ऑफर्सकडे तू ढुंकूनसुद्धा पाहिलं नाहीस.

गेल्या अख्ख्या वर्षभरात तुझ्या तोंडून 'मॉडेलिंग' चा साधा उच्चारसुद्धा

ऐकल्याचं मला आठवत नाही. एवढंच काय? एका सुप्रसिद्ध हिंदी फिल्म निर्मात्याकडून आणि दिग्दर्शकाकडून आलेली 'ऑफर' साभार परत करण्याचा निर्णयसुद्धा तू जेमतेम मिनटाभरात घेतलास.

– हे ऐकल्यावर आम्ही सगळ्यांनीच सुटकेचा श्वास टाकला.

मॉडेलिंगचं भूत अखेर एकदाचं उतरलं.

सिनेमातल्या गोडमिचकुट हिरोबरोबर झाडांभोवती पळण्याची 'ग्लॅमरस' शक्यताही मावळली.

– हुश्श!

माझ्या आईबाबांनीही माझा मॉडेलिंगचा हट्ट असा उपेक्षेने मारला असता तर? 'खानदानकी इज्जत'का सवाल उभा करून अजिबात आकांडतांडव न करता मला माझ्या नशिबावर सोडून दिलं असतं तर?

– तर कदाचित मीही 'फेमिना' च्या कव्हरवर माझा पहिलावहिला फोटो छापून येताक्षणीच मॉडेलिंगला रामराम ठोकला असता.

... पण काय करणार?

तसं व्हायचं नव्हतं, हेच खरं!

'का नाही?' म्हणून वर्तमानाशी टक्कर घेणाऱ्या माणसाला पुढच्या क्षणी काय घडणार, हे कुठे ठाऊक असतं?

दॅटस् लाईफ!

ना?

एकदाची सुटलेली,
तुझीच,
ममा

....

मुंबई,
जून ९९

प्रिय मुलांनो,

आपल्या घरात हा विषय कधी फारसा चर्चेला आला नाही, पण तुमच्या शाळा कॉलेजात, मित्र-मैत्रिणींमध्ये याबद्दल उलटसुलट बोललं जात असणार, याचे धागेदोरे तुमच्याच गप्पांमध्ये मला सापडत असतात. अमुक एक व्यक्ती 'कित्ती काळीकुट्ट' किंवा 'किती गोरीपान' आहे; याबद्दल तासन्तास चालणाऱ्या चर्चा ऐकल्या की मला नेहमी वैताग येतो. कुणाच्याही हातात नसणाऱ्या या केवळ योगायोगाच्या आणि शरीरशास्त्रीय वस्तुस्थितीबद्दल चवीचवीने गप्पा

मारण्यात आपण का इतका वेळ हकनाक वाया घालवत असतो?

'इतकी काळीकुट्ट आहे ना ती, कुठलाच कलर तिला सूट होणं शक्य नाही!'

– याच्याशी दुसऱ्या-तिसऱ्याचा काय संबंध?

गोऱ्यापान त्वचेचं, अतिरेकी वेड हा आपल्या 'राष्ट्रीय आसुसलेपणा'चाच एक भाग असल्यामुळे तुम्ही मुलं तरी त्यापासून कशी दूर राहू शकणार? पण सुदैवाने माझ्या चारपैकी एकाही मुलीने 'अमुक तासात गोरेपणा देणाऱ्या' हमखास गॅरन्टीवाल्या क्रीमसाठी कधी हट्ट धरला नाही, आणि एकाही मुलाने 'काळी आहे का गोरी?' हा एकमेव निकष वापरून आपल्या गर्लफ्रेण्डस् निवडल्या नाहीत.

काळ्या-गोरेपणाची फार पत्रास बाळगू नये; पण असेल त्या रंगाची आपली त्वचा स्वच्छ, निरोगी राहावी म्हणून प्रयत्न जरूर करावेत; हे मी तुम्हा मुलांना सदैव सांगत आले. सुदैवाने तुम्हा सर्वांना कांतीमान, तेजस्वी त्वचेचं वरदान देवाघरूनच लाभलं आहे. कधी पुटकुळ्या उठल्या, तारूण्यपिटीकांनी हल्ला चढवला; त्या त्या वेळी आजीबाईच्या बटव्यातली परंपरागत औषधं वापरून आपण मुकाबला केला. पण ते तेवढ्यापुरतंच! त्यापलीकडे कोण काळं, कोण गोरं हे आपल्या दृष्टीने महत्त्वाचं नव्हतं; त्यामुळे त्याच्याबद्दल कधी गप्पाही रंगल्या नाहीत फारशा.

'एऽऽ ऐश्वर्या इज सोऽऽ ब्युटीफुल नाऽऽ... कित्ती गोरीपान आहे ती!! सो फेअरऽऽ'

– अशी स्तुती सुमनं जाता येता माझ्या कानावर पडत राहिली; तेवढीच!

पण तुमच्या शाळा कॉलेजात या काळेकुट्ट आणि गोरेपान प्रकरणाच्या गप्पांनी तुमचे कट्टे रंगल्याशिवाय कसे राहाणार?

'ती अमुक अमुक इतकी काळीढुस्स आहे ना, अमावस्येच्या रात्री ती स्वत:लापण दिसत नसेल बहुतेक!'

'तिला काय चान्सच नाहीये यार लाईफमध्ये, शी इज ब्लॅकर दॅन तवाऽऽऽ'

– या असल्या गप्पा तुम्हीही कधी ना कधी हाणल्या असणारच.

कामाला येणाऱ्या मोलकरणीने एका घरातल्या जरा काळ्यासावळ्या मुलीला 'तुला दत्तक घेतलंय का?' असा प्रश्न विचारल्याचंही मी ऐकलं आहे. जेमतेम साडेतीन-चार वर्षांच्या त्या अजाण मुलीचा दोष काय?– तर ती तिच्या गोऱ्यापान आईवडिलांपेक्षा रंगाने जरा सावळीच! शाळकरी गुलंसुद्धा आपल्या वर्गमित्र-मैत्रिणींना 'कल्लू... कालिया' म्हणून चिडवतात... 'तो चौथीतला 'काळ्या' नाही का?' किंवा 'ती पाचवीतली 'म्हैस रेऽऽऽ' असं खिजवून काळ्या-सावळ्या

मुलांना नको जीव करतात... इतक्या छोट्या मुलांच्या डोक्यात ही असली भलती खुळं भरवतं कोण? - अर्थात मोठी माणसं! टोमणे मारणाऱ्यांची स्वस्तातली मौज आणि, ते खाणाऱ्यांना जन्मभराचा न्यूनगंड! हे सारं अक्षरश: वर्षानुवर्षं चाललं आहे. परदेशातून येणारी माणसं भारतीयांच्या या असल्या 'वर्ण-विद्वेषाची' चेष्टा करतात, रेवडी उडवतात; पण त्याला आळा कोण घालणार?

जेव्हा जेव्हा आपण अमेरिकेला गेलो; तेव्हा तेव्हा कोपऱ्या-कोपऱ्यावर दिसणाऱ्या, भेटणाऱ्या निग्रो स्त्री-पुरूषांच्या घोळक्यांकडे बघताना तुमच्या नजरा कशा आक्रसतात; हे मी पाहिलं आहे. आनंदिता पहिल्यांदा अमेरिकेला गेली तेव्हा तर घाबरलीच होती. ट्रेनमध्ये तिच्या समोरच्या रिकाम्या सीटवर एक निग्रो तरूण अचानक येऊन बसला; आणि भीतीने शहारलेली आनंदिता आक्रसून मुटकुळं करून मला बिलगली. तोंडून शब्द फुटत नव्हता; तरीही 'ममा, तो माणूस मला पळवून नेईल का गं?' असं तिने हिंदीतून विचारलं तेव्हा मी उडालेच! – आनंदिताला इतकी भीती का वाटावी, हे मला समजत नव्हतं. शेवटी खोदून खोदून विचारल्यावर कळलं, हे शहाणपण तिच्या आयाचं! आनंदिताच्या आयाने तिला प्रत्येक काळ्या माणसापासून सांभाळून राहायला सांगितलं होतं. का?

– सगळे तर 'निग्रो' वाईट्ट, घाणेरडे आणि हिंस्त्र दरोडेखोर असतात, म्हणून!

– त्याच दरम्यान आपण राहतो; त्या कॉम्प्लेक्समध्ये एक निग्रो कुटुंब राहायला आलं होतं. लिफ्टमधून वर येताना 'त्यांच्या'पैकी कुणी दिसलं, की मनातून धास्तावलेली आनंदिता त्यांच्याकडे टकमक बघत राही. त्या 'काळ्या कुटुंबा'ने आपल्या बिल्डिंगमध्ये एकच खळबळ उडवून दिली होती. लिफ्ट चालवणारे अटेन्डन्ट वैतागले होते. 'ती माणसं' फार उद्धट, आगाऊ आहेत; म्हणून जाणाऱ्या येणाऱ्याकडे तक्रारी करत सुटले होते. बिल्डिंगमध्ये घरकामाला येणाऱ्या बायका तर 'ती माणसं' नुसती दिसली तरी नाकाला पदर लावीत. लिफ्टमध्ये 'त्यांच्या'पैकी कुणी असलं, तर दारातून आत पाऊल टाकत नसत. त्यांच्या घरात 'नरमांस' शिजवलं जातं, अशी अफवाही पसरली होती. बिल्डिंगमधलं कुणीही– अक्षरश: कुणीही या नव्या पाहुण्यांशी साधं हसून बोलायला तयार नव्हतं.

'आफ्रिकेच्या जंगलातनं आलेली जनावरं ती! त्यांच्यापास्नं चार हात लांबच राह्यलेलं बरं बाई!'- आनंदिताच्या आयाने एकदा आपला वैताग सरळ बोलूनच दाखवला; तेव्हा मी तिला समजावलं. पण ती ऐकून घ्यायला तयार नव्हती. हात उडवत मला म्हणाली,

'तुम्हाला काय ठाऊक मॅडम?'- फार वाईट असतात ही माणसं. जनावरांसारखं घाणेरडं राहातात... जनावरासारखं वागतात, कधी त्यांचं डोस्कं फिरेल काय सांगावं?'

– त्या रानटी कुटुंबाच्या हिंस्रपणाच्या बऱ्याच (ऐकीव) गोष्टींचा साठा एव्हाना तिच्यापाशी जमला असावा. परवाच लिफ्टमधनं वर येताना बिल्डिंगमधल्या मुलांच्या अंगावर 'ती काळी बाई' कशी वस्सकन् धावून गेली; हे नंतरची दहा मिनिटं मला ऐकून घ्यावं लागलं.

थोडी चौकशी केली, तेव्हा खरा प्रकार मला कळला. लिफ्टमधल्या एका मुलाने त्या बाईच्या काळ्या रंगावर आणि केसांच्या बारीक बारीक वेण्यांवर काहीतरी गलिच्छ 'कॉमेन्ट' केली. म्हणून चिडून जाऊन तिने त्या मुलाला समज दिली होती. 'पुन्हा असं बोलशील तर तुझ्या घरी सांगीन' अशी तंबी देताना, तिचा आवाज जरा चढला एवढंच!

– तेवढ्या भांडवलावरून तिच्या रानटीपणाच्या रसभरीत हकीगती अख्ख्या बिल्डिंगभर पसरल्या होत्या. आनंदिताच्या आयाला विचारलं, 'तुला ठाऊक आहे का, 'त्या दिवशी' नक्की काय झालं ते?'

ती पुन्हा हात झटकून म्हणाली, 'ठाऊक काय असायचं त्यात? माणसं कसली? भुतं आहेत ती! इथे कशाला आली, कुणास ठाऊक!'

आनंदिताची आया एक अशिक्षित, अडाणी स्त्री आहे, तिला काय कळणार?

पण तुम्ही?– तुम्ही तर जाणते आहात.

तुम्हाला या गोष्टी नीट समजून घेता यायलाच हव्यात. कुणाच्या रंगरूपावरून अकारण चेष्टामस्करी चाललेली ऐकली, की मला राग येतो तो म्हणूनच!

भारतात गोऱ्यापान केतकी सौंदर्यापासून काळ्याकुट्ट रापलेल्या कातडीपर्यंत सर्व रंगांचे लोक राहातात... इजन्ट दॅट लव्हली?

आपल्याच घरात पहा.

गव्हाळ बिस्कीटापासून तांबूस टोस्टपर्यंतची 'रेंज' तुम्हाला सहज सापडेल. त्वचा स्वच्छ राखणं, निरोगी असणं महत्त्वाचं! रंगाच्या दोन चार छटा जरा झाल्या इकडे-तिकडे तर त्यात काय एवढं अस्वस्थ व्हायचं?

– खरं तर, कोणत्याही प्रसंगी कुठल्याही मुद्द्यावरून व्यक्तिगत टीकाटिप्पणी करू नये, शारीरिक कमतरतेवरून... व्यंगावरून कुणालाही कधी टोचून बोलू नये, हे उत्तम! समोरच्या माणसाविषयी चार चांगले शब्द सुचत नसतील; तर गप्प राहा! पण सहज गंमतीगंमतीत, मजेमजेत कुणाच्या जखमेवरली खपली उचकटू नका. बसकं नाक, सपाट छाती, खुरटं शरीर, अतिरेकी वजन, फताडे पाय... हे सारं स्वीकारतानाच त्रासलेली असतात माणसं; त्याच गोष्टीवर नेमकं

बोट ठेवून त्यांना खिजवताना काय असा आनंद मिळतो?– या साऱ्या गोष्टी शेवटी देवाघरूनच मिळत असतात प्रत्येकाला! अप्रतिम देखणं रूप आणि रेशमासारखे मऊ, चमकदार केस घेऊन जन्माला येणाऱ्या व्यक्तीला त्याकरता कसलं कर्तृत्व नाही गाजवावं लागत!

– सौंदर्याची तारीफ जरूर करा, अगदी मनापासून भरभरून करा; पण ज्याच्याजवळ ते नाही, त्याला 'कुरूप' म्हणून हिणवण्याचा कोणताही अधिकार आपल्याला नाही, हे कधी विसरू नका. इतक्या निर्दयपणे कुणी आपली खिल्ली उडवली, तर आपल्याला काय वाटेल; ही मोजपट्टी कायम मनाशी बाळगली तर पायरी घसरण्यापूर्वीच स्वत:ला सावरणं शक्य होतं.

अलीकडेच आपल्या बिल्डिंगमधल्या एका काळ्यासावळ्या मुलाला 'गोरापान' दिसवण्याच्या मूर्ख हट्टापायी त्याच्या आईने त्याला ब्युटीपार्लरमध्ये नेलं; आणि त्याच्या कोवळ्या चेहेऱ्याला चक्क केमिकल ब्लीच करवून घेतलं. असला विचित्र अवतार घेऊन तो मुलगा खाली बागेत खेळायला आला, तेव्हा सगळ्या मुलांनी मिळून त्याची कशी टिंगल केली; हे आनंदिता मला सांगत होती.

– तेवढ्यात चेहेऱ्यावर पावडरचे थरच्या थर थापलेली शेजारची मोलकरीण काहीतरी कामाकरता म्हणून अचानक आली. काळीकुट्ट मान आणि गोरा पिट्ट चेहरा असं तिचं ध्यान बघून अरूंधती आणि आनंदिता हसत सुटल्या. खरंतर मलाही हसावंसं वाटत होतं, पण स्वत:ला सुंदर 'दिसवण्यासाठी' वेडी धडपड करणाऱ्या त्या दुर्दैवी स्त्रीची कणवही येत होती. आमचे चेहरे आणि मुलींची नजरानजर बघून ती काय समजायचं ते समजली. शेवटी म्हणाली, 'माझा चेहरा बघून हसताय ना? पण मी तरी काय करू? जिथे जिथे काम मागायला जावं, तिथनं हाकललं सगळ्यांनी! इतक्या काळ्या बाईचं थोबाड रोज उठून कुणाला आवडणार बघायला?– त्यापेक्षा ही अशी पावडर थापली की बरं! लोकांना नाक तरी नाय ना मुरडावं लागत?'

गोरेपणाच्या इतक्या अतिरेकी वेडाने झपाटलेल्या आपल्या देशात 'काळ्याचं गोरं' करून देण्याची आमिषं दाखवणाऱ्या सौंदर्यप्रसाधनांनी जनतेची खुलेआम लूट करावी; यात कसलं नवल?

– तुम्ही मुलं तान्ही होतात; तेव्हा सुक्या वाटाण्याच्या पिठाने चोळून चोळून मी तुम्हाला आंघोळ घालत असे. 'त्या पिठात थोडी हळद मिसळा ना मॅडम'... म्हणून आपल्याकडच्या तमाम मोलकरणींनी मला सल्ले दिलेले आहेत. का, तर गोरी होतील ना मुलं; म्हणून!

आपल्या पोटी जन्मलेल्या सावळ्या मुलींची त्वचा उजळावी; म्हणून सतराशे साठ उपाय करायला धावणाऱ्या आया मला ठाऊक आहेत. रंग उजळवण्याच्या

वेड्या हट्टापायी अशा मुलींची मनं मात्र कायमची कोमेजतात आणि जन्मभरासाठी चिकटलेला काळेपणाचा न्यूनगंड त्वचेवरचं सावळं तेजही पार पुसून टाकतो.

'काळीकुट्ट' म्हणून मैत्रिणींनी झिडकारलेल्या तुझ्या वर्गातल्या एका मुलीची गोष्ट तू मला सांगितली होतीस, आठवतं आनंदिता? तिच्या केसात 'चिप... चिप' थापलेलं तेल घाण दिसतं, म्हणूनही वर्गातल्या मुलींनी चिडवून चिडवून हैराण केलं होतं तिला. शेवटी ती शाळेतच येईनाशी झाली... तिची समजूत घालून पुन्हा तिला रूळावर आणण्याकरता अखेर किती धडपड करावी लागली!- अजूनही ती तशीच असते- गप्पगप्प, घुमी!

...अलीकडे एक उलटीच भानगड सुरू झालीय.

हजारो रूपये खर्चून परदेशातून येणारी महागडी 'इम्पोर्टेड' टॅनिंग क्रीम्स चोपडायची शरीरावर...

का?

– तर गोऱ्यापान रंगावर जरा तपकीरी झाक चढावी म्हणून!

तुमच्या मैत्रिणींमध्ये सध्या ही 'टॅनिंग'ची क्रेझ भलतीच पॉप्युलर आहे.

'टॅन इज फॅशनेबल, ममाऽऽ'

– तुम्ही माना वेळावून मला सांगता; जसं मला काही ठाऊकच नाहीये!

– असेल बुवा फॅशनेबल!

म्हणजे काळ्या मुलींनी 'गोरेपणा' साठी जीव टाकायचा, आणि गोऱ्याचिट्ट्या मुलींनी 'टॅनिंग'च्या वेडापायी हजारो रूपयांची क्रीम्स चोपडायची!

– काय हा मूर्खपणा?

एक सांगू?

– यातलं काहीच करण्याच्या भानगडीत तुम्ही चुकुनसुद्धा पडू नका.

वर्ण गोरा असो, गव्हाळ असो, सावळा असो की काळा; प्रत्येकाचं एक 'सौंदर्य' असतंच... ते पाहाण्याची 'नजर' फक्त हवी.

खरं ना?

तुमची,

ममा

....

मुंबई,

११ ऑगस्ट ९९

प्रिय अरूंधती आणि आनंदिता,

या शतकातलं शेवटचं सूर्यग्रहण तुमच्याबरोबर पाहण्याचा थरारक, रोमांचक अनुभव मी कधीही... जन्मभर विसरू शकणार नाही. सूर्यग्रहणाबद्दलच्या जाहीर

चर्चा सुरू झाल्या, त्या दिवसापासून तुम्हा दोघींना उत्साहाचं उधाण आलं होतं. वर्तमानपत्रात छापून येणाऱ्या उलट सुलट बातम्या, टी. व्ही. वरच्या चर्चांमुळे आपला गोंधळ अधिकच वाढत होता. सूर्यग्रहण बघायचं की नाही? डोळ्यांना कसली इजा झाली तर? बाजारात मिळणारे गॉगल्स कितपत सुरक्षित असतील? त्या काळ्या काचांमधून चुकून एखादा दूषित किरण आरपार गेला तर?- शंकाकुशंका इतक्या होत्या; की शेवटच्या क्षणापर्यंत निर्णय करणंही मुश्कील होतं.

आदल्या रात्री मी आणि डॅडी एका पार्टीहून बरेच उशिरा घरी परतलो. आम्ही येईतो तुम्ही दोघी झोपून गेला होतात. मीही थकले होते. क्षणात पाठ टेकली.

दुसऱ्या दिवशी संध्याकाळी चार वाजता धाडधाड दारं वाजवत तुम्ही शाळेतून घरी आलात, तरी माझ्या डोळ्यावरची झोप उतरली नव्हती. माझा अवतार बघून वैतागलेल्या अरूंधतीने पाय आपटत रडून गोंधळ घातला.

'सोलर गॉगल्स कुठेत ते सांग आधी! तू प्रॉमिस केलं होतंस ममाऽऽऽ आता कसं बघणार आपण ग्रहण?'

खिडकीबाहेर पसरलेल्या समुद्रावरचं आभाळ काळ्याकुट्ट ढगांनी ओथंबून आलं होतं. पावसाची लक्षणं दिसत होती.

'आता पाऊस येईल, अरूंधती! इतक्या ढगाळ आकाशात कुठे दिसणार आहे सूर्यग्रहण?'-

– मी डोळे चोळत तुम्हा दोघींची आणि स्वत:चीही समजूत घालायचा प्रयत्न केला.

'ढग जातील ममाऽऽ त्यांना माहितीये, आपल्याला ग्रहण बघायचंय तेऽऽ' हिरमुसलेल्या आनंदिताची आशा अजून जीवंत होती.

पण तेवढं ऐकून, अरूंधती, तू आणखी वैतागलीस.

'मूर्खासारखं बडबडू नकोस काहीतरी!' – आणखी पाय आपटलेस... आणखी गाल फुगवलेस!

– शेवटी मी उठले.

जुन्या निगेटीव्हज्‌च्या पट्ट्या शोधून काढल्या आणि त्या कापून सर्वांकरता गॉगल्स बनवले. एव्हाना दीपा आणि रोहिणी स्वयंपाकघरातली कामं सोडून बाहेर आल्या होत्या. त्यांच्याही अंगात 'ग्रहणा'चा उत्साह पुरेपूर भिनलेला बघून मला जरा आश्चर्यच वाटलं. सूर्यग्रहणासारखा 'अशुभ' प्रसंग; म्हणजे दोघी दारं लावून... पडदे ओढून आपल्या खोलीत स्वत:ला चक्क कोंडून घेतील आणि ग्रहण सुटल्याशिवाय पाण्याच्या थेंबाला शिवणार नाहीत; अशी माझी समजूत होती.

– पण तुम्हा दोघींच्या उत्साहाची लागण त्यांनाही झाली; आणि दोघीही पाच पाच मिनिटांनी बाल्कनीत जाऊन 'ढग गेले का? सूर्य दिसतोय का?' – ते पाहू लागल्या.

पाच वाजत आले, तरी आभाळातले ढग हटायचं नाव घेईनात. पाण्याने भरलेल्या, ओल्याचिंब काळ्याकुट्ट ढगांखेरीज काही म्हणता काही दिसत नव्हतं. याआधी दक्षिण मुंबईतल्या एका मोठ्या मैदानातून हजारो लोकांच्या गर्दीत उभं राहून बघितलेलं सूर्यग्रहण मला आठवलं. तो थरारक क्षण पुन्हा अनुभवता यावा, म्हणून मन अधीर झालं होतं. पण नजरेसमोर काही दिसेना, तेव्हा खट्टू झालेल्या तुम्हा मुलींना मी जुन्या गोष्टी सांगत राहिले. बाल्कनीच्या कठड्याला रेलून, आकाशात नजर लावून समुद्रावरला संध्याकाळचा वारा खात आपण कितीतरी वेळ उभे होतो... 'तो' क्षण फक्त दहा मिनिटांवर आला, तसा आपला धीर सुटत चालला. वरच्या मजल्यावरची माझी शेजारीण मैत्रीण गेल्या सूर्यग्रहणाच्या वेळी गरोदर होती, म्हणून तिला जयपूरला नेऊन तिच्या आजेसासुबाईंनी कसा कडेकोट बंदोबस्त केला होता, हे तुम्हाला सांगितल्याशिवाय मला राहवलं नाही. आपल्या गरोदर नातसुनेच्या शरीरावरचं प्रत्येक छिद्र... अगदी तिची बेंबीसुद्धा... भिजवलेल्या कणकेचे गोळे चिकटवून आजीबाईंनी बंद करून टाकलं होतं. का?- तर गर्भातल्या बाळावर सूर्यग्रहणाच्या अशुभ किरणांचा असर होऊ नये म्हणून! – ती शेजारीण सांगत होती, 'आजेसासुबाईंनी माझ्या तळहातावर, तळपायावर, नखांवर मेंदीसुद्धा लावली... ग्रहणाची उष्णता बाळाला बाधली तर? - म्हणून!'

माझ्या बोलण्याकडे तुम्हा मुलींचं अजिबात लक्ष नव्हतं. 'हिस्टरी'च्या प्रोजेक्टसाठी चित्रं, फोटो कापत हॉलमध्ये बसलेली अरूंधती तर बाल्कनीतून बाहेर बघायलासुद्धा तयार नव्हती. तेवढ्यात आनंदिता अचानक तीरासारखी बाहेर धावली,

'एऽऽ ते बघऽऽ ते बघ ग्रहणऽऽ इट्स हॅपनिंग ऽऽ लुक... लुक...'

निगेटीव्हज् कापून केलेले छोटे गॉगल्स डोळ्यावर चढवून आपण सगळेच आभाळातल्या ढगांच्या अचानक उसवलेल्या गर्दीमध्ये अचंब्याने शोधायला लागलो... उकळत्या दुधावर कडेने साय धरावी तशी सूर्याच्या तेजस्वी बिंबाला घेरून आलेली काळीभोर सावली पुढे पुढे सरकत होती.

साऱ्यांचेच श्वास थांबले.

शब्द सुचेना.

बोलावंसं वाटेना.

आपण सारे नि:शब्दपणे तो थरार अनुभवत होतो.

अरूंधतीच्या गंभीर, शोधक चेहेऱ्यावरची सचिंत आठी माझ्या नजरेतून सुटली नाही. मनगटावरच्या घड्याळाकडे अधूनमधून लक्ष टाकीत ग्रहण सुटायला अजून नक्की किती वेळ लागेल, याचे हिशेब तिच्या मनात सुरू झाले होते.

भर दिवसा घेरून आलेल्या काळसर सावल्यांच्या छायेत धास्तावलेलं माझं अस्वस्थ मन, माझं मलाच सावरेनासं झालं होतं. पुनः पुन्हा ढगांच्या गर्दीत लपणाऱ्या काजळल्या सूर्यबिंबावरची नजर हटता हटत नव्हती. उत्स्फूर्तपणे मी सुचवलं, 'आपण गायत्री मंत्र म्हणूया का?'

त्या मंत्रशक्तीच्या प्रभावानेच जणू चमत्कार व्हावा; तसे क्षणार्धात आभाळातले ढग पांगले; आणि ग्रहणग्रस्त सूर्यबिंबातली उरलीसुरली चकाकती चंद्रकोर लख्ख उजळली.

आपण अत्यानंदाने चित्कारलो.

उचंबळून उठलो...

दुर्मिळ अनुभवाच्या प्रत्यक्ष थरारक अनुभूतीने टाळ्या पिटत चक्क ओरडलोसुद्धा...

आपल्या बाल्कनीकडे आश्चर्याचे कटाक्ष टाकून पुन्हा आपापल्या कामाला लागणाऱ्या मुंबईकरांना आकाशात काय चमत्कार चाललाय, याकडे नुसतं बघायलासुद्धा वेळ नव्हता. रस्ते नेहमीसारखे वाहाताना दिसत होते. पार्कींग एरियातल्या गाड्या एक काम संपवून रोजच्याच घाईगर्दीने दुसऱ्या कामाच्या दिशेने निघत होत्या. दारं उघडून मालकांची वाट पाहात गाड्यांच्या बॉनेटवर बुडं टेकलेले शोफर्स... समोरच्या कमर्शियल कॉम्प्लेक्समध्ये शिरणारे आणि भुळभुळत बाहेर पडणारे सुटाबुटातले चाकरमानी... दिवसभराची धावपळ आटोपून घरोघरी जाणाऱ्या लोंढ्यात स्वतःला झोकून दिलेली, रस्त्यावरून वाहात निघालेली गर्दी...

– एक नजर उचलून आकाशातलं अद्भुत नाट्य पाहायला कुणाला क्षणभराचीदेखील फुरसद नव्हती.

पाठीशी लागलेल्या पोटामागे धावणंच केवळ नशिबी असलेल्या मुंबईची मला कीव आली, आणि वाईटही वाटलं. मनुष्यजन्मात अगदी अभावानेच वाट्याला येणाऱ्या या नैसर्गिक अद्भुताची दखल घेण्याएवढीदेखील सवड या शहराला नसावी? कमीत कमी वेळात जास्तीत जास्त पैसा कमावण्याच्या शर्यतीत धावताना अगदी एखादा क्षणही निखळ रोमांचक, थराराचा नसावा?- 'मुंबई' नावाच्या निर्दय शहरात सारं केवळ पैशातच मोजलं जातं, हे अकरा ऑगस्टच्या त्या संध्याकाळी मी पुन्हा एकदा अनुभवलं.

...एकेक क्षण वाया घालवणं, एकेक मिनिट असं फुकट दवडणं, इथे

कुणाला परवडणार?

- घेरून आलेल्या काळ्याभोर सावलीच्या पाशात हलके हलके बुडत, मिटत, अंधारात जाणाऱ्या सूर्यबिंबामध्ये नजरा गुंतवून बसलेल्या आपल्या बाल्कनीतून त्या संध्याकाळी दीपाने जोरात शंख फुंकला आणि आपली अख्खी बिल्डिंग थरारून उठली - ग्रहणाची सावली पुढे पुढे सरकते आहे, हे जाणवताच मला आपल्या देवघरातल्या पांढऱ्याशुभ्र शंखाची आठवण झाली. माझ्या पन्नासाव्या वाढदिवशी सुदीपने दिलेली ती अमूल्य भेट कधीची नि:शब्द होती. अशा पवित्र प्रसंगी शंखध्वनी करण्याचा प्राचीन संकेत मला अचानक आठवला, आणि मी दीपाला घरात पिटाळलं.

गायत्री मंत्राचा अखंड घोष चालू असताना दीपा गाल फुगवून फुगवून शंख फुंकत होती... त्या पवित्र ध्वनींच्या स्पंदनांनी आपण सारेच थरारून उठलो. आपल्या बाल्कनी बाहेर पसरलेला अथांग समुद्र संध्याकाळच्या लाटांनी उचंबळत होता. बघता बघता आभाळातले उरलेसुरले ढगही पांगले; आणि काळ्याभोर सावलीने गिळलेल्या सूर्यबिंबाची उरलीसुरली लालसर कोशीर झळाळून उठली.

त्या अद्भूत क्षणाचा शब्दातीत थरार आपल्या कुणाच्याच मनात मावेनासा झाला होता. माझा हात घट्ट पकडून उभ्या असलेल्या अरूंधतीच्या बोटांची पकड खोल खोल रूतत चालली होती. आनंदिता बाल्कनीतून बेडरूमच्या खिडकीशी धावली. तोवर डॅडीही रोजची कामं तशीच टाकून घाईघाईने घरी पोचले होते. सूर्यग्रहणाच्या दिवशीच आमच्या लग्नाचाही वाढदिवस; म्हणून आम्ही दोघे दुप्पट खुशीत होतो.

एव्हाना सूर्य जवळपास दिसेनासा झाला होता. संध्याकाळच्या तांबूस प्रकाशावरून सरकणाऱ्या सावल्या अधिक गडद झाल्या. समुद्राच्या पाण्यावर हिंदकळणारी किरणं अचानक अदृश्य झाली... सारं तेजस्वीपणच पुसलं गेलं आणि एक पांढरट, पिवळसर झाक सर्वत्र गळत, पाझरत राहिली... चंदेरी- सोनेरी श्रीमंती सौंदर्यात नाचत उधळत किनाऱ्याशी येणाऱ्या संध्याकाळच्या लाटा गर्द गांभिर्याने कोरड्या वाळूवर येऊन फुटत होत्या.

हा कुठला प्रकाश?

ना सूर्याचा... प्रखर, तेजस्वी!

ना चंद्राचा... शीतल, चंदेरी!

– एक वेगळीच अशक्त आभा.

कधीच न पाहिलेली, न अनुभवलेली!

न राहवून मी घरातून फोन आणला आणि आभाळात गुंतलेली माझी नजर सराईत बोटांनी भराभर नंबर फिरवत राहिली. त्या अद्भूत संध्याकाळी आपल्याबरोबर

नसलेल्या अवंतिकासकट कुणाकुणाशी आपण भरभरून बोलत राहिलो... समोर जे दिसत होतं; त्या अद्‌भुताच्या वर्णनासाठी शब्द सापडत नव्हते; तरी बोलण्याला खळ नव्हता... उत्साहाच्या उधाणावर कसलं झाकण नव्हतं!

एव्हाना आकाशात चंद्र उगवला होता. एकीकडे चंद्राचा शुभ्रधवल रूबाब आणि दुसरीकडे छाया-पडछायांच्या खेळात झाकोळलेल्या सूर्यबिंबापाशी उरलेला अशक्त, अरूंद चंद्रकोरीएवढा तुकडा!

... आभाळातल्या त्या अकल्पित अदलाबदलीकडे मी थक्क होऊन पाहात राहिले. स्वतःच्या सर्वज्ञपणाचा माज मिरवणाऱ्या पृथ्वीवरल्या ऐहिक दुनियेला चपराक देणारं एक थरारक नाट्य आभाळात रंगलं होतं. ग्रहणग्रस्त सूर्याला चिकटलेला तो अशक्त प्रकाशाचा ढलपा रंग बदलत बदलत आकसत चालला होता. त्याची निळसर झाक बघता बघता लुप्त झाली आणि रसरशीत संत्र्याच्या सालीसारखा तकाकणारा भगवट केशरी उजेड पाझरत राहिला.

– हे सारं पाहाता पाहाता खाली रस्त्यावर आपापल्या कामात मग्न असलेल्या शुंभ माणसांच्या मद्दडपणाची मला कीव वाटत होती. वर आभाळात काय चाललंय याबद्दल कुणालाच काही वाटत कसं नाही, म्हणून माझ्या अखंड चुकचुकण्याला वैतागलेल्या डॅडींनी अखेर मलाच गप्प बसवलं आणि माझा हात घट्ट पकडून म्हणाले,

'वर बघ... मार्व्हलस!'

सेकंदागणिक सारं बदलत होतं...

आता तर नजरही ठरेनाशी झाली होती.

– मुंबईत खग्रास सूर्यग्रहण दिसणार नाही; हे ठाऊक होतं. म्हणून घाईघाईने आत जाऊन मी टी. व्ही. लावला. देशात काही ठिकाणी सूर्य संपूर्ण काळवंडण्याच्या बेतात होता. खग्रास सूर्यग्रहणाचं 'लाईव्ह रिपोर्टींग' करण्याच्या कृत्रीम जोशाने ओथंबणाऱ्या, चेहेऱ्यावर रंगीबेरंगी मेकअप थापून तीच ती दहा विशेषणं वापरून किंचाळणाऱ्या हौशी अँकर्सनी क्षणात माझं डोकं उठवलं. – कुणालाही क्षणभर गप्प राहणं सुचत नव्हतं. शेवटी ऐन संध्याकाळी काळोख्या रात्रीचा थरार अनुभवणाऱ्या या चॅनेलवाल्या मंडळींची बडबड दर दीड सेकंदांनी 'मार्व्हलस' या एकाच शब्दावर अडकली तसा टी. व्ही. बंद करून मी उठले. बाल्कनीत जाता जाता अभावितपणे माझी नजर देवघराकडे वळली. 'ग्रहणाची सावली देवांवर पडता कामा नये' हा संस्कार माझं मन अजून विसरलं नव्हतं. ग्रहण सुटल्यानंतरच्या पूजेकरता आठवणीने आणून ठेवलेली केळीच्या हिरव्यागर्द पानातली फुलपुडी देवासमोरच्या परडीत तशीच बांधून ठेवलेली होती. पूजा झाली की मी आणि डॅडी कुलाब्याच्या शिवमंदिरात प्रार्थनेसाठी जाणार होतो.

संध्याकाळचे सात वाजायला आले. सूर्य अगदी क्षितिजाशी उतरला. सोनेरी कडांच्या तांबूस फर्राट्यांनी आकाश भरून गेलं होतं. हलके हलके ग्रहण सुटलं. त्या अद्‌भुताच्या अखेरच्या क्षणांनी उगीचच माझ्या मनात कालवल्यासारखं झालं. समुद्राच्या कुशीत बुडणाऱ्या त्या थकल्या भागल्या सूर्यबिंबाकडे मी भरल्या नजरेने एकटक पाहात होते.

– तेवढ्यात अरूंधतीने हिशेब सुरू केला.

पुढच्या सूर्यग्रहणाच्या वेळी आपण किती वर्षांच्या असू, हे शोधण्याकरता ती धडपडत होती. अखेर गणित जमलं तशी ती आश्चर्याने म्हणाली,

'बापरेऽऽऽ मी अठ्ठ्याऐंशी वर्षांची असेन चक्क!'

'आणि मी? पन्नास वर्षांची असेन का गं? मे बी अबाऊट फिफ्टी?'- आनंदिताचं गणित नेहमीप्रमाणेच चुकलं तशी तडकलेली अरूंधती तिच्यावर उखडली.

'एवढं साधं गणित नाही करता येत तुला?'

– खजिल झालेल्या आनंदिताने शेवटी भोकाड पसरलं... नेहमीसारखाच अश्रूंचा पूर कोसळल्यावर ती मला येऊन बिलगली... हुंदके देत देत तिने अरूंधतीला विचारलं,

'ॲण्ड हाऊ ओल्ड विल ममा बी? ममा किती वर्षांची असेल तेव्हा?'

- अरूंधतीचं गणित पूर्ण व्हायच्या आत मी माझ्या धाकट्या लेकीला घट्ट जवळ घेतलं. पुढचं सूर्यग्रहण होईल; तेव्हा तुझी ममा या जगात नसेल, हे सत्य त्या छोट्या पिल्लाला सांगण्याची हिंमत कुठून करणार होते मी?

... पण आनंदिताच्या त्या निरागस प्रश्नाने जगण्याच्या अटळ परस्वाधीनतेचा झाकोळ दाटून आलाच मनावर! ग्रहणाच्या छायेतून बाहेर आलेल्या सूर्याकडे पाहून सुटकेचा निःश्वास टाकणाऱ्या दहा वर्षांच्या माझ्या मुलीला मानवी मृत्युचं कधीही न सुटणारं ग्रहण कसं समजावणार होते मी?

– घरातली पूजा आटोपून मी आणि डॅडी कुलाब्याच्या दिशेने निघालो.

गाडीत दोघेही गप्प होतो.

आपण पाहिलं ते सूर्यग्रहण आपल्या आयुष्यातलं शेवटचं... पुन्हा तो थरार नाही... पुन्हा तो अद्‌भूत क्षण नाही... ही 'संपल्याची' जाणीव, संध्याकाळच्या भणभणत्या वाऱ्यासोबत वावटळीसारखी मनात भणभणत होती. आपण नसू... पण आपली मुलं असतील... आपल्या अस्तित्वाचा अंश त्यांच्या रूपाने मागे राहील, या विश्वासाचा दिलासाही होताच कुठेतरी!

मृत्यु अटळ आहे.

तो कसा चुकणार?

कधीतरी हे सारं संपणार याची जाणीव असतेच प्रत्येकाच्या मनाशी; पण ते मान्य करवत नाही, सत्य कितीही अटळ असलं; तरी त्याचा स्वीकार करवत नाही.

...तरीही आजच्या दिवसाने त्या सत्याचं झळझळतं, लख्ख रूप मला दाखवलंच!

आपण चौघांनीही हातात हात गुंफून आयुष्यातले काही दुर्मिळ, अनमोल क्षण एकत्र अनुभवले.

ते क्षण पुन्हा परतून येणार नाहीत.

...कधीच येणार नाहीत!

उरेल, ते फक्त स्मरण!

आणखी दहा वर्षांनी हे सारं इतकंच लख्ख आठवेल...? कदाचित पुसटही होईल.

कोणास ठाऊक!

– माझ्यासाठी मात्र हे सारे क्षण तिथेच... तसेच गोठलेले राहतील!

कधीतरी एकांतात डोळे भरून आले, की मी हलकेच त्या सुंदर, पवित्र क्षणांना स्पर्श करीन...

... मग सारं आठवेल!

गॉड ब्लेस यु, माय डियर लिटल् वन्स...

तुमची,

ममा

....

मुंबई,

ऑगस्ट ९९

प्रिय बच्चा लोग,

माझं तुम्हाला हे असं 'बच्चा लोग' म्हणून हाकारणं तुम्हाला खोचक वाटेल... ते तसं आहेच. राजीव गांधी अचानक देशाच्या पंतप्रधानपदी आरूढ झाले; त्या काळात त्यांची टिंगल मारणाऱ्या राजकीय पंडितांमध्ये 'बाबा लोग... बच्चा लोग' या शब्दांची विशेष चलती होती. स्वत:च्या आलिशान, श्रीमंत महालातल्या चैनचंगळीपलीकडे बाहेरच्या जगाशी सुतराम संबंध नसणाऱ्या थोरा मोठ्यांच्या उद्धट, हट्टी (आणि अहंमन्य) मुलांसाठी हे शब्द वापरले जात. गंमत म्हणून एखाद्या नव्या क्लबात जावं तितक्या सहजतेने 'चेंज' म्हणून यातले काही

तरूण तुर्क राजकारणात आले, आणि चक्क सत्तेच्या, अधिकाराच्या खुर्च्यांवर बसले. राजीव गांधी आणि त्यांच्या 'डून स्कूल' सवंगड्यांसाठी सगळ्यात पहिल्यांदा कुणी 'बच्चा लोग... बाबा लोग' हे संबोधन वापरलं ते आता आठवत नाही; पण शब्द अत्यंत नेमके आणि अचूक निवडले होते; हे मात्र खरं!

– नेमक्या त्याच भावनेने, पण मन:पूर्वक प्रेमाने आणि जास्त कळकळीने मी तुमच्यासाठी तेच संबोधन वापरते आहे.

बच्चा लोग!

सार्वत्रिक निवडणुका अगदी तोंडावर आल्या आहेत. बेल्लारीमधून उमेदवारी अर्ज भरणाऱ्या सोनिया गांधींच्या छायाचित्रांनी आजच्या वर्तमानपत्रांची पहिली पानं भरून गेली आहेत. काल रात्री टी. व्ही. समोर बसून मी आणि डॅडी देशाच्या राजकीय नाट्यातला थरारक अंक पाहात होतो... पण त्या नाट्यात, त्यानंतरच्या आम्हा दोघांच्या चर्चेत तुमच्यापैकी एकालाही काडीचाही रस नव्हता. त्याउलट तुमच्या खोलीत नुकत्याच लागलेल्या नव्या हिंदी सिनेमाची (ताल) चर्चा रंगली होती.

सकाळी अरूंधती म्हणाली,

'मला पॉलीटीक्स वर प्रोजेक्ट करायचाय. व्हेअर डु आय बिगीन?'

- मला जरा बरं वाटलं.

'हाऊ अबाऊट द न्यूजपेपर्स?'- मी उत्साहाने सुचवलं.

माझ्या सूचनेचा आदर करून अरूंधतीने सकाळची सगळी वर्तमानपत्रं गंभीरपणाने नजरेखालून घातली. शेवटी तो गठ्ठा बाजूला सारत म्हणाली,

'ममा, एवढं काय करायचं वाचून? मला फक्त बारा ओळींची माहिति हवीय.'

- ओन्ली ट्वेल्व्ह लाईन्स ऑन पॉलीटीक्स?

कौतुकाची गोष्ट!

अवघ्या बारा ओळीत देशातल्या राजकीय परिस्थितीचा खातमा!

अरूंधतीच्या त्या एका उत्तराने मी पुन्हा एकदा अस्वस्थ झाले.

आपली मुलं, अगदी तरूण... मोठी मुलंसुद्धा इतकी कशी अलिप्त राहू शकतात? आपल्या देशात काय चाललंय, याबद्दल त्यांना साधं औत्सुक्यसुद्धा वाटू नये? राजकारणाच्या तमाशाबद्दल राग... पोटतिडीक... चीड... निदान जाणीवसुद्धा असू नये? आजूबाजुला जे बदल घडू घातले आहेत; त्यांच्याशी आपला काहीच संबंध नसल्यासारखी बेदरकारपणे कशी वागू शकतात आपली मुलं?

घरात राजकीय विचारविनिमयाची परंपरा, सवयच नसती; तर एकवेळ समजून घेणं सोपं होतं.

...पण तसंही नाही.

राजकारण आणि समाजकारणातल्या प्रत्येक नव्या घडामोडीबद्दल, प्रत्येक नवा प्रवाहाबद्दल आणि रोज उठून निर्माण होणाऱ्या वादविवादांबद्दल मी आणि डॅडी सतत चर्चा... अगदी वादसुद्धा... करत असतो. 'राजकारण' हा वैतागवाणा प्रकार आहे; याबद्दल तुमची कितीही पक्की खात्री असली; तरी आमच्या चर्चांमधलं काही ना काही तुमच्याही कानावर पडत असणारच!

- तुमच्या या मख्ख अवस्थेकडे पाहाताना, मला माझ्या तारूण्याची आठवण येत असते. कधी एकदा आपल्याला एकवीस वर्षं पूर्ण होतील आणि मतदानाचा अधिकार मिळेल, असं मला झालं होतं. कायदेशीर दृष्टीने मी 'सज्ञान' झाले; आणि योगायोगाने त्याच वर्षी निवडणुका लागल्या. डाव्या हाताच्या तर्जनीवर काळ्या शाईने कर्तव्यपूर्तीचा शिक्का उमटावा म्हणून लांबलचक रांगेत कित्येक तास उभं राहून पहिलंवहिलं मतदान केल्याची आठवण आजही माझ्या मनाशी ताजी आहे. मतदानाला निघण्यापूर्वी 'कुणाला मत द्यायचं?' यावर मी घरी बाबांशी चर्चा केली होती. त्यांचे मुद्दे खोडून काढत वाद घातला होता; आणि अखेर स्वत:च्या विचाराने कम्युनिस्ट पक्षाच्या उमेदवाराला माझं मत दिलं होतं. (१९६० च्या त्या जमान्यात 'स्वतंत्र' विचारांचं तरूण, बंडखोर रक्त याहून दुसरं काय करणार?)

मतदान करून परत येताना मला मोठ्ठं झाल्यासारखं, सूज्ञ आणि जबाबदार झाल्यासारखं वाटत होतं. मतदानाची प्रक्रिया संपल्यावर मतमोजणीला सुरूवात झाली. मी उत्साहाने निकालाची वाट पाहात होते. अखेरीस मी मत दिलेल्या कम्युनिस्ट उमेदवाराचा पार धुव्वा उडाला. माझ्या राजकीय विचारसरणीला पहिलावहिला धक्का बसला; तरीही मी माझ्या अर्धकच्च्या कुवतीप्रमाणे जय-पराजयाची गणितं सोडवून स्वत:चं स्वतंत्र विश्लेषण अधिकारवाणीने लोकांना ऐकवत फिरले होते. पुढची निवडणूक येईतो अधिक अनुभवाने अधिक शहाणपण आलं, वैचारिक तयारीही जास्त चांगली झाली,

आणि महत्त्वाचं म्हणजे उत्साह कणभरानेही उणावला नाही.

आता इतकी वर्षं उलटली. इतक्या निवडणुका होऊन गेल्या; पण एकदाही 'नागरिक' म्हणून माझ्या कर्तव्याला मी चुकले नाही. आता पहिला उत्साह उरलेला नाही हे खरं; पण कर्तव्याची... जबाबदारीची भावना मात्र अजूनही तितकीच प्रखर, टोकदार आहे.

मतदान हे आपलं कर्तव्यच असतं.

त्याकडे पाठ फिरवून तुम्ही तुमची जबाबदारी तर टाळताच; पण देशाच्या

भवितव्याबाबत तुम्ही किती बेफिकीर आहात; हेही निर्लज्जपणे जाहीर करत असता. या अपराधाचं समर्थन कसं करणार?

या देशात तुम्ही राहाता, इथल्या सर्व सोयी-सुविधा आणि संधीचा यथेच्छ उपभोग घेता, इथे जन्माला आलात या एका जीवशास्त्रीय आणि भौगोलिक तपशीलावरून तुमचं (बरं किंवा वाईट) भवितव्य ठरतं; असं असताना 'इथल्या राजकीय-सामाजिक प्रक्रियेशी आपला काही संबंध नाही' असं गृहित धरून तुम्ही हात झटकून मोकळे कसे होऊ शकता?

खरंतर दोष द्यायला हवा, तो चेहरा नसलेल्या बेजबाबदार शिक्षण प्रक्रियेला! राजकीय आणि सामाजिक जाणीवा मुलांमध्ये रूजवण्याची जबाबदारी शाळा-कॉलेजांचीच असते. आम्हाला तिथेच समृद्ध वैचारिक वारसा मिळाला. हेही खरं की 'आई-वडील' म्हणून आमची पिढी 'निष्क्रीय' ठरली.

– पण या वैचारिक निष्क्रीयतेचा मागमूस निदान आपल्या घरात तरी नाही. मी आणि डॅडी... आम्ही दोघेही किती कळकळीने वर्तमानावर नजर ठेवून असतो, हे तुम्हाला चांगलं ठाऊक आहे. आमच्यात गरमागरम राजकीय चर्चा होतात, वाद पेटतात, राजकीय मतांवरून खडाजंगी होते... हे तुम्ही रोज अनुभवता, ऐकता! माझ्यापेक्षा डॅडींना राजकारणात प्रचंड खुमखुमी आहे (पक्का बंगाली!), त्यामानाने मी पुष्कळ थंड डोक्याने विचार करू शकते. आम्हा दोघांची मतं क्वचित जुळतात हे खरं; पण ती आहेत... असतात... आणि तळमळीने मांडावीशी वाटतात हेही खरं!

- वाईट वाटतं ते याचं, की ही सगळी खडाजंगी जवळपास रोज तुम्ही ऐकता पण त्यात भाग घेणं तर सोडाच; काय चाललंय ते ढुंकुन पाहावंसंसुद्धा तुम्हाला वाटत नाही.

आमचे आवाज चढतात.

त्यातून एखादे दिवशी आजोबा जेवायला आले असतील तर रंगलेल्या चर्चेला कसलंच भान उरत नाही. मुद्दे मांडले जातात... तितक्याच आवेशाने लढवले, खोडले जातात. या घरात कसलंतरी निकराचं भांडण पेटलंय असं कुणाही अनाहुताला वाटावं; इतकी आणीबाणीची परिस्थिती निर्माण होते.

– पण तुम्ही मख्ख!

तुमच्यापैकी मोठ्या चौघांना मतदानाचा हक्क आहे. यावेळच्या निवडणुकीत आपण सर्वांनी आपला घटनात्मक हक्क (आणि कर्तव्यही) बजावायला एकत्र मतदान केंद्रावर जावं, हे मला अर्थातच आवडलं असतं; पण तसं होण्याची शक्यता अगदीच अंधुक असणार हे मी आत्तापासूनच स्वत:ला समजावते आहे.

'माझ्या एकट्याच्या मताने काय होणार?'

'सगळे साले एकजात चोर... कुणालाही मत दिलं तरी लायकी तीच!'

'वेळ कुणाला आहे?'

'काय फरक पडतो?'

– असले प्रश्न माझ्या तोंडावर फेकून नाकं उडवत तुम्ही आपापल्या कामाला चालते व्हाल, हे आजच मला स्पष्ट दिसतं आहे.

– ही बेफिकीरी भीषण आहे, असं मला वाटतं... राजकीय-सामाजिक गुंत्यापासून पळून जाण्याची सगळ्यात सोप्पी पळवाट!

तुमच्यापैकी कुणीही वर्तमानपत्रसुद्धा धड नीटपणे वाचत नाही. 'हेडलाईन्स'वर जेमतेम नजर मारली की थेट 'एन्टरटेनमेन्ट' आणि मग स्पोर्टस्! आदित्यला आजकाल 'बिझनेस न्यूज' मध्ये इंटरेस्ट वाटतो, आणि राधिका जरा अधिक वेळ पहिल्या पानावर रेंगाळते, एवढंच! बाकी तुम्हा सर्वांना देशात नक्की काय चाललंय ते जेमतेम... अगदी वरवर माहिती असतं कारण टेलीव्हिजन!

– खलास!

कधीकधी वाटतं आपण जिथे राहातो, त्या भारत देशाबद्दल साधेसोपे प्रश्न विचारून तुमची एकदा परीक्षाच घ्यायला हवी.

देशाचे अर्थमंत्री कोण आहेत?

किंवा

आपल्या राष्ट्रपतींचं नाव काय?

– पण मी सूज्ञपणाने गप्प बसते.

तुमची फजिती होऊ नये म्हणून... आणि माझी मान शरमेने खाली जाऊ नये, म्हणूनही!

– खरंतर जागरूक तुम्ही असायला हवं, 'बदल हवा' म्हणून तुमच्या पिढीने धडपडायला हवं, वर्तमान अनागोंदीबद्दल आवाज उठवायला हवा... पण तुमच्या राजकीय-सामाजिक भवितव्याबद्दल विचार करून आमच्या झोपा उडतात; आणि तुम्ही बिनदिक्कतपणे मजेत जगत राहाता?

या देशाचं भवितव्य तुमच्या हातून घडणार असेल, तर तुम्हाला या देशाबद्दल निदान 'आपलेपणा' तरी वाटायला हवा?

या देशाशी माझा संबंध आहे, या देशाच्या बऱ्या-वाईटाबरोबर माझं भवितव्य जोडलेलं आहे, बाकी काही नाही तर निदान थोडा वेळ तरी मी या देशाला दिला पाहिजे; असं तुमच्या पिढीला केव्हा वाटेल?

एवढीही 'पदरमोड' करता नाही आली तुम्हाला; तर मग कशाच्या बळावर तुम्ही देशाकडून 'अपेक्षा' करणार?

–निदान एवढं लक्षात ठेवा!

जय हिंद!

तुमची,

ममा

....

मुंबई,

ऑगस्ट ९९

प्रिय मुलांनो,

अत्याधुनिक शस्त्रास्त्रांच्या सौदेबाजीत अब्जावधी डॉलर्स कमावणाऱ्या सौदागरांखेरीज रक्तरंजित 'युद्ध' आणखी कुणाला प्रिय असणार? कारगिलचा उद्रेक होईपर्यंत 'युद्ध' आणि 'शांतता' या विषयावर बोलण्याचा प्रसंगही कधी आला नव्हता. युद्धाचे बिगुल वाजल्यानंतर रक्तरंजित झालेल्या युद्धभूमीपासून आपण सारे हजारो मैलांवर होतो; तरीही 'युद्ध' या वास्तवाचे भीषण चटके आपल्यालाही बसलेच. टेलिव्हिजनच्या सर्वव्यापी प्रसारानंतरचं हे पहिलं युद्ध! सीमेवर नक्की काय झालं ते आपल्या कुणाला कळायच्या आत युद्धाची धग टी. व्ही. च्या केबलमधून घराघरात आणि मनामनात घुसलीही होती. चोवीस तास टी. व्ही. वरून दिसणारं थेट प्रक्षेपण आपल्याला प्रत्यक्ष सीमेवरच घेऊन गेलं आणि लढाऊ विमानांचा घरघराट मनात धडकी भरवू लागला... माझ्या मनात पाकिस्तानबरोबरची आधीची दोन युद्धं पुन्हा जिवंत होऊन उठली. विशेषत: १९६७ चा घनघोर संग्राम.

मुंबईच्या बंदरावर विमान-विरोधी तोफा सज्ज होत्या... वेळी-अवेळी वाजणारे भोंगे हृदयाचे ठोके चुकवत होते आणि अनेक रात्री अख्खं शहर सक्तीची 'अंधारयात्रा' भोगत होतं. मी तेव्हा कॉलेजात होते. 'युद्धाच्या भयग्रस्त वातावरणात आपण अजिबात घाबरलेलो नाही' हे इतरांना दाखवण्याचे आणि स्वत:ला समजावण्याचे फोल प्रयत्न करून पाहिले; पण ते अशक्यच होतं. रात्र झाली, की भीतीने माझी गाळण उडे. रस्त्यावरून कर्कश्श सायरन वाजवत जाणाऱ्या गाड्यांचा ताफा घरासमोरून सरकला की दहशतीचं जनावर अंगावरून सरसरत जाई. सगळं शरीर आक्रसून घेऊन मी गप्प एखाद्या कोपऱ्यात बसलेली असे. वाटे, या क्षणी घरातून कुठेतरी पळून जावं. 'युद्ध संपेपर्यंत आपण मुंबई सोडून जाऊया' याकरता मी आईबाबांजवळ अक्षरश: हजारदा विनवण्या केल्या असतील. पण दोघांनीही मला ढिम्म भीक घातली नाही. मी म्हटलं, कोल्हापूरला तरी जाऊ! – तेही कुणी ऐकलं नाही. माझा जीव थाऱ्यावर नसे. कोणत्याही क्षणी

मुंबईवर मोठ्ठा बॉम्ब पडेल, आणि सगळ्याची राख होऊन जाईल या भीतीने रात्र रात्र मला झोप येत नसे. आपलं घर नौसेनेच्या तळाजवळ आहे, अणुशक्ती प्रकल्पाजवळ आहे, शिवाय रेल्वे स्टेशन आणि बंदरही आपल्याच भागात आहे; म्हणजे पाकिस्तानने मुंबईवर बॉम्ब टाकलाच तर ते नक्कीच आपल्या 'एरिया'ला 'टारगेट' करणार; असं समीकरणही मी स्वतःच ठरवून टाकलं होतं. इतक्या गंभीर परिस्थितीचा विचार आपल्याखेरीज घरातलं कुणीच कसं करत नाही, या वैतागाने तर मी हैराण होऊन गेले होते.

आपल्याला इतकी भीती का वाटते आहे, ते बाबांना एकदा नीट सांगावं, म्हणून त्यांच्याशी चर्चा करण्याचा प्रयत्नही करून पाहिला. कराची जवळच्या पाकिस्तानी सैनिकी तळावरून लढाऊ जेट विमान उडालं तर ते किती वेळात कुठे जाऊ शकेल याचा एक चार्टसुद्धा माझ्याजवळ तयार होता.

'जेमतेम तासाभरात ही विमानं मुंबईच्या आकाशात पोचतील. भारतीय सैन्याच्या रडार्सनी त्यांना 'डिटेक्ट' करू नये म्हणून पाकिस्तानी पायलट कमी उंचीवरून उडतील. एक जरी बॉम्ब अचूक त्यांच्या 'टारगेट' वर पडला. तर आपण सगळे जळून खाक होऊ. कदाचित ते क्लस्टर बॉम्बिंग सुद्धा करतील... तसं झालं तर मग मुंबईचं नामोनिशाण सुद्धा उरणार नाही.'

– मी पुनःपुन्हा ही 'थिअरी' सगळ्यांना सांगत होते, पण कुणी माझ्याकडे लक्ष द्यायला तयार नव्हतं. 'फार वॉर फिल्म्स पाहातेस', म्हणून बाबांनी तर माझी चेष्टाच केली. मी खट्टू झाले. रागही आला. माझ्या मावश्यासुद्धा माझं म्हणणं गंभीरपणे घ्यायला तयार नव्हत्या. रात्रीची जेवणं झाली की त्या मला म्हणत,

'उगीच काळजी करू नकोस, शोभा! काही होणार नाही... झोप तू शांतपणे.'

– पण मी डोळे टक्क उघडे ठेवून रात्र रात्र जागी असे. वाटे, भारतीय सैन्याची नजर चुकवून एखादा पाकिस्तानी बॉम्ब पडलाही असेल मुंबईत कुठेतरी; तो मध्यरात्री फुटला तर? मुंबईच्या बंदरात संरक्षणार्थ उभ्या असलेल्या युद्धनौकांवरून सरावासाठी उडणाऱ्या तोफगोळ्यांनी रात्रीचं आकाश लखलखून उठलं, की प्रत्येक क्षणी मला वाटे, आपण मेलो... संपलं सगळं! सायरनचे भयप्रद आवाज ऐकू येऊ नयेत म्हणून कानात घातलेले कापसाचे बोळे आता- आणखी आत खुपसत शेवटचे श्वास मोजत रात्रीबेरात्री पलंगाखाली लपल्याच्या थरारक आठवणी अजून मला अस्वस्थ करतात.

प्रत्यक्षात काहीच झालं नाही. मुंबईसकट आम्ही सारे बचावलो, पण त्या दिवसांच्या आठवणींनी मनावर व्रण उठले ते कायमचेच!

काही दिवसांनी वातावरण निवळलं. सक्तीच्या ब्लॅकआऊटसाठी दारा-

खिडक्यांच्या काचांवर चिकटवलेले काळे कागद काढले गेले. मुंबई पुन्हा पहिल्यासारखी मुक्त, खुल्या प्रकाशाने लखलखू लागली. घराघरातला ताण सैल झाला. 'ब्लॅकआऊट' आणि 'संचारबंदी'च्या गप्पा रंगू लागल्या. वर्षांनुवर्षं अशा युद्धग्रस्त वातावरणातच जीवन कंठावं लागणारी माणसं कशी जगत असतील, या प्रश्नाने तेव्हा पहिल्यांदा मी कळवळले होते. दहशत आणि हिंसेवर अंतिम विजय मिळवण्याचं सामर्थ्य अखेरीस मानवी उमेदीमध्येच असतं; असा धीर तेव्हा वाटला होता पण पुढच्या जाणत्या आयुष्यातल्या अनुभवांनी त्याच्याही कपच्या उडवल्या.

एरवी भल्याभल्यांची गाळण उडवणाऱ्या प्रसंगांचा खंबीरपणे मुकाबला करणारी मी त्या युद्धग्रस्त काळात अशी हातपाय गाळून का बसले असेन? या प्रश्नाने मी अजूनही अस्वस्थ होते. कोणताही प्रसंग आला, तरी पाठीला पाय लावून पळणाऱ्यातली मी नाही, याचं प्रत्यंतर पुढे अनेकदा आलं.

पण मग 'तेव्हाच' मी 'तशी' का वागले?

रस्त्यावरून गस्त घालत फिरणाऱ्या लष्करी गाड्यांचे सायरन गर्जू लागले, की माझे हातपाय गार पडत; ते का?

का?

– हा प्रश्न मी अनेकांना विचारला.

मला नक्की कसली भीती वाटत होती, या प्रश्नाचं माझ्यापुरतं उत्तरसुद्धा मी शोधू शकले नाही.

'गेल्या जन्मातला असेल काही संबंध'- कुणीतरी एकदा सांगितलं होतं, 'तू एखाद्या युद्धात मारली गेली असशील किंवा दुसऱ्या महायुद्धात सैनिक म्हणून लढताना प्राणाला मुकली असशील...'

असं असेल का खरंच?

– असेलही!

पण पुनर्जन्माच्या कल्पनेवर माझा फारसा विश्वास नाही. श्वास संपले, की सारं संपतं असं मला वाटतं.

पूर्णविराम!

स्वत:च्या मनाची वेडी समजूत घालण्यासाठी आपण पुनर्जन्माच्या शक्यतेचा दिलासा शोधून ठेवतो; एवढंच!

सारं संपून जाणार.

संपणार.

हे पचवणं कठीण असतं ना?

– म्हणून ही पुनर्जन्माची पळवाट. 'आधीचा जन्म... आत्ता... आणि

पुनर्जन्म' ही साखळी आपल्याला हवीशी वाटते. 'आपण' संपणार नाही, जगाच्या अंतापर्यंत आपलं अस्तित्व अक्षय राहाणार ही भावना आपल्याला आधार देते.

... पण त्याला अर्थ नाही.

'पूर्णविराम' हाच खरा.

१९६७ च्या युद्धातला माझा अनुभव आज तुम्हाला विचित्र वाटेल कदाचित; पण त्या दिवसात मी भीतीने अक्षरश: लोळागोळा झाले होते, हे शब्दश: खरं आहे.

आयुष्यात कधीही, कोणत्याही, कोणामधल्याही युद्धाला माझा पाठिंबा असणार नाही; हे तेव्हाच ठरलं.

युद्धाचा अमानुष, हिंस्त्र चेहरा मला अस्वस्थ करतो.

जिवंत माणसांना हकनाक मारणारं, लुळंपांगळं करणारं, माणुसकीचा अंश नामशेष... बेचिराख करणारं युद्ध समर्थनीय कसं असू शकेल?

...जेमतेम तीस वर्षांनी कारगिलच्या निमित्ताने तीच रक्तबंबाळ, अमानुष शक्यता पुन्हा उंबरठ्याशी येऊन उभी राहिली. युद्धाची झळ सीमेपुरतीच मर्यादित राहिली नशिब, पण परिस्थिती चिघळली असती तर काय झालं असतं, कुणी सांगावं?

कारगिलचं युद्ध आपल्यापासून पुष्कळ दूर लढलं गेलं, (अर्थात मुंबईत जुहू बीचच्या पलीकडली कुठलीही गोष्ट 'दूरचीच' मानण्याची रीत आहे, तो भाग वेगळा.) तरीही तुम्हा प्रत्येकाला त्याबद्दल 'कन्सर्न' वाटत होता. टेलीव्हीजनमुळे सीमेवरचा संग्राम आपल्या घरात आला होता हे खरं; पण तुमची 'इन्व्हॉल्व्हमेन्ट' त्याहीपेक्षा कितीतरी खोलवर होती. युद्धाविषयीची तीव्र नापसंती आणि संताप तुम्हा प्रत्येकाच्या नजरेत मला वाचता येत होता. टी. व्ही. पाहता पाहता क्षणात बदलणारे, सचिंत होणारे तुमचे प्रौढ, समजदार चेहरे माझ्या काळजाला आतून पीळ पाडत होते.

भारताने या युद्धात सहभागी असावं, हे आनंदिताला अजिबात पटलं नव्हतं. 'व्हाय कान्ट टु कन्ट्रीज् जस्ट टॉक अबाऊट देअर प्रॉब्लेम्स? त्यासाठी इतक्या माणसांचा जीव घेण्याची काय गरज आहे?' असा तिचा चोख प्रश्न होता.

रणभूमीवर शहीद झालेल्या भारतीय (आणि पाकिस्तानी) सैनिकांच्या शवपेट्या पाहाताना अरूंधती कळवळत होती. गोळीबारात मृत्युमुखी पडलेल्या सैनिकांच्या बेवारस प्रेतांचा ढीग पाहाताना तर तिला अश्रू अनावर झाले.

'पाकिस्तानचे असले म्हणून काय झालं? त्यांच्यावर प्रेम करणारं कुणीतरी असेलच ना तिकडे?'- म्हणून माझ्या कुशीत शिरून ती रडली.

तुमच्या पिढीच्या दृष्टीने 'युद्ध' म्हणजे खरंतर स्टीव्हन स्पीलबर्गच्या हॉलीवुड फिल्ममध्ये शोभून दिसणारा, पडद्यावरच घडणारा थरार! एवढंच कशाला, माझ्या पिढीलाही आठवणी आहेत, त्या तशा दूरवरच्या... म्हटलं तर अंधुकच!

सद्भाव, भाईचारा वगैरे छापील गोष्टींची प्रत्यक्षात एकूण वानवाच असली, तरी आम्ही तुलनेने शांततेच्या आणि सुरक्षित वातावरणात वाढलो. त्यावर युद्धाचं आक्रमण फारसं झालं नाही, तरीही, माणसांच्या नरडीचा क्षणात घोट घेणारी हिंस्र दंगल मी अनुभवली आहे.

- तुम्ही नाही.

हैवानाचं रूप घेऊन पिसाळलेल्या कुणा एका निरपराध्याचा घास घेण्यासाठी बेभान धावत सुटलेल्या जमावाच्या नजरेत क्षणात उतरलेलं रक्त मी पाहिलं आहे.

- तुम्ही नाही.

लुटालूट, जाळपोळ, कत्तल आणि रक्तपात... हे सारं माझ्या डोळ्यांदेखत घडलं आहे.

असल्या अशुभ, अभद्र, हिंस्र दृश्यांपासून अजून अस्पर्श राहिलेली तुम्ही मुलं खरं म्हणजे केवढी भाग्यवान!

– म्हणूनच कदाचित रणांगणावर धारातीर्थी पडणाऱ्या जवानांचे मृतदेह पाहताना तुमच्या नजरेत पाणी उभं राहातं.

पण आजची ही भावना आणखी किती काळ जिवंत राहील? पुन्हा जेव्हा युद्धाचे पडघम वाजू लागतील, नगारे गर्जू लागतील, तेव्हा प्राणपणाने त्याला विरोध करण्याइतकी ताकद असेल का तुमच्या 'स्मरणा' मध्ये? वळतील का तुमच्या मुठी? युद्धाला विरोध करण्यासाठी एकजुटीने उतरतील का तुमचे पाय रस्त्यावर?

बोलेल का तुमची पिढी स्पष्टपणे?

आंधळ्या राज्यकर्त्यांना विचारेल का जाब? रोखून धरू शकेल का आभाळात झेपावलेली क्षेपणास्त्रं?

- हो.

तुम्ही हे करू शकाल.

मला वाटते खात्री.

आणि विश्वासही.

- तरीही युद्ध झालंच; तर आपल्या बहाद्दर सैनिकांना मदत करण्यासाठीही तुमचा पाय पुढेच असेल; त्याहीबद्दल शंका नाही माझ्या मनाशी.

माझी पिढी अल्पज्ञानी होती, म्हणून भावुकही होती.

तुमचं तसं नाही. तुमचं तारूण्य आमच्यापेक्षा विलक्षण चौकस, संपन्न आणि बहुश्रुत आहे. युद्धाची निरर्थकता तुम्हाला कळते. आधुनिक शस्त्रास्त्रांच्या आंधळ्या स्पर्धेला लगाम घातल्याखेरीज पृथ्वीचं अस्तित्व शाबूत राहणार नाही, याचीही तुम्हाला जाणीव आहे. जगाच्या नाकापुढे सूत धरलेलं आहे, या वास्तवाचं भान तुमची पिढी विसरणं शक्य नाही. पावलापावलावर मृत्युची शक्यता पुरलेली आहे; याची पक्की जाणीव असल्यामुळेच कदाचित 'जगण्याचं मोल' तुम्हाला आमच्यापेक्षाही जास्त समजत असावं.

तुमचे उद्देश वेगळे आहेत.

धारणा वेगळ्या आहेत.

'जगा आणि जगू द्या' या तत्त्वावर तुमचा सर्वाधिक विश्वास आहे.

प्रत्येक क्षण रसरसून जगणं, येईल त्या दिवसाचा उत्सव करणं आणि तारूण्यातल्या बहरल्या स्वप्नांनी भविष्याची पायाभरणी करणं, ही तुमच्या जगण्याची निखळ रीत आहे.

निर्भयपणाने जगणं,

हेच तर खरं जिवंत रहाणं!

– पण एवढा धडा शिकण्याकरता आणि हे पूर्वापार शहाणपण पुन्हा स्वत:ला समजावून देण्याकरता एक 'कारगील' घडून जावं लागतं, हे केवढं दुर्दैव!

तुमची,

ममा

....

मुंबई,

ऑगस्ट ९९

प्रिय मुलांनो,

दोन दिवसांनी रक्षाबंधन. आपल्या घरात इतरांइतकी धामधुम नसते हे खरं; पण बाजारात जाऊन खूप पायपीट करून मिळवलेल्या मनासारख्या राख्या, मिठाई, गोडाधोडाचा स्वयंपाक आणि बहीण-भावांमध्ये दिल्या-घेतल्या जाणाऱ्या भेटी, एवढं मात्र आपण दरवर्षी अगदी मन:पूर्वक करतोच.

माझ्या लहानपणी आमच्या घरी रक्षाबंधन नसे. महाराष्ट्रीयन ब्राह्मण कुटुंबांमध्ये भावाला राखी बांधण्याची रीत परंपरेने नाही. बाबा म्हणत, 'तुम्ही कुठे क्षत्रिय कन्या आहात? तुम्हाला कशाला हवं भावांकडून संरक्षण?' –आम्ही बहिणी हौसेने अशोकला राखी बांधायला लागलो असतो, तर आईबाबांनीही कधी

आक्षेप घेतला नसता, हे मात्र खरं.

– पण आम्हालाच कधी या प्रथेचं फारसं आकर्षण वाटलं नाही.

आमच्या घरात उत्साहाने साजरी होई ती भाऊबीज, अजूनही दर दिवाळीत पाटांवर बसलेल्या अशोकला ओवाळताना बहिण-भावाच्या नात्याला श्रीमंत संदर्भ देणाऱ्या या अर्थपूर्ण प्रथेचं भावनिक मूल्य मला जाणवतं... महत्त्वाचं वाटतं.

- तुम्ही मुलं वाढीला लागलात, मग मात्र आपल्या घरी मी रक्षाबंधनाची प्रथा जाणीवपूर्वक सुरू केली. या दिवसाचं महत्त्व तुम्हा सगळ्यांनाच पटतं, आवडतं आणि अतिरेकी सरंजाम न मांडता सुंदर पण साधीशी राखीपौर्णिमा आपल्या घरी साजरी होते. प्रत्येक बहिणीच्या प्रेमाची खूण सांगणाऱ्या रंगीबेरंगी राख्यांनी मनगटापासून कोपरापर्यंत भरून गेलेले हात मिरवताना राणा-आदित्य खूष असतात... आणि बहिणींची चंगळ असते; ती महागड्या 'गिफ्टस्' उकळायला मिळतात म्हणून! राणा-आदित्य मिळवायला लागेपर्यंत मीच बाजारात जाऊन मुलींकरता छोट्या छोट्या भेटी खरेदी करत असे. पुढे भाऊराया स्वतःच मिळवते झाल्यावर तुम्हा भावंडांमधला माझा पत्ता कट झाला, आणि दरवर्षी राखीपौर्णिमेआधी बहिणाबाईंनी चांगल्या भल्याभक्कम फर्माईशी सुरू केल्या.

कोणत्याही गोष्टीतल्या अखंडतेची, सातत्याची कल्पना मला मनापासून आवडते... पूर्वजांनी विचारपूर्वक आखलेल्या सण-उत्सवांच्या, प्रथा-परंपरांच्या रीतीभाती त्याकरताच असाव्यात बहुतेक! घरामध्ये पूर्वापार जे चालत आलं, त्यात आम्ही सातत्य राखलं; तरच भविष्यात तुम्हा मुलांनाही तुमच्या पिढीबरोबर ते सांभाळावंसं वाटेल... पुढे न्यावंसं वाटेल.

खरंतर रक्षाबंधनाला विशिष्ट असा धार्मिक संदर्भ नाही; म्हणून तर त्यातली खुमारी अधिक! बहीण-भावामधल्या नैसर्गिक बंधाचं, उपजत प्रेमाचं एक दृश्य प्रतिक असलेला मनगटावरला धागा पुष्कळ काही सांगून जातो, सुचवतो आणि अनाहूतपणे तुटल्या-फाटल्या गोष्टी सांधून, शिवूनही घेतो. तुम्हा भावा-बहिणींमध्ये झालेले कडाक्याचे वाद, भांडणं, अबोले आणि मनावरचे कित्येक व्रण राखीच्या एका धाग्याने सांधले गेले आहेत...'

आज माझा भाऊ साठ वर्षांचा आहे; आणि मी पन्नाशी ओलांडलेली! तरीही भाऊबीजेच्या दिवशी आम्ही भेटतो, तेव्हा प्रौढ वयाचा सारा जाणतेपणा गळून पडतो, मुला बाळांचा, संसाराचा, व्यावहारिक जबाबदाऱ्यांचा विसर पडतो आणि पुन्हा एकदा चिमणीच्या दातांनी आंबटचिंबट कैऱ्या खाण्याच्या त्या रुणझुणत्या परकरी वयात गेल्यासारखं वाटतं... आम्ही दोघे उरतो केवळ भावंडं! आईबाबांच्या सावलीत निर्भर वाढणारी आणि आदिम रक्तबंधाने परस्परांशी

जोडलेली! भाऊबीजेच्या दिवशी ओवाळणीची तयारी करायला घेतल्या क्षणापासूनच माझ्या प्रौढ मनात परतून आलेल्या बालवयाचे पैंजण वाजायला लागतात. चांदीच्या तबकात तुपातल्या फुलवातींची निरांजनं लावून, हिरव्यागर्द विड्याच्या पानावर अख्खी सुपारी ठेवून आणि हळदकुंकवाच्या कुयरीभोवती सुगंधी लालसर अक्षतांची आरास मांडून पाटावर बसलेल्या अशोकपुढे मी उभी राहाते; तेव्हा तो अजूनही तसाच संकोचलेला, आनंदाने आक्रसलेला दिसतो. आम्ही लहान होतो, तेव्हाही बहिणींकडून ओवाळून घेताना अशोकला अगदी कसंनुसं व्हायचं... आता तो सांगितल्या दिशेने तोंड करून पाटावर बसतो, उघड्या मस्तकाने ओवाळणी करू नये म्हणून न लाजता डोक्यावर स्वच्छ पांढरी टोपीही चढवतो; पण इतकी वर्षं उलटली तरी त्याचं ते आनंदानं आक्रसणं कायम आहे. मस्तकी उंच कुंकुमतिलक रेखून मी त्याला औक्षण करते; आणि मग नजरेसमोर गोलाकार फिरणाऱ्या तबकातल्या ज्योतींकडे तो एकटक पाहात राहातो... त्याच्या नजरेत चमकणारं स्निग्ध पाणी मला दरवर्षी दिसतं... खूप काही सांगून जाणारा तो अबोल, नि:स्तब्ध क्षण! तुम्ही सारे हे पाहात भोवती उभे असता... कुणालाच काही बोलावंसं वाटत नाही... मनाशी दाटलेल्या मुक्या उमाळ्याला शब्दांनी स्पर्श करावासा वाटत नाही... मग हलकेच अशोकमामा त्याच्या देखण्या अक्षरात माझं नाव आणि दिवाळीचा शुभसंदेश लिहिलेलं एक कोरं, सुगंधी पाकीट माझ्या हातातल्या तबकात ठेवतो.

... माझी भाऊबीज!

त्या पाकीटातल्या लठ्ठ रकमेची प्रत्येक नोट कोरीकरकरीत... आणि पाकीटावरलं अक्षर दरवर्षी अधिकाधिक रेखीव!

- अशोकने आजवर मला दिलेल्या भाऊबीजेची जवळपास सगळी पाकीटं मी माझ्या कपाटाच्या खणात अनमोल संपत्तीसारखी सांभाळून ठेवली आहेत.

आमची भाऊबीज झाली की मग भोवती रांगोळी त्याच पाटांवर तुम्हा मुलांची भाऊबीज!

घरून आणलेल्या भल्यामोठ्ठ्या पिशवीचा खजिना खोलून तुम्हा सर्वांसाठी आणलेल्या दिवाळीच्या भेटी बाहेर काढण्यात मोयना मामी एकीकडे बुडून जाते आणि दुसरीकडे ओवाळणीची धांदल. तीही जेष्ठत्वानुसार...

आधी राणा... मग आदित्य!

ओवाळणीचं तबकही आधी राधिकाच्या हाती... मग अवंतिका... अरूंधती आणि सगळ्यात शेवटी धाकटी आनंदिता.

कधी कधी वाटतं, तुम्ही मुली मोठ्या व्हाल... लग्न करून आपापल्या घरी जाल... त्यानंतरही उजळतील का भाऊबीजेच्या तबकातली निरांजनं? तुम्हाला

वाटेल का मनापासून; ममाने प्राणपणाने जपलेली, सांभाळलेली परंपरा आपणही चालवावी पुढे?

- आत्ताच तुम्ही वैतागता, कधी कधी घाईत दिसता, अशा तऱ्हेने उरकता सगळं; की वाटावं, घरातल्या वडिलधाऱ्यांना खूष करण्याकरताच चाललीय का ही कसरत?

– पण तरीही मी आशा सोडलेली नाही.

कारण तुमच्या वयात असताना मीही कितीदा पाय आपटत, तणतण करत आईच्या आग्रहापुढे नाईलाजाने मान तुकवत असे, ते मी विसरलेली नाही. सतरा-अठराच्या बंडखोर वयात, या आरत्याबिरत्या मलाही 'बोअर' वाटत; पण माझ्या फणकाऱ्याला वैतागून आईने घरातले सगळे सणवार बंदच करून टाकले असते; तर तेही मला नसतं आवडलं कदाचित. किंवा कदाचित 'भाऊबीज का नाही?' याच कारणावरून मी नव्याने चिडचिड केली असती.

सणवार, प्रथा-परंपरा, रीतीभाती या साऱ्याचं महत्त्व जाणवायला ऐन तारूण्यात उसंतच कुठे असते खरं तर?

आज तुम्हाला काहीही वाटलं; तरी उद्या... परवा... पुढे कधी ना कधी, पोटापाण्याच्या शोधात जिथे कुठे पोचला असाल, तिथे निरांजनातल्या स्निग्ध ज्योतींची ओढ तुम्हालाही जाणवेलच!

तुमच्या दोन्ही मावशा गेली वीस वर्षं परदेशात राहातात; पण त्यांच्याही अत्याधुनिक स्वयंपाकघराच्या एका भिंतीवर मराठी पंचांग टांगलेलं असतंच! सगळे सणवार, चतुर्थ्या, अमावास्या, पौर्णिमा, लग्ना-मुंजीचे मुहूर्त या साऱ्यांशी अगदी दूरदेशातही घट्ट जोडून ठेवणारं नवं पंचांग दर चैत्रात त्यांच्या आयुष्यात येतंच. त्या दोघींच्या घरात सगळे सणवार होतात, पुरणा-वरणाचे साग्रसंगीत स्वयंपाक घडतात, पूजा-आरत्या होतात, उपासतापास चालतात आणि व्रतवैकल्यांची यथासांग उद्यापनंदेखील साजरी केली जातात.

तुम्ही यातून काही घ्या.

मनापासून सांभाळा,

आणि पुढे तुमच्या मुलांच्या हाती माझ्याइतक्याच काळजीने सोपवा...

- एवढी एकच विनवणी!

तुमची,

ममा

....

मुंबई
ऑगस्ट '९९

प्रिय राणा,

तुझी जन्मदाती आई, रिटा आज हयात असती; तर काही दिवसांपूर्वीच (२७ ऑगस्ट) तिचा पन्नासावा वाढदिवस या घरात उत्साहाने साजरा झाला असता. त्या दिवशी सकाळी मी रिटासाठी प्रार्थना केली. तुलाही नक्की तिची आठवण आली असेल... आपली आई आज आपल्यासोबत असती तर?... हे अस्वस्थ प्रश्नचिन्ह पुन्हा तुझ्या मनात डोकावलं असेल आणि कदाचित आईच्या पन्नासाव्या वाढदिवसाचा सुंदर समारंभ तू मनातल्या मनात साजराही केला असशील.

... पण आज रिटा आपल्यात नाही.

आहे, ते तिचं एक देखणं पोर्टेट, काही जुने फोटोग्राफ्स आणि अचानक अर्ध्यावरच संपून गेलेल्या एका रसरशीत, उमद्या तरूण आयुष्याच्या काही आठवणी! अलीकडे का कोण जाणे, पण मला तिची आठवण येते... या घरातलं तिचं अस्तित्व जाणवतं...

२७ ऑगस्टला सकाळी मी रिटाच्या पोर्टेटसमोर उभी राहिले... डोळे मिटून हात जोडले आणि तिला म्हटलं,

'कुठेही असलीस, तरी तुझ्या मुलांवर सदैव तुझ्या नजरेची पाखर असेल... तू मुलांना पाहात असशील... त्यांचं कुशल जाणवून सुखावली असशील. तू असतीस प्रत्यक्षात, तर तुला तुझ्या मुलांचा अभिमान वाटला असता रिटा, त्यांचं वागणं-बोलणं, आवडी निवडी व्यक्तिमत्त्व सारं नीट घडतं आहे. तुझ्यामागे या घरात तुझी मुलं सुरक्षित आहेत. काळजी करू नकोस.'

रिटाच्या वाढदिवसाच्या बरोबर महिनाभर आधी तू सव्वीस वर्षांचा झालास. जवळच्या मित्रमैत्रिणींसाठी त्या रात्री आपल्या घरी पार्टी अरेंज केली होती. त्या सगळ्या उत्सवी गोतावळ्यात चमकत्या डोळ्यांनी तू केक कापायला वाकलास; तेव्हाही रिटाच्या अस्तित्वाची लहर घरभर झुळझुळत जाताना मी अनुभवली. क्षणभर वाटलं, आज रिटा असती तर? तुझा वाढदिवस वेगळ्या पद्धतीने साजरा झाला असता का? तुझ्या चेहेऱ्यावरचा आनंद अधिक वेगळा दिसला असता का?- कोण सांगणार?.... कशाच्या आधारावर?... रिटा गेली त्याला कितीही वर्षं झाली असली आणि तिच्या नसण्याची सवय करून घेत आपलं घर जगायला, चालायला शिकलं असलं; तरी तिच्या नसण्याची पोकळी आहे... आणि तशीच राहाणार!

इतकी वर्षं उलटली तरी मी अजूनही स्वतःला विचारत असतेच, आपण

खरंच तिची जागा घेऊ शकलो आहोत का? तिच्या अधुऱ्या राहिलेल्या जबाबदाऱ्या नीटपणे पार पाडतो आहोत का?... तिला काय वाटत असेल? ती असती तर तिने आपल्या मुलांना जसं वाढवलं असतं, तसंच... तेच सारं आपण करू शकलो का? तिच्या मुलांपर्यंत 'तिचं' प्रेम पोचवू शकलो का?'

- खरंतर या प्रश्नांची उत्तरंही मला फारशी अनोळखी अपरिचित नाहीत. मी रिटाला कधी पाहिलं नाही; पण माझ्याजागी ती असती तरी ती माझ्याहून वेगळं वागली नसती; याचा मला विश्वास वाटतो. तिची रीत माझ्यापेक्षा वेगळी असती कदाचित; पण बाकी तपशील नक्की बदलले नसते. रिटाबद्दल मी जे जे काही ऐकलं, त्यावरून माझ्या मनात उभी राहिलेली तिची प्रतिमा अनेक बाबतीत मला माझ्यासारखीच दिसते. अवखळ, बालीश वाटावा इतका सळसळता उत्साह तिच्याकडे होता; तसाच तो माझ्याकडे आहे... आणि पुढे जाऊन पाहिलं तर तुझ्यामध्ये... राधिकामध्येदेखील त्या चैतन्याच्या खुणा दिसतातच.

तरीही एक जाणीव मनाशी असते... छळते... अस्वस्थही करतेच!

- रिटा असती; तर तुम्ही दोघे आज आहात; त्यापेक्षा वेगळे कुणीतरी असता.

नक्कीच!

आज, तू सहा भावंडांच्या कुटुंबातला मोठा भाऊ- 'दादा' आहेस. या 'मोठेपणा'ची एक जबाबदारीही असते. आणि वेळ येईल तेव्हा आनंदाने, अभिमानाने तुझं कर्तव्य निभावण्यात तू तसूभरही कमी पडणार नाहीस; यावर माझा पूर्ण विश्वास आहे. तुम्हा मुलांची आयुष्यं पुढे कोणत्या धारेला लागतील, त्यात कोणते टप्पे येतील, किती खाचा-खोचा असतील; हे आत्ता कसं सांगणार? पण काही गोष्टी अपरिहार्य असतात; त्यांचा विचार मात्र जरूर करता येईल. तुझ्या चार बहिणींची लग्न होऊन त्या आपापल्या जोडीदारांबरोबर नवं आयुष्य सुरू करतील; तेव्हा 'मोठा भाऊ', घरातला कर्ता पुरूष म्हणून तुलाच या सांधेबदलाची पाठराखण करावी लागणार आहे. तू आणि राधिका जवळपास एकाच वयाचे, कारण दोघांमध्ये जेमतेम चौदा महिन्यांचं अंतर! आदित्य तुझ्याहून दोन वर्षांनी लहान, अवंतिका पाच वर्षांनी तर अरूंधती नऊ वर्षांनी लहान! तू आणि धाकट्या आनंदितामध्ये तर तब्बल सोळा वर्षांचं अंतर आहे, ते पार करून तुला प्रत्येक भावंडाशी स्वत:ला जोडून घ्यावं लागेल.

इतक्या बहिणींमध्ये वाढताना, वावरताना तुला क्षणोक्षणी तडजोडी कराव्या लागल्या; स्वत:ला सांभाळावं अनेकदा तर सावरावं... आवरावंसुद्धा लागलं. पण प्रासंगिक चिडचिडीपलीकडे तू कधी तक्रार केली नाहीस. संध्याकाळी उशिरा घरी यावं, आणि आपली अख्खी खोली बहिणींच्या पसाऱ्याने अस्ताव्यस्त झालेली

असावी... रिबिनी, पिना, मुलींचे छोटे छोटे कपडे, कोपऱ्यात फेकलेले बूट, कुठेतरी भिरकावलेले मळक्या मोज्यांचे बोळे, कंपास बॉक्स, वह्या-पुस्तकांची चवड, रंगीत खडू, असल्या खोलीभर सामानाने डोकं उठावं; असे अटीतटीचे प्रसंग तुला अनेकदा सोसावे लागले, पण तू सारं निभावून नेलंस. एकदोनदा मुलींनी तुझे शर्टच हरवले; तेव्हा घर डोक्यावर घेतलंस तेवढंच पण बाकी तुमच्यातली अटीतटीची, खेळीमेळीची भांडणं कधी माझ्यापर्यंत आली नाहीत. तूच प्रेमाची दादागिरी करून मुलींना झापत आलास, अनेकदा खो खो हसत चेष्टामस्करीत त्याचं सामान तुझ्या खोलीबाहेर फेकलंस आणि त्यांनाही चक्क हाकलून खोलीचा ताबा पुन्हा मिळवलास पण तितक्याच घट्टपणे त्यांच्याशी दोस्तीही निभावलीस. धाकट्या दोघी तुझ्याहून इतक्या लहान; पण त्यांच्या बालीश व्रात्यपणात त्यांच्याइतक्याच हौशीने सामील झालास, त्यांच्याबरोबरीने दुप्पट धुडगूस घातलास, तुमचं गूळपीठ असं जमलं, की त्या प्रेमाचा उत्स्फूर्त प्रतिसाद म्हणून दोघीही तुला बिलगल्या. तुझ्या मागे मागे करत राहिल्या. जेमतेम पाच वर्षांची असताना अरूंधती एका संध्याकाळी धावत धावत बागेतून वर आली... धापा टाकत मला म्हणाली,

'ममा, हाय हॅव सीन गॉड!'

तिला जवळ घेऊन मी उत्सुकतेने विचारलं,

'खरंच? कसा होता?'

ती पटकन म्हणाली,

'राणा दादासारखा!... बिग् अॅन्ड स्ट्रॉंग!'

- मुलींच्या मनातली तुझी ही प्रतिमा आजही कायम आहे... बिग् अॅन्ड स्ट्रॉंग!

वर्षा दोन वर्षात तू तुझी जोडीदार निवडशील, आणि तुझ्या स्वत:च्या नव्या घरात तुमचा संसार सुरू होईल. मुली तर 'लग्न कर' म्हणून कधीच्या तुझ्या मागे लागल्या आहेत.

'व्हेन आर यु गेटींग मॅरीड! कर एकदा लग्न... तुझी बायको आली की तू जाशील इथून... मग बघ तुझी खोली घेतो की नाही आमच्या ताब्यात!'– म्हणून चिडवून चिडवून बेजार करणाऱ्या बहिणी; आणि तुझ्यामागे लग्नाचं टुमणं लावून बसलेले डॅडी! पण माझ्या मनात मात्र अजूनही बोहोल्यावर उभ्या राहिलेल्या रूंद खांद्याच्या राणाची प्रतिमाच उमटत नाही. माझ्यासाठी अजूनही तू 'तोच' आहेस... सोळा वर्षांपूर्वी मी या घरात आले; तेव्हा मला 'ममा' म्हणून हाक मारणारा खोडकर मुलगा! काहीशा आक्रसल्या चेहेऱ्याचा, अताड्या फताड्या गम्मतशीर कानांचा, हळूच हसणारा... नुसतं लाजाळूचं झाड! खरंतर ते वय किती मागे पडलं! शेळीच्या गोंडस कोकराएवढ्या मुलातून पुढे ताडमाड उंचीचा,

भक्कम, दणकट पुरूष तयार होईल; असं तेव्हा कुणी सांगितलं असतं, तर कठीणच होतं विश्वास ठेवणं!... आज तू माझ्याच नजरेत मावत नाहीस. धावतपळत घरी येतोस, आंघोळ केली, कपडे बदलले, फोन करून झाले आणि कधीमधी काहीतरी तोंडात टाकलं की परत बाहेर! घरात तू दिसतच नाहीस आसपास. कामही जीव तोडून करशील; आणि मौजमजाही तशीच दणक्यात! रात्रीच्या झोपेपुरती जेमतेम स्वस्थता. पुन्हा भल्या सकाळी चक्र सुरू.

दहा... पंधरा वर्षांनी हे सारं बदलेल. तुझ्या स्वत:च्या घरात नवनव्या जबाबदाऱ्या तुझ्या अंगावर पडतील. तू 'बाबा' होशील; त्या क्षणाची तर मी आसुसल्या मनाने वाट पाहाते आहे... नातवंडं खेळवायला आपण चांगलं धडधाकट जिवंत असावं, असं मला फार वाटतं. दुपट्यातलं इवलुसं बाळ हातात घेऊन कसा दिसशील तू?

अरूंधती आणि आनंदिता तान्ह्या असताना, त्यांना तू किती मन:पूर्वक खेळवायचास ते पाहिलंय मी. तुला लहान बाळं मनापासून आवडतात. वरवर तू कितीही राकट, कोरडा दिसत असलास तरी त्या बेफिकीर, मस्तमौला मुखवट्यामागचा हळवा, भावुक राणा मला ठाऊक आहे. अनेक अडीअडचणीतून कौशल्याने मार्ग काढीत, जीवावरचे नाजुक प्रसंग संयमाने निभावून नेत, प्रिय असणारी नाती जपताना, सांभाळताना मी तुला पाहिलं आहे. या घरात आल्या आल्या मला भेटलेला बुजरा, घाबरट मुलगा अजूनही अदृश्य नाही झालेला... तो आहेच; पण सरावाच्या मुखवट्याआड बेमालूम लपलेला!

या घराचा मोठा मुलगा म्हणून तू निर्वेधपणे वाढलास. जबाबदारी घेण्याचा, निभावण्याचा प्रसंग आजवर कधी आलाच नाही फारसा. तुझ्या ऑफिसात, सहकारी आणि मित्रांमध्ये तू एक 'कर्ता, स्वयंपूर्ण, स्वतंत्र पुरूष' म्हणून वावरत असलास; तरी आमच्याकरता तू अजूनही 'मुलगा'च आहेस... लाडका, आणि 'मोठा' एवढंच! आता तुझं उंचनिंच रूप डोळ्यापुढे ठरत नसलं, तरी आम्ही अजूनही तुला 'त्याच' नजरेने पाहातो. तुझ्या तरूण आयुष्यातले अनेक तपशील, संदर्भ आमच्या नजरेच्या टप्प्यापलीकडे आकार घेत असणार; याचीही मला जाणीव आहे. पण पोटचं मूल 'मोठं' झालं, हे कधी कुठल्या आईबापांना मान्य होतं?

... पण आमच्या नंतर?

साऱ्या घराला आधार असेल तो तुझाच! आम्ही नसलो; तरी आमच्या जागी तू असशील; साऱ्यांना सांभाळशील, सारे धागे जोडून घेशील, नवी नाती जुळवशील, जपशील आणि तुझ्या रूपाने कुटुंबाची परंपरा अखंड पुढे वाहात राहील.

अडचणीच्या प्रसंगी तुझ्या बहिणी तुलाच हक्काने हाक मारतील...

सल्लामसलतीसाठी, पाठराखण करण्यासाठी त्यांना तुझा आधार वाटेल... आईवडिलांचं हरवलं प्रेम त्या तुझ्याच कुशीच शोधतील; आणि तूही अर्ध्या रात्री त्यांच्यासाठी धावून जाशील, याची मला खात्री आहे.

आज तुम्हा भावंडांमध्ये जे घट्ट प्रेम आहे; ते सदैव कायम राहावं, अशी प्रार्थना तर मी हर श्वासागणिक करते. पण अनिश्चित, अनाकलनीय भविष्याचा हवाला देऊ नये; हेही खरंच. तुमच्यामधलं नातं कोणत्या वाटा-वळणांनी कुठवर जाईल, आमच्या माघारी तुम्ही एकमेकांशी कसे वागाल, हे कुणी सांगावं?

... तरीही मुलींच्या सुखरूप भविष्याची जिम्मेदारी मी विश्वासाने तुझ्या हाती सोपवते आहे, हे कधी विसरू नकोस. कोणतीही वेळ, कसलाही प्रसंग तू तुझ्याजवळच्या उपजत कौशल्याने निभावून नेशील... आय ॲम शुअर ऑफ दॅट!

इतरांच्या दृष्टीने आपलं कुटुंब कितीही अगडबंब, अस्ताव्यस्त पसाऱ्याचं असलं; तरी प्रत्यक्षात त्याचा घट्ट उबदारपणा कसा मऊसूत दुलईसारखा आहे, हे तूही जाणतोस. आठ जणांच्या पसाऱ्यात आपल्यापैकी कुणालाही कधी हरवल्यासारखं, अडखळल्यासारखं वाटलं नाही. वगळलं गेल्याचं दुःख झालं नाही, पायात पाय अडकवून अडथळ्याची शर्यत खेळावी लागली नाही आणि उदास एकाकीपणाचे ढगही फार काळ रेंगाळू शकले नाहीत. स्वतःचे टोचणारे, बोचणारे कंगोरे घासून अत्यंत शांत प्रसन्नतेने एकमेकांबरोबर राहण्याची, जगण्याची कला थोड्याफार फरकाने आपण सगळेच एव्हाना शिकलो आहोत. त्यामुळे या घरात वेगळेपणाची भाषा कधी बोलली गेली नाही... एखादी फट पडलीही असेल; पण रूंदावण्याआधीच सांधली गेली.

वाद विवाद?

- झालेच. अनेकदा झाले.

भांडणं पेटली.

मतभेद... राग... चिडचिड... अबोले... वेडे हट्ट... धुसफूस... उद्रेक...

हे सारं होतंच.

चार भिंतीआडच्या कोणत्याही कुटुंबात घडणाऱ्या हरेक नाट्याचे प्रवेश आपल्याही घरात रंगले. तारूण्याच्या उंबरठ्यावरचं नैराश्य... नंतरची मानसिक घालमेल... शाळा-कॉलेजातले ताणतणाव... आणि मनाजोगी संधी गवसेपर्यंतच्या निष्क्रीय बेकारीचा घुसमटलेला संताप हे सारं या घराने सोसलं... त्यातूनही आपण सारे तगून राहिलो. स्वतःचा जीव देणं किंवा दुसऱ्याचा जीव घेणं यातल्या कुठल्याच टोकाला न पोचता सुसंवादी सहजीवनाच्या मध्यममार्गाची यशस्वी कसरत कशी करावी... परस्परांहून भिन्न स्वभावांच्या आणि संपूर्ण वेगळ्या,

ठाम आवडीनिवडींच्या हट्टी, आग्रही माणसांनी एकमेकांचं मेतकूट कसं जमवून घ्यावं; याचे धडे अख्ख्या जगाला देण्याइतकं शहाणपण आज आपल्या प्रत्येकाच्याच गाठीशी आहे.

धाकट्या दोघींनी तुला किती प्रकारांनी भंडावून सोडलं. आठवतं?... छोट्या छोट्या गोष्टींची टुमणी लावून तुझा छळवाद मांडला... 'हिंदीच्या ट्यूशनसाठी आत्ताच्या आत्ता अमक्या मैत्रिणीच्या घरी सोड' असले हट्ट धरून तुझ्या अटीतटीच्या वेळापत्रकाची पार वासलात लावली... त्या त्या वेळेच्या तुझ्या प्रासंगिक गर्लफ्रेन्डस्नी फोनवर दिलेले महत्त्वाचे निरोप नेमके विसरून घोळ घातले... एवढंच कशाला, तुझ्या 'आजी' गर्लफ्रेंडशी बोलता बोलता नकळत 'माजी' गर्लफ्रेंडचे उल्लेख करून तुला अक्षरशः तोंडघशी पाडलं... तू फोनवर कुणाशी, कितीवेळ आणि काय काय बोलतोस त्यावर पक्की 'नजर' ठेवून तुझ्या चोऱ्या पकडल्या... तुझ्या बाहेर जाण्या-येण्यावर पाळत ठेवून सारे संशयास्पद तपशील तत्काळ 'वर' पुरवले... तुझ्या खोलीत तू 'स्वतःसाठी' म्हणून राखून ठेवलेले तुझे आवडते प्रिंगल्स तर अनेकदा चोरून खाल्ले. अडनिड्या वयातल्या वाढत्या मुलाला हे सारं सहन करणं सोपं नसणार. स्वतःच्या मनातला, शरीरातला गोंधळ निस्तरण्यासाठी तुला थोडा अवकाश हवा असताना, थोडासा एकांत आणि एकेकटा सुटेपणा हवा असताना; तुझ्या उमलत्या जगण्यावरची ही (प्रेमळ) आक्रमणं कशी सोसली असशील तू?

एवढं खरं; की चिडलास; पण क्वचित कधीतरी!

काल-परवा मी सहज जुने अल्बम चाळत बसले होते. आपण कुठे कुठे सहलीला, फिरायला गेलो असताना काढलेल्या फोटोंमधला तू किती 'खरा' दिसतोस; आणि वयाच्या प्रत्येक टप्प्यावर किती झरझर बदलणारा! विमानतळावर रेस्टॉरन्टस्मध्ये बेबंद बागडणाऱ्या बाकीच्या भावंडांचं बेजबाबदार बेशिस्त वागणं तुला अजिबात आवडलेलं नाही; हे फक्त चौदा वर्षांची तुझी नजर स्पष्टपणाने सांगते... या असल्या कुटुंबाच्या लटांबरामागे लळत लोंबत फिरण्यापेक्षा अगदी दक्षिण ध्रुवावर जाणं परवडलं; असं स्वच्छ बजावणारी तुझी अलग, अलिप्त शारीरभाषा फोटोमध्येसुद्धा लपत नाही. तू सोळा-सतरा वर्षांच्या उंबरठ्यावर असतानाच्या एका सहलीतल्या फोटोंमधलं इतरांपासूनचं तुझं 'सुटेपण' तर जास्तच तीव्रपणे जाणवतं... तू एकटा, स्वतंत्र उभा; आणि नजरेत इतके परके त्रयस्थ भाव की 'आजुबाजूची माणसं कोण आहेत, कुणास ठाऊक?'

दोन-तीन वर्षांनंतरच्या फोटोंमध्ये तर तू जास्तच दुरावलेला दिसतोस. फरक एवढाच की त्रयस्थ नजरेत एक बेफिकीर स्वस्थता आलेली!... आणि उभं राहण्यातसुद्धा एक मोकळाढाकळा आरामशिरपणा!

... याचा अर्थ?

सरळ सोपा...

सॉरी... या कुटुंबात आलो खरा जन्माला; त्याला आता काय इलाज? पण म्हणून मला उगीच 'त्यांच्यातलाच'... असातसा समजू नका. आय ॲम डिफरन्ट!

– दोन वर्षापूर्वी आपण सगळे अमेरिकेला गेलो; तेव्हाच्या फोटोंमध्ये तर तू शोधूनसुद्धा सापडत नाहीस.

नव्हतासच आमच्याबरोबर!

अमेरिकेत गेल्या गेल्या तू स्वत:च्या पसंतीने, आवडीने स्वत:चे स्वत:पुरते स्वतंत्र कार्यक्रम आखलेस; आणि जिकडे तिकडे एकेकटा गेलास. भारतात परत येतानासुद्धा तू आमच्याबरोबर नव्हतास. कॉपी रायटींगमधला एक कोर्स करण्याकरता तू न्यूयॉर्कमध्ये आणखी काही दिवस थांबायचं ठरवलंस... दोन महिन्यांनी परत आलास तो खाण्यापिण्याच्या सवयी आणि स्वभावासकट संपूर्ण व्यक्तिमत्त्व अक्षरश: अंतर्बाह्य बदलूनच!

एवढं खरं, की हे सारे बदल कोण्याही आईला अभिमान वाटावा, असेच होते.

नंतर तर तू तुझ्या कामात इतका अडकत, गुंतत गेलास; की भावंडांच्याही वाट्याला फारसा येईनासा झालास. तू भराभर नोकऱ्या बदलल्यास. कामाचे तास वाढले. लवकर घराबाहेर पडणं आणि रात्री उशीरा... आणखी उशीरा परतण्याचं चक्र चालू झालं- त्याला अर्थात तुझाही इलाज नव्हता.

पण तोवर मोठ्या झालेल्या तुझ्या बहिणी आपापल्या कामात, अभ्यासात बुडून गेल्या. बघता बघता वेग येत गेलेलं त्यांचंही आयुष्य धारेला लागलं. अरूंधती एव्हाना 'टीनएजर' झाली होती. राधिकाच्या मागचे कामाचे व्याप वाढले होते. धाकटी आनंदिता मात्र अजूनही तुझ्या खोलीवर कब्जा करून, तिथे आपल्या पसाऱ्याचा ठिय्या मारून बसलेली असे. नव्या मित्रमैत्रिणी, नवी स्वप्नं, रोज नवी धांदल अशा कोऱ्याकरकरीत आयुष्याच्या खळखळाटात झोकून दिलेल्या अवंतिकाला बाकी कसला विचार करायला वेळही नव्हता. उरला आदित्य! तोही स्वत:चं आयुष्य उभारण्याच्या काळजीने ग्रासलेला! खचाखच भरून वाहाणाऱ्या नोकरीच्या बाजारपेठेत स्वत:ची जागा शोधण्याकरता अखंड धडपडणारा.

प्रत्येकाला त्याची स्वप्नं होती.

त्या स्वप्नांच्या दिशेने जाण्याचे ज्याचे त्याचे मार्ग होते.

खरंतर कुणाजवळच कुणासाठी फारसा वेळ नव्हता उरला; तरीही आपण सारे एकत्र असलो की भरलेल्या घरावरून निर्भर आनंदाची झुळुक झुळझुळत राहिलीच. आपापल्या काळज्यांची गाठोडी दूर फेकून आपण सारे एकमेकांबरोबर

दंगामस्ती, गप्पाटप्पा करत राहिलो... मुलांच्या धुडगुसाने आणि हसण्या गाण्याच्या प्रसन्न आवाजाने घर दुमदुमतं ठेवलं.

...पण माझ्या घराचं चित्र झरझर बदलत चाललं आहे, हे नजरेआड होणं शक्य नव्हतं. काल परवापर्यंत छोटे मोठे हट्ट धरून बसणारी माझी मुलं मोठी झाली आहेत... राधिका आणि अवंतिका माझ्याहून उंच दिसायला लागल्या आहेत... आदित्य आणि राणाचे पाय डॅडींच्या बुटांपेक्षाही रूंदावले आहेत; हे सारं जाणवायला लागल्या क्षणापासून का कोण जाणे, माझ्या मनात कसल्या कसल्या मिश्र भावनांचा फेर सुरू झाला. आता तर आपल्या घरात तीन कर्ते पुरूष, तीन स्वतंत्र प्रवृत्तीच्या स्त्रिया वावरतात... आणि दोन मुलं!- पहिलं गणित बदलून गेलं आहे; आता नव्या रीती; नवी उत्तरं!

मी अपार उत्सुकतेने आणि काहीशा अस्वस्थ, साशंक मनाने या बदलांकडे पाहाते आहे.

माझ्या कुटुंबकथेचं काय होईल पुढे?

- कोण जाणे!

पण तुझा विचार आला, की कुठेतरी आशा वाटते. वाटतं, काहीही झालं... कसलाही प्रसंग आला तरी तू जबाबदारीने सारं सांभाळशील. निभावून नेशील. या कुटुंबाला एकत्र जोडून ठेवणारे सगळे घट्ट धागे तुझ्या हाती सुरक्षित राहतील. आज आहे त्यातलं काहीच कदाचित उद्या असणार नाही. पण भविष्याच्या नव्या चित्रात तू तुझे रंग भरशील. एकही रेघ विस्कटून देता जीव ओतून हे चित्र सांभाळशील. त्याकरता वाट्टेल ती किंमत चुकवशील.

आम्हा दोघांच्या माघारी आमची जागा भरून काढण्यासाठी तुला एकाच वेळी अनेक आघाड्यांवर अनेक नाती सांभाळावी लागतील. कुणा एकाला न दुखावता हलक्या हाताने नाजुक गुंते सोडवावे लागतील.

- या साऱ्यासाठी माझे अनंत आशीर्वाद आणि माझ्या आयुष्यभराच्या प्रार्थनेचं बळ आज मी तुझ्यामागे उभं करते आहे.

राणा, मी तुला जन्म नाही दिला; पण तुझी 'आई' होण्याचा प्रयत्न मात्र मन:पूर्वक करत राहिले. नियतीने माझ्यावर सोपवलेली जबाबदारी निभावत राहिले. तू वयात आलास... मोठा झालास... स्वत:च्या पायांवर उभा राहिलास; त्या प्रत्येक टप्प्यावर आनंदाने, अभिमानाने ओलावलेली माझी नजर तुझ्यावर पाखर धरून होती... आहे. आता फक्त एक जबाबदारी उरली-आजी होण्याची! तुझी मुलंबाळं माझ्या मांडीवर खेळली; की या साऱ्या जीवनभराच्या साधनेला मी कृतार्थ पूर्णविराम देऊ शकेन... त्या क्षणाची आस लागलेलं माझं मन आता चिमण्या तान्हुल्याची वाट बघतं आहे... पण जोवर तुझा 'छबडा' किंवा 'छबडी'

येत नाही; तोवर तू या घराकरता बाळच राहशील, हे विसरू नको... मोठ्ठं बाळ; पण लाडकं बाळच!

दुपारच्या निवांत वेळी डायनिंग टेबलावर लिहित असले, की समोर भिंतीवर लावलेल्या रिटाच्या पोर्ट्रेटकडे लक्ष जातं... त्या पोर्ट्रेटमधली तिची नजर इतकी जिवंत आहे, की वाटतं कधीही... कोणत्याही क्षणी ती माझ्याशी बोलेल... बायका-बायकांमधले काही खाजगी प्रश्न विचारील... तुझी, राधिकाची, बाकीच्या मुलांची चौकशी करील... माझ्याबद्दल, माझ्या सुखदु:खाबद्दल बोलता बोलता मनात शिरून हलकेच एखादी फुंकर घालील... आणि म्हणेल की जिंकलीस तू! माझ्या मुलांचं सारं छान केलंस... खरंच त्यांची आई झालीस!

- तेवढ्या एका क्षणासाठी अवघं आयुष्य कुर्बान करायला मी तयार आहे.

तुझी

मम्मी

....

मुंबई,

सप्टेंबर '९९

माझ्या प्रिय मुलांनो,

पावसाळा संपत आला आहे.

आता गणेश चतुर्थी येईल.

घरात धावपळ सुरू झाली आहे. घरी येणाऱ्या पाहुण्यासाठी घर सज्ज होतं आहे. एकदोन दिवसातच ठरलेल्या मूर्तीकाराकडे जाऊन अवंतिका तिच्या पसंतीची गणेशमूर्ती घेऊन येईल...

गणेश चतुर्थीनंतरचे दहा दिवस धूप अगरबत्त्यांच्या दरवळाने, जास्वंद-मोगऱ्याच्या घमघमाटाने आणि टाळ-झाजांच्या रूणझुणत्या नादाने सारं घर भरून जाईल. रात्रंदिवस खपून अवंतिकाने मांडलेल्या पूजेच्या आराशीमधली मृण्मयमूर्ती मंत्राक्षतांच्या सश्रद्ध स्पर्शाने 'जिवंत' दिसायला लागेल... पुरणावरणाचा स्वयंपाक आणि उकडीच्या मोदकांच्या मधुर दरवळाने भरलेलं घर आरत्यांच्या गजरात बुडून जाईल.

विसर्जनाच्या दिवशी गणेशमूर्ती हातात घेऊन समुद्राच्या दिशेने निघालेली पाणावल्या नजरेची, गुमसुम अवंतिका बघताना याहीवर्षी मला हुंदका फुटेल. 'पुढल्या वर्षी लवकर या' असं आर्जव करून लाडक्या गणपतीबाप्पाला निरोप देताना मनाशी काहीतरी तुटतंच. तसं याहीवर्षी तुटेल, आणि कंबरभर पाण्यात जाऊन मूर्तीचं विसर्जन करणारी अवंतिका पाहाताना मला वाटेल,

- उद्या हिचं लग्न झाल्यावर?

कोण करील हे सगळं?

इतक्या उत्साहाने... श्रद्धेने... आणि प्रेमाने?

अवंतिका छोटी होती; तेव्हा तिनेच पहिल्यांदा हट्ट धरला आणि मूर्ती घरी आणून गणेशपूजनाची प्रथा सुरू केली. तेव्हापासून आजपर्यंत दरवर्षी त्याच श्रद्धेने, विश्वासाने आणि जबाबदारीने तिने आपलं कर्तव्य चोख पार पाडलं. दहा दिवसांचा गणपती घरी बसवणं, ही काही गंमत नव्हे. एकदा का घरात गणपतीची प्राणप्रतिष्ठा झाली, की त्या कुटुंबाला, कुटुंबाच्या वंशजांना ती परंपरा पुढे न चुकता अखंड चालवावी लागते. आजवर ही जबाबदारी अवंतिकाने पार पाडली... पण ती लग्न करून गेल्यावर?

काय होईल?

- त्याचीही धास्ती वाटते, आणि भरल्या डोळ्यांनी गणपतीला निरोप देताना मनाशी उगीचच चुटपुट लागून राहाते.

सणासुदीचे दिवस अगदी उंबरठ्याशी उभे आहेत.

... आता नवरात्र येईल, त्यामागोमाग दिवाळीची लगबग, धामधूम...

दिवाळी संपते न् संपते तोच; आणखी एका नव्या स्थित्यंतराच्या रेघेपाशी आपण पोचलेले असू.

३१ डिसेंबर १९९९

शतकांचा संधीकाळ!

अवघ्या वर्षभराच्या अंतरावर आलेल्या नव्या शतकाच्या आगमनाचे नगारे वाजू लागतील... शंभर वर्षांच्या प्रदीर्घ भूतकाळाला पक्की गाठ मारून सारं जग नव्या भविष्याच्या दिशेने मार्गस्थ होईल...

या 'थर्टीफर्स्ट'ला काय करायचं, यावर आपल्या घरात अजून एकमताचा ठराव पास झालेला नसला; तरी त्या रात्री आपण सगळे एकत्र असू... मध्यरात्री बाराच्या दिशेने धावणाऱ्या घड्याळाच्या काट्यांची टिकटिक ऐकताना आपले आतूर श्वास एक होतील... अस्वस्थ हृदयाचे उंचबळलेले ठोके एकाच गतीने उसासत राहातील; हे नक्की!

आधी मलाही वाटे, त्यात काय एवढं?

जुनं कॅलेण्डर रद्दीत जमा होणार आणि नवं भिंतीवर लटकणार एवढाच तर बदल; तोही दरवर्षी होतच असतो. यावर्षी काय असं नवीन घडणार?- पण ३१ डिसेंबर जवळ येत चाललाय; तसतसे माझ्याही हृदयाचे ठोके वाढताना जाणवू लागले आहेत. कसलीशी अनामिक हुरहूर आणि एक विलक्षण उमेदीचा ताजेपणा श्वासामध्ये मिसळू लागला आहे.

...नवीन शतक माझ्या उंबरठ्याशी उभं आहे.

गेले अनेक दिवस चाललेले देशा-परदेशातल्या प्रवासाचे प्लॅन्स अखेरच्या क्षणी अधांतरी लटकणार, आणि ३१ डिसेंबरची आपली रात्र बहुदा अलीबागच्या फार्महाऊसमध्ये आपण सर्वांनी लावलेल्या... वाढवलेल्या गर्द झाडांच्या घरगुती प्रेमळ सानिध्यात साजरी होणार, हे आत्ताच मला स्पष्ट दिसतंय...

थंडगार वाऱ्यांनी, फुलांच्या मंद सुवासाने कुशीत घेतलेल्या त्या रात्री अलीबागच्या अंगणात पार्टीचा थाट मांडला जाईल... शेजाऱ्यांच्या कुत्र्याचं भुंकणं आणि जांभळाच्या झाडावरल्या ढोलीत संसार थाटलेल्या घुबडाचे रहस्यमय घुत्कार... एवढंच फक्त ऐकू येईल... म्युझिक सिस्टीममधून पाझरणारं मंद संगीत... नाजुक किणकिणत्या ग्लासांमधली शॅम्पेन... आणि खास तयार करवून घेतलेला केक!... खळखळून हसण्याच्या आवाजात विरघळलेलं सारं सुख अवतीभावती वाहात राहील. थोडीशी थंडी वाजेल... खूपशी झोप येईल; पण कुडकुडत्या शरीराने, झोपाळू डोळ्यांनी आपण सारे जल्लोष करू.

रात्री साडेअकराचा टप्पा पार करून घड्याळाचे काटे पुढल्या प्रवासाला निघाले की दरवर्षीच्या सवयीने आपले हात एकमेकांच्या हातात घट्ट गुंफले जातील... मध्यरात्रीच्या दवाने भिजलेल्या अंगणातल्या ओल्या हिरवळीवर पावलांना आपसुक गती येईल... ओठांवर जुनी गाणी नव्याने उमलतील... प्रत्येकाच्या आवाजाची पट्टी वेगवेगळी असली; तरी एका सुरात आपण सारे आपलं गाणं गाऊ... त्या गाण्यामधून नि:शब्द प्रेमाच्या दुलईची उब क्षणोक्षण जाणवत राहील... आनंदाने रडू फुटेल... आणि हातांमधले हात अधिक घट्ट होतील. त्या क्षणी आपल्याबरोबर आठवण येईल... अर्ध्यावर साथ सोडून जे निघून गेले त्यांच्यासाठी घशाशी आवंढा दाटेल... तरीही गाण्याचे स्वर उमलतच राहातील.

अवचित एका क्षणी आपण सारे एकमेकांकडे पाहू... तर आनंदाश्रूंच्या पडद्याआडून काही दिसेनासंच होईल.

तुम्हा सर्वांना मी घट्ट मिठीत घेईन.

प्रत्येकासाठी मनाशी छोटी प्रार्थना करत करतच तुमच्या मिटल्या डोळ्यांवर ओठ टेकीन...

बघता बघता मध्यरात्रीचं आभाळ क्षणभरात फुटलेल्या रोषणाईच्या चमकत्या कारंजांनी लखलखून उठेल... एकच जल्लोष होईल...

त्या क्षणाचं सुख न सोसवून धडधडत्या हृदयाने, डोळे मिटून मी तशीच स्तब्ध उभी राहिन... प्रार्थनेचे शब्द पुन:पुन्हा माझ्या मिटल्या ओठांशी रेंगाळत राहातील.

... तो एकच क्षण!

उसळत्या प्रेमाचा नि:शब्द प्रार्थनेचा... कृतज्ञ नमस्काराचा!
विथ् ऑल माय हार्ट, हिअर्स टु यु... टु अस... टु लव्ह!
शुभम् भवतु...

तुमची,
आई

मुक्त जीवन जगणारी प्रोतिमा बेदी यांचं बिनधास्त आत्मकथन

टाईमपास

प्रोतिमा बेदी यांच्या आठवणी

संपादन

पूजा बेदी-इब्राहिम

अनुवाद

सुप्रिया वकील

आपल्या समाजानं अगदी काळजीपूर्वक बनवलेला
प्रत्येक नियम न् नियम मी मोडला.
मी कसलीच बंधनं मानली नाहीत.
मला जे जे करावंसं वाटलं, ते ते मी केलं;
अगदी सपाटून केलं.
कोण काय म्हणेल याला मी काडीचीही किंमत दिली नाही.
माझं तारुण्य, माझं लैंगिक जीवन,
माझी बुद्धिमत्ता– सारं काही मी दिमाखानं मिरवलं.
आणि हे सारं मी निलाजरेपणे केलंय.
मी खूप जणांवर जीव ओतून प्रेम केलं,
आणि माझ्यावरही
काहींनी खूप प्रेम केलं...